Năm thứ VII 2024* 1

VĂN HỌC MỚI

TẠP CHÍ VĂN HỌC NGHỆ THUẬT

PHÁT HÀNH MỖI 2 THÁNG / SỐ (1 NĂM 6 SỐ) Năm thứ VII

Điều hành: HÀ NGUYÊN DU
Phụ tá điều hành 1: NT LỆ THU
2: Vương Thư Sinh (VHT)
TTK : NT Lệ Thu & Ngã Phương Huyền
Thư ký & Bản thảo : Bạch Xuân Phẻ
Kỹ thuật NXB Phạm Hồng Thái

Thư từ, bài vở, ngân phiếu xin gởi về:
(Văn Học Mới - New Literature Magazine)

To: HA NGUYEN
10291 Arundel Ave.
Westminster, CA 92683 - 5821
*

vanhocmoi4@gmail.com
hanguyendu@gmail.com
ntlthu1016@gmail.com

https://tapchivanhocmoi.com

ĐẠI DIỆN PHÁT HÀNH
Toronto:**NguyễnVyKhanh**<nguyenvykhanh@yahoo.com>
Vancouver BC:**Nguyễn Đức Tùng**<bachnguyen@shaw.ca>
Phan Ni Tấn <phannitan@yahoo.ca>
USA:Georgia: **Đức Phổ**<dducpho@gmail.com>
Massachusetts: **Lâm Chương** <lamchuong495@gmail.com>
Louisiana: **NgT Hồng Hải**<nhattannguyen575@yahoo.com>
Dallas: **Nguyễn Lương Ba**< bal@nguyen.us>
Houston: **Nguyễn Minh Triết**<lntt_2000@yahoo.com>
San Jose: **Phạm Hồng Thái**<thaihpham@gmail.com>
Paris:**Trang Thanh Truc<trangthanhtrucparis@yahoo.fr>**
VN: NT Lệ Thu<ntlethu1016@gmail.com>
Germany **Trần Văn Tích**

Số ghi danh Quốc Hội Hoa kỳ: ISSN 2690 - 4276

mục lục

VĂN HOC MỚI SỐ 32

LỜI TÒA SOẠN

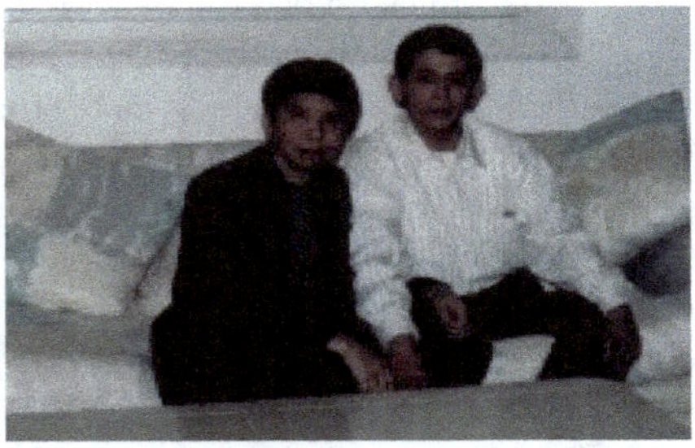

Thưa quý thân hữu và quý tác giả thơ văn, biên khảo cộng tác với VHM ...

Chỉ cần môt giây của thời gian trôi, một giây của trục quay trái đất, là chúng ta có quá khứ, có ký ức, có hoài niệm.!!

Xuyên qua các tôn giáo, chúng ta trước hết và căn bản nhất nên lấy tính then chốt như một tiền đề hay một công thức , mà giải mã , mà khai triển một bài toán khó nhất của nhân loại... Khó nhất cho đến ngày xuôi thỏng đôi tay, hồn bay cõi khác và xác nằm lại chờ con cháu hỏa thiêu hay hạn màn cho thân nằm sâu dưới ba tấc đất. Cho đến giây phút cuối cùng này, chúng ta thật sự đã thật sự chào thua thiên mệnh. Là không sao có được đáp số đúng!! Có lẽ ta nói theo nhà Phật là "Sắc Tức Thị Không hay Không Tức Thị Sắc", trong cõi vô thường từng sát na này!!

Con người nếu còn sống thì " *Quá Khứ, Ký Ức và Hoài Niệm*" luôn song hành với xác phàm như hình với bóng. Nhất là *hoài niệm* luôn là con sóng vỗ mạn thuyền để chúng ta có nhiều giây phút nhớ nhung hay thương tiếc, về hàng lớp kỷ niệm vàng son, quý báu của tình yêu thương. Của chuỗi mối quan hệ đầy dấu ấn để phải ghi nhận hay phải đặt bút ... Điều mà chúng ta luôn vinh danh, ca ngợi về một Đấng mà chúng ta gọi là Đấng Tạo Hóa, là Chúa hay là Ông Trời ... Trong giới sáng tác chuyên nghiệp, xứng đáng được gọi chung là "Văn Nghệ Sĩ ", đa phần có năng khiếu về các loại hình nghệ thuật...Một khi được Trời cho "Năng Khiếu" rồi, thì nghệ thuật ấy mới phát triển, thăng hoa là đạt được ước nguyện của người nghệ sĩ...

Chứng minh theo những dòng dẫn nhập trên, điển hình là "Tôi" Năng Khiếu tôi có là một quặng mõ như được mặc khải!!

Khi vừa bước lên trung học tôi đã biết làm thơ và được đăng trên các nhật báo, tuần báo và tap chí. Tiến lần xa hơn như vượt tuổi mộng mơ, tôi từng đứng ra thành lập búp nhóm, thi văn đoàn, dù là văn chương tỉnh lẽ nhưng cũng có sự ghi nhận.

Từ thời kỳ trẻ trung này, trải qua bao thập niên, mang nặng niềm ước mơ dạt dào mà tôi ôm ấp ..."*là được học nhạc để sáng tác như thơ*" Nói đến đây, tôi xin nhắm mắt lại râm khấn tạ ơn hồng ân ban phước...Nhạc Sĩ Đỗ Lễ là một mối duyên lành của "*cái đến sẽ đến*" đáp ứng luật bù trừ, ban phát hay đãi ngộ mang tính mầu nhiệm.

Tôi xin kể rằng : Vào lúc trời chưa đứng trưa, ngày *16 tháng 7 năm 1996* ... Chợt nhiên hôm đó, người Nhạc sĩ thường đi uống cà phê một mình là Nhạc sĩ Nhật Ngân (Trịnh Lâm Ngân) hôm ấy anh đi, lại có thêm một người bạn. Anh Nhật Ngân ghé ngồi vào chung bàn với tôi, đang ngồi uống cà phê với Nhạc sĩ Nguyễn Hiền... Những đôi tay cùng bắt và mời nhau cà phê tại quán (một quán đặc biệt là tụ điểm của nhiều giới VNS), đó là quán Croissant Doré thuộc thành phố Westminster, trong vùng Little Sài Gòn, bang California...

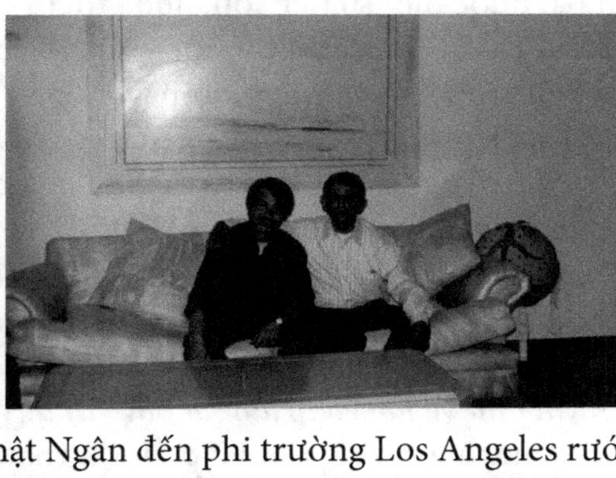

Nhật Ngân đến phi trường Los Angeles rước Đỗ Lễ từ Việt Nam qua... Trong buổi gặp gỡ "định mệnh" nhân duyên quả lành đã đến với tôi ... từ câu hỏi của hai người nhạc sĩ - Sau buổi ...

...cà phê này Đỗ Lễ nhắc nhở Nhật Ngân: Bây giờ mình đi lo chỗ ở đi Nhât Ngân... Khi nói đến đây ... tôi lên tiếng ngay: Thì đến nhà em ở ... nhà em còn dư đến 2 phòng quý anh ạ... Thế là Nhật Ngân chở Đỗ Lễ đến nhà tôi ở tạm trong 30 ngày, Đỗ Lễ lưu trú tại Mỹ. (Nhạc sĩ Đỗ Lễ đến Mỹ với lý do là được 3 trung tâm nhạc lớn nhất nhì Hải Ngoại. Thời điểm cuối thập niên 90, có đến 3 trung tâm: "Thúy Nga, Asia và Trung Tâm Nhạc Tình" của Lê Minh Vũ. Họ cùng thay nhau làm Show cho Đỗ Lễ qua dòng nhạc trữ tình lãng mạn của ông....

Ban ngày, Đỗ Lễ lo các Show trình diễn nhạc của ông, ban đêm ông về nhà tôi ngủ. *Có nhiều đêm anh em phải thức khuya để lo cho xong bài nhạc phổ từ thơ tôi... Lúc anh ngồi phổ nhạc, là lúc tôi làm ngay bài thơ kế tiếp chuẩn bị ... Điều tôi vô cùng ngạc nhiên là ông phổ rất nhanh và lưu loát mà rất ít khi bị trở ngại về chữ của thơ, ca từ của nhạc.* (Bởi tôi có vốn biết cách rập khuôn cho bài thơ phổ không gây khó cho nhạc sĩ phổ... Điều may mắn vô cùng trong mối duyên lành văn nghệ này: là *nhạc sĩ Đỗ Lễ rất thích và quý mến tôi...* Từ đó, ông tự nguyên và lên tiếng: "*Anh sẽ dạy nhạc cho em, một cách tóm lược, và cô động ... chỉ cần hướng dẫn cho em những Key quan trọng trong sáng tác nhạc, sao cho đúng luật, nhất là* ***"cụm dấu tiếng việt"*** hay ***"cụm sắc huyền hỏi ngã"*** *ký âm sao cho đúng, vì căn bệnh ít nghiên cứu này có nhiều sai sót trong âm nhạc Việt...*

Sau khi gặt hái được một số tiền lớn, được trả từ các trung tâm kể trên, Nhạc sĩ Đỗ Lễ về lại Việt Nam ... Tôi vô cùng sung sướng khi người *Nhạc sĩ lãng mạn đa tình* này luôn tử tế "chơi rất đẹp" với anh em... *Ông mang từ Việt Nam qua với* ***30 bài nhạc phổ từ thơ tôi.*** *Trời ơi! Đời tôi chưa lần gặp niềm hạnh phúc nào lớn hơn khi: Đỗ lễ trao tận tay tôi 30 bài nhạc, được kẻ trên giấy rất đẹp màu xanh da trời, mõng và rất dễ thương là giấy pelure* (giấy thời trước nam nữ thường dùng để viết thư tình). *Ôi! tôi có ngờ đâu rằng chuyến trở lại Mỹ trao nhạc phổ thơ tôi đó, lại là chuyến vĩnh biệt nhau !! Khi anh về lại Việt Nam là ông "tự quyên sinh".* Mời quý bạn đọc xem trong số 32 Văn Học Mới kỳ này, với chủ đề *"tưởng niêm"* ông. Tất cả đã kể lại qua nhiều bài viết trong

... số báo này. *(Nhạc sĩ Đỗ Lễ được người vợ sau cùng tên Phương... bà vợ này bảo lãnh ông sang Mỹ và trú ngụ ở Thành phố Philadelphia, thuộc bang Pennsylvania)* Nhưng ông thường quay đi quay về với Việt Nam.

Sau khi nhạc sĩ Đỗ Lễ ra đi... Tôi nhờ Nhạc sĩ Nguyễn Hiền (có bà con tộc họ với Đỗ Lễ) Nhạc sĩ Nguyễn Hiền đứng ra soạn *bản hợp đồng* giúp tôi để *ký bán 10 bài*, trong 30 bài nhạc mà Đỗ Lễ phổ thơ tôi. Trung Tâm Nhạc Tình Lê Minh Vũ chọn 10 bài trong 30 bài nhạc trên ... Nhưng sắp đặt bút ký thì bất đồng bất ngờ xảy ra vì giá cả!! (Tôi buộc lòng không ký). Thế là tôi tiếp tục gìn giữ món quà vô cùng quý giá kỷ niệm muôn đời giữa tôi và Nhạc sĩ Đỗ Lễ. Thật đau lòng thay, tôi vẫn tiếp tục ôm ấp món quà trân quý ấy ròng rã suốt gần 30 năm qua... Tôi luôn nguyện ước (**Phải thực hiện**) *cho ra đời bông hoa nghệ thuật ấy lan tỏa, chứ không được nằm trong bóng tối oan khiên ức chế nữa....*
Thế mà ... nghịch lý thay những viên ngọc ấy vẫn tiếp tục nằm trong chiếc hộp của bóng tối trầm luân cuộc đời đầy những bất ổn oan khuất!!

Nhưng, tôi vẫn nuôi hy vọng rằng tôi sẽ thực hiện khi mà *bản lĩnh tôi bị tổn thương* bởi đời sống phi lý này. Nhất là, mặc dù Đỗ Lễ là một nhạc sĩ lừng lẫy tiếng tăm, tưởng như không cần thiết chi nữa... Nhưng quý bạn nghĩ xem, dù là *"đứa con rơi"* nhưng *rơi hay rớt gì cũng có Gene của người cha* ... Tôi cho rằng, nếu lan tỏa được hương hoa kỷ niệm ấy, ít nhiều cũng làm cho hương linh anh Đỗ Lễ có thêm phần hạnh phúc của cõi trần mang về anh đang an bày nơi chốn thiên thu!!

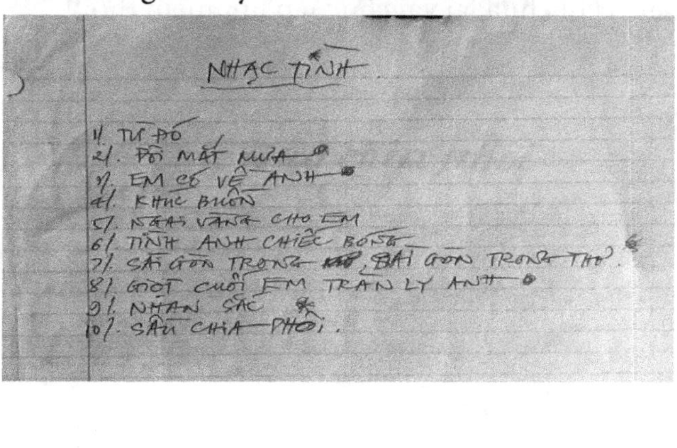

Khi Nhạc sĩ Đỗ Lễ, rời khỏi căn phòng tạm trú nơi ngôi nhà của tôi, ngoài những bức ảnh chụp chung nhau với tôi, với Nhật Ngân, với người em cột chèo , *còn có bức ảnh mà tôi layout cái bìa cho số này, một bức ảnh mà tôi chụp anh ấy với cây Guitar dựng đứng , một tay anh chóng càm nhìn xuống mắt đâm chiêu buồn và một tay cầm Guitar.* Với cây đàn quý của anh mà anh tặng lại tôi trước khi chia tay lần cuối cùng anh về Việt Nam

Ôi!! Từ đó anh em chúng tôi không bao giờ gặp nhau nữa bởi cách trở âm dương ngàn thu vĩnh biệt!!

Tôi kể thêm về những kỷ vật mà khi anh mất còn đeo đẳng bên tôi, trong đó có thêm phần "*cả ngàn tập nhạc*" của anh, do người anh em gì đó với ông, mang lại giao cho tôi... Thế là tôi có thêm trách nhiệm phải cất giữ những giá trị tinh thần của anh để lại trần gian này...Thế rồi trải qua những thăng trầm ngã nghiêng với trần ai lai khổ này ... Riêng sự cất giữ quá nhiều tập nhạc của anh, vì áp lực gia đình vợ con, tôi bắt buộc phải làm sao để giữ bình an cho cuộc sống!! Tôi phải làm sao tìm cho ra cách giải tỏa số lượng tập nhạc đó, nó chiếm tỉ lệ rât lớn trong phần nhà ở của tôi. Tôi nhớ đến anh Đỗ Lễ có người cháu con của chị anh là *tài tử Đặng Hùng Sơn.* Tôi tha thiết yêu cầu người tài tử này cất giữ tập nhạc của cậu anh ... Nhưng ĐH Sơn từ chối. Kế đến tôi tìm đến nhà sách Tú Quỳnh (một trong ba nhà sách lớn) ở vùng gọi là (Thủ Đô người tị nạn Việt Nam Hải Ngoại) Nhưng vì Tú Quỳnh đã in cho Đỗ Lễ tập nhạc này, họ bán sao hết mà nhận thêm nữa. Thế là "bó tay" . Tôi phải ngậm ngùi vô cùng khi phải làm theo áp lực người mẹ của hai con tôi... (Trời ơi! Tôi phải quăng hết!!) chỉ chừa lại vài chục tập lưu niệm thôi!!

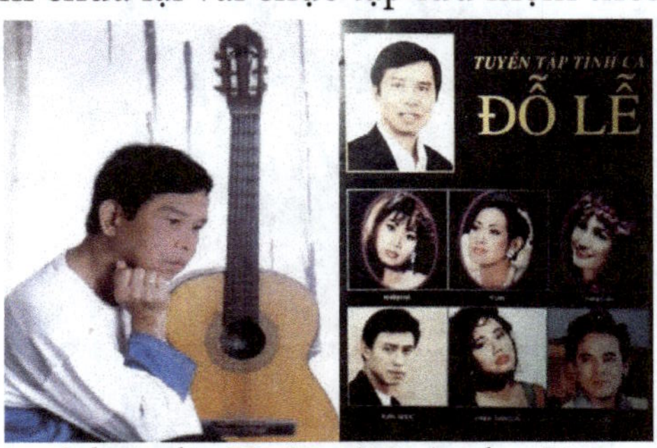

ảnh cây đàn ĐL tặng tôi & tập nhạc ĐL

Thưa quý thân hữu và quý bạn đọc...

Sự thật của câu chuyện này như một Truyện vừa của một nhà văn viết truyện ngắn. Tôi không thể bỏ sót bất cứ chi tiết nhỏ nào trong mối duyên lành quả ngọt như một sự huyền diệu mang tính thiêng liêng!

Nhạc sĩ Đỗ Lễ mất, khoảng vài năm sau, với tình ơn sâu nghĩa nặng đậm dấu ấn đời, nên tôi đứng ra làm một việc trả nghĩa ... Tôi tổ chức một *"Đêm Nhạc Đỗ Lễ"* tại vũ trường Ritz của Nhạc sĩ Ngọc Chánh *(cùng tác giả với bài nhạc của Phạm Duy là bài Vết Thù Trên Lưng Ngựa Hoang)*. Sự tốt bụng của Nhạc sĩ Ngọc Chánh là: Cho tôi, tức *"Đêm Nhạc Đỗ Lễ"* hưởng được phân nửa số vé bán trong Show nhạc này, vì ông ủng hộ việc tôi lấy tiền xây mộ cho Đỗ Lễ...(MC là Trần Quốc Bảo - cũng giúp không)

(Ngày tháng quá lâu , tôi chỉ còn nhớ đêm thứ sáu ngày 13) Vì ở Mỹ, người Việt mình cũng còn tin thứ sáu 13 là ngày xui xẻo không tốt) Tiếc thay lại gặp mưa nữa, nên đêm nhạc coi như không đạt theo yêu cầu mong muốn... Số tiền chia của Nhạc sĩ Ngọc Chánh ít ỏi...Từ đó gặp cảnh đau lòng hơn khi tôi gọi bà Phương, vợ sau cùng của Đỗ Lễ, bà ấy không với số tiền trao...

Về tài liệu *"Đêm Nhạc Dỗ Lễ"* được Nhà văn "Share Phòng Share Tình" là Nhà văn nhà báo Lâm Tường Dũ, chủ nhiệm tuần báo Tinh Thương. Tờ báo này đăng nguyên ảnh bìa có ảnh với những dòng quảng cáo cho đêm nhạc trên...Nhưng, những hình ảnh đó bây giờ lại thiếu ảnh bìa quan trọng để chứng minh hay ghi nhận ngày tháng của đêm nhạc như kể trên. Lý do thiếu là vì bây tờ báo ấy nó nằm trong nhà kho kín mít không sao lấy ra được... Thưa quý vị

Bài viết cho chủ đề số báo này, coi như tương đối đầy đủ. Tôi xin chuyển qua một câu chuyện *triệt hạ VHM với kịch bản tạo dựng hoàn toàn giả tạo, xách động sa tăng qua con bài khích tướng kế. Ơi! Những cơn sóng sông rạch ấy không thể gây bão đánh lật con tàu chính nghĩa bình ngô...* Bao giờ tôi cũng "tĩnh ngồi ăn táo" trước những *"thấy vậy mà không phải vậy"* Bỗng dưng tôi nhớ bài viết có tính liên hệ này, nên tôi xin đăng lên...

Trân trọng /VHM

3 điều khiến một người bất hủ:

Lập đức, lập công, lập ngôn

An Hòa •Thứ Tư, 01/11/2023

Một người phải như thế nào mới có thể trở nên bất hủ? Cổ nhân đề xướng 3 điều: lập đức, lập công, lập ngôn, gọi là "Tam bất hủ". Quan điểm "Tam bất hủ" đã trở thành một phần quan trọng trong văn hóa truyền thống. Nó có ảnh hưởng rất lớn đến việc giáo dục người đời sau. Rất nhiều chí sĩ coi trọng việc tu thân dưỡng đức, yêu nước thương dân đều dùng "Tam bất hủ" để yêu cầu bản thân mình. "Bất hủ" của con người không phải nằm ở dài ngắn của sinh mệnh mà ở tinh thần cao thượng, không nằm ở phú quý cá nhân mà ở sự nghiệp xã hội lớn lao.

3 điều khiến một người bất hủ: Lập đức, lập công, lập ngôn

(Tranh minh họa: Bảo tàng Cố Cung Quốc gia Đài Loan, Public Domain)

Trong sách "Tả truyện" chép rằng: Thời Xuân Thu, Thúc Tôn Báo của nước Lỗ và Phạm Tuyên Tử của nước Tấn từng thảo luận với nhau về vấn đề "tử nhi bất hủ", chết rồi cũng không bao giờ mất.

Phạm Tuyên Tử cho rằng tổ tiên của ông, từ thời Ngu, Hạ, Thương, Chu cho tới lúc đó, nhiều đời đều là quý tộc, gia thế hiển hách, hương khói không dứt, đây chính là "bất hủ".

Thúc Tôn Báo lại không cho rằng như vậy, ông cho rằng đây chỉ có thể được gọi là phúc lộc nhiều đời không hết mà thôi. Thúc Tôn Báo cho rằng "bất hủ" chân chính chính là: "Cao nhất là lập đức, tiếp theo là lập công, tiếp nữa là lập ngôn".

Lập đức

Nho gia lấy nhân nghĩa là nội dung trọng yếu của đạo đức, cho nên đạo đức và nhân nghĩa thường đi đôi với nhau. Đối với cá nhân mà nói, từ Thiên Tử cho đến thứ dân, tất cả đều lấy tu thân làm gốc. Khổng Tử cho rằng, lập đức mới có thể lập thân. Đối với xã hội mà nói, "tu mình mà an người", "tu mình mà an dân chúng". Chỉ khi một người coi trọng đức, trở thành người nhân nghĩa thì mới có thể tề gia, trị quốc, bình thiên hạ. Người trọng đức tu thân, có đức độ và danh vọng cao, có đủ đức và tài mới có thể trở thành hình mẫu cho người đời sau noi theo.

Trong sách sử ghi chép lại, Hoàng Đế khi khai sáng nền văn minh Hoa Hạ đã không chỉ dạy bảo dân chúng cải tạo hoàn cảnh tự nhiên, phát triển sản xuất nông nghiệp mà còn sáng lập ra lễ pháp, tôn ti trật tự… Ông không chỉ giáo hóa dân chúng hành đức mà còn phải dùng đức trị quốc.

Lập đức, hành nhân nghĩa, hành đạo hiếu cũng là những phẩm cách cơ bản, đặc trưng của Đế Nghiêu, Đế Thuấn. Ngay từ nhỏ, Ngu Thuấn đã nổi tiếng là người hiếu thảo. Cho dù cha mẹ và em trai đều tìm cách hãm hại, nhưng Đế Thuấn vẫn trước sau đều dùng đức hạnh của người con, người anh để đối xử lại. Chính tấm lòng hiếu thảo, nhân nghĩa của Ngu Thuấn đã làm cảm động Trời xanh, cũng bởi tấm lòng hiếu thảo mà ông có được thiên hạ, và cũng bởi lòng hiếu thảo mà ông có thể cai trị được thiên hạ.

Cả Đế Nghiêu và Đế Thuấn đều không truyền cấp ngôi vị cho con cháu mà lựa chọn người hiền tài, đức hạnh, giúp ích được thiên hạ để truyền. Những việc làm và đức hạnh của họ đã khiến họ trở thành những nhân vật bất hủ, được lưu danh thiên cổ.

Lập công

Đức là phần bên trong của công, công là bên ngoài của đức. Một người có đạo đức nhân nghĩa sẽ cảm thấy vui vì sinh mệnh của bản thân dung nhập với xã hội, với vận mệnh của dân tộc, từ đó tự nguyện gánh vác trách nhiệm của bản thân với xã hội, với dân tộc. Họ sẽ không tính toán được mất của cá nhân mà lấy lợi ích của đại chúng làm trọng. Khi thấy dân chúng bị bao vây trong nguy hiểm, xã hội bị bao vây trong hoạn nạn thì họ sẽ dũng cảm bước ra, lập được công nghiệp, tích được hậu đức.

Những vị đại thần, lương tướng tu thân trị quốc, kinh bang tế thế, cho dù họ làm điều đó không phải vì danh vọng của bản thân nhưng danh tiếng của họ tự nhiên được lưu danh muôn đời, được hậu nhân kính ngưỡng và ghi nhớ.

Xưa kia Đại Vũ tận sức trị thủy, một lòng tạo phúc cho dân chúng. Chu Công phò tá Chu Vũ Vương phạt Trụ, thành lập vương triều nhà Chu. Sau khi bình định được thiên hạ, Chu Công lại có công thiết lập các chế độ cơ bản cho triều đình. Bởi vậy, Chu Công được hậu nhân xưng là người sáng tạo vương triều nhà Chu. Sau này Chu Công lại bắt đầu chế tác lễ nhạc, khai sáng truyền thống văn hóa tinh thần, thúc đẩy sự phát triển của nền văn minh Hoa Hạ.

Lập công còn phải kể đến nhà chính trị, quân sự thời Xuân Thu là Quản Trọng. Quản Trọng phò tá Tề Hoàn Công, đem lễ, nghĩa, liêm, sỉ làm "bốn sợi dây chính" (giềng mối) của quốc gia. Ông cho rằng, một dây mà đứt thì đất nước bị nghiêng, hai dây bị đứt thì đất nước bị nguy hiểm, ba dây bị đứt thì đất nước bị đảo lộn, bốn dây bị đứt thì đất nước bị diệt vong.

Ngoài những danh thần trên, nhờ lập công cho quốc gia mà lưu lại danh tiếng đời đời còn có Gia Cát Lượng nhà Thục Hán thời Tam Quốc, Ngụy Trưng thời nhà Đường, Phạm Trọng Yêm thời Bắc Tống, Vu Khiêm thời Tiền Đường, v.v.. Họ đều là những tấm gương bất hủ được người đời sau kính ngưỡng.

Lập ngôn

Các bậc tiên hiền cổ triết đều coi lập ngôn quan trọng như mạng sống. Bởi vì nó mở ra chính nghĩa, kế thừa lịch sử và truyền bá văn hóa. Trong "Chu Dịch" viết: "Ngôn hành, quân tử chi sở dĩ động thiên đích dã, khả bất thận hồ", ý là lời nói và việc làm của người quân tử có thể động đến trời đất, sao có thể không cẩn thận chứ. Các bậc tiên hiền cho rằng bản thân phải có trách nhiệm với lời nói của mình, bởi vì lời nói của người đời trước là có ảnh hưởng lớn đến lịch sử và người đời sau. Ngoài ra những sáng tác tốt sẽ đem lại lợi ích cho ngàn đời sau, những sáng tác không tốt sẽ làm nguy hại chúng sinh, cho nên lập ngôn phải hết sức cẩn thận.

Các chí sĩ thời xưa cho rằng việc lập ngôn cần phải buông bỏ được lợi ích cá nhân. Họ coi việc "không sợ sinh mệnh ngắn ngủi, không sợ khổ sở đau buồn, lời nói và chữ viết lưu lại cho đời sau phải là kinh điển" là chí hướng cần đạt tới.

Lão Tử sau khi đắc Đạo, cưỡi trâu xanh ra Hàm Cốc quan thì gặp quan Doãn Hỷ thỉnh cầu nên đã viết "Đạo Đức Kinh" lưu lại cho hậu nhân. Toàn bộ "Đạo Đức Kinh" chỉ với gần 5000 từ nhưng vô cùng tinh luyện, thâm thúy, chứa đựng tư tưởng, đạo lý nhân sinh sâu sắc, như những lời dạy bảo, chỉ đường cho người đời sau. Hơn nữa đây là một bộ kinh điển tu Đạo, có thể nói là giá trị vượt qua cả hàm nghĩa của việc "lập ngôn" trong Nho giáo.

Tư Mã Thiên chỉ vì nói lời chân thật mà bị giam vào ngục. Sau khi bị giam vào ngục, Tư Mã Thiên đã bị "cung hình" – một hình phạt tàn khốc. Nhưng nỗi xấu hổ, sỉ nhục, phẫn nộ ấy vẫn không làm nhụt đi ý chí của ông, tất cả sự dung nhẫn của ông dường như được ngưng tụ vào ngòi bút. Cuối cùng, Tư Mã thiên đã biên soạn nên bộ "Sử Ký" đồ sộ nổi tiếng, để lại cho hậu nhân một công trình vĩ đại và một bài học lớn lao.

Trong lịch sử, những người bởi vì *lập ngôn mà bất hủ còn có Khổng Tử, Mạnh Tử, Trang Tử, Khuất Nguyên, Ban Cố, Hàn Dũ, Chu Hi, Tô Đông Pha, Lý Bạch, Tư Mã Quang*… Các tác phẩm của họ đều có giá trị giáo dục to lớn và ý nghĩa nhân sinh sâu sắc.

Theo Vision Times tiếng Trung

An Hòa biên tập

https://trithucvn.co/van-hoa/3-dieu-khien-mot-nguoi-bat-hu-lap-duc-lap-cong-lap-ngon.html

VIỆT HẢI LosAngeles
Tưởng Nhớ Nhạc sĩ ĐỖ LỄ

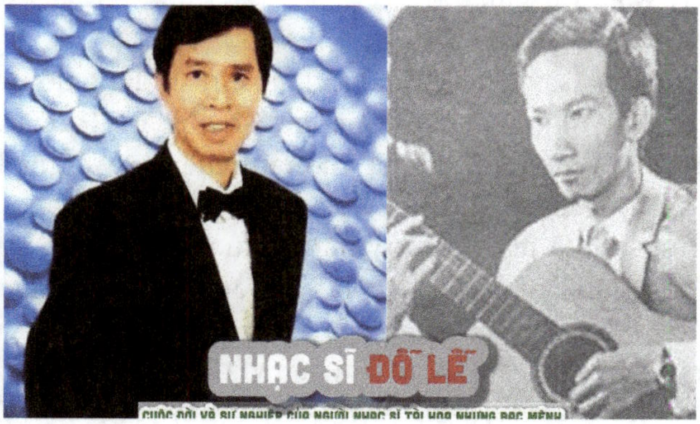

Cô đơn không phải thứ cảm xúc dành riêng cho những người độc thân, sống một mình. Cả khi đang ở trong một mối tương quan tình cảm nghiêm túc, dài hạn, vẫn sẽ có những lúc ta thấy mình sao lẻ loi, cảm giác đơn độc. Cảm xúc cô đơn trong tình yêu có thể là dấu hiệu cảnh báo điều gì bất ổn đang xảy ra với mối quan hệ của hai người. Hoặc, nó cho thấy bạn đang mong mỏi người ấy giúp mình khỏa lấp một khoảng trống trong tâm hồn bấy lâu nay, nhưng đối phương vẫn chẳng nhận ra.

Theo nhiều ý kiến cho là tình yêu là ngôn ngữ của trái tim, ngôn ngữ đại đồng của những tâm hồn yêu nhau. Có lẽ bởi thế, phải chăng lý lẽ là thế, lập luận đến đâu, những vấn đề trong tình yêu vẫn sẽ là nỗi trăn trở, day dứt, sầu muộn, như những tình khúc dang dở, hay chia phôi.

Sau dây là trích đoạn của 2 nhà văn Kiều My và Khánh Lan, góp ý nghĩ cho Văn Học Mới.

Vào năm 1931 thuở cổ xưa ấy, khi bài tình ca Besame Mucho ra đời, ngay lập tức nó đã trở thành một quả bom, tán dương nụ hôn tưởng tượng lãng mạn đắm say, người thiếu nữ như van xin người tình khi thầm van nài “hãy hôn em thật nhiều”. Giai điệu bolero cùng với những lời ca nồng cháy cứ len lỏi, chầm chậm nhưng thấm sâu vào tâm gan người nghe, làm nên một nỗi buồn man mác. Đấy là tình yêu là ngôn ngữ của trái tim, và rồi một bài tình ca van nài tình yêu khác của chàng ca sĩ Michel Polnareff, (nhạc Frank Gérald), lời của bài Love Me Please Love Me như sau:

Love me, please love me

Lòng cuồng say yêu em. Cớ sao mà em cứ dang dở tình tôi. Cho trái tim này héo mò. Love me, please love me. Lòng cuồng say yêu em. Hỡi em, một khi biết tôi mang niềm cay đắng. Em có thấy lòng mình yên vui?

Và tình yêu là ngôn ngữ đại đồng của những tâm hồn yêu nhau. Có lẽ bởi thế, phải chăng lý lẽ yêu yên vui, yêu trong sầu bi, tình lụy như bài tình ca sau dây

Mr. Lonely thuộc đề mục đau đầu vì tình yêu trắc trở, lời ca van lơn, xót xa tê tái cõi lòng. Mr. Lonely, hay “Người Cô Đơn” là một ca khúc đồng sáng tác và thu âm bởi . Bài hát ra đời trong năm 1962, nó vang dội được vào bảng xếp hạng Billboard Hot 100 trong tháng Mười cùng năm. Khi ca sĩ Bobby Vinton cho ra dĩa nhạc Greatest Hits của mình vào mùa thu năm 1964, bài nhạc leo thang tột đỉnh là hạng Top # 1 trên bảng xếp hạng Billboard trong tháng mười hai năm 1964. Hãy nghe người đàn ông cô đơn lạc hướng, tình si dương phương khổ lụy như thế nào nhé:

Hỡi cô đơn…
Tôi vốn mãi cô đơn,
Tôi không còn ai cả,
Nỗi niềm riêng tôi
Tôi là người cô đơn
Tôi không còn ai cả,
Nỗi niềm riêng tôi.

Này, bài hát này đã đi vào những đêm cô đơn của người cô đơn. Tuyệt tình làm làm sao, khi người con gái ấy đã ra đi,..

oOo

Tôi (VHLA), xin ghi nhận những tình khúc do yếu tố cô đơn, lẻ loi trong tình trường như trên. Tôi cũng xin dẫn nhập vào chủ đề nhạc sĩ Đỗ Lễ và những tình khúc do ông sáng tác.

Trong chủ đề Tưởng Nhớ Nhạc Sĩ Đỗ Lễ, theo bài viết "Nhạc sĩ Đỗ Lễ và 3 ca khúc thất tình nổi tiếng: "***Sang Ngang, Chia Ly và Tình Phụ***", xin trích đoạn như dưới đây:

"Bài hát Sang Ngang ra đời vào năm tác giả được 24 tuổi thì công chúng mới biết đến tên của ông. Trong giới văn nghệ Sài Gòn trước 1975, hầu như ai cũng biết mối tình si mà Đỗ Lễ dành cho ca sĩ Lệ Thanh vào khoảng đầu thập niên 1960. Khi đó Lệ Thanh đã là một trong những nữ danh ca nổi tiếng nhất của phòng trà Sài Gòn, còn Đỗ Lễ chỉ là một anh sinh viên đa tình, đêm nào cũng đến trồng cây si ở các phòng trà Anh Vũ tới Bồng Lai, Hòa Bình… hoặc bất kỳ nơi nào có Lệ Thanh trình diễn. Đỗ Lễ rất yêu tiếng hát của Lệ Thanh, là một ca sĩ được nhận xét là chỉ có sắc vóc trung bình nhưng sở hữu giọng ca nồng nàn với những nốt vuốt độc đáo mà cho tới bây giờ chưa có người thay thế. Người ca sĩ trình diễn trên sân khấu, ánh mắt nhìn bâng quơ xuống hàng ghế khán giả, không chủ ý nhìn ai, nhưng nhạc sĩ Đỗ Lễ luôn tin rằng nàng ca sĩ đang nhìn mình, hát cho mình nghe, rồi ôm lòng tương tư. Rồi đến một ngày Lệ Thanh giã từ ca hát để đi lấy chồng, bỏ lại tất cả hào quang sân khấu và sự tiếc nuối của khán giả, và người hụt hẫng nhất chính là Đỗ Lễ. Dù chỉ là mối tình đơn phương, nhưng ông đã tưởng tượng rằng hai người đã yêu nhau thắm thiết, rồi người con gái ngoảnh mặt để sang ngang, để rồi sáng tác nên ca khúc gắn liền với sự nghiệp của ông với tựa đề là Sang Ngang: "*Thôi nín đi em, lệ đẫm vai rồi, buồn thương nhớ ơi… Mai bước sang ngang, lòng thêm nát tan, tình đã dở dang… Thôi khóc làm gì, đã lỡ duyên thề, thương nhau làm chi. Nỗi buồn ai hay, khi mình chia tay. Xa cách nhau rồi…*".

Click để nghe Thái Thanh hát Sang Ngang trước 1975 Nữ danh ca Thanh Lan nhận xét về ca khúc này như sau: "Đỗ Lễ đã đến với khán thính giả yêu nhạc bằng đôi hia bảy dặm, chỉ cần đặt bút viết xuống đôi lời thủ thỉ "Thôi nín đi em, lệ đẫm vai rồi, buồn thương nhớ ơi…", anh đã trọn vẹn nắm được con tim của tất cả những ai đã từng nếm được hạnh phúc cũng như đau thương của tình yêu đích thực".

Ngay sau đó, nhạc sĩ Đỗ Lễ còn sáng tác một ca khúc khác, có nội dung gần giống với Sang Ngang, đó là Chia Ly, cũng với tâm trạng của một người phải tiễn người yêu sang ngang: "Mai lên xe hoa em sầu trong áo cưới Em lên xe hoa còn thương nhớ một người Ai gieo đau thương đếm từng đêm ướt gối Em đã đi rồi, em đã quên người tình xưa" Tuy nhiên, do một sự nhầm lẫn nào đó mà thời gian sau này, bài hát bị ghi nhầm tên thành Chuyện Buồn Tình Yêu...

Khi Nữ ca sĩ Lệ Thanh theo chồng và mai danh ẩn tích, hoàn toàn không trở lại với ánh đèn sân khấu lần nào nữa, và mối tình đơn phương của nhạc sĩ Đỗ Lễ cũng dần nguôi ngoai theo thời gian. Đỗ Lễ lập gia đình với ca sĩ ít tên tuổi là Hoài Xuân, được xem là người đầu tiên hát ca khúc Sang Ngang. Tuy nhiên cuộc hôn nhân đó chỉ kéo dài 6 năm thì kết thúc. Đó là thời gian mà nhạc sĩ Đỗ Lễ bị lâm vào nỗi buồn đau một lần nữa vì tình yêu, nên đã sáng tác bài Tình Phụ: Thôi nhé em còn hận tình này, Bao nhiêu đắng cay, hãy cố quên đi Đem chôn vùi vào ngày thật buồn cho anh cô đơn mãi mãi mà thôi… Click để nghe Lệ Thu hát Tình Phụ trước 1975 Nhạc sĩ Đỗ Lễ còn sáng tác rất nhiều ca khúc khác nữa, được ông đưa vào trong 4 băng nhạc tuyển Đỗ Lễ, tuy nhiên 3 bài nổi tiếng nhất trong sự nghiệp của ông là Sang Ngang, Chia Ly và Tình Phụ, đều là những bài nhạc thất tình nổi tiếng nhất của nhạc vàng. Ba bài hát này rất buồn, và nỗi buồn đó như là đã vẫn vào cuộc đời của người sáng tác, bởi vì nhạc sĩ Đỗ Lễ đã vĩnh viễn ra đi vào năm 1997 ở tuổi 56, khi ông đã tự kết liễu đời mình vì những nỗi buồn riêng không thể giải tỏa được.

Người tình ở bên cạnh Đỗ Lễ những năm cuối đời là Vương Thị Lam Phương đã nhận xét về ông như sau: "Đỗ Lễ là một người rất ủy mị, con người anh ấy cũng rất yếu đuối, cứ gặp chuyện gì buồn là trở nên suy sụp, rất chán nản và không còn thiết hoạt động gì nữa, theo tôi nghĩ đó chính là điều đưa đến cái chết của anh ấy!"".

Nguồn: Nhạc vàng Bolero.
Sau đây là trích đoạn của nhà văn Kiều My, và chi tiết như sau:
Đỗ Lễ, người nhạc sĩ tài ba, đã kết liễu cuộc đời vì chữ "tình"! Người nhạc sĩ bạc mệnh này được giới yêu nhạc biết đến qua những bản tình sầu thảm như: Sang Ngang, Tình phụ, Chia Ly v.v…
Những lời ca đau thương, ray rứt đã chiếm trọn trái tim của những ai từng trải qua đau khổ thất vọng trong tình yêu.
Nhạc của Đỗ Lễ cưu mang một tình yêu tuyệt vọng, chứa đựng sự đau thương, âm
thầm lặng lẽ… trong những tình khúc reo hờn từ trái tim rướm máu. Vì thất tình ca
sĩ Lệ Thanh, ông quá đau khổ đã trải lòng mình qua ca khúc SANG NGANG:
"Thôi nín đi em lệ đẫm vai rồi, buồn thương nhớ ơi!
Em hỡi đôi mình, mộng nay đã tan, tình đã dở dang
Em khóc những chiều, anh xót xa nhiều, thương cho tình yêu…
Lời bài hát "Sang Ngang" mang nỗi niềm của tác giả quá nặng tình, lưu luyến, sắt
son và thủy chung với mối tình tuyệt vọng. Ông đã say trong nỗi đau với men rượu
và sáng tác ca khúc TÌNH PHỤ:

Chuyện tình mười mấy năm qua
Nay bỗng xót xa mỗi khi sầu dâng
Còn đâu ngày quen biết nhau
Đã yêu em rồi, yêu cả một đời…

Còn nỗi đau nào hơn trong cảnh "CHIA LY" với người mình yêu thương? Còn lời
chua xót nào hơn bằng những giọt nước mắt chia xa?
Nói đi em câu chuyện buồn tình yêu
Nói đi em vì mình thương quá nhiều

Khóc làm chi cho hoen úa rèm mi…

Nhạc sĩ Đỗ Lễ đã từ giã cõi đời đầy đau khổ trong tình trường của ông. Nhờ thế, mà ông đã để lại cho đời "sự nghiệp âm nhạc Đỗ Lễ" bằng những tình khúc buồn…thật buồn!

Kiều My California, 2024

oOo

Trong bài viết "Phận đi sầu thương của nhạc sĩ Đỗ Lễ" của tác giả Anh Nhi, chi tiết được trích đoạn như sau:

"Nhạc sĩ Đỗ Lễ tên thật là Đỗ Hữu Lễ, ông sinh ngày 12/10/1941 tại Hà Nội. Từ nhỏ, ông đã là một người thông minh, có nhiều tài năng, được gia đình đầu tư cho học ở các ngôi trường nổi tiếng. Ông từng học tại Trường Hàng Vôi, sau đó là Trường Chu Văn An vào những năm trung học. Đến khi gia đình chuyển vào Sài Gòn (TP HCM) sinh sống, ông lại tiếp tục theo học những ngôi trường danh tiếng lúc bấy giờ là Trường Cao đẳng Mỹ thuật Sài Gòn (1953 - 1954), Đại học Khoa học Sài Gòn (1959), Đại học Luật Khoa Sài Gòn (1963).

Không những có nền tảng học vấn tốt, nhạc sĩ Đỗ Lễ còn có tài năng sáng tác âm nhạc từ bé. Từ năm 10 tuổi, ông đã tự học nhạc, đến năm 15 tuổi bắt đầu sáng tác những ca khúc đầu tiên. Tuy nhiên, trong giai đoạn thiếu thời, ông không gây được tiếng vang bằng tài năng âm nhạc của mình. Phải đến lúc ngoài hai mươi tuổi, trải qua mối tình day dứt với nữ ca sĩ Lệ Thanh, ông mới có những sáng tác để đời là chùm ba ca khúc "Sang ngang", "Chia ly" và "Tình phụ".

Câu chuyện tình của Đỗ Lễ với Lệ Thanh bắt đầu khoảng những năm 50 của thế kỷ trước. Lúc bấy giờ, Lệ Thanh đã là một ca sĩ có tiếng. Bà nổi bật nhờ vẻ đẹp nhẹ nhàng, trong trẻo, giọng ca dịu dàng, ấm áp. Các nhà văn thời đó ca tụng bà giống như một nữ sinh e ấp, ngọt ngào trong những bộ váy, áo dài màu thiên thanh, màu trắng, xám bạc,... khiến biết bao người đàn ông say mê trồng "cây si". Nhạc sĩ Đỗ Lễ cũng như vậy, ông yêu tha thiết nàng kiều nữ Sài Gòn.

Nữ danh ca Thanh Lan từng viết về nhạc sĩ Đỗ Lễ và ca khúc "Sang ngang" như sau: "Anh đến với khán thính giả yêu nhạc bằng đôi hia bảy dặm, chỉ cần đặt bút viết xuống đôi lời thủ thỉ "Thôi nín đi em, lệ đẫm vai rồi, buồn thương nhớ ơi…", anh đã trọn vẹn nắm được con tim của tất cả những ai đã từng nếm được hạnh phúc cũng như đau thương của tình yêu đích thực"...

Lâm Tường Dũ viết: "Khoảng cuối năm 1964, ở tại một phòng trà nhỏ nằm gần đường Đinh Tiên Hoàng, Đakao, Tân Định có cái tên rất là Nhựt Bổn Kontiki. Nhạc khúc "Sang ngang" được một ca sĩ hạng B tên Hoài Xuân trình bày. Cô ca sĩ khoảng 17, 18 tuổi rất xinh, rất đẹp có đôi mắt buồn não nuột. Nàng cất giọng ca thê lương băng giá cả màn đêm. Bản nhạc này được giới thưởng ngoạn buổi đó khen ngợi nhiệt tình...".

Theo nhiều người kể lại, lần đầu chứng kiến ca sĩ Hoài Xuân hát ca khúc "Sang ngang", Đỗ Lễ ngồi ở dưới không rời mắt khỏi vẻ đẹp u buồn, thoáng nét sầu mơ của cô. Từ đó về sau, dù cô đi diễn ở bất cứ phòng trà nào, ông cũng tham gia ngồi nghe. Đỗ Lễ ân cần đưa đón nữ ca sĩ trẻ về nhà, trở thành một điểm tựa cho cô. Tuy nhiên, một số người thân thiết với Đỗ Lễ cho rằng, ông tìm thấy những nét tương đồng của Hoài Xuân với Lệ Thanh khi cô trình diễn trong các phòng trà.

Vì vậy, cuộc hôn nhân của Đỗ Lễ và nữ ca sĩ Hoài Xuân diễn ra rất ngắn ngủi, hai người chóng vánh kết hôn, nhanh chóng ly hôn sau 6 năm chung sống. Cặp đôi có với nhau ba người con. Khi chia tay, đời tư của họ không còn được nhắc đến nhiều nữa. Thời gian đau khổ này ông sáng tác bài "Tình phụ". Bài hát cũng đã được tuyển chọn vào vòng chung kết những nhạc phim hay tại Đại hội Điện ảnh Á châu tổ chức tại Tokyo vào đầu thập niên 1970 và cũng là bài hát trong phim "Sóng tình" với diễn viên chính là Thẩm Thúy Hằng.

Lời ca vận vào số phận Đỗ Lễ được mệnh danh là "cha đẻ của những bản tình ca dang dở", nhạc của ông mang cái lặng lẽ, âm thầm, sự đau thương trong tình khúc reo hờn trầm buồn đi thẳng vào cuộc đời. Từ muôn trùng, mỗi lần nghe tiếng nhạc trỗi vang là mỗi lần cảm thấy lòng bùi ngùi, se sắt lại, tình bâng khuâng với dòng nước, hồn lơ lửng theo mây gió. Trong những phút tuyệt vời ấy, người ta lại thầm nghĩ tới người nghệ sĩ đã soạn thành những tình khúc dang dở của tình yêu, hình dung đến cái đẹp hào hoa, tao nhã của con người nhiều lãng mạn và mộng mơ, để lòng thổn thức với thế nhân. Và có lẽ lời ca đã "tiên đoán" trước số phận buồn của Đỗ Lễ.

Chia Ly (Chuyện Buồn Tình Yêu)
(Tác giả: Đỗ Lễ).
Nói đi em câu chuyện buồn tình yêu
Nói đi em vì mình thương quá nhiều
Khóc làm chi cho hoen úa rèm mi
Cho héo úa xuân thì
Nhớ thương nhau rồi đi
Nói đi em khi chuyện mình dở dang
Nói đi em vì tình duyên lỡ làng
Khóc làm chi cho chua xót tình yêu
Cho cay đắng thêm nhiều
Yêu chẳng được bao nhiêu
Mai lên xe hoa em sầu trong áo cưới
Mai lên xe hoa còn thương nhớ một người
Ai gieo đau thương đếm từng đêm tiếc nuối
Em đã đi rồi, em đã quên người tình rồi
Nói đi em, cho vơi niềm thương đau
Nói đi em, để lòng nguôi nỗi sầu
Khóc làm chi, cho đau đớn người đi
Cho héo úa xuân thì, ta âm thầm chia ly".

Về đường học vấn, ông học tiểu học ở trường Hàng Vôi, đến năm 11 tuổi được học trung học ở ngôi trường danh tiếng Chu Văn An (thường được gọi là trường Bưởi).

Năm 1953, ông theo gia đình di cư vào Sài Gòn và từng theo học các trường Mỹ Thuật ở Sài Gòn và Gia Định. Năm 1959, ông vào Đại học Khoa học Sài Gòn, sau đó học tiếp trường Đại học Luật khoa Sài Gòn vào năm 1963. Năm 1965, ông từng giành được huy chương vàng trong một cuộc thi Lực sĩ đẹp. Có thể nhận thấy nhạc sĩ Đỗ Lễ là một trí thức được đào tạo chính quy ở các trường học tiếng tăm nhất ở cả Hà Nội lẫn Sài Gòn. Ngoài ra, ông vốn có năng khiếu nghệ thuật từ nhỏ, từ năm 10 tuổi đã tự học nhạc, sau đó tập sáng tác năm 15 tuổi, với những bài hát đầu tay là Tình Mẹ Hiền, Tan Vỡ…, tuy nhiên phải đến năm 24 tuổi thì nhạc sĩ Đỗ Lễ mới được công chúng biết đến rộng rãi với ca khúc Sang Ngang, sáng tác cho mối tình đơn phương của tác giả với nữ danh ca Lệ Thanh.

“Sang ngang”
Thôi nín đi em!
Lệ đẫm vai rồi
Buồn thương nhớ ơi!
Anh hỡi đôi mình
Mộng nay đã tan
Tình đã dở dang
Em khóc những chiều
Anh xót xa nhiều
Thương cho tình yêu
Nỗi buồn chua cay
Khi lòng đổi thay
Thôi hết sum vầy
Điệp khúc:
Nếu biết răng...tình là giây oan
Nếu biết rằng... hợp rồi sẽ tan
Nếu biết răng.. yêu là đau khổ
Thà dương gian...đừng có chúng mình
Lau mắt đi em
Gần hết đêm rồi
Buồn thêm nữa sao
Mai bước sang ngang
Lòng thêm nát tan
Tình đã dở dang
Thôi khóc làm gì
Đã lỡ duyên thề
Thương nhau làm chi?
Nỗi buồn ai hay
Khi mình chia tay
Xa cách nhau rồi”

Đỗ Lễ cha đẻ của những bài ca dang dở...như: Ai từng yêu

nhạc mà không âm thầm nghĩ đến Đỗ Lễ, cái lặng lẽ âm thầm ấy… là sự đau thương trong tình khúc reo hờn trầm buồn đi thẳng vào cuộc đời. Từ muôn trùng, mỗi lần nghe tiếng nhạc trỗi vang là mỗi lần cảm thấy lòng bùi ngùi se sắt lại, tình bâng khuâng với giòng nước, hồn lơ lửng theo mây gió. Trong những phút tuyệt vời ấy, người ta lại thầm nghĩ tới người nghệ sĩ đã soạn thành những tình khúc dang dở của tình yêu, hình dung đến cái đẹp hào hoa tao nhã của con người nhiều lãng mạn và mộng mơ, để lòng thổn thức với thế nhân.

Những hình ảnh đẹp rực rỡ huy hoàng của chàng nhạc sĩ Đỗ Lễ là người mang đầy những thơ mộng dày đặc những đau thương và sầu khổ đã phủ kín đời anh. Đỗ Lễ ra đời năm 1941 tại Hà nội, Trời đã phú cho Đỗ Lễ từ thuở nhỏ, năm 14 tuổi đã sáng tác, đến năm 18 tuổi nổi tiếng nhạc phẩm đầu tiên Tan Vỡ & Sang Ngang, tiếng nhạc trở nên réo rắt và tâm hồn trở nên tha thiết trong mối tình đầu dang dở ấy… Những tiếng nhạc buồn như mời mọc, van xin và sự sầu khổ man mác tạo thành những ca khúc tuyệt vời là tiếng lòng thổn thức của Đỗ Lễ. Tôi yêu nét nhạc đậm đà của Đỗ Lễ và Đỗ Lễ tiếp tục hát, nghe em!

Tan Vỡ (Tác giả : Đỗ Lễ).

“Bao nguồn vui đã mất, lòng chết theo ngàn tiếng ca
Nghe niềm đau day dứt hoa lá nức nở xót xa
Ôi làn da thơm hương trinh dâng lên tuyệt vời
Ôi bờ môi thắm thơ ngây in trong nụ cười
Khi tình yeu đã đến lòng đắm say ngàn ước mơ
Ôi mộng tình đôi lứa êm ái như ngàn ý thơ
Khi tình tan vỡ tan theo mơ ước mot đời
Trong niềm băng giá con tim thổn thức không nguôi
Em ơi, nếu biet thế thà đừng quen nhau
Đừng mơ phút ban đầu cho tình ta thêm lâu
Em ơi, nếu biết thế thà dừng yêu nhau
Đừng yêu phút ban đầu cho tình ta thêm sầu
Phấn son chưa nhạt môi hồng
Xa xôi em còn nhớ không
Một chiều mưa bay giăng giăng
Anh gửi màu hoa tím

Như màu máu con tim đang tàn lửa hương duyên
Một mai mang xuống tuyền đài
Bóng hình em muôn kiếp không pha"

Ôn về tiểu sử...

Nhạc sĩ Đỗ Lễ tên thật là Đỗ Hữu Lễ, sinh ngày 12 tháng 10 năm 1941 tại Hà Nội. Ông từng học trường Cao đẳng Mỹ thuật Sài Gòn (1953), Cao đẳng Mỹ thuật Gia Định (1954), Đại học Khoa Học Sài Gòn (1959), Đại học Luật Khoa Sài Gòn (1963).

Năm 1951, Đỗ Lễ tự học nhạc và bắt đầu sáng tác khi 15 tuổi. Bài Sang Ngang được ông viết trong tình cảnh tuyệt vọng khi người ông yêu (ca sĩ Lệ Thanh.) lên xe hoa. Sau đó ông kết hôn với nữ ca sĩ Hoài Xuân (người đầu tiên trình bày bài Sang Ngang), tuy nhiên cuộc tình này chỉ kéo dài 6 năm khi có với nhau 3 mặt con. Thời gian đau khổ này ông sáng tác bài Tình Phụ. Nhạc phẩm này cũng đã được tuyển chọn vào vong chung kết những nhạc phim hay tại Đại hội Điện ảnh Á Châu tổ chức tại Tokyo vào đầu thập niên 70 và cũng là nhạc phẩm chính trong phim Sóng Tình với diễn viên chính là Thẩm Thúy Hằng. Nhạc sĩ Đỗ Lễ cũng từng phụ trách một chương trình ca nhạc hàng tuần trên Đài Truyền hình Sài Gòn mang tên là Thời Trang Nhạc Tuyển. Chương trình này quy tụ các ca sĩ như Hoàng Oanh, Khánh Ly, Thanh Lan, Phương Hồng Hạnh, Ngọc Minh, Thanh Tuyền, Giao Linh, Hương Lan, Caroll Kim, Hoài Xuân, Xuân Đào, tam ca Sao Băng, 3 Con Mèo, 3 Trái Táo...

Sau năm 1975, nhạc sĩ Đỗ Lễ sinh sống bằng cách mở lớp dạy nhạc, đến năm 1994 thì được thân nhân bảo lãnh qua Mỹ định cư tại thành phố Philadelphia, tiểu bang Pennsylvania. Tháng 10 năm 1996, ông trở về thăm quê hương và đến ngày 24 tháng 3 năm 1997 thì đột ngột kết liễu đời mình bằng một liều Quinine cực mạnh trong căn nhà đang thuê trên đường Trần Đình Xu, Q1, Thành phố Hồ Chí Minh. Ông để lại 2 lá thư tuyệt mệnh, một cho vợ và một cho một người bạn thân.

Theo bà Vương Thị Lam Phương thì Đỗ Lễ rất chán nản với cuộc sống tại Hoa Kỳ và ông "là một người rất ủy mị, con người anh ấy cũng rất yếu đuối, cứ gặp chuyện gì buồn là trở nên rất suy sụp, trở nên rất chán nản và không còn thiết hoạt động gì...theo tôi nghĩ đó chính là điều đưa đến cái chết của anh ấy...”

Về tác phẩm, ông sáng tác khoảng 700 bài.Điển hình như các bài ca sau:

Anh không muốn em buồn
Bốn mùa yêu nhau
Cay đắng

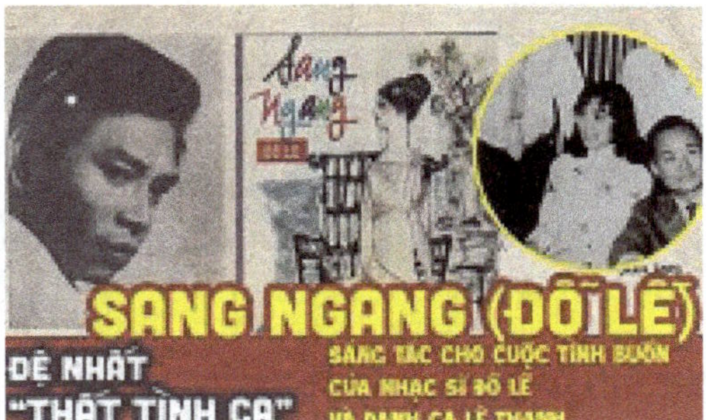

Oan trái

Theo bài viết “Chuyện cuối đời về Nhạc Sĩ Đỗ Lễ” của tác giả Xuân Hòa xin trích đoạn như sau:

“Có lần ngồi hàn thuyên tâm sự. Tôi có chút thắc mắc về ” Chuyện tình Sang Ngang ” của Anh . Có một chút ngại ngần nào đó.

– Anh biết Xuân Hòa muốn hỏi gì rồi ! Đây không phải là chuyện tình “đơn phương ” như người đời bạn bè đồn thổi đâu – Anh trả lời.

Thôi thì cứ tin như vậy để cuộc đời thêm vui Ca sĩ Lệ Thanh cũng ” Yêu” anh, nhưng vì Anh nghèo quá và Lệ Thanh gia đình danh giá, vì nghe lời gia đình nên phải bỏ anh để lấy chồng.

Đó là lý luận của chàng Nhạc sĩ si tình. Với mối tình đớn đau này chàng nhạc sĩ họ Đổ đã biện minh cho mối tình đơn phương này nhạc phẩm Sang Ngang:

Thôi nín đi em! Lệ đẫm vai rồi Buồn thương nhớ ơi! Anh hỡi đôi mình Mộng nay đã tan Tình đã dở dang. Em khóc những chiều Anh xót xa nhiều Thương cho tình yêu Nỗi buồn chua cay Khi lòng đổi thay Thôi hết sum vầy

Tôi và mấy cô em thỉnh thoảng vẫn đến để xem anh làm việc. Người Nhạc sĩ hiền lành đến tội nghiệp. Anh quên hết sự đời khi trên tay có cây đàn Guitar. Đây là niềm an ủi vô tận của nhạc sĩ Đỗ Lễ.

Và *Cô ca sĩ hát bài hát Sang Ngang hay nhất (theo nhận xét của tác giả): Ca sĩ Hoài Xuân đã trở thành người vợ của chàng nhạc sĩ lãng đãng, đa tình .*

Định mệnh một một lần nữa lại đùa cợt với chàng Nhạc Sĩ hiền lành đến ngơ ngác trong tình trường. Qua thời gian hạnh phúc với ba người con. Hoài Xuân cũng ôm cầm sang thuyền khác. Và Người Nhạc Sĩ này lại một lần nữa chấp nhận với những đắng cay mà Định mệnh đã dành cho Anh. Không một lời oán trách. Nhạc phẩm tình phụ đã xuất hiện trong thời điểm này không một lời trách móc oán hận:

Chuyện tình mười mấy năm qua nay bỗng xót xa những khi sầu dâng. Còn đâu ngày quen biết nhau đã yêu em rồi, yêu cả cuộc đời. Khi em đã phụ lòng anh, nỡ phụ lòng anh, đau thương để lại xót xa vô vàn. Chỉ là bội ước những lời hẹn thề mà lòng tái tê.

Thôi nhé em còn hận tình này, Bao nhiêu đắng cay, hãy cố quên đi Đem chôn vùi vào ngày thật buồn cho anh cô đơn mãi mãi mà thôi. Thôi nhé em! người nào phụ tình! Lòng buồn một mình, ray rứt không thôi Khi phụ lòng, thì ngờ tình người Mang theo thương đau khi giã từ nhau! Chuyện mình tàn với năm qua mang thêm xót xa mỗi khi lệ rơi.

Sầu dâng ngày tháng đớn đau trách ai phụ mình, trách ai bạc tình. Cho em vẫn phụ lòng anh, vẫn phụ lòng anh Cho anh vạn sầu đắng cay tình đầu. Còn lại màu trắng xóa mơ cuộc tình đời còn dở dang. Thôi nhé em còn hận tình này, Bao nhiêu đắng cay, hãy cố quên đi Đem chôn vùi vào ngày thật buồn cho anh cô đơn mãi mà thôi. Thôi nhé em! người nào phụ tình! Lòng buồn một mình, ray rứt khi phụ lòng Thì ngờ tình người mang theo thương đau khi giã từ nhau!"

Tình Phụ

(Tác giả: Đỗ Lễ).

Chuyện tình mười mấy năm qua nay bỗng xót xa những khi

sầu dâng.
Còn đâu ngày quen biết nhau đã yêu em rồi, yêu cả cuộc đời.
Khi em đã phụ lòng anh, nỡ phụ lòng anh,
đau thương để lại xót xa vô vàn.
Chỉ là bội ước những lời hẹn thề mà lòng tái tê.
Điệp khúc:
Thôi nhé em còn hận tình này,
Bao nhiêu đắng cay, hãy cố quên đi
Đem chôn vùi vào ngày thật buồn
cho anh cô đơn mãi mãi mà thôi.
Thôi nhé em! người nào phụ tình!
Lòng buồn một mình, ray rứt không thôi
Khi phụ lòng, thì ngờ tình người
Mang theo thương đau khi giã từ nhau!
Chuyện mình tàn với năm qua mang thêm xót xa mỗi khi lệ rơi.
Sầu dâng ngày tháng đớn đau trách ai phụ mình, trách ai bạc tình.
Cho em vẫn phụ lòng anh, vẫn phụ lòng anh
Cho anh vạn sầu đắng cay tình đầu.
Còn lại màu trắng xóa mờ cuộc tình đời còn dở dang.
Thôi nhé em còn hận tình này,
Bao nhiêu đắng cay, hãy cố quên đi
Đem chôn vùi vào ngày thật buồn cho anh cô đơn mãi mà thôi.
Thôi nhé em! người nào phụ tình!
Lòng buồn một mình, ray rứt khi phụ lòng
Thì ngờ tình người mang theo thương đau khi giã từ nhau!".

***

Phần kết luận tôi xin đem thơ Nguyễn Bính, một nhà thơ lãng mạn trong thi ca, như trong âm nhạc có nhạc sĩ Đỗ Lễ vậy. Nguyễn Bính sáng tác thơ tương tu, thất tình trong bài "Vì em", nhà thơ bảo rằng vì em mà ông làm thơ, để rồi nhớ mong, để rồi mơ được ôm em vào lòng, và để rồi hôn em bằng sự thơ ngây trong tâm hồn:

"Tôi xin ôm lấy vào lòng
Tôi xin giữ lấy trọn vòng thời gian
Tôi xin sung sướng vô vàn
Để ca ngợi, để mơ màng em luôn
Tôi xin dành một chiếc hôn
Đặt lên tất cả tâm hồn thơ ngây"

Cũng là "Vì Em" mà nhà thơ muốn kính cẩn "tôn thờ EM" sống mãi bên bờ sông yêu đương. Và bù lại chàng chỉ cần nàng ban cho nụ cười hay những lời ngọt ngào ái ân:

"Tôi xin kính cẩn vọng thờ
Thắp hương cầu nguyện bên bờ sông yêu
Nhưng đau lòng biết bao nhiêu !
Người tôi yêu chỉ biết yêu như người
Chỉ cho tôi những nụ cười
Chỉ cho được những lời ái ân..."

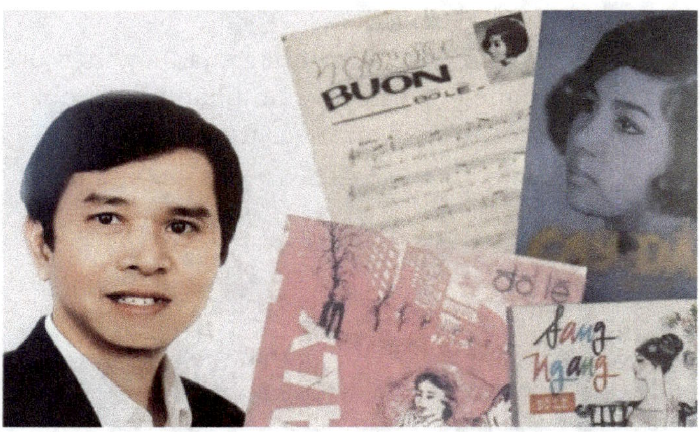

Xin cảm ơn tạp chí Văn Học Mới và Nhà thơ Hà Nguyên Du khi cho chúng tôi góp bài Tưởng Nhớ NS. Đỗ Lễ là đây. với góp ý của Kiểu My, Khánh Lan, và Hoàng Nam

VIỆT HẢI Los Angeles
(VHLA). 20/05/2024.

Đỗ Lễ – Nhạc sĩ của những tình khúc dở dang

2019/03/23

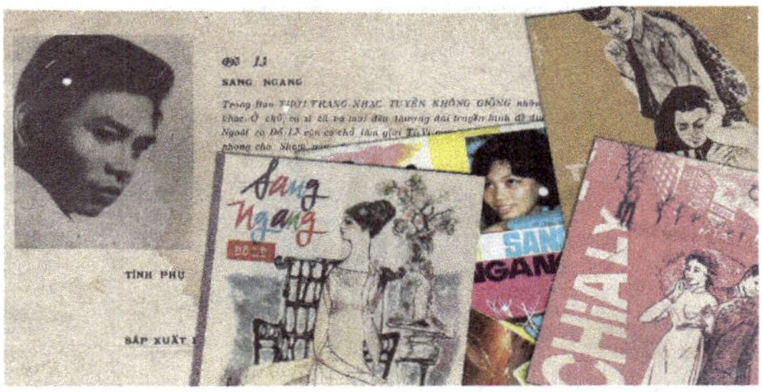

Trong số những nhạc sĩ nổi tiếng nhất của dòng nhạc trữ tình của miền Nam trước 1975, dù Đỗ Lễ không phải là một cái tên quá nổi bật, nhưng ông cũng là tác giả của nhiều ca khúc được công chúng yêu thích, đặc biệt là những bài hát buồn như Sang Ngang, Tình Phụ, Chia Ly…

Nếu bạn là người yêu thích nhạc xưa, hãy theo dõi kênh YouTube này để nghe đọc các bài cảm nhận về âm nhạc (phân tích ý nghĩa, hoàn cảnh sáng tác, tiểu sử ca nhạc sĩ)

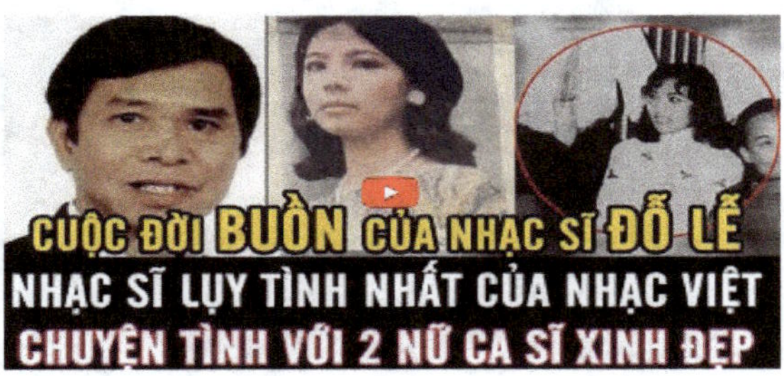

https://www.youtube.com/watch?v=77N8q7oR9oA&t=14s
Click Click để nghe podcast Cuộc đời nhạc sĩ Đỗ Lễ – Tác giả của những bài thất tình ca

Nhạc sĩ Đỗ Lễ tên thật là Đỗ Hữu Lễ, sinh năm 1941, tại Hà Nội. Ông học tiểu học ở trường Hàng Vôi, đến năm 11 tuổi được học trung học ở ngôi trường danh tiếng Chu Văn An (thường được gọi là trường Bưởi). Năm 1953, ông theo gia đình di cư vào Sài Gòn và từng theo học các trường Mỹ Thuật ở Sài Gòn và Gia Định. Năm 1959, ông vào Đại học Khoa học Sài Gòn, sau đó học tiếp trường Đại học Luật khoa Sài Gòn vào năm 1963. Năm 1965, ông từng giành được huy chương vàng trong một cuộc thi Lực sĩ đẹp.

Nhìn danh sách các trường mà nhạc sĩ Đỗ Lễ từng theo học, có thể thấy ông là một trí thức được học hành chính quy ở các trường học tiếng tăm nhất ở cả Hà Nội lẫn Sài Gòn. Ngoài ra, ông có năng khiếu nghệ thuật từ nhỏ, từ năm 10 tuổi đã tự học nhạc, sau đó tập sáng tác năm 15 tuổi, với những bài hát đầu tay là Tình Mẹ Hiền, Tan Vỡ…, tuy nhiên phải đến năm 24 tuổi thì ông mới được công chúng biết đến với ca khúc Sang Ngang, được ông viết cho mối tình đơn phương với nữ danh ca Lệ Thanh.

Thời đầu thập niên 1960, Lệ Thanh là một trong nữ ca sĩ nổi tiếng nhất ở các phòng trà Sài Gòn. Đêm đêm, cô hát ở phòng trà nào thì cũng đều có mặt Đỗ Lễ ở hàng ghế khán giả. Năm 1965, Lệ Thanh bất ngờ nghỉ hát sau khi lấy chồng, để lại nhiều nuối tiếc lớn đối với công chúng, và người hụt hẫng nhất chính là nhạc sĩ Đỗ Lễ. Dù ông yêu Lệ Thanh bằng mối tình đơn phương nhưng cũng đau đớn và vật vã khi người trong mộng lên xe hoa, cũng có nghĩa là mối tình đó vĩnh viễn trở thành vô vọng.

Với nỗi niềm đó, ông sáng tác ca khúc Sang Ngang, tưởng tượng ra một đêm từ biệt với Lệ Thanh:

"Thôi nín đi em, lệ đẫm vai rồi, buồn thương nhớ ơi…
Mai bước sang ngang, lòng thêm nát tan, tình đã dở dang…
Thôi khóc làm gì, đã lỡ duyên thề, thương nhau lam chi.
Nỗi buồn ai hay, khi mình chia tay. Xa cách nhau rồi…"

Bản nhạc ngay lập tức nổi tiếng, được nhiều nữ danh ca trình bày, như Phương Dung, Khánh Ly, Lệ Thu, và đặc biệt là Thái Thanh:

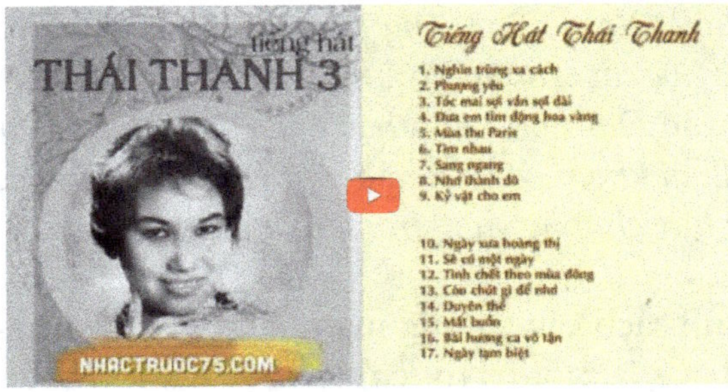

https://www.youtube.com/watch?v=RSrIFwxOJy4&t=2s
Click để nghe Thái Thanh hát Sang Ngang trước 1975

Nữ danh ca Thanh Lan từng viết về nhạc sĩ Đỗ Lễ và ca khúc Sang Ngang như sau: “Anh đến với khán thính giả yêu nhạc bằng đôi hia bảy dặm, chỉ cần đặt bút viết xuống đôi lời thủ thỉ “Thôi nín đi em, lệ đẫm vai rồi, buồn thương nhớ ơi…”, anh đã trọn vẹn nắm được con tim của tất cả những ai đã từng nếm được hạnh phúc cũng như đau thương của tình yêu đích thực”.

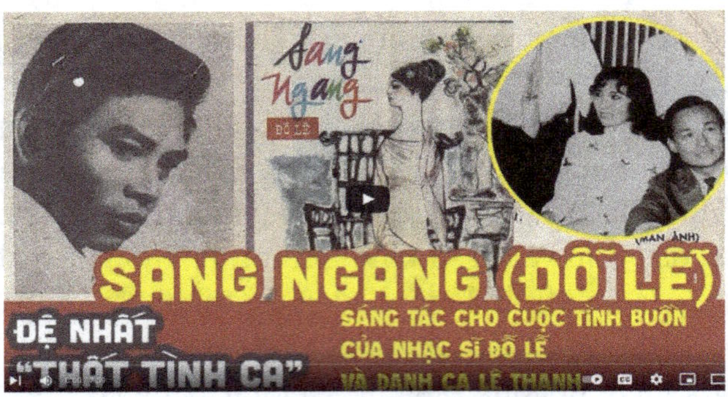

Nghe podcast – Hoàn cảnh sáng tác Sang Ngang

Thời gian tiếp theo, Đỗ Lễ cho ra hàng loạt những ca khúc thất tình khác, tất cả đều rất não lòng như Tình Phụ, Tan Vỡ, Tuyệt Tình, Tàn Phai, Dại Khờ, Hận Tình, Tình Buồn, Oan Trái, Dang Dở, Mùa Thương Cũ, Rồi Em Cũng Bỏ Tôi Đi… và một ca khúc khác có nội dung gần giống với Sang Ngang, đó là Chia Ly. Tuy nhiên thời gian sau này, không hiểu lý do vì sao bài hát này bị đổi tên thành Chuyện Buồn Tình Yêu, và tên nhạc sĩ cũng bị đổi thành Mặc Thế Nhân.

Nhạc sĩ Đỗ Lễ kết hôn với ca sĩ Hoài Xuân (được xem là người trình bày nhạc phẩm Sang Ngang lần đầu trong các phòng trà ở Sài Gòn), tuy nhiên cuộc tình này chỉ kéo dài 6 năm khi họ đã có với nhau ba người con.

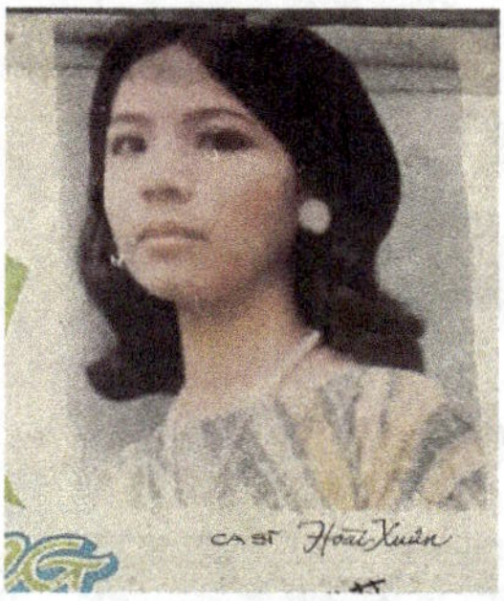

Sau năm 1975, nhạc sĩ Đỗ Lễ có mở một lớp dạy nhạc để mưu sinh. Đến năm 1995, ông được thân nhân bảo lãnh qua Mỹ định cư tại thành phố Philadelphia, tiểu bang Pennsylvania, tuy nhiên, do không hòa nhập được với cuộc sống nơi xứ người, ông bị trầm cảm nặng. Trong một dịp trở về Việt Nam, ông đã tự kết liễu đời mình bằng một liều ký ninh vào ngày 24/3/1997 trong căn nhà thuê trên đường Trần Đình Xu ở Quận 1, kết thúc một cuộc đời buồn như những bài hát, giống như những câu hát cuối cùng trong ca khúc nổi tiếng nhất trong sự nghiệp của ông:

Thôi nhắc làm gì
Cho xót xa nhiều
Bao nhiêu hận căm
Mối tình ngày xưa
Xóa dần trong mơ
Chôn xuống tuyền đài (bài hát Sang Ngang)

Bài hát nổi tiếng thứ nhì của Đỗ Lễ cũng buồn không kém **Sang Ngang**, đó là bài **Tình Phụ:**
Thôi nhé em còn hận tình này,
Bao nhiêu đắng cay, hãy cố quên đi
Đem chôn vùi vào ngày thật buồn
cho anh cô đơn mãi mãi mà thôi…

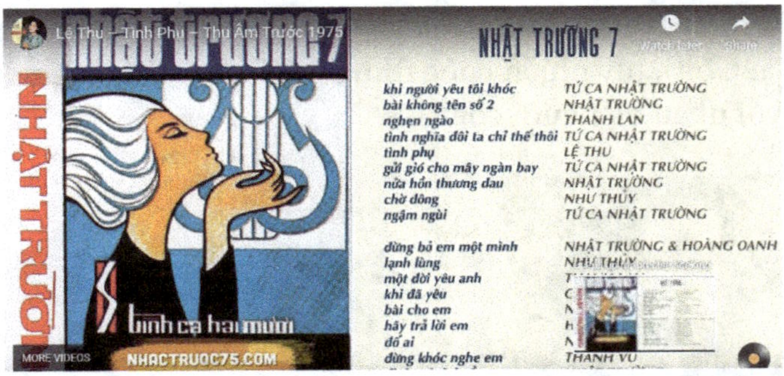

https://www.youtube.com/watch?v=FGtViZoFHic&t=273s
Click để nghe Lệ Thu hát Tình Phụ trước 1975

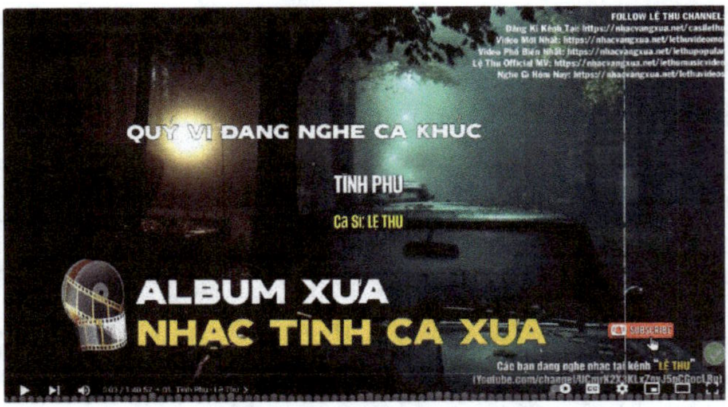

https://www.youtube.com/watch?v=UbKrG9Mwb1k
ALBUM TÌNH PHỤ - Băng Nhạc Shotguns Band (Pre 1975) - DANH CA LỆ THU

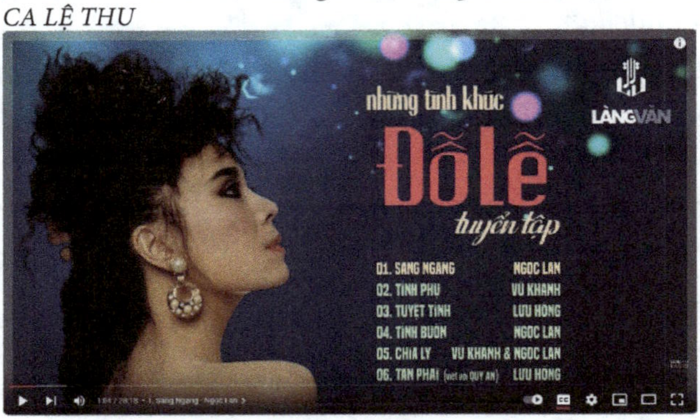

Những Tình Khúc Đỗ Lễ (Tuyển Tập) | Ngọc Lan, Lưu Hồng & Vũ Khanh | Nhạc Trữ Tình Bất Hủ
https://www.youtube.com/watch?v=FFN7yZLkHLE

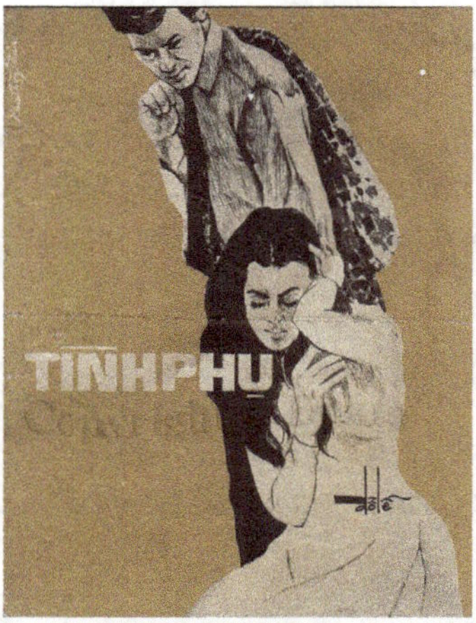

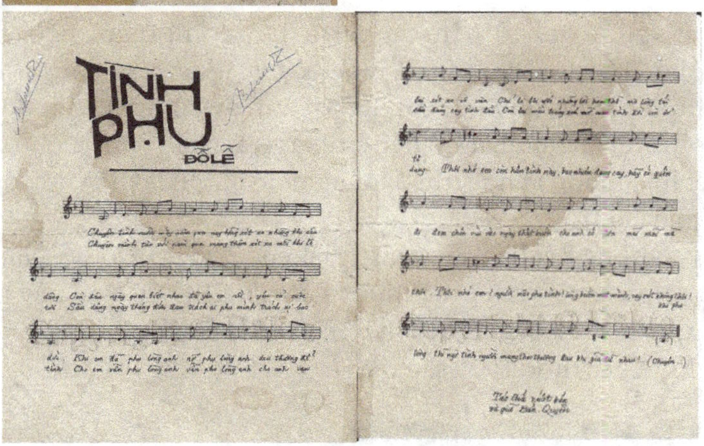

Ngay từ năm 1973, nhạc sĩ Phạm Duy đã từng nhận xét rằng Đỗ Lễ là nhạc sĩ của những cuộc tình dở dang trong bài viết như sau:

Ai từng yêu nhạc mà không âm thầm nghĩ đến Đỗ Lễ, cái lặng lẽ âm thầm ấy là sự đau thương trong tình khúc reo hờn trầm buồn đi thẳng vào cuộc đời. Từ muôn trùng, mỗi lần nghe tiếng nhạc trỗi vang là mỗi lần cảm thấy lòng bùi ngùi se sắt lại, tình bâng khuâng với giòng nước, hồn lơ lửng theo mây gió. Trong những phút tuyệt vời ấy, người ta lại thầm nghĩ tới người nghệ sĩ đã soạn thành những tình khúc dang dở của tình yêu, hình dung đến cái đẹp hào hoa tao nhã của con người nhiều lãng mạn và mộng mơ, để lòng thổn thức với thế nhân.

Những hình ảnh đẹp rực rỡ huy hoàng của chàng nhạc sĩ Đỗ Lễ là người mang đầy những thơ mộng dày đặc những đau thương và sầu khổ đã phủ kín đời anh. Đỗ Lễ ra đời năm 1941 tại Hà nội, Trời đã phú cho Đỗ Lễ từ thuở nhỏ, năm 14 tuổi đã sáng tác, đến năm 18 tuổi nổi tiếng nhạc phẩm đầu tiên Tan Vỡ & Sang Ngang, tiếng nhạc trở nên réo rắt và tâm hồn trở nên tha thiết trong mối tình đầu dang dở ấy.

Những tiếng nhạc buồn như mời mọc, van xin và sự sầu khổ man mác tạo thành những ca khúc tuyệt vời là tiếng lòng thổn thức của Đỗ Lễ. Tôi yêu nét nhạc đậm đà của Đỗ Lễ và Đỗ Lễ tiếp tục hát, nghe em!

Người tình ở bên cạnh Đỗ Lễ những năm cuối đời là Vương Thị Lam Phương đã nhận xét về nhạc sĩ như sau: "Đỗ Lễ là một người rất ủy mị, con người anh ấy cũng rất yếu đuối, cứ gặp chuyện gì buồn là trở nên suy sụp, rất chán nản và không còn thiết hoạt động gì nữa, theo tôi nghĩ đó chính là điều đưa đến cái chết của anh ấy!"

Những bài hát nổi tiếng nhất của nhạc sĩ Đỗ Lễ, bên cạnh Sang Ngang và Tình Phụ, thì còn có bài Chia Ly (sau này ghi sai tên thành Chuyện Buồn Tình Yêu), mời các bạn nghe lại giọng hát Mỹ Thể trước 1975 sau đây:

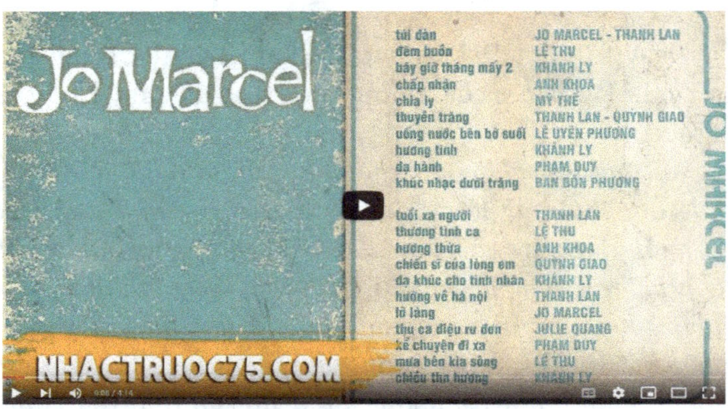

https://www.youtube.com/watch?v=HhPHFbklhTI&t=8s
Click để nghe Mỹ Thể hát Chia Ly trước 1975

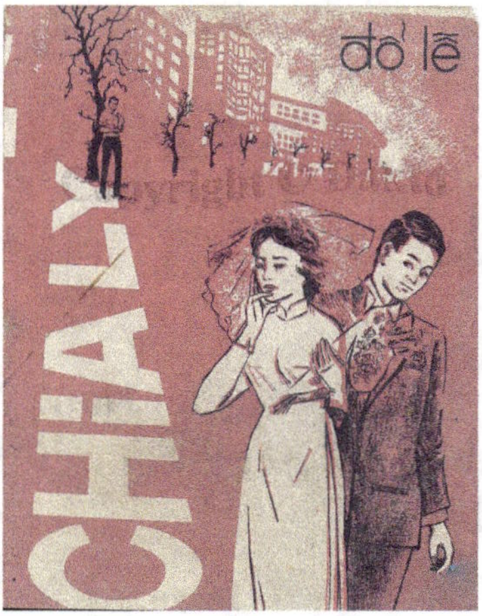

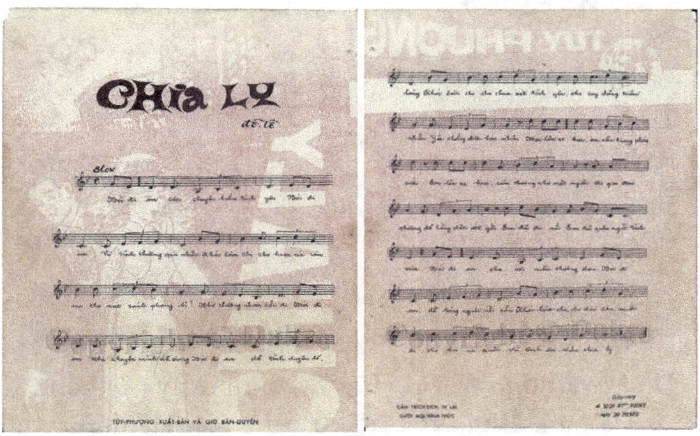

Trước năm 1975, nhạc sĩ Đỗ Lễ đã thực hiện 4 băng nhạc riêng với những sáng tác của ông do Diễm Ca phát hành:

Băng Đỗ Lễ 1, không chủ đề
Băng Đỗ Lễ 2: Trên Đỉnh Tình Yêu (1974)
Băng Đỗ Lễ 3: Những Tình Khúc Tuyệt Vời (1974)
Băng Đỗ Lễ 4: Xuân (1975)
Nguồn: nhacxua.vn biên soạn
https://nhacxua.vn/do-le-nhac-si-cua-nhung-cuoc-tinh-do-dang/

ĐỖ LỄ *(1941 – 1997)*

(Wikipedia)

là một nhạc sĩ nhạc vàng người Việt Nam, ông là tác giả ba ca khúc nổi tiếng: *Chia ly, Sang ngang và Tình phụ.[1]*

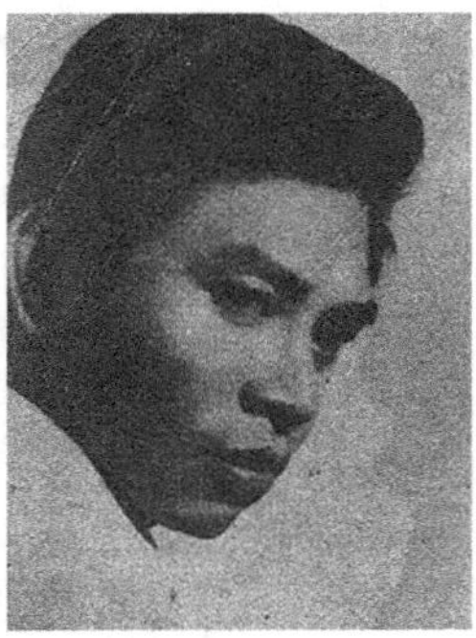

Cuộc đời

Đỗ Lễ tên thật là Đỗ Hữu Lễ, sinh ngày 12 tháng 10 năm 1941 tại Hà Nội. Ông từng học trường Cao đẳng Mỹ thuật Sài Gòn (1953-1954), Đại học Khoa Học Sài Gòn (1959), Đại học Luật Khoa Sài Gòn (1963).

Đỗ Lễ tự học nhạc và bắt đầu sáng tác khi 15 tuổi.

Bài Sang ngang được ông viết trong tình cảnh tuyệt vọng khi người ông yêu là nữ ca sĩ *Lệ Thanh l*ên xe hoa năm 1965.[2]

Sau đó, ông kết hôn với nữ ca sĩ Hoài Xuân (người đầu tiên trình bày bài Sang ngang), cuộc hôn nhân kéo dài 6 năm và hai người có với nhau 3 con. Chán nản, ông sáng tác bài Tình phụ - nhạc chính trong phim Sóng tình với diễn viên chính là Thẩm Thúy Hằng. Ca khúc này được chọn vào vòng chung kết những nhạc phim hay nhất tại Đại hội Điện ảnh Á Châu tổ chức tại Tokyo vào đầu thập niên 70.

Nhạc sĩ Đỗ Lễ cũng từng phụ trách một chương trình ca nhạc hàng tuần trên Đài Truyền hình Sài Gòn mang tên Thời Trang Nhạc Tuyển. Chương trình quy tụ các ca sĩ như Hoàng Oanh, Khánh Ly, Thanh Lan, Ngọc Minh, Thanh Tuyền, Giao Linh, Hương Lan, Hoài Xuân, Carol Kim, Xuân Đào, Phương Hồng Hạnh, tam ca Sao Băng, 3 Con Mèo, 3 Trái Táo...

Sau sự kiện 30 tháng 4 năm 1975, ông **kiếm sống bằng cách mở lớp dạy nhạc.**

Năm 1994, ông được thân nhân bảo lãnh sang định cư tại thành phố Philadelphia, tiểu bang Pennsylvania, Hoa Kỳ.

Cái chết

Ông trở về Việt Nam vào tháng 10 năm 1996. Đến ngày 24 tháng 3 năm 1997 thì đột ngột kết liễu đời mình bằng một liều Quinine cực mạnh trong căn nhà thuê trên đường Trần Đình Xu, Quận 1, Thành phố Hồ Chí Minh. Ông để lại 2 lá thư tuyệt mệnh, một cho vợ và một cho một người bạn thân.

Theo lời người vợ thứ ba thì Đỗ Lễ rất chán nản với cuộc sống tại Hoa Kỳ và ông "Là một người rất ủy mị, con người anh ấy cũng rất yếu đuối, cứ gặp chuyện gì buồn là trở nên rất suy sụp, trở nên rất chán nản và không còn thiết hoạt động gì... Theo tôi nghĩ đó chính là điều đưa đến cái chết của anh ấy" [3][4]

Băng nhạc Đỗ Lễ

Ông có **bốn album Băng Nhạc** Đỗ **Lễ do Diễm Ca phát hành trước năm 1975**.

Đỗ ***Lễ 1: Tình Khúc Cho Nhau (1974)***

Đỗ ***Lễ 2: Trên*** Đỉnh Tình Yêu (1974)

Đỗ ***Lễ 3: Những*** Tình ***Khúc Tuyệt Vời (1974)***

Đỗ ***Lễ 4: Xuân (1975)***

Sáng tác

Ca khúc Chuyện buồn tình yêu (Mặc Thế Nhân) phổ biến hiện nay thật ra là bài Chia ly của Đỗ Lễ. Sự nhầm lẫn này là từ nhà sản xuất và phát hành băng đĩa.[5]

Danh sách này không đầy đủ; bạn có thể giúp đỡ bằng cách mở rộng nó.

Anh không muốn em buồn
Bốn mùa yêu nhau
Buồn[6]
Cay đắng
Chia ly[7] (1970)
Chuyện một đêm trăng
Chuyện thương nhau
Cuộc tình hoa xuân
Dáng Lan
Dạ khúc buồn
Dìu nhau vào mộng
Dại khờ
Đi lễ đầu xuân
Đón anh về
Đông Triều
Hẹn em bên quán nhỏ
Hoa tím rừng cuối chiều
Khi người lính biết yêu
Khóc
Kỷ niệm vào thu
Lệ sầu
Lụy tình
Ly tan
Mùa thương cũ
Mùa xuân em đến
Muộn màng
Nếu[8]
Ngập ngừng
Niềm thương
Nỗi niềm
Nuối tiếc

Giận hờn
Oan trái
Phũ phàng
Quán nhỏ chiều mưa
Rồi em cũng bỏ tôi đi
Sang ngang (1969)
Tan vỡ[9]
Tàn phai
Tâm tình đêm mưa
Thầm yêu
Tình hồng đêm xuân
Tình khúc tuyệt vời
Tình buồn (1969)
Tình khuất
Tình phụ (1970)
Tình thơ tuổi mộng
Tình yêu tuyệt vời
Tuổi mây hồng (1975)
Tuổi xuân
Tuyệt tình
Tuyệt vọng
Yêu em mùa xuân'

Chú thích

^ Đình Phùng (ngày 11 tháng 4 năm 2020). "Tình đơn phương làm nên nhạc phẩm đệ nhất thất tình". Báo Pháp luật Việt Nam.

^ Thành Long (ngày 29 tháng 5 năm 2019). "Phương Dung tiết lộ bóng hồng được nhạc sĩ Đỗ Lễ nhắc đến trong 'Sang ngang'". Báo Thanh niên. Truy cập ngày 25 tháng 03 năm 2021.

^ Trần Nhật Vy (Ngày 1 tháng 12 năm 2015). "Những bức thư tuyệt mệnh của tác giả bài hát 'Sang ngang'". ZingNews. Truy cập Ngày 25 tháng 3 năm 2021.

^ Tiểu Vũ (Ngày 24 tháng 3 năm 2021). "Chuyện ít biết về nhạc sĩ Đỗ Lễ - tác giả 'Sang ngang', 'Tình phụ'". Hạt giống tâm hồn.

^ Đông Kha (24 tháng 3 năm 2021). "Ca khúc "Chia Ly" của nhạc sĩ Đỗ Lễ về sự nhầm lẫn tên bài hát lẫn nhạc sĩ: "Nói đi em câu chuyện buồn tình yêu…"". Nhạc Xưa Thời Báo.

^ Khác với bài của Y Vân.

^ Bị nhà sản xuất và phát hành băng đĩa gọi sai thành "Chuyện buồn tình yêu" của Mặc Thế Nhân.

^ Ký tên Đỗ Lễ - Hoài Xuân

^ Viết chung với Huyền Linh

Lâm Tường Dũ - Tình sử nhạc khúc. Nhà xuất bản Thứ Tư phát hành tháng 12 năm 1991.

Nguồn: Wikipedia tiếng Việt
https://vi.wikipedia.org/wiki/Trang_Ch%C3%ADnh

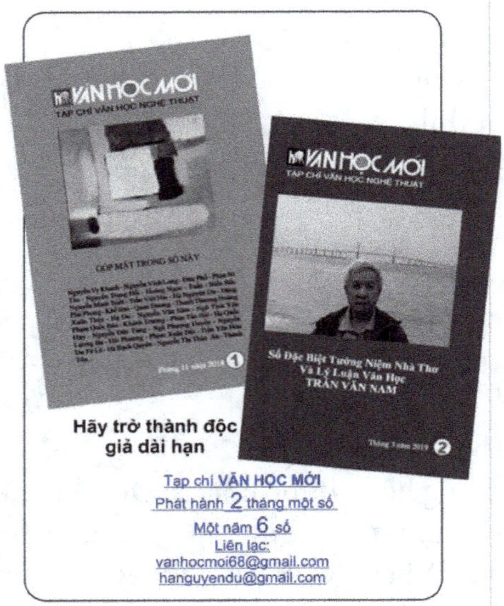

HOÀNG XUÂN SƠN
MỘ HOA

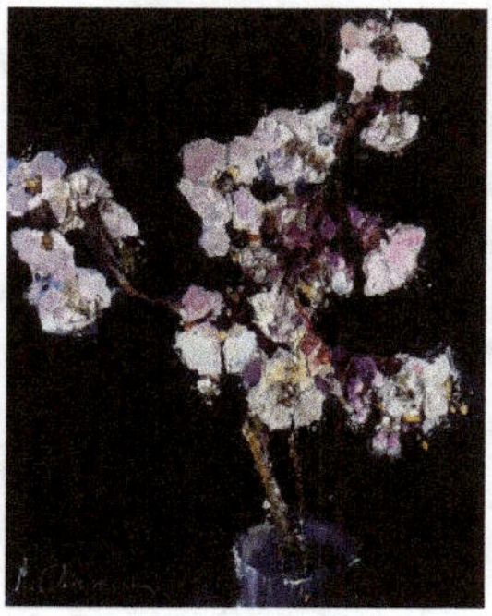

Chữ mềm như nắng
Chữ cứng như vai
Nắng còn ở lại
Vai đi tìm đời

Giang sơn một chiếc
Gánh cong oằn lưng
Này cây đứng thẳng
Này rừng khóa rừng

Khe qua suối lạnh
Bàn chân nghệch ngờ
Người con gái khóc
Da trần bơ vơ

Ngực trần ấp úng
Cổ tích phiên buồn
Tách trà sữa nguội
Pha loãng màu thương

Trắng luôn màu bạc
Tóc rù bết môi
Sợi hồng đi lạc
Khoanh nhớ gương trời

Ảnh nào lấp lóa
Ngấn thủy biệt mù
Một hồn vĩnh thúy
Xanh đau nghìn thu

Sắc rồi cũng nhạt
Người rồi cũng xa
Chôn rồi ngọn núi
Giũa mộ đào hoa
)(
h o à n g x u â n s ơ n
hxs@25524.5624

UẨN KHÚC

Bây giờ lòng cụt ngủn
Như que diêm lụn dần
Ai thắp tình ta sáng
Một đời dài phân vân

Hạt nước em lóng lánh
Mặn đắng và xót đau
Biển ngờ phiên sóng động
Hỏi con trăng nhảy lầu

Những hạt trăng rơi vỡ
Xuống núi sạt lở thần
Chiếc mạch li ti lá
Đã xanh rồi đường gân

Khuôn mặt không thần sắc
Tim mãi hoài rung chuông
Túa ra nghìn âm lệ
Sao mưa mãi đứng đường

Mưa vẫn tuôn hàng dọc
Mà đời buồn gãy ngang
Vết huyền xin dấu nhớ
Xuôi tay vào mang mang

)(
h o à n g x u â n s ơ n
một tháng sáu hăm bốn

Tay ngắn quá làm sao với cho tới
Hat nước mù trong mắt đỏ con ngươi - hxs.]

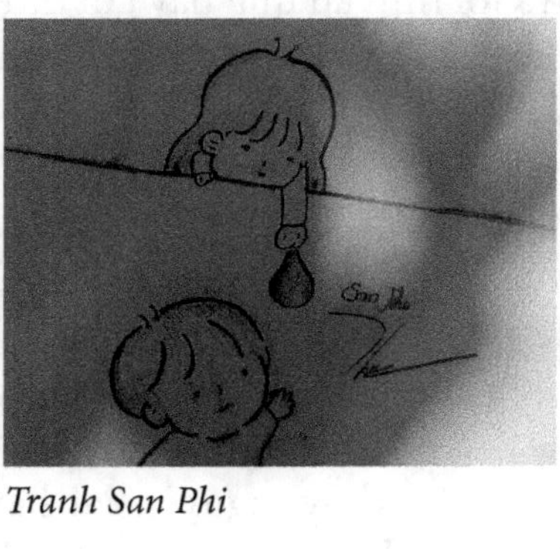

Tranh San Phi

VŨ HOÀNG THƯ

Nguyên thu ngấn tích trang hoàng...
Nhân đọc "Lục Bát Nguyên Xuân" - Hoàng Xuân Sơn & Nguyên Thu

Cuối tháng ba có những cơn sấm hiếm hoi rền rĩ bầu trời, Cali năm nay ướt át nhiều hơn thường lệ. Khí trời xung lạnh mưng ụ gai ốc làn da, mang mang từng tầng ký ức trở về. Đêm trở gió vang lời hỏi han vô cớ, giờ này có ai đi ngoài mưa bão như Dũng của Đoạn Tuyệt cho tóc lộng gió bốn phương không nhỉ? Hay người chỉ muốn vùi ngủ một giấc xuân êm đềm để Mạnh Hạo Nhiên đánh thức ở buổi mai tra vấn, Dạ lai phong vũ thanh / Hoa lạc tri đa thiểu? (Xuân Hiểu). Đêm qua gió và mưa, hoa rụng nhiều hay ít?

Cuối tháng ba, giao mùa khơi nguyên xuân mới nơi chốn tạm cư bắc bán cầu này. Mùa len mới, một sự bắt đầu. Đêm qua hoa dẫu có rụng ít nhiều, xuân vẫn sẽ mời khơi ong bướm, vạn vật xòe bung cánh gọi. Gọi gì? Gọi tình ấp úng hay gọi tình buổi ban sơ trong thế giới tôi và em, Chỉ một chút đã rình rang yêu (San Phi, Tình Như Vạt Nắng)?

Tình cờ hay hữu ý, Hoàng thi sĩ và San cô nương gửi cho tôi xem bản thảo "Lục Bát Nguyên Xuân" vào đúng tiết Lập Xuân. Nhớ lối trước Bùi thi sĩ có tiên đoán trong Mưa Nguồn, "Thưa rằng: ly biệt mai sau / Là trùng ngộ giữa hương màu Nguyên Xuân."

Nguyên là nguyên sơ, nguyên thủy, nguyên lai hay vốn dĩ? Hay lục bát nguyên xuân ấy vốn dĩ dàn trang trực nhập vào mộng mị của chiêm bao? Mộng trung hữu mộng?

"Lục Bát Nguyên Xuân" tập hợp những vần lục bát diễm lệ, ngợi ca tình tự lứa đôi đẹp nhất, thăng hoa phấn chấn trong bút mộng yêu đương. Không biết liên hệ giữa hai tác giả là gì, họ có cùng nhìn nhau về một hướng, có hẹn hò đêm khuya thanh vắng hay không, nhưng ngẫu nhiên lời thơ vấn đáp qua lại nghe như từ một đôi uyên ương gắn bó khít khao. Dĩ nhiên họ ở cách xa nhau một đại dương lớn [hay bằng một con sông, quân tại tương giang đầu / ngã tại tương giang vĩ ?], họ chưa hề gặp nhau, vậy mà ý, tứ, thơ không hẹn lại quyện lấy nhau, tung hứng uyển chuyển, nhiệt hứng liên hoan. Có thể đây là một mối duyên thi ca diễm tuyệt lạ kỳ, hiếm hoi chăng?

Anh viết sao thức gìn đêm
Qua khe lá
Em lục tìm trăng hoa
Chia anh chiếc bàn tay xa
Vũ trụ vỡ ối giao thoa nồng nàn
(Hái Đóa Trăng – San Phi)

Sao lại gọi "gìn" đêm? Gìn là không sai chạy, không để mất. Có thể nói "giữ" đêm chăng? Được chứ, nhưng chữ gìn đắc địa hơn, thơ mộng hơn, tiết nhịp êm ái lưu ly hơn, đồng thời níu kéo ba đào để thanh tân dồn dập, ôm ấp lòng đêm nhìn vầng trăng mới về như ông Trịnh. Anh viết sao thức gìn đêm. "Sao" ở đây là sao trời thắp giữ lấy lòng đêm hay là câu hỏi "tại sao" em thức suốt trường canh ôm níu đêm khuya? Chỉ một câu thơ mà San cô nương mở phơi trùng lập chon von để lại trong lòng người đọc bao chất vấn bất tận, dư vang bao "vỡ ối giao thoa" !

Không trách, từ nửa địa cầu xa, Hoàng gióng lời âm vọng dắt dìu tồn sinh lảo đảo,

Giọt xa trong mỗi sương gần
thì xin uống lấy tuý ân của tình
(Thơ Dại Tìm Về – Hoàng Xuân Sơn)

Ở một bài khác, Hoàng Xuân Sơn ví mình như con bọ cánh cam, loài bọ vốn hay trú ẩn kín đáo mặt dưới lá cây trong giấc đông miên, và trở dậy khi xuân về. Xuân phơi phới tình nhưng hồn còn đượm nét khắc kỷ của bọ cánh vàng, Hoàng bắt gặp mình trong dằn vặt cấu xé tỷ như thân ví xẻ làm đôi, một bên là chốn già lam phi phàm và bên kia "nhìn một chớp mắt đã vin" chuyện tình.

Ta rồi cứ rượt bắt nhau
Em thoắt biến
Hiện
Tôi màu cánh cam
Nằm trong quả. vỏ
Phi phàm
Làm sao nghe được già lam
chuyện tình
(Trường Kỳ Bất Biến – Hoàng Xuân Sơn)

Vậy thì làm sao, làm sao trong bất khả, làm sao trong vô bất khả, San Phi một mình dấn bước khúc mê,

Ừ, còn ta và chỉ ta!
Níu- Buông- Mê- Tỉnh, thức
Là cơn mơ
(Lạc Hồn – San Phi)

Bài thơ Vết Dấu Bội Hành là quẻ gieo từ "Một đồng xu gửi mênh mông" của Hoàng Xuân Sơn về một nàng Thơ xa vắng, một người em gái linh hoạt dị thường bát ngát trong dồn dập nhớ nhung. Có lẽ Hoàng muốn vin vào tử vi để tìm cho mình một giải đáp thích ứng.

Văn xương khúc
Đóm tù mù
Tử vi đổi tía thừa dư cọc tình
(Vết Dấu Bội Hành – Hoàng Xuân Sơn)

Văn xương, khúc xương ở cung mệnh là người có vẻ mặt

thanh tú, đàn bà có nhan sắc, thông minh. Văn Xương cũng là người đa sầu, đa cảm, đa tình. Chẳng biết "Ba ngôi sao đính dọc hàng" trong bài thơ của Hoàng có phải là Thiên Tướng, Lộc Tồn, Thiên Mã hay không? Được như vậy, ba sao cùng hội chiếu với Tử Vi thì người này sẽ có một đời phú quý song toàn. Cứ hy vọng, bởi dầu gì Hoàng cũng sẽ thừa dư cọc tình, và San Phi thì hứa hẹn,

Ờ …
Thì xa tựa trời mây
Hãy tin
Nhật nguyệt vẫn say giấc tìm
Ta và nhau một chút tin
Chỉ một chút đã rình rang yêu.

Yêu như hạt nắng đã chiều!
(Tình Như Vạt Nắng – San Phi)

Chữ "nhau" trong câu thơ "Ta và nhau một chút tin" là một cách dùng chữ mới lạ, cô San Phi biến tỉnh từ "nhau" thành danh từ, cô luôn đem người đọc từ ngạc nhiên này đến ngạc nhiên khác.

Nếu ngẫu nhiên xếp đặt một bài thơ của Hoàng Xuân Sơn đứng kề một bài thơ của San Phi rồi ngân nga đọc, độc giả ắt phải lý thú phát hiện những đối thoại [hay độc thoại] kết tinh từ hai cung bậc mênh mang nguồn mạch tân thanh. Ví dụ hai đoạn của "Trường Kỳ Bất Biến" và "Lạc Hồn",

Trong khuya có sớm
Thôi
Thì
Nhìn nhau một phút định kỳ
Thiên thu.
(Trường Kỳ Bất Biến – Hoàng Xuân Sơn)
"Trong khuya có sớm thôi thì / Nhìn nhau một phút định

kỳ thiên thu". Thi sĩ nói như ngôn tình nhưng nghe ra không chỉ quẩn quanh đôi lứa mà chất chứa một tư lự xuyên suốt tinh thể cuộc đời, của kết tụ vô thường, của hai mặt sấp ngửa thiết cốt trần gian. Trong hiện hữu đã mang mầm hủy diệt, trong ngắn ngủi đã hàm chứa vĩnh khúc thiên thu. Từ bao giờ thi sĩ thành kẻ tiên tri gửi gió tiếng nói phiêu bồng?

Ta như nghe thấu cô đơn
Ta rưng rưng sợ hoàng hôn tan ngày
Ta khóc khi chiếc lá bay
Ta đau khi đóa trăng gầy ruột
Quên
(Lạc Hồn – San Phi)

Một ví dụ khác từ "Đá Tảng Vô Bờ" của Hoàng áp với "Trầm Luân" của San cô nương,

Tôi chào người giữa xuân phai
Một thiêm thiếp nhớ giêng hai ngùi ngùi
Mơ sống lại một lần vui
Đá muôn thu dậy tảng đời thiết thao
(Đá Tảng Vô Bờ - Hoàng Xuân Sơn)

Đừng. [anh]
Anh đừng bước. san
Phía trước vực thẳm sau nàng.
Cõi mê
(Trầm Luân – San Phi)

Và không hẹn mà cả hai cùng nói về núi. Núi là Sơn, là San?

Tôi đi tìm mệnh số nhau
Đào hoa núi cấm vấp vào cung thu
(Vết Dấu Bội Hành – Hoàng Xuân Sơn)

Cánh hồn nhiên lạc mắt ai
Để cho núi. cũng biết ngồi ngẩn ngơ

(Tình Như Vạt Nắng – San Phi)

oOo

Hoàng Xuân Sơn, thi sĩ đệ nhất lục bát hải ngoại, một trong những người tiên phong khởi xướng trường phái lục bát ngắt dòng. Lục bát của Hoàng ý, lời, sắc nét hàn lâm sang cả, chữ nghĩa thần kỳ đắc địa. Ông đã tạo cho mình một khí hậu 6/8 riêng biệt, đọc thơ Hoàng không cần tìm tên tác giả ta cũng thấy hơi hướm Hoàng Xuân Sơn. Đó là một tuyệt tài với nội công hàm dưỡng thâm hậu, một thiên tiên cốt cách đáng nể trên thi đàn Việt hải ngoại. Thơ Hoàng Xuân Sơn góp mặt bát ngát khắp mọi nơi hải ngoại từ báo giấy cho đến báo văn học liên mạng, và nhất là mạng xã hội Facebook. Sức sáng tác của ông thật sung mãn và bền bỉ, có thể nói thơ phới lên theo từng hơi thở của nhà thơ.

Về nhà thơ San Phi, tôi chỉ mới làm quen với thơ của cô từ mạng xã hội FaceBook khoảng chưa được một năm nay nhưng đã kinh ngạc về tố chất thiên hương của một anh tài phát tiết. Thơ San Phi gần đây đã góp mặt trên báo chí khắp mọi nơi, trong nước cũng như hải ngoại. Tuy còn rất trẻ, bút lực San Phi già dặn và chững chạc như một cao thủ thượng thừa. Những bài thơ lục bát của cô trong tập thơ này tự chúng đã biểu hiện cho chúng ta thấy một tài năng trẻ hiếm có của thi ca Việt Nam.

Tháng ba oanh yến hót chào trên cỏ non xanh tận. Xuân du phương thảo địa như Uông Thù mời gọi, tôi thong dong bước vào một cõi thơ thật riêng biệt, tinh hoa quy tụ bồng phiêu khác thường của "Lục Bát Nguyên Xuân". Ở đó tôi bắt gặp nét lung linh của hơi thở ẩn mờ sương thu tĩnh dạ, đê mê của thi ca và tình ái, như một tiếng ngân cao nhã nối liền hai mùa đẹp nhất của năm: thu và xuân. Nguyên thu ngấn tích trang hoàng, đã trường sở trụ bạt ngàn núi xuân, có phải? Xin trân trọng giới thiệu cùng chư độc giả hải-nội ngoại "Lục Bát Nguyên Xuân" mà tôi vừa được hân hạnh đọc bản thảo.

VŨ HOÀNG THƯ

Lập Xuân 2024

SAN PHI

MÒN VẾT THỜI GIAN

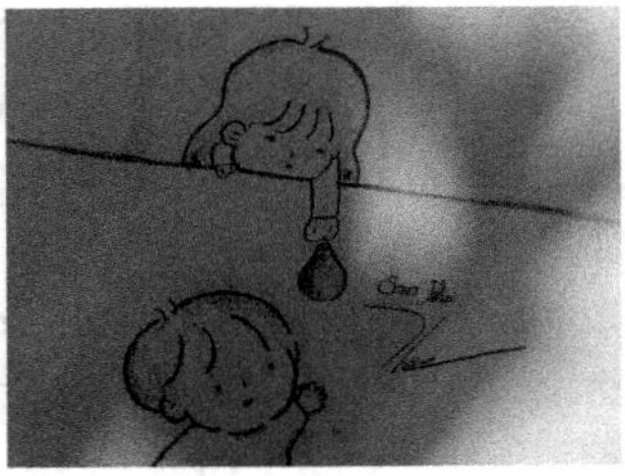

Những phím dương trầm vỡ
Vọng thấu địa cầu
Những vị sao, những bóng mây, tắt lịm

Nắng có nghe không
Khúc hát trực trào bi thương
Đẫm sương rách nát từng đêm
Bàn tay ta hờ vịn nắng

Nắng có nghe tiếng khóc của sương
Đêm có thấu được cái nóng mòn da
Cắt, trở đau ...

Trong khúc hát mông lung trần ta đã khuất
Khuyết bao yêu thương, rướm lên gương vỡ phận đời
Và nắng còn ngủ quên
Ngất lịm bên dòng thời gian
Run rẩy xa bóng tội, đợi tràn chương
phục hình
Mòn
Vết thời gian.

SAN PHI 18.5.2408:15

SAN PHI
TRĂNG RƠI

Phiến đá cao
Phong đối sao
Chân sương ngắn
Chân trời cao. vẫn là

Mộng phùng hoa
Bóng kiêu sa
Ánh chiều huyền nhiệm
ráng hoà phù hư
Viết trang thư
Nguyệt lạc. mù
Đá trăm năm hỡi tâm tư có còn
Tương tri tìm ánh trăng non
Tương Đông, Xuân, Hạ,
Thu còn nhớ chăng?

Ta lỡ rồi đoạn khúc trần
Thì xin chép lại phút thăng hoa đời
Rồi bất chợt cánh trăng rơi
Người quên tôi
Cũng đành thôi
Đã từng…

SAN PHI 6.6.24

Đỗ Lễ - Người nhạc sĩ tài hoa nhưng mệnh bạc

Gửi bởi: cobedanau

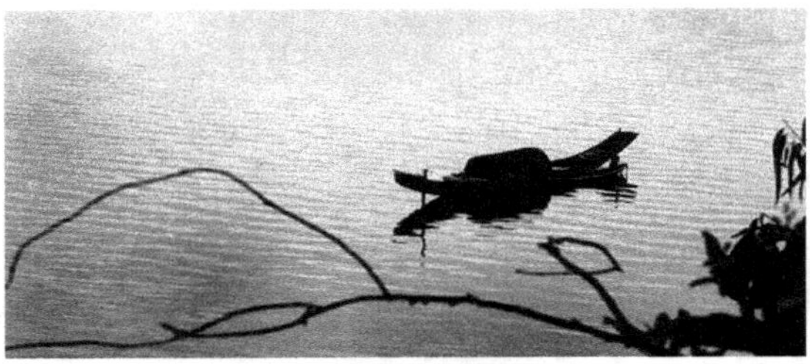

Nhạc sĩ ***Đỗ Lễ tên thật là Đỗ Hữu Lễ,*** sinh ngày 12 tháng 10 năm 1941 tại Hà Nội. Anh từng học trường Cao Đẳng Mỹ Thuật Sài Gòn (1953), Cao Đẳng Mỹ Thuật Gia Định (1954), Đại Học Khoa Học Sài Gòn (1959), Đại Học Luật Khoa Sài Gòn (1963). Năm 1965 anh đạt được Huy Chương Vàng trong cuộc thi Lực Sĩ Đẹp.

Năm 1951, nhạc sĩ Đỗ Lễ tự học nhạc và bắt đầu sáng tác từ năm 1956 khi mới 15 tuổi. Bài Sang Ngang được anh viết trong tình cảnh tuyệt vọng khi người anh yêu (ca sĩ Lệ Thanh) lên xe hoa. Bài hát này nhanh chóng trở nên phổ biến và đã làm cho biết bao nữ sinh rơi nước mắt.

Nhạc sĩ Đỗ Lễ kết hôn với người vợ đầu là ca sĩ Hoài Xuân (người trình bày nhạc phẩm Sang Ngang lần đầu trong các phòng trà ở Sài Gòn), tuy nhiên cuộc tình này chỉ kéo dài 6 năm khi họ có với nhau ba mặt con. Thời gian đau khổ sau khi chia tay anh đã sáng tác nhiều bản nhạc nghe rất não lòng như Tình Phụ, Tan Vỡ, Tuyệt Tình, Tàn Phai, Dại Khờ… Nhạc phẩm Tình Phụ đã được tuyển chọn vào vòng chung kết những nhạc phim hay tại

Đại Hội Điện Ảnh Á Châu tổ chức tại Tokyo vào đầu thập niên 70 và cũng là nhạc phẩm chính trong phim Sóng Tình với diễn viên chính là Thẩm Thúy Hằng.

Nhạc sĩ Đỗ Lễ cũng từng phụ trách một chương trình ca nhạc hàng tuần trên đài Truyền Hình Sài Gòn mang tên là "Thời Trang Nhạc Tuyển" và là một trong những chương trình truyền hình rất thu hút khán giả trước năm 1975, cùng một lúc anh đứng ra kinh doanh nhiều mặt hàng âm nhạc như thành lập hãng đĩa, hãng băng và xuất bản nhạc. Ngoài ra anh còn thực hiện những chương trình ca nhạc cho một số phòng trà và vũ trường ở Sài Gòn quy tụ các giọng ca như Hoàng Oanh, Khánh Ly, Thanh Lan, Thanh Tuyền, Giao Linh, Hương Lan, Caroll Kim, Hoài Xuân, Tam ca Sao Băng, Ba Con Mèo, Ba Trái Táo… Đặc biệt chính Đỗ Lễ lại là người họa sĩ vẽ trang trí cho sân khấu những show truyền hình của anh nên anh được nhiều người gọi là họa sĩ "Sang Ngang" như tên một bài hát rất nổi tiếng của anh.

Trước năm 1975, lớp dạy nhạc của anh trên đường Trương Minh Giảng là nơi quy tụ rất nhiều học sinh theo học. Những năm sau đó lớp nhạc này của anh vẫn tiếp tục được các học sinh tìm đến ghi danh rất đông nên anh đã có được một đời sống khá sung túc, bình yên và ổn định.

Đến năm 1994 nhạc sĩ Đỗ Lễ được thân nhân bảo lãnh qua Mỹ, định cư tại thành phố Philadelphia, tiểu bang Pennsylvania. Tuy nhiên được biết anh đã tỏ ra rất chán nản với cuộc sống tại Hoa Kỳ. Phải chăng đời sống nơi xứ lạ này không làm cho anh thấy yên tâm hay thoải mái như bao nhiêu người khác, nên anh lại một mình quay về chốn cũ, với nhiều kỷ niệm xưa để tự kết liễu đời mình ở đó trong cô đơn, buồn nản và thất vọng não nề như những lời tiên tri trong các bài hát của anh?

Nhạc sĩ Đỗ Lễ đã tìm đến cái chết bằng cách tự tử với một liều thuốc Quinine cực độc vào ngày 24 tháng 3 năm 1997 trong căn nhà đang thuê trên đường Trần Đình Xu, Sài Gòn. Ngay cả vợ anh là chị Vương Thị Lam Phương cũng không thật sự hiểu, lý do nào đã khiến cho người chồng nghệ sĩ của mình tìm đến cái chết, chị cho biết: “Đỗ Lễ là một người rất ủy mị, con người anh ấy cũng rất yếu đuối, cứ gặp chuyện gì buồn là trở nên suy sụp, rất chán nản và không còn thiết hoạt động gì nữa, theo tôi nghĩ đó chính là điều đưa đến cái chết của anh ấy!”

Người ta tìm thấy trong căn nhà của anh hai lá thư tuyệt mệnh – một gửi cho vợ và một gửi cho một người bạn thân! Đỗ Lễ mất đi để lại sự tiếc nuối cho nhiều người mến mộ, người ta khóc thương cho anh, xót xa cho anh – người nhạc sĩ tài hoa nhưng mệnh bạc!

https://hopamviet.vn/info/related/214/do-le-nguoi-nhac-si-tai-hoa-nhung-menh-bac.html

Theo nhacxua.net

---

danh ngôn:

áo đẹp có thể giúp cải trang, nhưng ngôn từ ngốc ngếch sẽ để lộ một kẻ ngu xuẩn.

Fine clothes may disguise, but foolish words will disclose a fool.

Aesop

(620 BC - 560 BC) - Nhà kể truyện ngụ ngôn người Hy Lạp cổ.

Ca dao

Phượng hoàng ở chốn cheo leo,
Sa cơ lỡ vận phải theo đàn gà.
Bao giờ gió thuận mưa hòa,
Thay lông đổi cánh lại ra phượng hoàng.

SA CHI LỆ

*DÒNG SỮA MẸ, CÙ LAO KẾT

Chim vỡ cánh bạt ngàn quê cũ.
Tuổi nhừ, gối mỏi. mắt nhòa rơi.
Cõng mỏi hành trang rưng hỗ thẹn.
Nghẹn lời trước mộ mẹ đầy vơi…

Nợ hiếu, nợ tình, hồn sông núi.
Trĩu nặng ơn đền tóc gió bay
Làm gì với những ngày còn lại
Vui sao trước bi kịch giăng đầy?

Ký ức bám theo đời gót bụi.
Tiếng động canh thâu bóng mẹ về
Quanh năm dệt cửi, Cù-lao-kết
Dòng sữa Chợ Vàm thấm trong mơ.

Giặc Tây ruồng bố tiêu làng xóm.
Bồng con xuôi ngược mãi Tân Châu
Mẹ Mỹ Luông quên thời son trẻ
Hy sinh, gồng gánh vạn nỗi đau…

Ray rức lưu vong hờn mất nước
Đứa con bất hiếu vọng cuối trời
Gom chút tàn hơi như cánh gió
Buồn rơi theo bóng gậy chơi vơi…

SA CHI LỆ mùa Vu Lan

SA CHI LỆ

GỌI NHỚ CHIỀU SAY

Sờ đầu năm tháng run run gậy
Bằng hữu tình thân rớt ngoài song
Thở dài nước mắt cay cay thấm
Tình đời xứ lạ đếm hư không

Ta nói nhiều cũng như không nói
Không nói mà sao lại ứ tràn
Trăm năm chắc cũng không bằng nửa
Cái mỉm cười ta hận trăm năm!

Từ lúc nào ta gọi em là rượu?
Từ lúc nào ta tập nhấm môi cay
Từ lúc nào ta càng uống càng say
Vác mộng mị trèo qua triền mê ảo

Mân mê sương khói sóng tầm dương
Tâm nở hoa trang điểm cuối đường
Một cõi đi về còn chưa thỏa
Làm sao níu lại bóng em vương

Tình bật hỏi điều gì đang dậy sóng?
đớp hương rừng nhỏ giọt điệu kiêu sa
nàng bước vào đời ta ôm thiên đường bất trắc
Bởi tình yêu không mặc áo nhân gian
Em trong ta nhập mê cung tình sử
nhiệt tình say ngây ngất lạc tuổi đời
mây chết đuối rủ nhau về trẩy hội
gọi vô thường cài lại tóc thương vay…
hôn em gọi nhớ chiều say
kể nhau hơi thở đong đầy trăm năm

SA CHI LỆ

LÊ HỮU
Lệ Thanh, còn "nhớ một chiều Xuân"

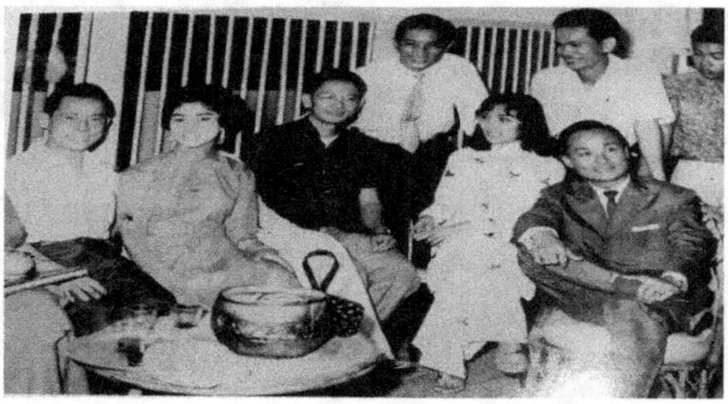

Ca sĩ Lệ Thanh, thứ hai, từ phải sang (hàng ngồi)

Chiều nay thấy hoa cười chợt... nhớ một người
Câu hát ấy từ lâu nay cứ theo tôi, theo tôi mãi.

Tại sao lại câu hát ấy mà không phải là câu hát nào khác? "Hoa cười", có lẽ vì hai tiếng ấy gợi nhớ câu thơ cũ, Hoa đào năm ngoái còn cười gió đông. Chàng trai trẻ trong câu chuyện tình xa xưa ấy cũng "thấy hoa cười" mà thẫn thờ "nhớ một người".

Có ai trong đời mình lại chẳng có những phút như thế, những phút ngắm nhìn những cánh hoa rung rinh lay động trong nắng sớm, trong gió chiều mà lòng bâng khuâng "nhớ một người".

Câu hát làm cho người ta phải bâng khuâng ấy ở trong bài hát "Nhớ một chiều xuân". Giọng hát làm cho người ta phải bâng khuâng ấy là giọng Lệ Thanh, vào cái "thuở ban đầu" của bài hát ấy.

Thuở ban đầu của những khúc xuân ca

Theo nhạc sĩ Nguyễn Văn Đông, tác giả "Nhớ một chiều xuân" (1962), Lệ Thanh là ca sĩ đầu tiên hát bài ấy.

"Nhớ một chiều xuân" là một trong hai bài nhạc xuân quen

thuộc và rất được yêu chuộng của Nguyễn Văn Đông (bài kia là "Phiên gác đêm xuân") ở miền Nam trước năm 1975.

Bài nhạc xuân này có vẻ hơi "lạ" so với những bài xuân ca khác. Lạ, vì "chiều xuân" trong bài hát ấy không phải là xuân chốn quê nhà mà là xuân nơi quê người. Lạ, vì nỗi nhớ nhung trong bài hát ấy không phải là nỗi buồn nhớ quê hương mà là những niềm thương nỗi nhớ của người ở phương này gửi về người ở phương kia.

Người nơi xa xăm phương trời ấy
người còn buồn, còn thương, còn nhớ
Nắng phai rồi em ơi!...

"Nắng phai rồi, em ơi!" thì không phải là bài nhạc xuân vui tươi rồi, nhưng cũng không hẳn là buồn bã, nếu có buồn chỉ là cái buồn phơn phớt, nhè nhẹ như làn mưa phùn ngày xuân. Bài hát kể về một chuyện tình; nói đúng hơn, một chuyện tình viễn xứ.

Người về còn nhớ khúc hát
người yêu dấu bên bờ thành Vienne...

"Khúc hát" ấy là bản đàn "A beautiful Vienna" mà chàng nghệ sĩ tài hoa đã dạo lên trên bờ biển vắng Hạ Uy Di bằng thanh âm réo rắt, du dương từ chiếc đàn Hạ uy cầm vào một chiều xuân nào, làm xao xuyến trái tim cô gái bản xứ xinh tươi mang dòng máu Franco-Indo. Chuyến du học kết thúc, chàng trai trở về nước mang theo câu chuyện tình thơ mộng như những hàng dừa nên thơ nằm nghiêng bóng bên bờ biển xanh cát trắng để viết nên khúc nhạc tình gửi về người nơi xa xăm phương trời ấy.

Khúc nhạc tình ấy, bài nhạc xuân ấy, được cất lên lần đầu tiên qua tiếng hát Lệ Thanh, một trong những giọng hát quen thuộc vào đầu thập niên 1960s, là một giọng khá đặc biệt. Thứ nhất, giọng ấy nghe nghẹn nghẹn, rưng rưng mà nhiều người quen gọi là "giọng mũi", vừa mềm mại dịu dàng đầy nữ tính vừa có một vẻ gì hờn trách, nũng nịu. Thứ hai, giọng ấy có lối luyến láy "ngẫu hứng" thật ngọt ngào, và khá lạ vào thời ấy.

Chiều nay thấy hoa cười... chợt nhơ... ớ... một người

Những nốt láy ở chữ "nhớ" ấy vẽ lên một nét nhạc đẹp, nghe như một nỗi nhớ da diết.

Chạnh lòng tôi khơi bao niềm nhơ... ớ...

Lại một nét láy khác, rơi vào chữ "nhớ" khác. Bài hát có đến năm chữ "nhớ", bao nhiêu "nhớ" là bấy nhiêu... nét láy làm gợn lên những cảm xúc dạt dào.

Người nơi xa xăm phương trời â... ấ... y...

Nét láy lượn ở cuối những câu hát gợi một cảm giác mênh mang, vời vợi.

Chiều nay hoa xuân bay nhiều qu... a... á...!

Nghe chuỗi láy ấy tưởng thấy được bao nhiêu là cánh hoa tản mác bay trong gió chiều. Hoa xuân bay nhiều quá... cho lòng nhớ nhung, cho tình vấn vương. Nhìn cánh hoa bay xuân này, nhớ mùa xuân nào viễn xứ.

Người yêu dâ... ấu… bên bờ thành Vienne

Nét uốn lượn mềm mại ở "yêu dấu" ấy làm dậy lên một tình cảm... dấu yêu.

Chiều xuân có một người ngơ ng… ác đi tìm

Cái nhấn giọng ở "ngơ ngác" ấy nghe sao mà... ngơ ngác, mà thẫn thờ.

Giọng mũi "trời cho" ấy, lối nhấn nhá và láy lượn những nốt nhạc ấy đã làm nên tiếng hát Lệ Thanh, và cũng là cái duyên trong giọng hát của chị mà dẫu ai có muốn bắt chước cũng không dễ chút nào. Khi người ta cố ý làm duyên thì không còn là "duyên" nữa.

"Chị là một trong những ca sĩ đầu tiên đã hát với giọng luyến láy 'gây mê' ấy," tôi nói với chị Lệ Thanh, "để cho các ca sĩ về sau này cũng... luyến láy theo."

Tôi không rõ là tác giả các bài nhạc có nhăn mặt, nhíu mày khi nghe cô ca sĩ luyến láy những nốt nhạc không phải là những… nốt láy trong bài? Hỏi nhạc sĩ Tuấn Khanh (tác giả nhiều ca khúc từng được thể hiện qua giọng hát Lệ Thanh như "Dưới giàn hoa cũ", "Hoa soan bên thềm cũ", "Đồi sim", "Chiều biên khu", "Đêm này nghỉ đỡ chân"…), ông nói, "Tiếng hát Lệ Thanh rất 'ăn khách' vào thời ấy với giọng thật lạ và cách luyến láy cũng lạ nữa. Những nốt láy lượn kết thành một chuỗi âm thanh rập rờn mà óng ả chứ không 'lơi lả' như là các kiểu láy về sau này. Tôi không thấy nhạc sĩ nào tỏ dấu phiền hà về lối luyến láy ấy, hơn thế nữa cứ giọng hát nào chinh phục được trái tim người nghe là giọng hát ấy được cả thính giả lẫn tác giả bài hát yêu thích."

Thường thì người nhạc sĩ sáng tác sẽ chọn giọng hát nào đó phù hợp để gửi gấm một sáng tác mới của mình với sự tin tưởng rằng giọng hát ấy thể hiện được tình cảm của bài nhạc, và người nghe sẽ yêu thích bài hát qua giọng hát ấy. Tại sao lại Lệ Thanh mà không phải là ca sĩ nào khác cho "Nhớ một chiều xuân"?

Hỏi nhạc sĩ Nguyễn Văn Đông, ông nói, "Cấu trúc bài nhạc 'Nhớ một chiều xuân' bắt nguồn từ kỹ thuật 'đánh chập dây Arpèze' của đàn Hạ uy cầm, khi thì chận tiếng, lúc thì vuốt dây lả lướt, tựa như từng đợt sóng nhỏ vỗ vào bờ cát trắng Waikiki của quần đảo Hawaii, nơi tôi từng hòa nhạc cùng các nhạc sĩ đường phố Honolulu năm nào (1957). Những nốt nhạc Hạ uy cầm láy lượn trong 'Nhớ một chiều xuân' rất phù hợp với giọng luyến láy đặc biệt của Lệ Thanh, ca sĩ đầu tiên hát bài này trong ban nhạc Tiếng Thời Gian của Đài phát thanh Sài Gòn, như một sự trao gửi có chọn lọc của tôi dành cho cô ca sĩ này. Dòng suối nhạc mênh mang từ miền địa đàng trần thế Hawaii quyện trong tiếng đàn Hạ uy cầm du dương hòa cùng giọng hát gợi cảm của Lệ Thanh và lời chào lạ lùng 'Aloha! Aloha!' vọng lên từ xứ sở thần tiên rì rào tiếng sóng. Tất cả, hợp thành một tấu khúc mùa xuân tuyệt diệu."

Dòng hồi ức và mạch cảm xúc tràn bờ của tác giả "Nhớ một chiều xuân" cho thấy giọng luyến láy của cô ca sĩ được xem là cách thể hiện tinh tế tình cảm của bài nhạc.

Đã bao nhiêu mùa xuân qua kể từ khi khúc nhạc xuân kia được cất lên từ giọng hát ấy. Bao nhiêu ca sĩ trong nước, ngoài nước đã hát về câu chuyện tình viễn xứ làm xao xuyến những trái tim ấy. Đã có ít nhất hai thế hệ ca sĩ hát "Nhớ một chiều xuân".

Không chỉ "Nhớ một chiều xuân" thôi, nhiều bài nhạc xuân khác của các nhạc sĩ khác cũng được gửi đến người yêu nhạc lần đầu tiên qua tiếng hát Lệ Thanh.

"Anh cho em mùa xuân" (Nguyễn Hiền & Kim Tuấn) chẳng hạn, được thu âm vào dĩa nhạc của hãng dĩa Việt Nam (1962) với tiếng hát Lệ Thanh và hòa âm của Ban nhạc Nghiêm Phú Phi cũng vào "thuở ban đầu" của bài nhạc ấy.

Xuân của "Anh cho em mùa xuân" là xuân của đất trời phút giao mùa, là xuân mới của lộc non vừa trẩy lá, của nhạc, thơ tràn muôn lối. Trong cái nắng sớm của ngày đầu xuân có chút se se lạnh của chiều cuối đông còn rớt lại, có chút hơi hướng của đông tàn, xuân mới vừa sang.

Người ta yêu bài nhạc ấy không chỉ ở giai điệu và lời nhạc đẹp tựa lời thơ mà còn ở giọng hát và nét láy mềm mại ở trong những câu hát, như những nét duyên dáng của mùa xuân.

Anh cho em mùa xuân / Nụ hoa vàng mới nở / Chiều đông nào nhung nhơ... ớ...

Nét láy mỏng ở chữ "nhớ" ấy nghe như một nỗi vấn vương.

Ngoài đê diều căng gió / thoảng câu hò đôi lứa...

Trăng sáng soi liếp dừa / Con sông dài mấy nhánh / Cát trắng bờ quê xưa

Nghe tiếng hát Lệ Thanh, người ta "nghe" được tình yêu đôi lứa quyện lấy tình yêu quê hương, đất nước.

"Ai lên xứ hoa đào" (Hoàng Nguyên) chẳng hạn, bài hát vẫn được xem là "gắn liền" với tiếng hát Lệ Thanh. Cứ nghe đến tên bài hát ấy là người ta lại nhớ đến giọng hát ấy. Bài hát mang một khí hậu rất Đà Lạt.

Thông reo bên suối vắng / lời dìu dặt như tiếng tơ

Xuân đi trong mắt biếc / lòng dạt dào nên ý thơ…

Người ta yêu bài nhạc ấy không chỉ ở giai điệu dìu dặt như tiếng tơ hay ở lời nhạc thi vị và trữ tình mà còn ở giọng hát chan chứa những thương yêu ngọt ngào về "thành phố hoa đào" ấy.

Ôi, mầu hoa đào / mầu hoa đào chiều xuân nào

Ôi, mầu hoa đào / như môi hồng người mình yêu

Cũng một chiều xuân nào, cũng nhìn cánh hoa xuân mà chạnh nhớ một người. Đà Lạt như cô gái xuân thì xinh tươi và mơ mộng, e ấp gọi mời. Và tiếng hát Lệ Thanh, dào dạt mà lâng lâng, mênh mang mà sâu lắng, như quyện lấy chân người lữ khách lắng hồn thơ đang chầm chậm bước lần theo đường hoa.

Hoa bay đến bên người / ngại ngần / rồi hoa theo chân ai…

Nghe tiếng hát Lệ Thanh, người ta nghe mùa xuân về dưới những cành đào. Đà Lạt mùa xuân đẹp như bức tranh thủy mặc.

Đường trần nhìn hoa bướm / rồi lòng trần mơ bướm hoa

Lâng lâng trong sương khói / rồi bàng hoàng theo khói sương

Tôi nhớ, trong lần tiếp xúc với tác giả "Ai lên xứ hoa đào" ở "xứ hoa đào" năm 1971 (ông tham dự khóa học trung cấp tại trường Đại học Chiến tranh Chính trị Đà Lạt), ai đó nhắc đến bài "Ai lên xứ hoa đào" và nói rằng thành phố Đà Lạt đẹp hơn, đáng yêu hơn nhờ bài hát ấy. "Không hẳn là vậy", nhạc sĩ Hoàng Nguyên nói. "Đúng ra là nhờ giọng hát ấy, giọng hát Lệ Thanh."

Không chỉ những bài nhạc xuân vừa kể, người ta còn nghe được Lệ Thanh qua những "Hoa xuân" (Phạm Duy), "Cánh hoa xuân" (Nguyễn Hữu Thiết), "Gái xuân" (Từ Vũ & Nguyễn Bính), "Phiên gác đêm xuân" (Nguyễn Văn Đông), "Bài thơ hoa đào" (Hoàng Nguyên"), "Cánh thiệp đầu xuân", "Hạnh phúc đầu xuân" (Minh Kỳ & Lê Dinh)... Tiếng hát ấy đủ mang về một mùa xuân tươi.

Chiều nay hoa xuân bay nhiều quá!...

Tạp chí Maclean's (Canada), số đầu tháng 2/1976, đăng một bài tường thuật về cái Tết của cộng đồng người Việt ở Montreal vào mùa xuân tha hương đầu tiên của những người bỏ nước ra đi sau tháng Tư năm 1975. Trong chương trình ca nhạc sau đó, người ta giới thiệu một nữ ca sĩ tên tuổi ngày trước trình bày bài hát "Đêm đông" của Nguyễn Văn Thương. Giọng hát rưng rưng cảm xúc.

Đêm đông / xa trông cố hương buồn lòng chinh phu…

Đêm đông / ta mơ giấc mơ… gia đình yêu thương…

Giọng hát như nghẹn lại. Tiếng hát đổi thành tiếng nấc… Cô ca sĩ không hát tiếp được nữa, ngập ngừng nói lời xin lỗi khán giả, lau vội ngấn nước mắt, bước vội vào hậu trường. Bên dưới, mọi người cũng lặng đi một lúc vì cùng chung một nỗi đau, một nỗi mất mát, ngậm ngùi. Nhiều người hôm ấy nghe giọng hát quen thuộc nhận ra được cô ca sĩ ấy là ai. Đó là lần "trình diễn" đầu tiên của Lệ Thanh ở hải ngoại.

Nỗi thương quê nhớ nhà trào ra thành những giọt nước mắt. Lệ Thanh là vậy, là dạt dào tình cảm, là rưng rưng nỗi niềm, như giọng hát rưng rưng của chị.

Giọng hát ấy, tôi nhớ, cũng từng được đặt tên.

"Bây giờ chúng tôi xin hân hạnh giới thiệu giọng ca trìu mến của Lệ Thanh trong một nhạc phẩm của Phạm Mạnh Cương, 'Nỗi buồn ngày tháng cũ.'" Những lời ấy nghe được trong một băng nhạc Tú Quỳnh (nhạc sĩ Phạm Mạnh Cương thực hiện) rất được yêu chuộng ngày trước. "Giọng ca trìu mến", Như Hảo, người giới thiệu chương trình, đã gọi Lệ Thanh như thế. Tôi thích cách gọi ấy, và cũng khó mà tìm được tên gọi nào đúng hơn để nói về một giọng hát thật mềm mại, thật dịu dàng, và cũng thật... trìu mến.

Giọng "trìu mến" ấy có khi là giọng dào dạt, êm đềm trong "Lòng mẹ" (Y Vân) hay "Tiếng hát học trò" (Nguyễn Hiền & Minh Kỳ), có khi là giọng ngọt ngào, nũng nịu trong "Nếu vắng anh" (Anh Bằng) hay "Anh nhớ về thăm em" (Trần Thiện Thanh), có khi là giọng tha thiết, đắm say trong "Tà áo xanh" (Đoàn Chuẩn-Từ Linh) hay "Gợi giấc mơ xưa" (Lê Hoàng Long)…

Có vẻ những người yêu thích tiếng hát Lệ Thanh đều giữ riêng cho mình bài hát nào đó với giọng hát của chị. Đến nay nhiều người vẫn nhắc tới những bài "Tiễn em" của Phạm Duy & Cung Trầm Tưởng, "Người em nhỏ" của Nguyễn Hiền & Thiệu Giang, "Chiều bên giáo đường" của Lê Trọng Nguyễn, "Hoa soan bên thềm cũ" của Tuấn Khanh, "Tan vỡ" của Huyền Linh & Đỗ Huyền (tên khác của nhạc sĩ Đỗ Lễ), "Người đi chưa về" của Hoàng Trọng (Mộc Lan, Kim Tước, Mai Hương, Anh Ngọc hát phụ họa), "Đêm nay ai đưa em về" của Nhật Ngân (Hồng Phúc, Thanh Sơn hát phụ họa)... Có không ít bài hát được Lệ Thanh "ký tên" từ dạo ấy, và mãi đến nay vẫn chưa có giọng hát nào thay thế.

Thường thì người hát giọng mũi khó lên được những nốt cao, thế nhưng cái khó ấy không thấy ở giọng Lệ Thanh. "Tiễn em" chẳng hạn, bài hát có những nốt khá cao, nghe được qua những giọng khác nhau của ba cô ca sĩ cùng thời mà tên đều có chữ "Thanh" và đều là những tiếng hát rất được yêu chuộng. Mỗi giọng có cách thể hiện riêng. Giọng Thanh Thúy não nùng như tiếng nấc nghẹn của cuộc chia ly một trăm ngày xa cách, giọng Thái Thanh sướt mướt như nỗi giá băng của tuyết rơi phủ con tầu. Giọng Lệ Thanh ở giữa hai giọng ấy, không trầm đục như giọng Thanh Thúy, không lảnh lót như giọng Thái Thanh, chỉ rưng rưng một nỗi buồn sân ga tựa như tuyết rơi mỏng manh buồn.

Lên xe tiễn em đi / chưa bao giờ buồn thê… ế…
Nơi em có trăng soi / anh một mình thương nhơ... ớ...
Trời mùa đông Paris / suốt đời thèm trăng soi

Nét uốn lượn ở cuối những câu hát nghe như một nỗi nhớ mênh mang. Giọng hát vừa đủ chạm trái tim, vừa đủ cho ấm mộng đêm nay.

Bài hát ấy, giọng hát ấy cất lên từ một phòng trà nhỏ ấm cúng ở số 43 đường Bùi Viện, Saigon, vào những năm đầu thập niên 60s. Quán Anh Vũ, tên gọi của "phòng trà ca vũ nhạc" ấy, là "nơi gặp gỡ của các văn nhân tài tử thủ đô" (cách gọi vào thuở ấy), và cũng là nơi đêm đêm người ta vẫn tìm đến để được nghe những bài hát thật hay và những giọng hát thật hay. Giọng hát ấy cũng cất lên trong các phòng trà ca nhạc khác, các sân khấu "đại nhạc hội", các làn sóng Đài phát thanh Sài Gòn, Quân Đội và các dĩa nhạc (hãng dĩa Sóng Nhạc, Việt Nam, Tân Thanh...) một thời nào khó quên.

Giọng Lệ Thanh không được kể là làn hơi phong phú, kỹ thuật ngân, rung... không được kể là điêu luyện. Những người yêu giọng hát chị có vẻ không trông đợi ở chị những cách "tạo dáng" ấy. Người ta nghe một bài hát là lắng nghe những cảm xúc đến từ một giọng hát hơn là nghe những phô diễn kỹ thuật. Một giọng hát hay là giọng hát "bắt" được và thể hiện được những tình ý của bài nhạc và truyền được những rung cảm đến người nghe. Một giọng hát hay, trong một nghĩa nào đó, còn là giọng hát tạo được mối dây tình cảm gần gũi giữa người hát và người nghe.

Giọng Lệ Thanh là giọng hát như thế. Tôi hiểu được vì sao nhiều người thích nghe chị, chính là vì cảm giác gần gũi và ấm áp chị mang đến cho người nghe, chính là vì những tình cảm trìu mến chị gửi theo tiếng hát. Điều này cũng khiến người ta không chỉ yêu giọng hát chị mà còn yêu cả bài hát được chị thể hiện. Nghe Lệ Thanh, người ta có cảm tưởng chị hát thật dễ dàng, thật tự nhiên mà sang cả, như một vẻ đẹp thầm lặng mà quyến rũ hay như một nỗi hẹn hò lửng lơ mà làm dậy lên những khát khao mơ hồ.

Tiếp xúc, chuyện trò với chị Lệ Thanh dễ có cảm giác tương tự, một cảm giác thật dễ chịu. Chị có giọng nói thật êm dịu và từ giọng nói, tiếng cười chị toát lên một vẻ tự nhiên và giản dị hệt như tính cách bình dị, đơn sơ của chị.

Thời của Lệ Thanh là thời của những giọng hát thực sự là giọng hát, là thời người ta "nghe" hát hơn là "xem" hát, và người ta yêu thích một giọng hát mà có khi chỉ biết tên, chưa hề biết mặt.

Không chỉ đặc biệt ở giọng hát thôi, còn phải kể thêm một nét "đặc biệt" nữa ở Lệ Thanh, đang lúc giọng hát của chị rất là "ăn khách", đang lúc sự nghiệp ca hát của chị lên đến "tột đỉnh danh vọng" (theo cách nói thuở ấy), chị bất ngờ... biến mất, bất ngờ quay lưng với ánh đèn màu lung linh để đổi lấy hạnh phúc êm đềm dưới một mái ấm gia đình, như câu hát quen thuộc người ta từng nghe chị hát.

Từ khi sánh vai lên đôi bạn hiền
đêm về nghe con khóc vui triền miên... ("Ngày hạnh phúc", Lam Phương)

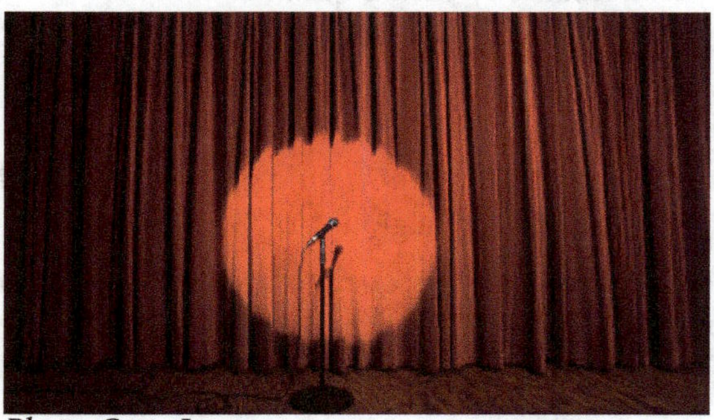

Photo: Getty Images

* * *

Lệ Thanh, chị đã bỏ đi lặng lẽ. Chị đã bỏ lại sau lưng chiếc bóng im lìm của ánh đèn spotlight hắt lên sân khấu, hắt lên chỗ chị vẫn đứng đó hằng đêm, vẫn cất tiếng hát hằng đêm, và ở bên dưới khách mộ điệu vẫn cứ mong đợi hằng đêm, hằng đêm người ca sĩ không bao giờ trở lại.

Lệ Thanh, chị xem chuyện "đời ca hát ngày tháng" ấy chỉ như cuộc vui chơi ngắn ngủi. Chị đã sớm "bỏ cuộc chơi" không chút vấn vương, luyến tiếc, nhưng đã để lại bao nỗi luyến tiếc, vấn vương cho bao người yêu tiếng hát chị.

Với những ai từng có một thời yêu thích giọng hát ấy, bất chợt nghe được tiếng hát Lệ Thanh cất lên từ một dĩa nhạc cũ kỹ nào còn giữ lại được, bất chợt gặp lại những thoáng xao xuyến, rung động của một mùa nào đã vắng xa. Giọng hát xa xăm mà gần gũi ấy, giọng hát dịu dàng mà tha thiết ấy như đánh thức bao kỷ niệm ấm áp của một thời để yêu, để nhớ và của những giấc mơ ngọt ngào không bao giờ tắt hẳn.

Từ khi chọn cho mình cuộc sống khép kín, bình lặng, giọng hát ấy hầu như cũng lặng tiếng, im hơi, thảng hoặc còn nghe cất lên đâu đó trong những cuộc họp mặt bằng hữu thân tình. Giọng hát vẫn nghe trìu mến, vẫn như mùa xuân chẳng bao giờ già.

"Hát đi chị Lệ Thanh!" tôi nói. "Mùa xuân đang đến gần, hát một bài nhạc xuân hay bài nào vui vui. Một vài câu cũng được. Nhiều người đang muốn nghe chị hát."

"Giọng ca trìu mến" nở nụ cười thật hiền, cất giọng, khe khẽ.

Chiều nay hoa xuân bay nhiều qu... a... á....!

LÊ HỮU

* *Lệ Thanh, còn "nhớ một chiều Xuân"* trong chương trình phát thanh "Một thoáng hương xưa", qua giọng đọc Bích Huyền:

http://cothommagazine.com/nhac1/CasiLeThanh/TiengHatLeThanh-MotThoangHuongXua.mp3

VIÊN DUNG

AI ĐÃ VÀO TÔI KÝ CHÚ

a

1/-
trái ý, đồng minh ngầm phán xử
chết oan tổng thống
hết lòng vị quốc
tủi phận, ai cam lòng khóc thương
ý thức tự cường
ráo mực

2/-
nỗi buồn nhược tiểu tự thức
thầy kể: vua ta
bị giặc tây đày. ai ký chú ?
niềm tôn sùng vấy tủi nhục
chui gầm tâm khảm
rưng rức

3/-
của giặc có
nhiều sự thật
nằm trong nén, đến sợ hãi
khắc khoải
ngờ ngợ tai bay
thôi thúc người ta bỏ chạy

4/-
tập trung, đày
ly tán, đọa vào vô phúc
vô thần vươn vai khuất phục
chà xát bên lưng

ung dung tự dưng mất
dưới ngất tượng đài, chật vật

5/-
được thả về như cục đất
cục đất thất thần
đất không ưng đất, ai ghi
chuyện quốc kỳ đột biến
trọ đâu lương thiện
kỳ thị đảo điên

6/-
vớt vát ơi
ngời ân cứu rỗi
vượt đi, tìm nơi dễ thở
bằng đổi chết biển khơi
miễn sao thoát khỏi
lùng tung khuất phục vô thần

b
1/-
biển rộng
hồng em bé bỏng
bikini mát mỏng bóng hè
nhác trông, len đùi kẻ trống
ai ghi mộng
nắng biển, em hồng mát vô ưu

2/-
ai đã vào tôi
ký chú
đường rong chơi, vấp
truông đời
tình chưa cặp đôi
đất rối bời, bỏ xứ

3/-
mây trời uốn theo
ánh mắt em lóng lánh mộng

trời ban thứ em không biết
liếc thoáng đó: khoảng nắng kẹt đùi
về, tới nhớ lui, ai ký chú
góc trai tình nhú trổ chiêm bao

4/-
ai đã vào ký ức tôi
thuở trai tơ ghi tình
ý thầm yêu trộm nhớ, và
ghi rõ em chẳng hề yêu tôi
đó, đau không nổi qua đò
tới giờ chưa gạch bỏ

5/-
sau, tình cờ nọ
nhắc chuyện hồi đó
hững hờ, em có nhớ gì đâu
chớ, ký ức tôi, ai ghi tình đầu
vết yêu đau nọ
không thể cùng nhau

6/-
qua rồi, những chặng đời đó
tưởng quên đi, kể bỏ
chừng ai nhắc nhở riêng niềm
sóng nghiệp duyên vỗ bờ
xa quê, chưa hoàn niệm
bao lần ký ức vói qua tim

VIÊN DUNG
15092023

PHAN NI TẤN

ĐỖ LỄ (1941 – 1997)

Đầu thập niên 1960, nói tới nhạc sĩ Đỗ Lễ tôi chỉ biết anh qua bài hát Sang Ngang và… tin anh tự tử. Có thể nói Đỗ Lễ là một nhạc sĩ bất hạnh trong cuộc sống và trong tình yêu.

Ca khúc làm nên sự nghiệp âm nhạc của Đỗ Lễ là bài hát Sang Ngang. Giới văn nghệ Sài Gòn trước 1975, hầu như ai cũng biết Sang Ngang là một ca khúc thất tình của Đỗ Lễ dành riêng cho ca sĩ Lệ Thanh khi cô lên xe hoa về nhà chồng năm 1965.

Thôi nín đi em
Lệ đẫm vai rồi
Buồn thương nhớ ai
Anh hỡi đôi mình
Tình nay đã tan
Tình đã dở dang
Em khóc những chiều
Anh xót xa nhiều
Thương cho tình yêu
Nỗi buồn chua cay
Khi lòng đổi thay
Thôi hết sum vầy…

Nghe qua nội dung bài hát này ai mà không cảm thương cho cuộc tình éo le của đôi tình nhân yêu nhau thắm thiết cuối cùng đã đi đến nơi chia lìa. Về sau tôi mới biết Sang Ngang chỉ là một nhạc phẩm tưởng tượng của Đỗ Lễ tự an ủi mình qua tình yêu đơn phương của anh dành cho ca sĩ Lệ Thanh khi cô sang ngang.

Hình như trời sinh nhạc sĩ Đỗ Lễ để sáng tác những ca khúc thất tình, dù muốn dù không, cũng đã làm nên tên tuổi anh. Ca khúc Chia Ly chẳng hạn. Sau Sang Ngang là Chia Ly, cũng với tâm trạng tuyệt vọng của một chàng trai tiễn người yêu sang ngang:

Mai lên xe hoa em sầu trong áo cưới
Em lên xe hoa còn thương nhớ một người
Ai gieo đau thương đếm từng đêm ướt gối
Em đã đi rồi, em đã quên người tình xưa…

Ngay cả trong hôn nhân cũng chỉ kéo dài được 6 năm, nhạc sĩ Đỗ Lễ lại lâm vào nỗi buồn đau để sáng tác bài Tình Phụ:

Thôi nhé em còn hận tình này,
Bao nhiêu đắng cay, hãy cố quên đi
Đem chôn vùi vào ngày thật buồn
cho anh cô đơn mãi mãi mà thôi…

Ngoài ra nhạc sĩ Đỗ Lễ còn sáng tác khoảng 50 ca khúc được Diễm Ca phát hành 4 album Băng nhạc Đỗ Lễ gồm:

Đỗ Lễ 1: Tình Khúc Cho Nhau (1974)
Đỗ Lễ 2: Trên Đỉnh Tình Yêu (1974)
Đỗ Lễ 3: Những Tình Khúc Tuyệt Vời (1974)

Đỗ Lễ 4: Xuân (1975)

Nhìn chung 3 ca khúc Sang Ngang, Chia Ly và Tình Phụ, tuy đã làm nên sự nghiệp âm nhạc của anh nhưng chính 3 ca khúc này như vận vào cuộc đời bất hạnh của nhạc sĩ đã dẫn đến hành động tự kết liễu đời mình vào cuối tháng 3 năm 1997 tại Sài Gòn...

Nhạc sĩ Đỗ Lễ tên thật là Đỗ Hữu Lễ, sinh ngày 12 tháng 10 năm 1941 tại Hà Nội. Theo học trường Cao đẳng Mỹ thuật Sài Gòn (1953-1954), Đại học Khoa Học Sài Gòn (1959), Đại học Luật Khoa Sài Gòn (1963). Tự học nhạc và sáng tác năm 15 tuổi.

PHAN NI TẤN

Giai thoại về William Thomson: Siêu hình học là gì

Một sinh viên đến từ vùng cao nguyên đã học rất giỏi, và cuối kỳ đạt được khen thưởng về cả toán học và siêu hình học. Cha cậu rời khỏi trang trại và đến trường đại học để xem con mình nhận thưởng. Thomson dẫn ông đi tham quan trường.

"Ông Thomson," Ông bố hỏi, "Toán học mà con tôi đạt được thưởng là cái gì vậy?"

Thomson trả lời, "Tôi vẫn nói với con ông rằng toán học nghĩa là xử lý các con số, và tính toán."

"Ra thế," Ông bố bảo. "Hẳn là nó được truyền cái đó từ tôi: tôi luôn luôn giỏi đếm lắm." Dừng lại một chút, ông bố lại hỏi: "Vậy Ông Thomson, siêu hình học là thứ gì vậy?"

Thomson trả lời, "Tôi sẽ ráng giải thích rằng siêu hình học là nỗ lực thể hiện sự vô cùng bằng ngôn ngữ."

Ông bố đứng lại và gãi đầu. "Ái chà, có lẽ nó được truyền cái đó từ mẹ nó. Bà ấy lúc nào cũng lảm nhảm không ngừng."

HÀ HUY HOÀNG

CHÂN DUNG

Em hãy cầm tay anh
Đôi bàn tay sần sùi tháng năm bưng bia bưng nước
Em hãy vuốt tóc anh
Mái tóc xoăn như đời anh không suôn sẻ
Em hãy ôm anh
Để nghe mùi mồ hôi chua thật chua, mặn thật mặn của gã đàn ông chuyên ship hàng bằng xe đạp
Em hãy nhấm nháp cùng anh
Ly đen không đường, ly cay trong đêm hôm khuya khoắt

Em hãy làm bạn của anh
Một tai nghe lắm điều hay ho về anh, tai còn lại để nghe khối lời nguyền rủa
Em hãy làm người yêu của anh
Trái tim cuống quýt, nụ hôn cùng chiếc lưỡi anh sẽ khiến em mê mệt
Em hãy làm vợ anh
Anh sẽ thức cạn đêm mỗi khi em ốm đau, nóng sốt
Em hãy tin anh
Anh sẵn sàng từ bỏ văn chương để toàn tâm toàn ý cứu giúp các con lỡ chẳng may chúng vướng vào nợ nần chồng chất
Giản dị, ngu ngơ nhưng luôn tiềm ẩn điều bất ngờ, phức tạp
Là anh!

HÀ HUY HOÀNG

LÊ KHÁNH NHÂM

ĐẠO HIẾU

Mẹ cha gánh bão, gánh giông
Nuôi con khôn lớn phụ công mẹ già
Thờ ơ bỏ mặc mẹ cha
Con đi chúc tết người ta sang giàu
Người dưng con đứng cạnh hầu
Con ốm cha mẹ bạc đầu chăm con
Mẹ cha con chẳng ngó nom
Con đi hầu hạ như con nhà người
Đạo hiếu con thả về trời
Để cho chú cuội đem phơi giữa trần.

MẸ LÀ QUÊ HƯƠNG

Mẹ tôi vất vả gian nan
Làm ra hạt gạo vô vàn đắng cay
Nuôi con nào kể tháng ngày
Mình mẹ chịu khổ thân gầy lệ rơi
Mẹ là cánh cửa đời tôi
Cho con hạnh phúc cuộc đời bình yên
Xua đi tăm tối ưu phiền
Đời mẹ dành cả bình yên con rồi

Ngọt bùi dành hết cho tôi
Ăn sương nằm gió chịu đời bão giông
Bao nhiêu gian khổ thay chồng
Mẹ đâu có nhận phần công về mình
Mẹ như ánh nắng bình minh
Dành con tất cả ân tình bao la
Mẹ như đất nước sơn hà
Ngàn năm mẹ mãi ôm ta vào lòng.

LÊ KHÁNH NHÂM

THÙY VY

Khi tất cả là thơ

Khi tất cả đã là thơ
chúng mình cùng yêu
như cá yêu nước
ong yêu hoa
Mỵ Châu say Trọng Thủy.

Khi tất cả là thơ
con kiến củ khoai
sợi tơ hồng trên giàn thiên lý
trong mắt anh
em.
cô bé vỡ lòng.

Bài học đầu tiên anh trao lá diêu bông
nhặt cánh phượng hồng ép vào trang vở
cài lên tóc em nụ hoa nhơ nhớ
mỗi chiều bên nhau.
Khi tất cả là thơ
bình minh hoàng hôn là một.

THÙY VY

TRẦN DANH THÙY

ĐỖ LỄ, NHẠC SĨ CỦA NHỮNG SẦU KHÚC…

Theo tư liệu, nhạc sĩ Đỗ Lễ sáng tác khoảng 30 nhạc phẩm. Và nếu lược qua tên tựa của chúng, đa số đó là những cái tên buồn: Buồn, Cay đắng, Chia ly, Dạ khúc buồn, Khóc, Lệ sầu, Lụy tình, Ly tan, Muộn màng, Nỗi niềm, Nuối tiếc, Oan trái, Phũ phàng, Tan vỡ, Tàn phai, Tình buồn, Tình khuất, Tình phụ, Tuyệt tình, Tuyệt vọng… Trong đó, 3 nhạc phẩm đã làm nên 'thương hiệu' của ông cũng là những bài ca đầy nước mắt: Sang ngang, Tình phụ và Tan vỡ.

Năm 1965, 'khóc' người yêu đơn phương là một ca sĩ đang 'hot' lúc ấy đi lấy chồng, chàng nhạc sĩ chưa có tiếng tăm lắm người Hà Nội đã viết nên những ca từ đẫm lệ như không phải của chàng:

"Thôi nín đi em!/Lệ đẫm vai rồi/Buồn thương nhớ ơi!/Anh hỡi đôi mình/Mộng nay đã tan/Tình đã dở dang/ Em khóc những chiều/Anh xót xa nhiều/Thương cho tình yêu/Nỗi buồn chua cay/Khi lòng đổi thay/Thôi hết sum vầy Nếu biết rằng tình là giây oan/Nếu biết rằng hợp rồi sẽ tan/Nếu biết rằng yêu là đau khổ/Thà dương gian đừng có chúng mình Lau mắt đi em/Gần hết đêm rồi/Buồn thêm nữa sao/Mai bước sang ngang/Lòng thêm nát tan/Tình đã dở dang/Thôi khóc làm gì/Đã lỡ duyên thề/Thương nhau làm chi?/Nỗi buồn ai hay/Khi mình chia tay/Xa cách nhau rồi"

Đầu năm 1970, ông viết Tình phụ để khóc cho người ca sĩ đã hát nhạc khúc Sang ngang đầu tiên và đã se tơ kết tóc với ông 6 năm trời và có với ông 3 mặt con:

"Chuyện tình mười mấy năm qua nay bỗng xót xa những khi sầu dâng./Còn đâu ngày quen biết nhau đã yêu em rồi, yêu cả cuộc đời/Khi em đã phụ lòng anh, nỡ phụ lòng anh, đau thương em để lại xót xa vô vàn./Chỉ là bội ước những lời hẹn thề mà lòng tái tệ/Thôi nhé em còn hận tình này,/Bao nhiêu đắng cay, hãy cố quên đi/ Đem chôn vùi vào ngày thật buồn cho anh cô đơn mãi mãi mà thôi/Thôi nhé em ! người nào phụ tình !/Lòng buồn một mình, ray rứt mãi không thôi/Thì ngờ tình buồn mang theo thương đau khi giã từ nhau !/

Chuyện mình tàn với năm qua mang thêm xót xa mỗi khi lệ rơi/Sầu dâng ngày tháng đớn đau trách ai phụ mình, trách ai bạc tình./Cho em vẫn phụ lòng anh, vẫn phụ lòng anh/Cho anh vạn sầu đắng cay tình đầu/Còn lại màu trắng xóa mờ cuộc tình đời còn dở dang./Thôi nhé em còn hận tình này,/Bao nhiêu đắng cay, hãy cố quên đi/Đem chôn vùi vào ngày thật buồn cho anh cô đơn mãi mà thôi/Thôi nhé em ! người nào phụ tình !/Lòng buồn một mình, ray rứt khi phụ lòng/Thì ngờ tình người mang theo thương đau khi giã từ nhau !”

Cuối năm 1970, ông viết Tan vỡ như một ‘kết luận’ cho những mối tình buồn của cuộc đời mình:

“Bao nguồn vui đã mất, lòng chết theo ngàn tiếng ca
Nghe niềm đau day dứt hoa lá nức nở xót xa
Ôi làn da thơm hương trinh dâng lên tuyệt vời
Ôi bờ môi thắm thơ ngây in trong nụ cười
Khi tình yêu đã đến lòng đắm say ngàn ước mơ

Ôi mộng tình đôi lứa êm ái như ngàn ý thơ
Khi tình tan vỡ tan theo mơ ước một đời
Trong niềm băng giá con tim thổn thức không nguôi
Em ơi, nếu biết thế thà đừng quen nhau
Đừng mơ phút ban đầu cho tình ta thêm lâu
Em ơi, nếu biết thế thà dừng yêu nhau

Đừng yêu phút ban đầu cho tình ta thêm sầu
Phấn son chưa nhạt môi hồng
Xa xôi em còn nhớ không
Một chiều mưa bay giăng giăng
Anh gửi màu hoa tím

Như màu máu con tim đang tàn lửa hương duyên
Một mai mang xuống tuyền đài
Bóng hình em muôn kiếp không phai"

Khi sáng tác, Đỗ Lễ thường chọn điệu hoặc Slow, hoặc Boston chậm, buồn 'tương thích' với những lời tự sự da diết của những nhạc phẩm vô cùng ai oán gắn với những cuộc tình sầu khổ.

Trong Sang ngang, ta dễ bắt gặp những "lệ đẫm vai rồi", "mộng này đã tan", "tình đã dỡ dang", "nỗi buồn chua cay", "thôi hết sum vầy", "tình là dây oan", "hợp rồi sẽ tan"... toàn những thành ngữ buồn đau, khổ ải.

Tình phụ thì đầy dẫy những điệp từ, điệp ngữ "xót xa", "tái tê", "đắng cay", "ray rứt", "dở dang"... lập đi lập lại như những chuỗi thương đau của một tâm hồn buồn khổ không nguôi.

Và có lẽ Tan Vỡ, như một dấu chấm hết, một kết thúc cho những cuộc tình, thậm chí cho một cuộc đời: Tình yêu có quy luật của nó. Ban đầu, tình yêu nào cũng đẹp, cũng tuyệt vời, khiến cho "lòng đắm say ngàn ước mơ". Nhưng khi tình yêu tan vỡ, thì ước mơ một đời cũng tan theo...

Nhiều người đã nghĩ rằng những nhạc phẩm buồn đau của Đỗ Lễ đã vận vào cuộc đời, nhất là cái chết đau thương của ông. Điều đó có lẽ cũng hợp logic. Thế nhưng, cũng phải nói rằng, cuộc đời và cái chết khác thường (quyên sinh) của một nhạc sĩ hiền lành và mềm yếu, đã để lại cho chúng ta những sầu khúc tuyệt vời, đặc sắc, đã khiến cho không biết bao nhiêu người yêu nhạc phải thổn thức khi nghe vì đã không một chút 'đụng hàng' trong hàng ngàn tình khúc tuyệt vời của tình ca nhạc Việt.

Vì thế, nghe nhạc Đỗ Lễ, ta buồn thương cho thân phận của một nhạc sĩ không may trong duyên tình nhưng cũng vô cùng thương cảm những sầu khúc tuyệt vời của ông...

TRẦN DANH THÙY

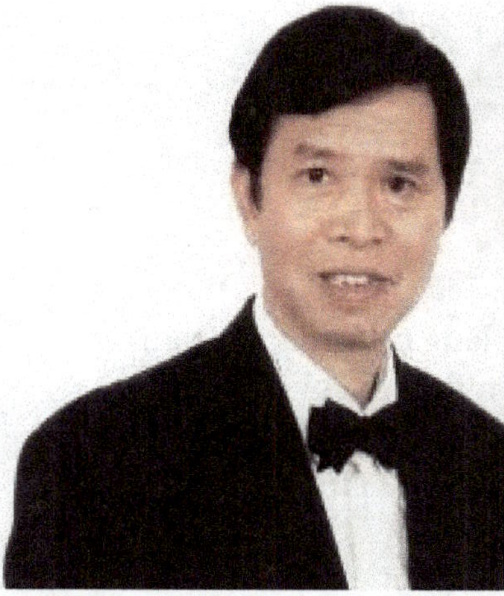

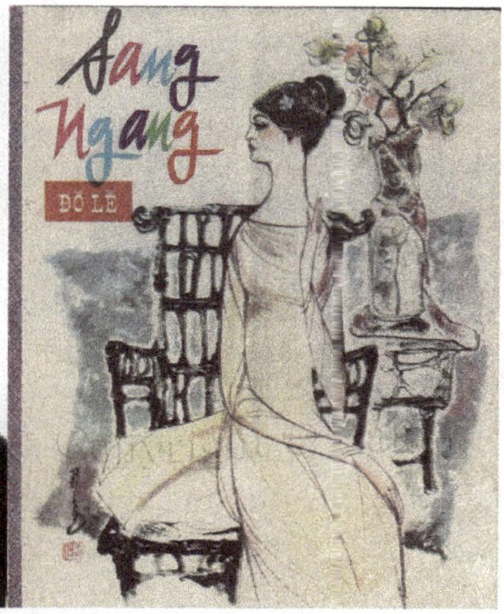

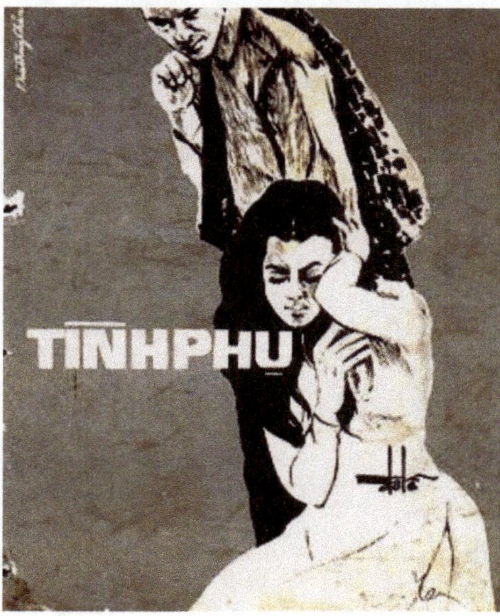

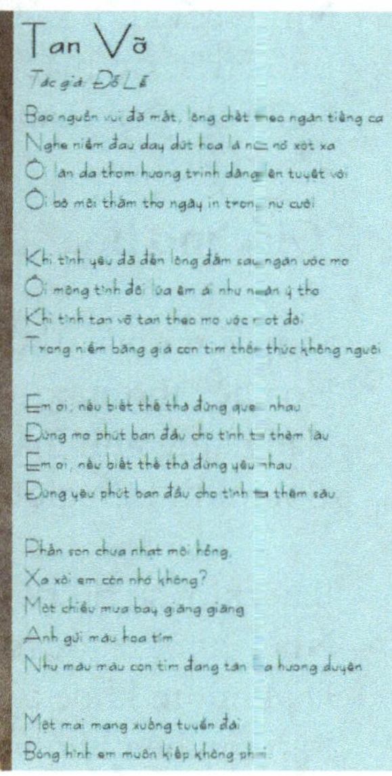
Tan Vỡ

Tác giả: Đỗ Lê

Bao nguồn vui đã mất, lòng chết theo ngàn tiếng ca
Nghe niềm đau day dứt hoa lá nở xót xa
Ôi làn da thơm hương trinh đang lên tuyệt vời
Ôi bờ môi thắm tha ngây in trong nụ cười

Khi tình yêu đã đến lòng đắm say ngàn ước mơ
Ôi mộng tình đời lứa êm ái như ngàn ý thơ
Khi tình tan vỡ tan theo mơ ước một đời
Trong niềm băng giá con tim thổn thức không nguôi

Em ơi, nếu biết thế thà đừng quen nhau
Đừng mơ phút ban đầu cho tình ta thêm lâu
Em ơi, nếu biết thế thà đừng yêu nhau
Đừng yêu phút ban đầu cho tình ta thêm sâu

Phấn son chưa nhạt môi hồng,
Xa xôi em còn nhớ không?
Một chiều mưa bay giăng giăng
Anh gửi màu hoa tím
Như màu máu con tim đang tan hòa hương duyên

Một mai mang xuống tuyền đài
Bóng hình em muôn kiếp không phai.

LÊ THANH HẢI

Biển Vắng

Những con thuyền nằm lặng câm trên bãi vắn
Giữa nắng trưa mỏi mệt nghĩ ngợi gì ?
Bình yên thế biết đâu ngầm con sóng
Đau cuộn lòng ai biết được điều chi ?

Chỉ có gió vờn rặng phi lao mòn mỏi
Nhìn mãi khơi xa trầm lặng nỗi niềm
Bước trên cát mặc bàn chân bỏng rát
Nghe sóng ru thầm buồn theo gió bay đi…

Giấc mơ hoa

Sáng sớm mai thức dậy
Hoa dẻ thơm ngát vườn
Nắng lung linh mắt lá
Soi mình trên giọt sương

Bầy chim sẻ ríu rít
Nhảy nhót trước hiên nhà
Đàn bướm khoe cánh mỏng
Rập rờn bên khóm hoa.

Lật tìm trang thư cũ
Màu mực xưa vẫn còn
Lời yêu thương dang dở
Giấc mộng buồn tơ vương.

Trăng khát

Ô kìa ! Trăng!
Vẫn ánh trăng xưa
Nhễ nhại mặt sông
Lênh lang bến cũ
Vườn chuối gọi mời
Dế hát tỉ tê
Cỏ khô hoan hỉ

Thị Nở bẽ bàng
Mơ về chốn cũ
Đắm đuối mắt nhau
Yếm nâu lơi lả
Đâu rồi hơi thở ?

Ngồn ngột ngất ngây
Đâu rồi cơn khát ?
Mê mải cuồng say
Trăng vẫn thế
Quằn quại mặt sông
Rồ dại kiếm tìm…
Chí Phèo ơi!

LÊ THANH HẢI

LÊ YÊN

CỘI MAI GIÀ

Tháng chạp về, khoảng thời gian những người con xa quê nôn nao, vội vã trên đường đi làm với từng cơn gió se lạnh cuối đông. Cơn gió ngang qua con phố, luồn lách hẻm nhỏ Sài Gòn như thầm thì hối thúc… Sắp tết rồi! Trong tâm những người ly hương, ai cũng muốn trở về. Dừng lại những lo toan đời thường, hướng về cội nguồn. Về quê, sao nghe thương lạ, đâu cũng là nhà, nhưng quê chỉ có một. Xóm nhỏ nhà tôi rộn ràng hẳn lên, ai cũng sửa sang, dọn dẹp, chuẩn bị đón tết. Ông bác bên cạnh sớm mơi chăm sóc chậu Mai kiểng, ông tính thời gian để lặt lá cho Mai nở đúng theo ý mình. Hình ảnh đó làm tôi nhớ Cha với cây Mai trồng thẳng xuống đất cạnh cửa sổ phòng khách.

Không biết còn được bao nhiêu mùa Xuân, cùng cha ăn tết khi tuổi già đến rất nhanh. Người cha lúc còn trẻ minh mẫn với đôi mắt sáng quắc, tiếng nói sang sảng, cảm giác như ý chí bên trong, vượt qua thể xác để áp đảo đối phương, nhìn cha oai lắm. Tất cả mòn đi như nắng chiều. Cha ngồi trước hàng hiên lặng lẽ, đôi mắt dõi xa trở về ngày còn mẹ, cha hay nhắc: Mẹ thế này… thế kia… Với đầy ắp yêu thương.

Hồi mẹ sinh tôi ra, vào mùa Xuân, khí trời ấm áp, bừng sáng, còn tôi cứ ốm yếu lắt lay. Được ông ngoại đặt tên. Cha đi lính không có nhà. Sau lần về phép, cha đặt lại tên cho tôi còn nói với mẹ: “Nó con gái, đặt tên cho dễ nghe một chút.” Vội vàng với ba ngày phép cha trở về đơn vị. Tôi nhớ mãi lời mẹ kể, đó là việc làm tốt đẹp đầu tiên cho con gái. Trong nhà chỉ mình tôi có hai cái tên.

Khi tôi có trí khôn cha được về làm việc gần nhà. Người đàn ông như thành lũy bảo vệ gia đình. Nhà đông con, mẹ tất tả, mọi việc đều nghe theo cha sắp xếp. Tánh cha kỹ lưỡng, sạch sẽ, từ cái mẩn ngứa bị con gì cắn trên chân tôi, không phải chỉ xức dầu là xong, cha làm vệ sinh, sát khuẩn cẩn thận. Chị em tôi lỡ trầy xước, chảy máu không dám kêu, vì sợ cha xử lý vết thương. Cha luôn nghiêm khắc, dạy dỗ khiến chúng tôi không dám gần, dù trong bụng thương lắm.

Quê tôi chiến tranh. Cuộc chiến khốc liệt khiến chúng tôi phải bỏ lại tất cả, cha đưa cả nhà cùng đoàn người lánh nạn. Khi tiếng súng tạm yên, quê hương tan tác, có người trở về. Gia đình tôi theo đoàn đi mãi, đến một vùng đất mới, không có lũy tre, không có đường mòn giữa lòng thôn xóm. Những con đường bàn cờ nối liền, diện tích mỗi lô gia cư giống nhau, nhà giống nhau. Chúng tôi có một quê hương thứ hai. Xây dựng, phát triển còn cần thời gian phía trước… Về sau, quê hương thứ hai đã để lại thật nhiều thương nhớ, chị em chúng tôi đã trải qua khó khăn với ý thức tuổi lớn trên vùng đất này.

Cha trở lại công việc của một người công chức cần mẫn. Tôi nhìn cha mình như một hình mẫu lý tưởng. Sự mạnh mẽ của cha khiến mẹ tựa chiếc bóng bên cạnh. Tôn nghiêm từ người đàn ông khiến người phụ nữ của mình trở nên thụ động… “Con cái phải học hành nghiêm túc”. Có lẽ đó là cách cha thể hiện trách nhiệm, yêu thương vợ con.

Thời gian đó chỉ được mấy năm, biến động xã hội nhiều thay đổi. Cha đi học tập cải tạo. Tôi được mẹ cho đi thăm mấy lần, mỗi lần một địa điểm khác nhau. Tôi thấy cha mình già đi rất nhiều. Làn da sạm nắng, ánh mắt sáng quắc hun hút sâu mệt mỏi. Cha nắm tay mẹ, xoa đầu tôi nói: “Cố học nghe con.” Trên đường về, mẹ với đôi mắt đỏ hoe, tôi lặng yên không nói, nghe thương cha quá đổi.

Nhiều năm sau, cha về nhà. Vốn tánh cha ít nói, bây giờ càng ít nói hơn. Mảnh đất nhỏ trong lô gia cư cha gieo trồng kín khắp, Cha cần làm việc không chỉ vì mưu sinh, còn để giải tỏa... Vào rừng khai hoang đất làm rẫy, một thời gian với vụ mùa thu hoạch, khoai, sắn, bắp, đậu đầy nhà. Cha mua được cộ xe bò, con bò to khỏe theo cha mỗi ngày đi rẫy. Hồi đó ai có được con bò kéo xe là đỡ lắm. Mùa hè khi mặt trời chưa lên, chị em tôi được cha đánh thức, đoạn đường dài cho chúng tôi nằm co ngủ thêm được một giấc, cỗ xe lắc lư, gập ghềnh. Cha tự do trên nương rẫy của mình, xiềng xích nào đó bên trong bật tung khi cha chặt cây, phát cỏ.

Cha dạy chị em tôi làm, vồng khoai phải sửa lại cho đến khi thẳng tắp, đất đều hai bên. Đúng giờ mới được nghỉ. Đến giờ cơm trưa dưới bóng mát của cây rừng có tán rộng, dây leo che phủ, trên tảng đá bàng lớn, bữa ăn đơn giản kèm khoai, sắn. Lời cha nói cứ vẳng theo tôi tận sau này: "Tại sao cha bắt tụi con phải làm như vậy? Khi làm bất cứ việc gì hãy đặt tâm tư vào đó, làm tốt nhất có thể." Trên đường về, xe bò chở đầy củi, rau trái. Chị em tôi đi bộ cùng cha trên đoạn đường dài mấy cây số. "Không được than mệt, quên nó đi." Cha hay la như thế mỗi lần tôi nhăn mặt, rên rỉ. Cha rèn con như rèn lính.

Chúng tôi trưởng thành, cha già đi. Những đứa con gái lấy chồng xa, mỗi năm về thăm nhà một lần vào dịp tết. Đó là khoảng thời gian mỗi ngày tôi cảm thấy thật đáng trân quý thời gian ít ỏi bên cạnh gia đình lớn… Nhìn cách cha mẹ chăm sóc nhau, cảm giác họ yêu nhau nhiều lắm! Cuộc đời mẹ đã trao trọn cho cha, thì đâu nhất thiết trong nhà phải có hai mặt trời, mẹ chọn làm cây cỏ để nhận sự ấm áp từ mặt trời của mình, đó là cha. Tình yêu giữa cha mẹ đã chuyển qua trạng thái "thương" nó lớn hơn tình yêu ở mặt thấu hiểu, cảm thông, đầy trách nhiệm. Cha pha cho mẹ ly sữa lúc mẹ ốm, nhìn thấy mẹ rùng mình khi cố gắng uống hết ly sữa, nhưng lấp lánh trên khuôn mặt đó một sự tin tưởng, hạnh phúc. Bên khung cửa sổ, cha chải tóc cho mẹ, mái tóc dài đen mượt bây giờ đã bạc màu. Tình thương giữa họ chỉ thêm chứ không bớt.

Tết truyền thống nhà tôi. Mứt gừng, bánh thuẫn, dưa món phần mẹ lo, riêng bánh tét chỉ có cha gói là nhất xóm. Mẹ chuẩn bị lá chuối, đậu xanh, thịt ba rọi làm nhân. Nếp được sàng sảy, lượm không còn một hạt sạn, nhất là những hạt sạn trắng nằm lẫn trong nếp. cha nói: "Miếng bánh trong miệng mất ngon nếu nhai trúng hạt sạn." Ngồi trên chiếc chiếu được trải thêm miếng ni lông với đủ nguyên liệu, với một cái mẹt to, cha bắt đầu gói những chiếc bánh tét chắc nịch, tròn vo. Người đàn ông thích sự hoàn hảo làm việc gì cũng tốt nhất.

Đêm 29 tết, cha bắt bếp, đỏ lửa. Bầu trời đêm đầy sao với tầm mắt không hạn chế như ở thành phố, gió đùa ngọn lửa cười rúc rích, cha lấy tấm tôn mỏng đập dẹp sóng rồi che quanh vì nấu giữa trời. Có một điều rất lạ, không sờ nắn được nhưng thật rõ ràng… Đó là tình thân! Vì người thân, ta có thể làm được rất nhiều chuyện. Sẻ chia, hy sinh, đau khổ. Dù thời gian có qua bao lâu với thăng trầm, vỡ nát, xin giữ lại tình thân. Có thể coi đó là nhà để trở về bên mâm cơm, ly rượu, khi ngoài kia mệt mỏi, cần được chút nghỉ ngơi.

Đêm, thức canh lửa nồi bánh tét, ánh lửa hắt lên bóng cha như cội mai già sần sùi chỉ còn vài chiếc lá với thời gian, hai mặt sáng tối cuộc đời cha đi qua quá đủ với những điều bất đắc chí. Vì gia đình, vì con cái cha đã làm tốt nhất có thể… Vẫn âm trầm nhưng yêu thương thì vô kể.

Bữa cơm đoàn viên ngày 30 trên bàn có đĩa bánh tét thật đẹp mắt, miếng bánh chắc nịch, vòng ngoài xanh màu lá chuối, thịt ba rọi tươm chút mỡ bóng khi được cắt trông hấp dẫn, một bàn thức ăn gồm nhiều món ngon đủ hương vị tết, quay quần trước bàn thờ tổ tiên, con cháu rộn ràng. Cha ngồi ở ghế trang trọng nhất, bên cạnh là mẹ. Cha lúc nào cũng áo sơ mi đóng thùng, bộ đồ tây với đôi giày tây. Bữa cơm ấm áp làm cha nhớ lại cảm giác mình là người chủ gia đình bận rộn những ngày con còn nhỏ. Sào bánh tét cha phơi từng cặp để làm quà cho các con sau tết, bánh cha gói kỹ nên lâu hư, cùng nhiều quà quê khác từ vườn nhà.

Nhiều năm sau mẹ bịnh, cha chăm sóc mẹ một thời gian.

Mẹ qua đời, bên cạnh cha chỉ còn chị cả. Căn nhà trở nên quạnh quẽ hơn, sự cô đơn khi mất đi người bạn đời khiến đôi vai cha sụp xuống, tấm lưng không còn thẳng nữa. Mỗi ngày ngoài thời gian đi đến nhà thờ, cha với chiếc xe đạp, cột phía sau cây chổi, cái cuốc nhỏ, một xô nước với giẻ lau, đi ra nghĩa địa. Mộ của mẹ màu trắng nổi bật giữa những ngôi mộ khác, người ta làm sậm màu cho sạch, cha nói: "ốp gạch trắng để còn thấy dơ mà lau." Những đứa trẻ chăn bò khiến cha bận rộn. Nghĩa trang ở quê, không đồng nhất, ai cũng có thể làm theo ý mình. Bình hoa tím cạnh khung ảnh xao xác giữa mênh mông đất trời. Cha bên cạnh mẹ không sót ngày nào dù đã âm dương cách biệt. Nồi bánh tét nhiều năm sau, chị chuẩn bị nguyên liệu cho cha gói. Quà tết cha dành cho các con luôn không thiếu.

Đêm hun hút trời sâu, giữa cái lạnh se se, ngồi cạnh cha bên bếp lửa tí tách. Nghe cha kể đủ chuyện, rồi chợt ngưng lại giữa chừng nói: "Mẹ con thích ăn bánh tét phần không nhân ở hai đầu." Tôi nghẹn lòng, quay qua ôm cánh tay gầy nói: "Cha nhớ mẹ rồi. Có muốn con đọc thơ cho cha nghe không?" "Con viết về mẹ hử? đọc đi, cha nghe." "Vậy cha lắng nghe nha!"

Chiều Cuối Năm Nhớ Mẹ

Chiều cuối năm gió Đông vờn tóc mẹ
Sợi hao gầy sợi rơi nhẹ bờ vai
Manh áo thô đã phai màu xuân úa
Mẹ bây giờ lo chạy bữa nuôi con

Chiều cuối năm mẹ trong lòng vội vã
Lo hũ gạo, hũ muối đã đầy chưa?
Lo quần áo các con vui mấy đứa
Đôi chân trần kịp dép mới mẹ mua.

Chiều cuối năm mẹ ngóng cha đầu ngõ
Bụi mai vàng mẹ nhặt lá chờ xuân
Xuân này nữa là bao xuân đã hết

Mẹ ôm con mà nước mắt nửa chừng
Mẹ ngày xưa bây giờ đâu còn nữa
Con bây giờ tóc đã nhuốm màu mây
Gió đông sang con nhớ xưa tiễn mẹ
Một chuỗi buồn lất phất giọt mưa lay

Đường trần đi gối mòn qua mấy bước
Đêm xuân về tròn giấc mộng cố hương
Buông tay ra rệu rã phù vân lạc
Ngày trở về đọng lại tiếng yêu thương

Chiều cuối năm con bồn chồn trong dạ
Đường về quê còn lại bóng cha già
Chiều vợi buồn hiu hắt một nhành mai
Cha đứng tựa ngóng con về cuối ngõ.

Giọt nước mắt lăn trên khuôn mặt nhăn nheo, cha cúi xuống cầm thanh củi đang cháy dở, cời cho lòng bếp rộng ra lẩm bẩm "Củi này nhiều khói quá!" Lòng đêm có sâu như tình yêu cha dành cho mẹ, để nỗi nhớ cứ đầy vơi theo tháng ngày. Quay sang tôi cha bảo: "Con vô nhà nghỉ đi." Nhìn cha một thoáng tôi chợt hiểu, cha muốn ở một mình với ký ức ngày cùng mẹ canh lửa nồi bánh tét. Tôi trả đêm cho cha, bước vào nhà với chút lo lắng…

Thỉnh thoảng tôi nhận được thư cha viết, những dòng chữ nghiêng nghiêng rất đẹp. Trong thư ngoài những điều thăm hỏi, cuối thư vẫn là "Khi nào gia đình con về?" Cha không nghe điện thoại được vì đã lãng tai. Những cánh thư đi về khiến cha vui hơn với sự chờ đợi.

Cha như cội mai già bên cửa sổ phòng khách, cố gắng đẩy chút nhựa sống nở một vài bông hoa báo hiệu tết mới. Trong tôi những bông hoa ít ỏi đó như mùa xuân rực rỡ ngập tràn nhựa sống yêu thương một đời cha cho đi. Mong cha như cội mai già còn mãi, chờ con về ngày cuối chạp se chút gió đông.

LÊ YÊN
Sài Gòn- Ngày cuối năm

NP PHAN

đến bao giờ

đến bao giờ thì những ô cửa sổ
sẽ mở tung để đón ánh ban mai
đêm đã quá dài
sự chờ đợi đã chùng xuống
chỉ còn sự hồ nghi
đánh đu cùng giấc mơ hoang đường
những dã tâm
không còn trong trứng nước
ranh giới mù mờ
sáng tối chẳng phân ly
những mảng trời dạt phía mù sương
bơi trong tiềm thức
đến bao giờ thì cập bến vô biên
dòng sông trôi nhẫn nhục
thinh lặng bãi bờ
đến bao giờ tiếng ca thôi đồng vọng
một nửa tà dương
một nửa bình minh
trộn lẫn vào nhau
trôi đi
trôi đi
trôi đi
về phía đại dương tỉnh thức
cánh cửa đã khoá chặt
gọi mãi mà vừng không chịu mở ra
đến bao giờ những bước chân
mới thôi mời gọi phù hư
đến bao giờ
những tàn phai thôi ám ảnh
trong bát ngát trùng vây
NP PHAN

NGÃ DU TỬ
CON ĐƯỜNG TRƯỚC MẶT

Ta kiêu hãnh trước muôn trùng sóng gió
Áo chàm phai chân bước lắm gian nan
Triền dốc dựng phải chăng người gục ngã?
Không, yêu em. Ngày tiếp tục lên đàng

Có lẽ nào mãi quẩn quanh góc phố
Áo nam nhi khoác vội trước nỗi đời
Chẳng thể có con đường nào mạt lộ
Lối đi nào cũng có cách riêng: - Chơi

Trăng với gió tha hồ cùng sông núi
Chí làm trai, không thể yếu với hèn
Xin làm khách trên trần gian yêu mến
Dẫu vô cùng khó nhọc trước gian nan

Rồi thong thả khoác tay đùa giỡn sóng
Có thể nào mắc cạn trước gian truân
Câu thơ cũ: Trường đồ tri mã lực
Đông xa rồi, đất nước sẽ vào Xuân

Ngày sẽ thắm bởi trời xanh mây trắng
Ngón tay thơm ôm từng nhánh sông gầy
Ta đứng lại nhìn con đường trước mặt
Mùa sẽ vui. Bàn tay mở cổng ngày

NGÃ DU TỬ/ SG

DUYÊN TAO NGỘ DỊNH MỆNH TUYỆT VỜI

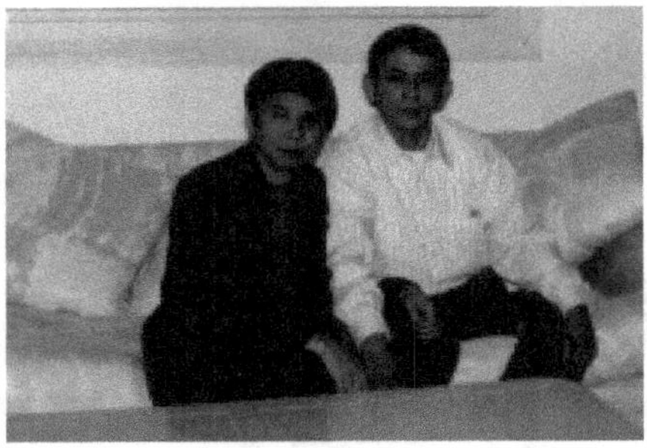

Hà Nguyên Du và Nhạc sĩ Đỗ Lễ

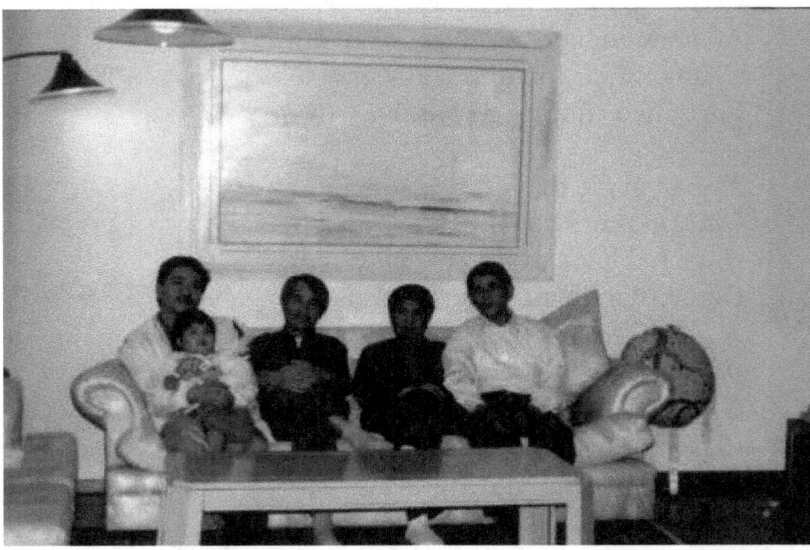

Từ trái sang: (Cha con Thi Đỗ & Vi, Nhật Ngân, Đỗ Lễ và HND)

ANH MẤT EM

Nhạc : **ĐỖ LỄ**
Thơ : **HÀ NGUYÊN DU**

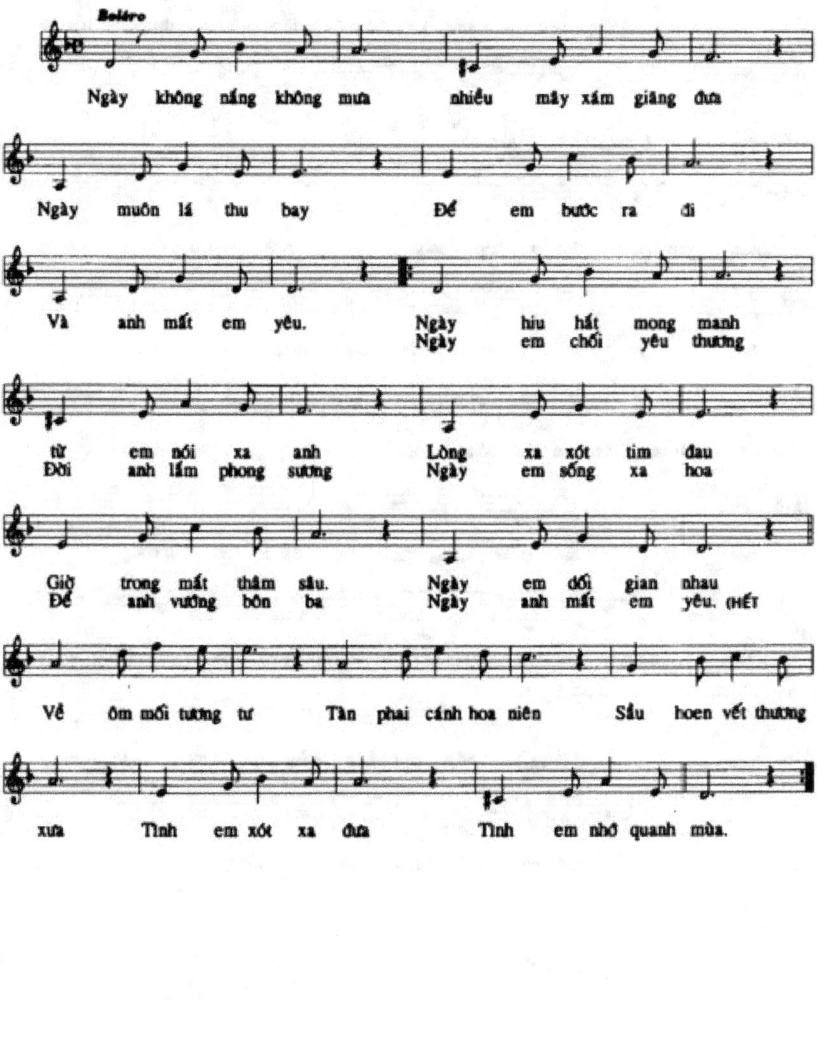

ANH VẪN CÒN EM

Nhạc : **ĐỖ LỄ**
Thơ : **HÀ NGUYÊN DU**

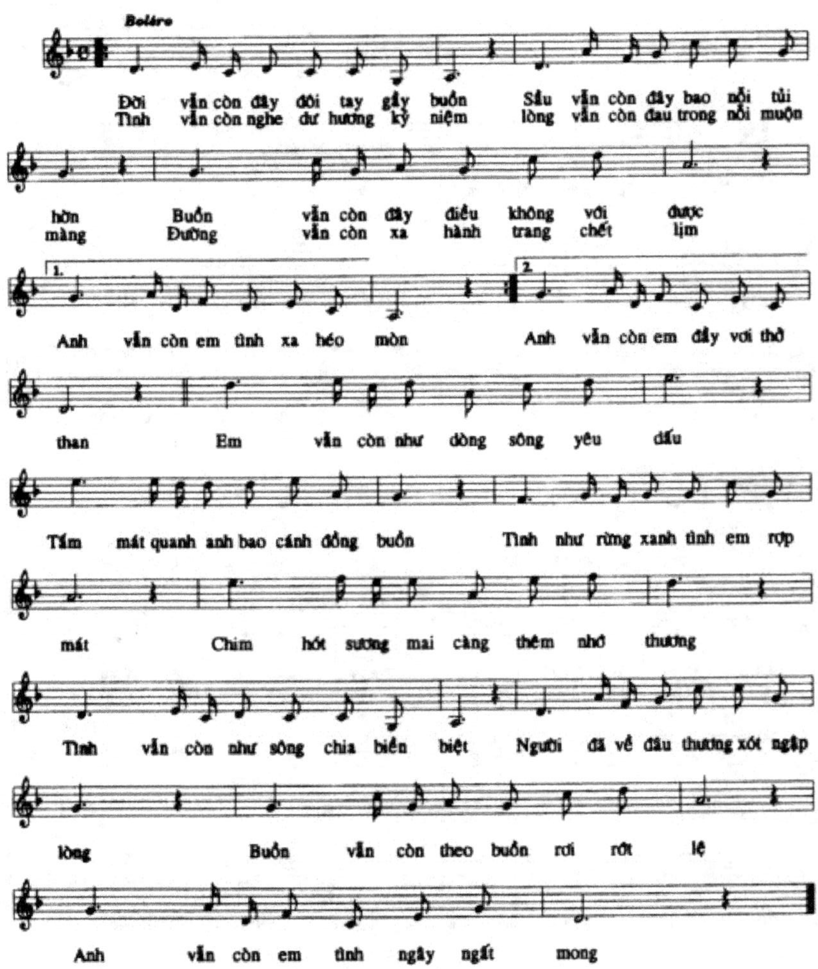

BÀN TAY YÊU

Nhạc : **ĐỖ LỄ**
Thơ : **HÀ NGUYÊN DU**

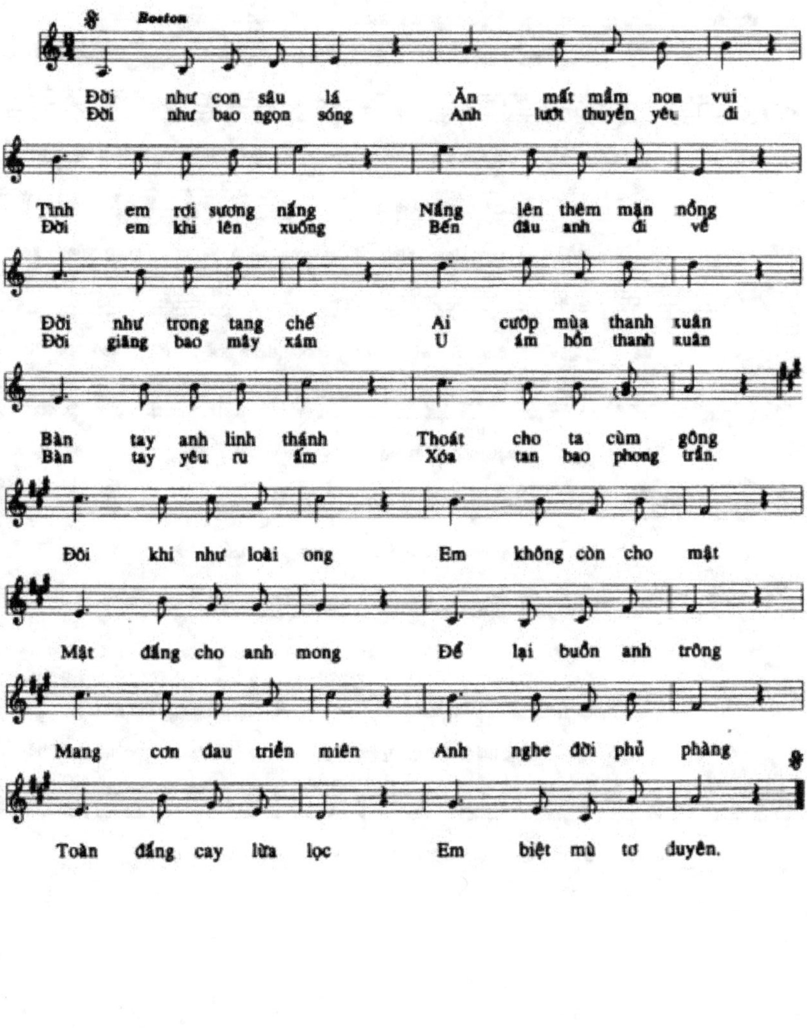

BOLSA VÀ EM

Nhạc : **ĐỖ LỄ**
Thơ : **HÀ NGUYÊN DU**

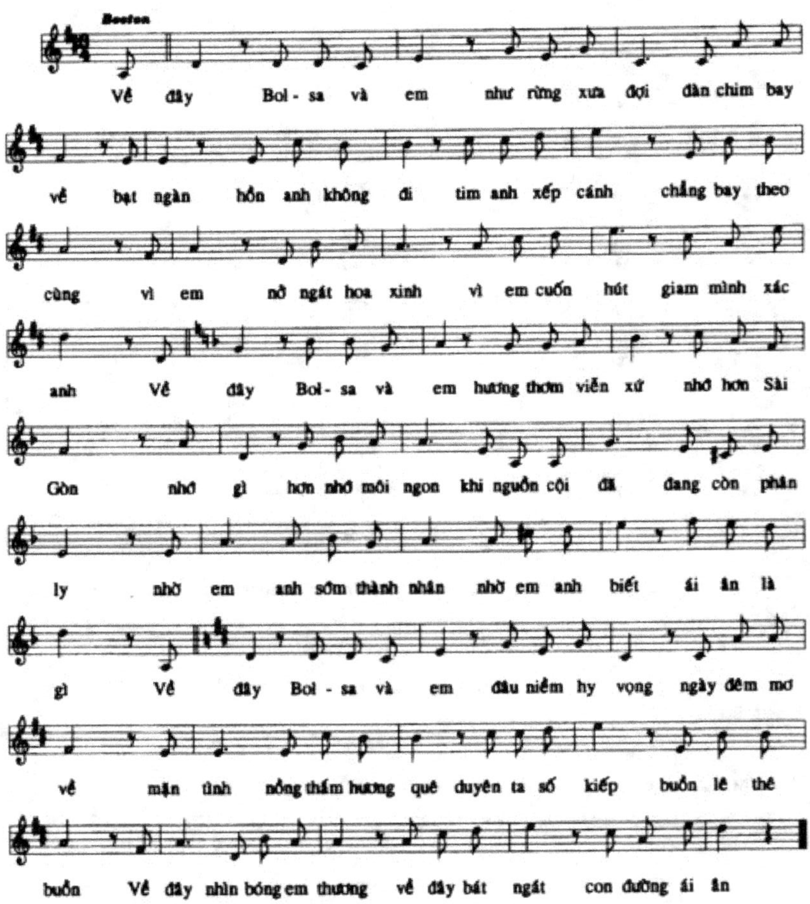

ĐÔI MẮT MƯA

Nhạc : **ĐỖ LỄ**
Thơ : **HÀ NGUYÊN DU**

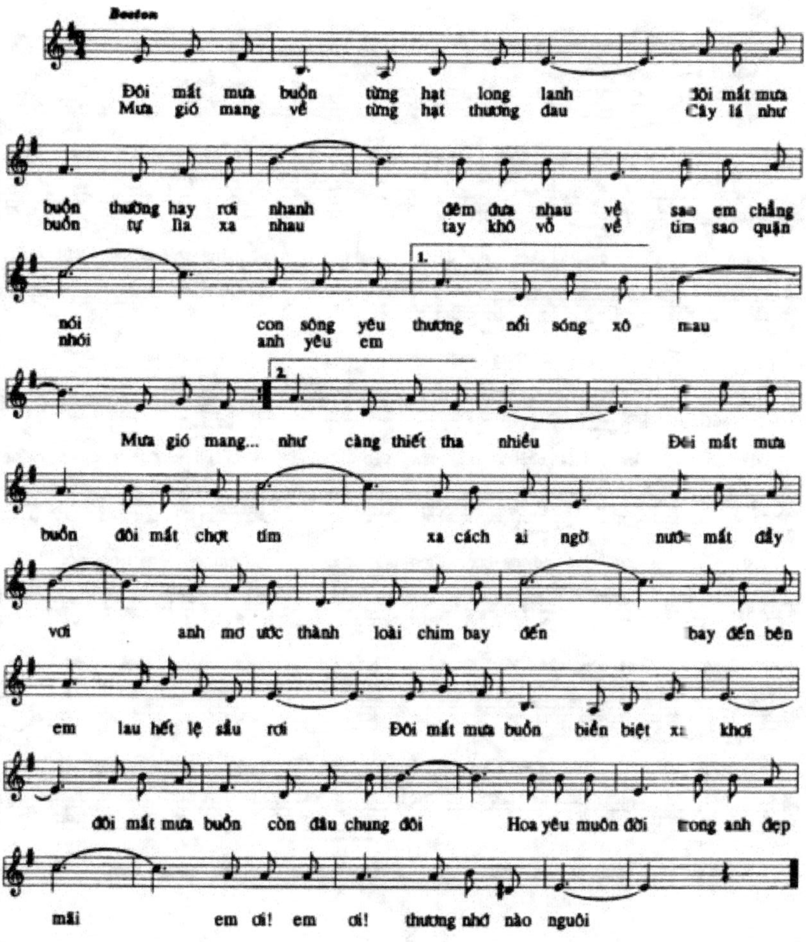

EM CÓ VỀ ANH

Nhạc : **ĐỖ LỄ**
Thơ : **HÀ NGUYÊN DU**

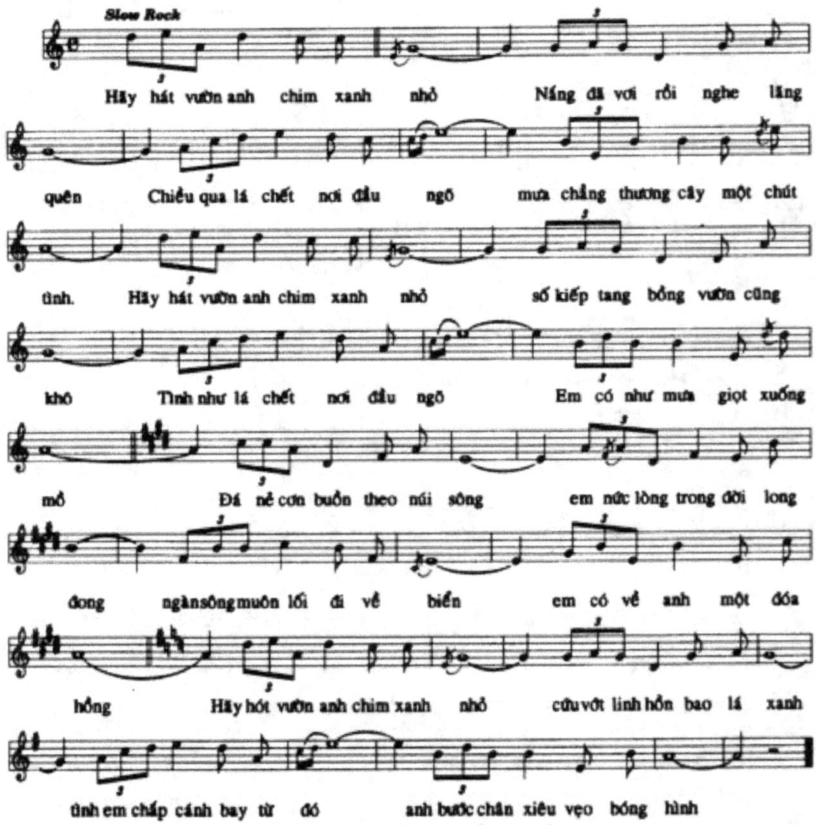

EM CỦA ANH

Nhạc : **ĐỖ LỄ**
Thơ : **HÀ NGUYÊN DU**

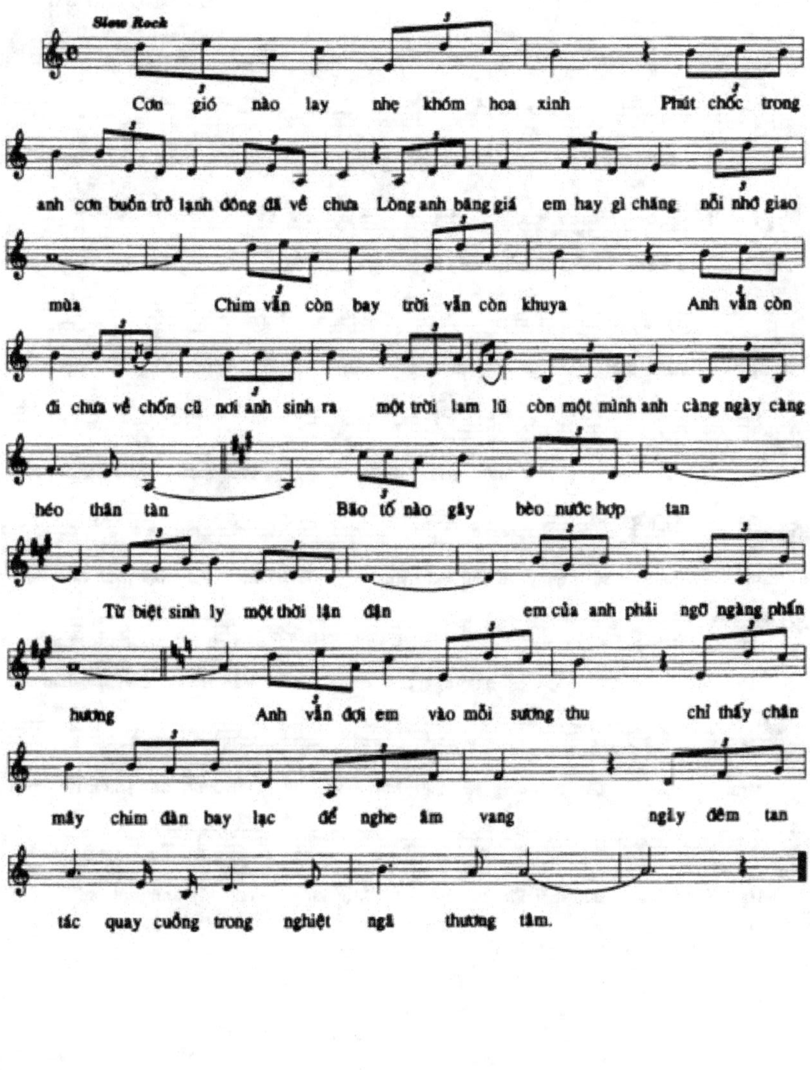

EM SẼ QUAY VỀ

Nhạc : **ĐỖ LỄ**
Thơ : **HÀ NGUYÊN DU**

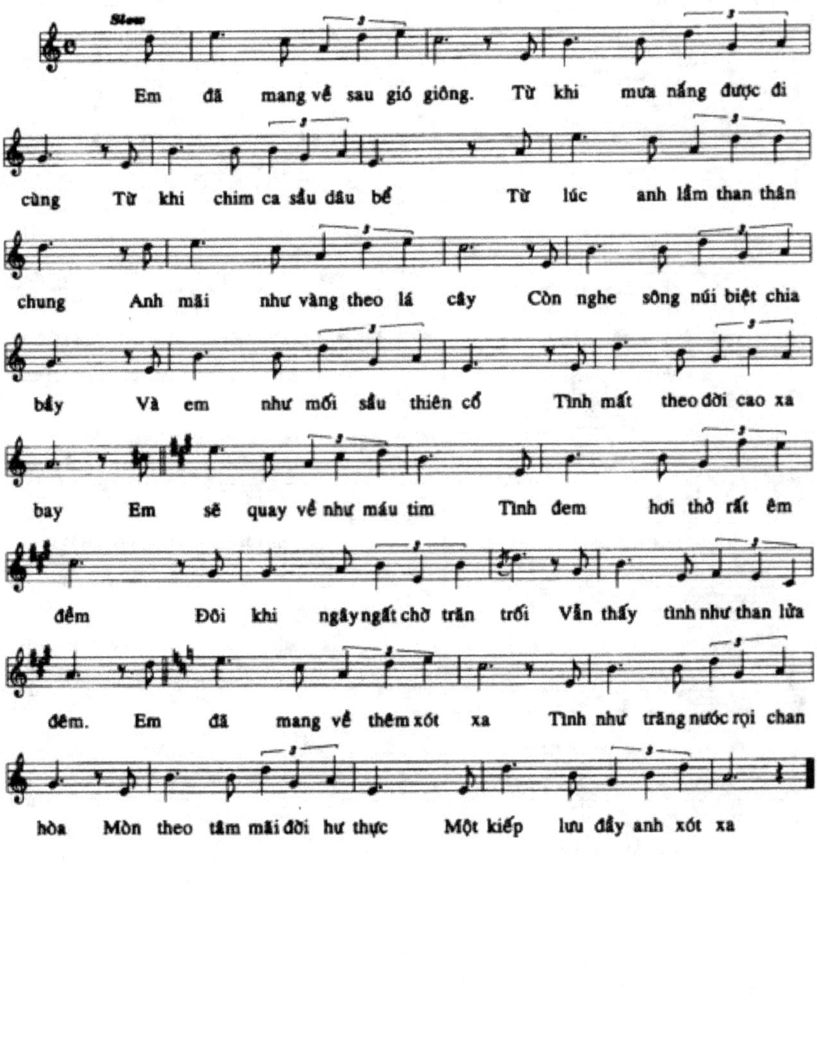

GIỌT CUỐI EM TRÀN LY ANH

Nhạc : **ĐỖ LỄ**
Thơ : **HÀ NGUYÊN DU**

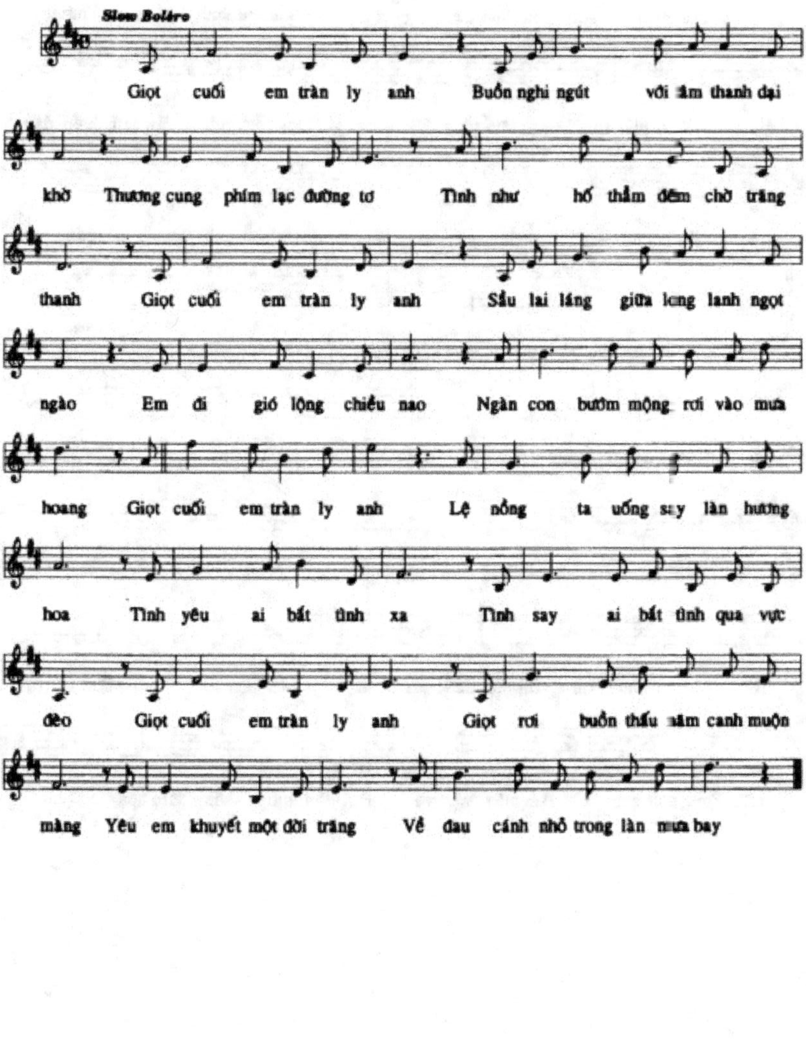

HỎI EM

Nhạc : **ĐỖ LỄ**
Thơ : **HÀ NGUYÊN DU**

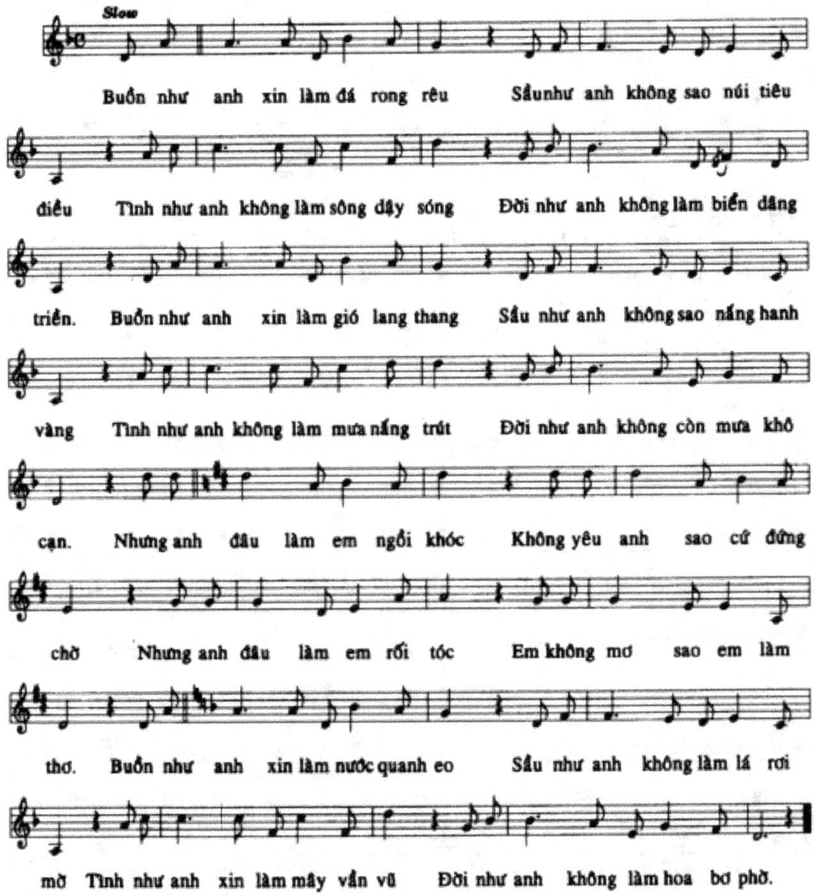

HỒN NGƯỜI Ở LẠI

Nhạc : **ĐỖ LỄ**
Thơ : **HÀ NGUYÊN DU**

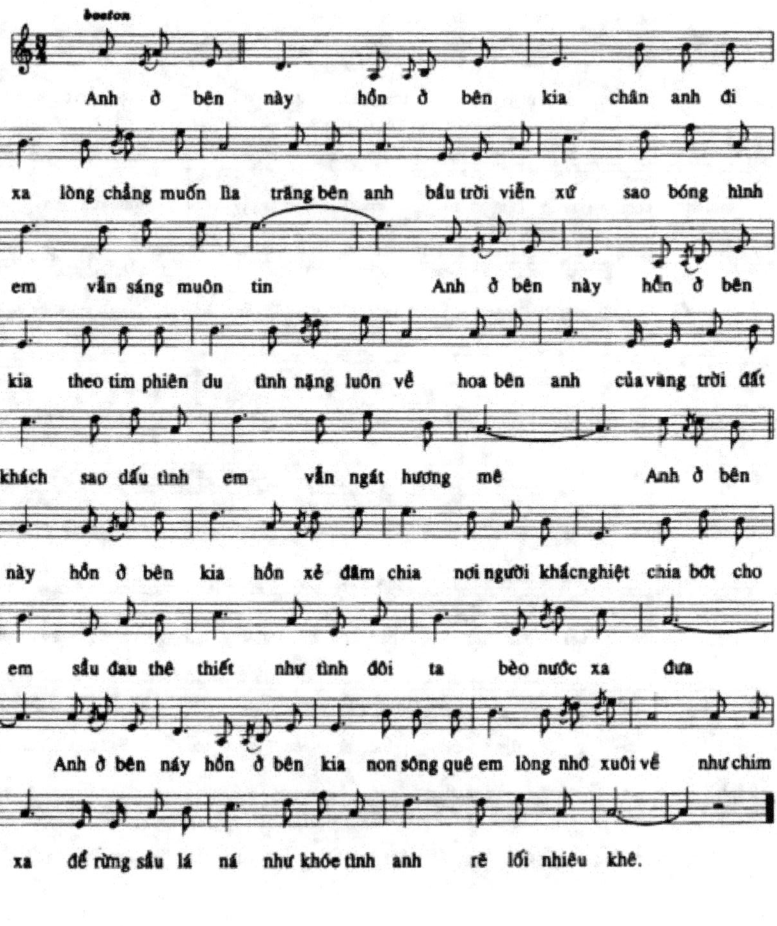

HÔN NHAU NGÀY ĐÔNG

Nhạc : **ĐỖ LỄ**
Thơ : **HÀ NGUYÊN DU**

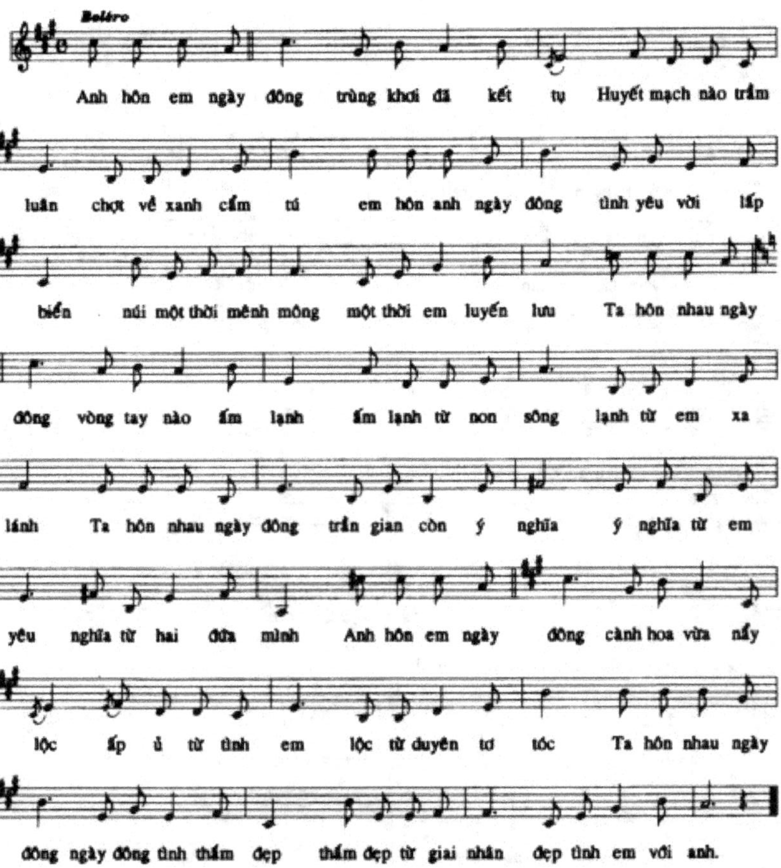

KHÚC BUỒN

Nhạc : **ĐỖ LỄ**
Thơ : **HÀ NGUYÊN DU**

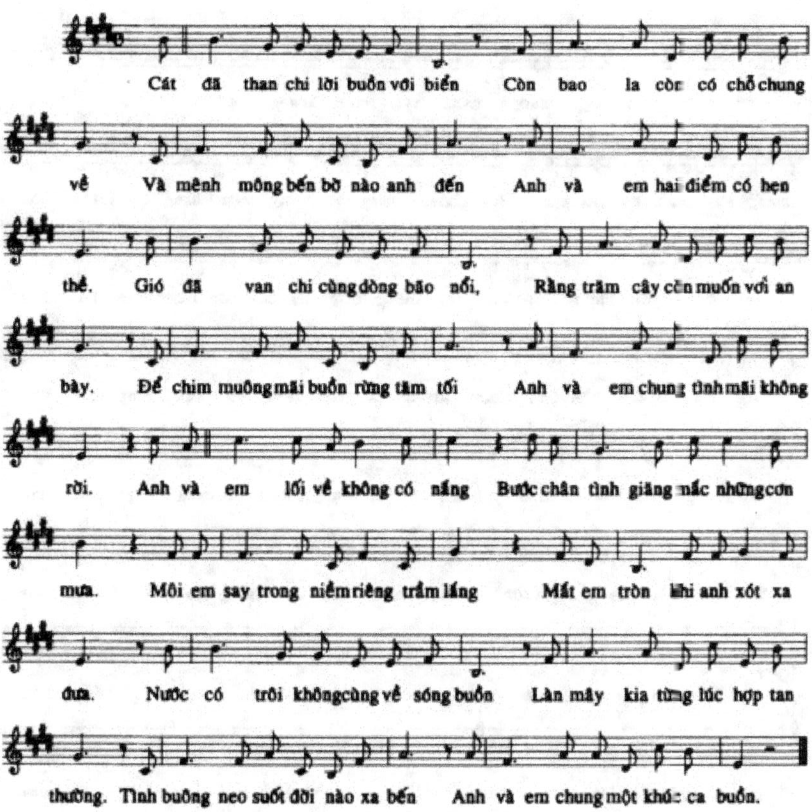

KHÚC SẦU KHÔN VƠI

Nhạc : **ĐỖ LỄ**
Thơ : **HÀ NGUYÊN DU**

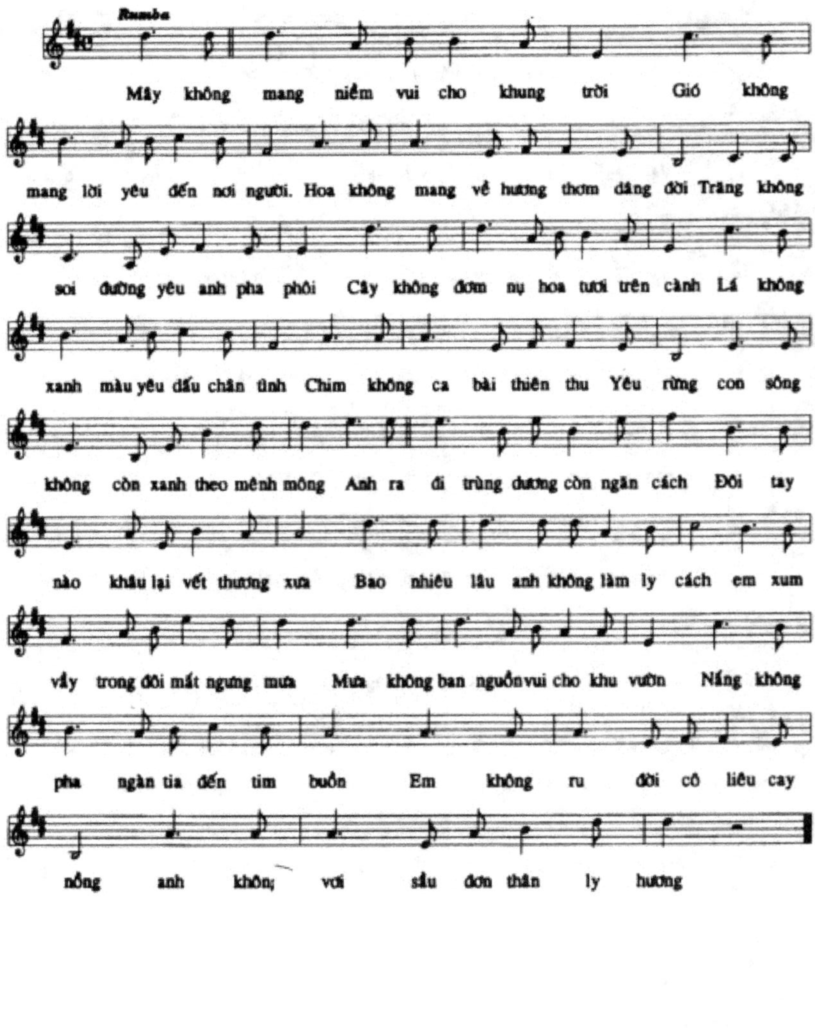

MAI SAU

Nhạc : **ĐỖ LỄ**
Thơ : **HÀ NGUYÊN DU**

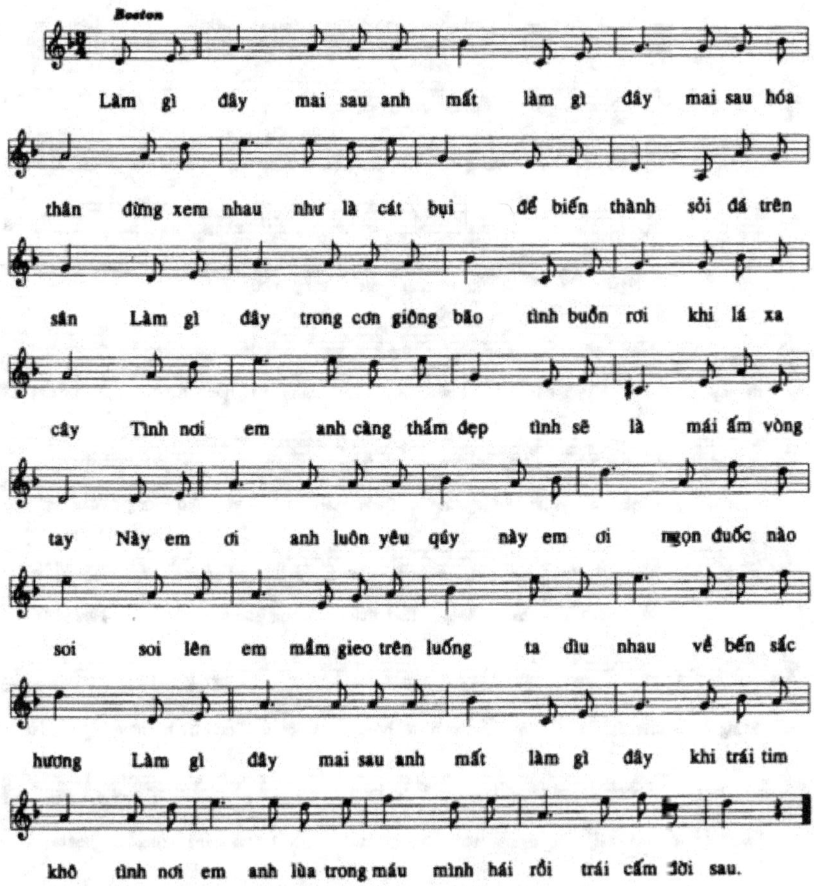

MỘNG ƯỚC THẦM

Nhạc : **ĐỖ LỄ**
Thơ : **HÀ NGUYÊN DU**

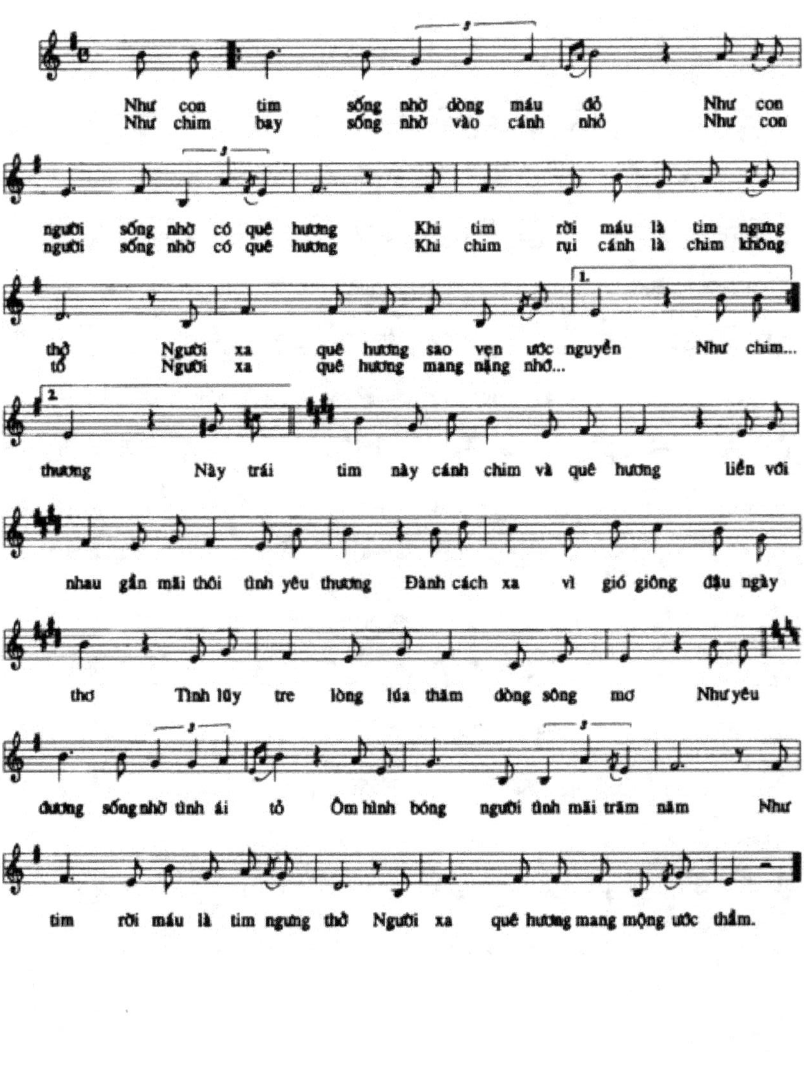

NGAI VÀNG CHO EM

Nhạc : **ĐỖ LỄ**
Thơ : **HÀ NGUYÊN DU**

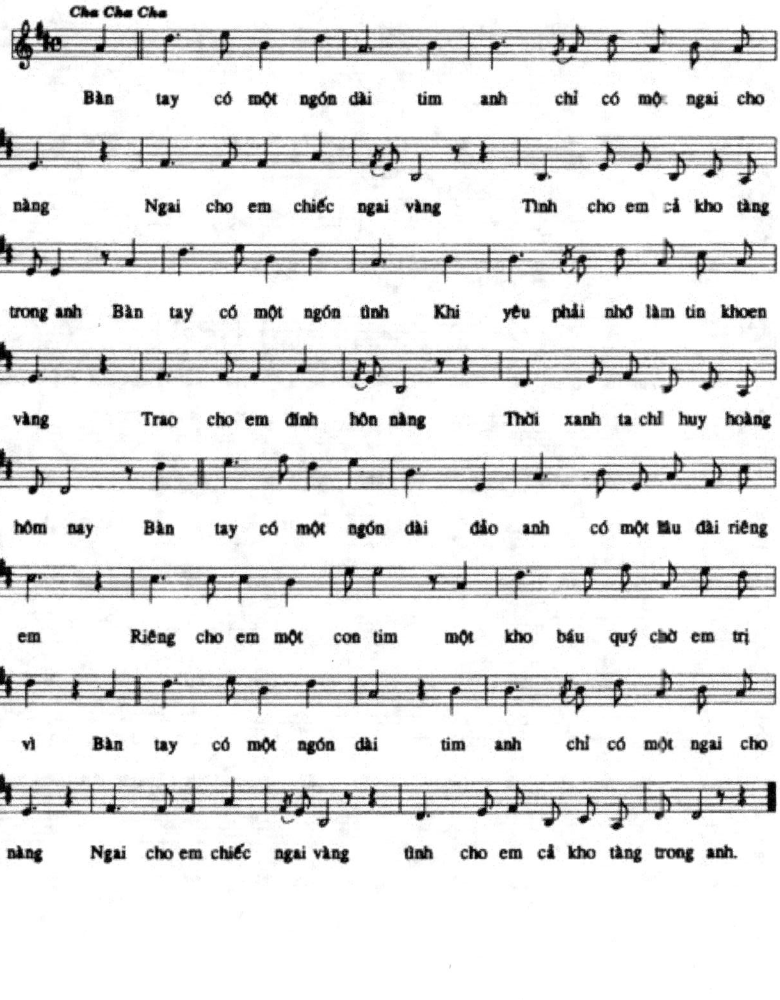

NHAN SẮC

Nhạc : **ĐỖ LỄ**
Thơ : **HÀ NGUYÊN DU**

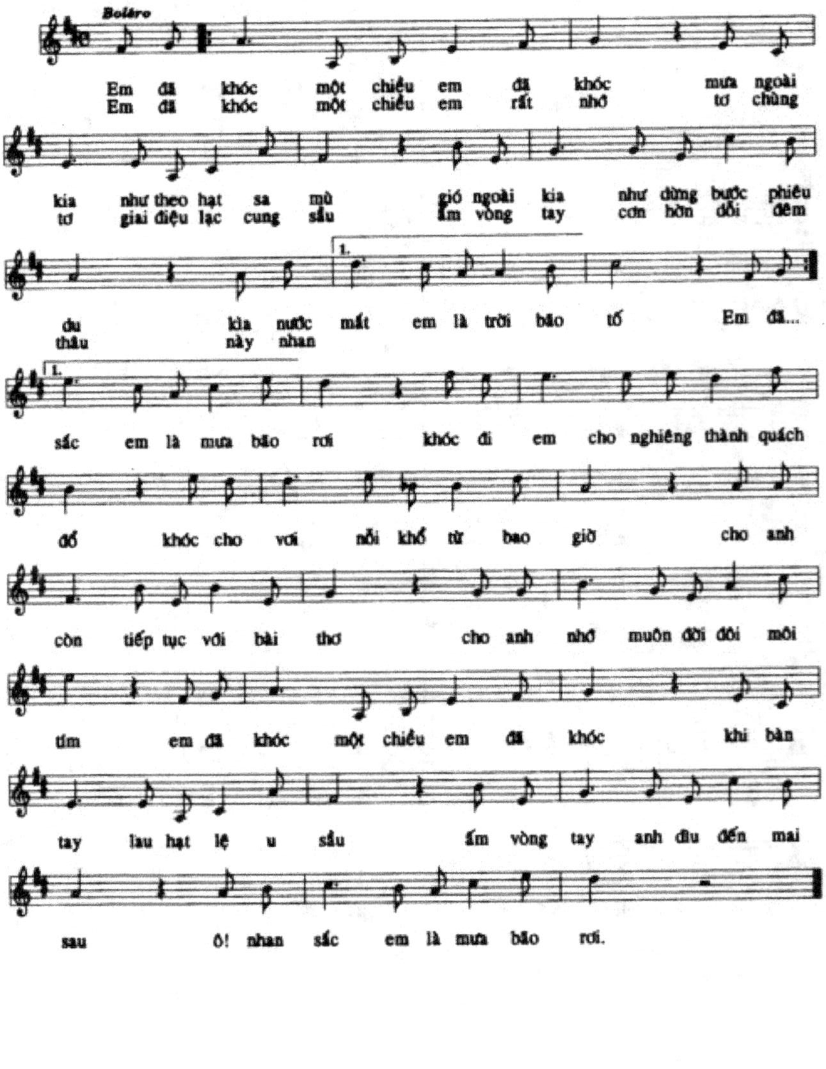

NHƯ TÌM THẤY THIÊN ĐƯỜNG

Nhạc : **ĐỖ LỄ**
Thơ : **HÀ NGUYÊN DU**

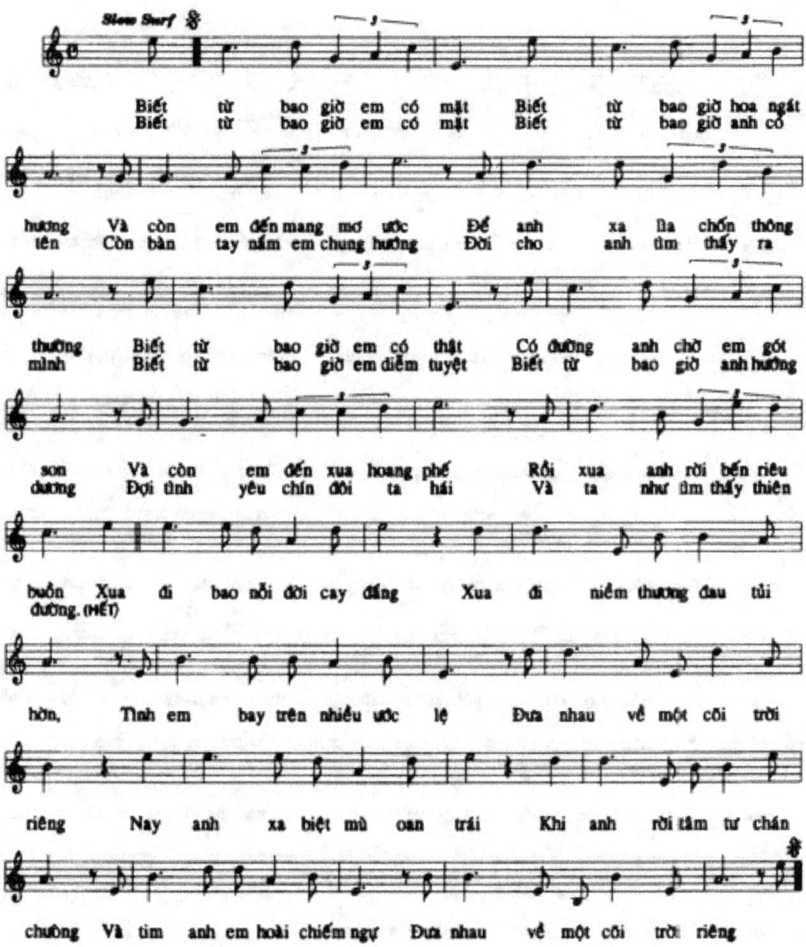

RU NHAU

Nhạc : **ĐỖ LỄ**
Thơ : **HÀ NGUYÊN DU**

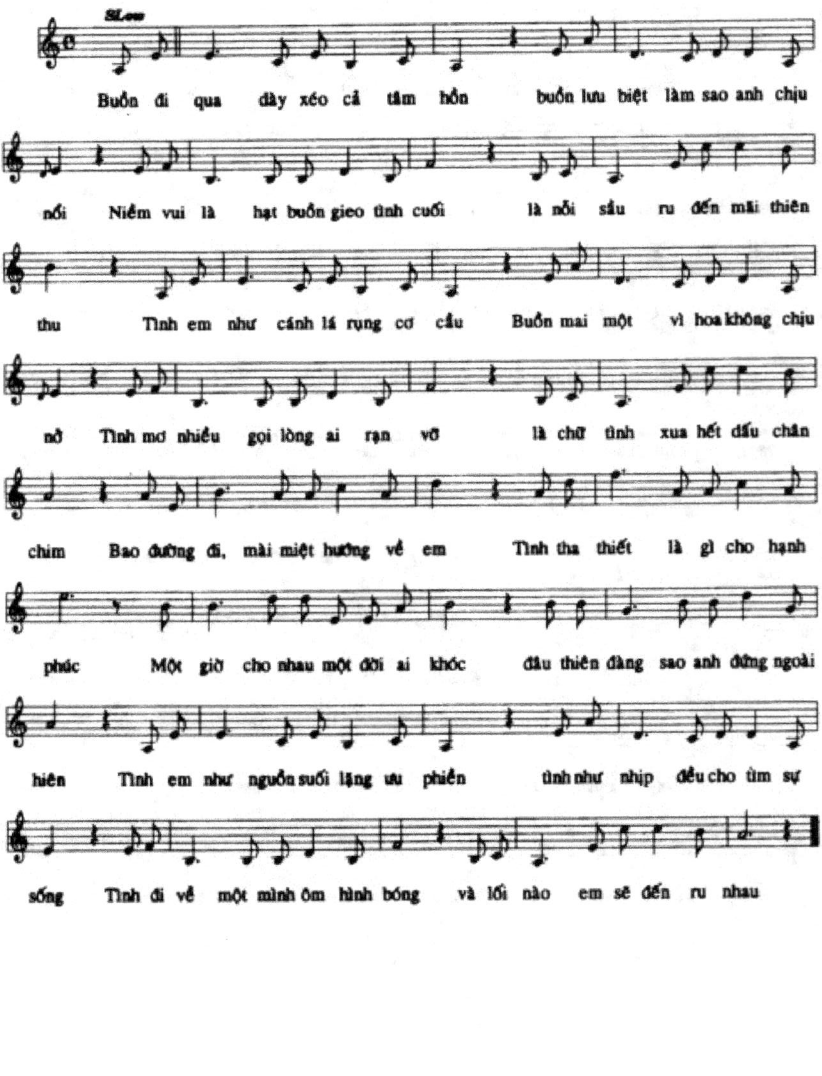

SÀI GÒN TRONG MƠ

Nhạc : **ĐỖ LÊ**
Thơ : **HÀ NGUYÊN DU**

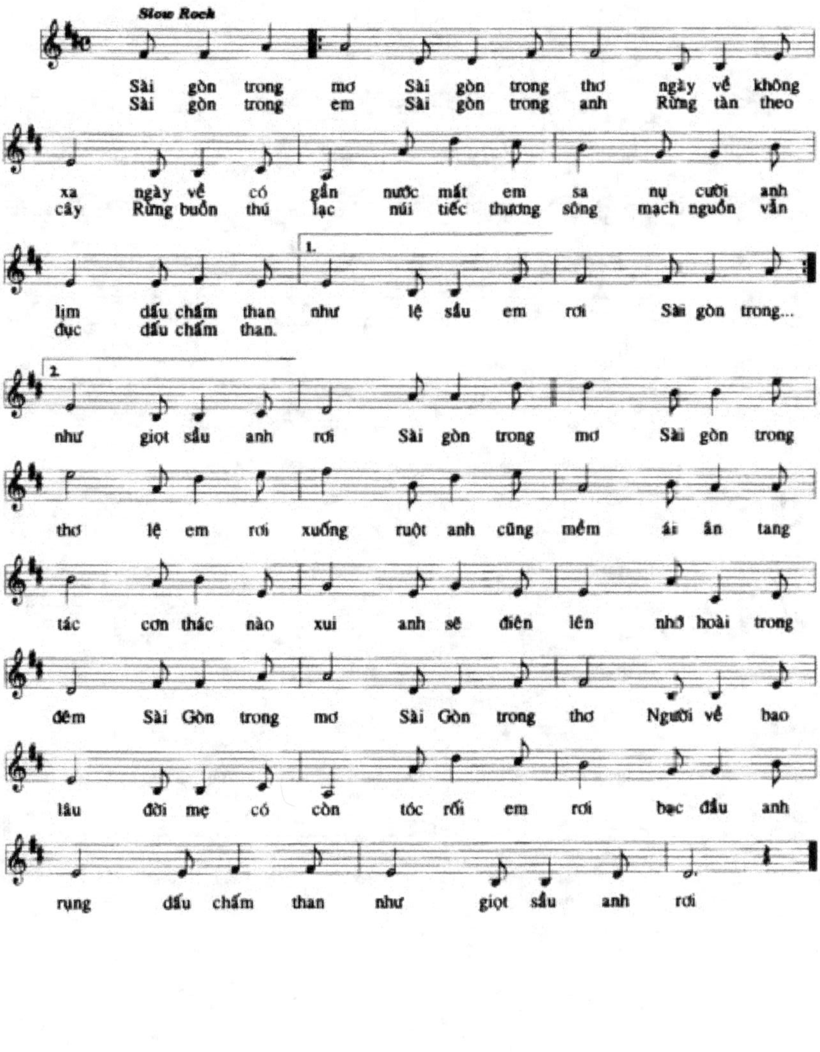

SẦU CHIA PHÔI

Nhạc : **ĐỖ LỄ**
Thơ : **HÀ NGUYÊN DU**

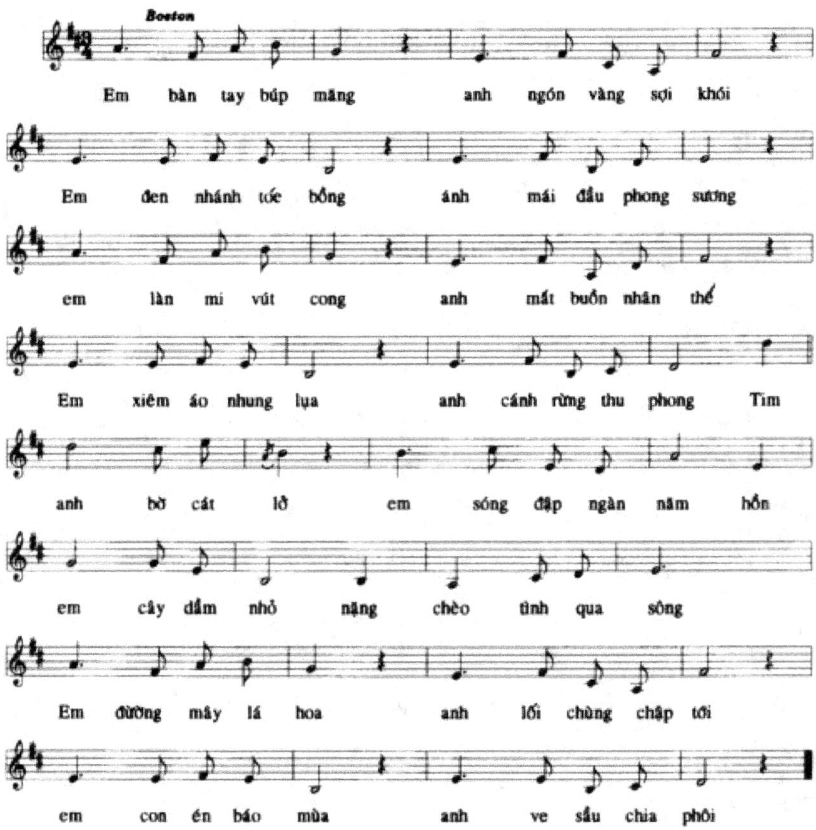

TÌNH ANH CHIẾC BÓNG

Nhạc : **ĐỖ LỄ**
Thơ : **HÀ NGUYÊN DU**

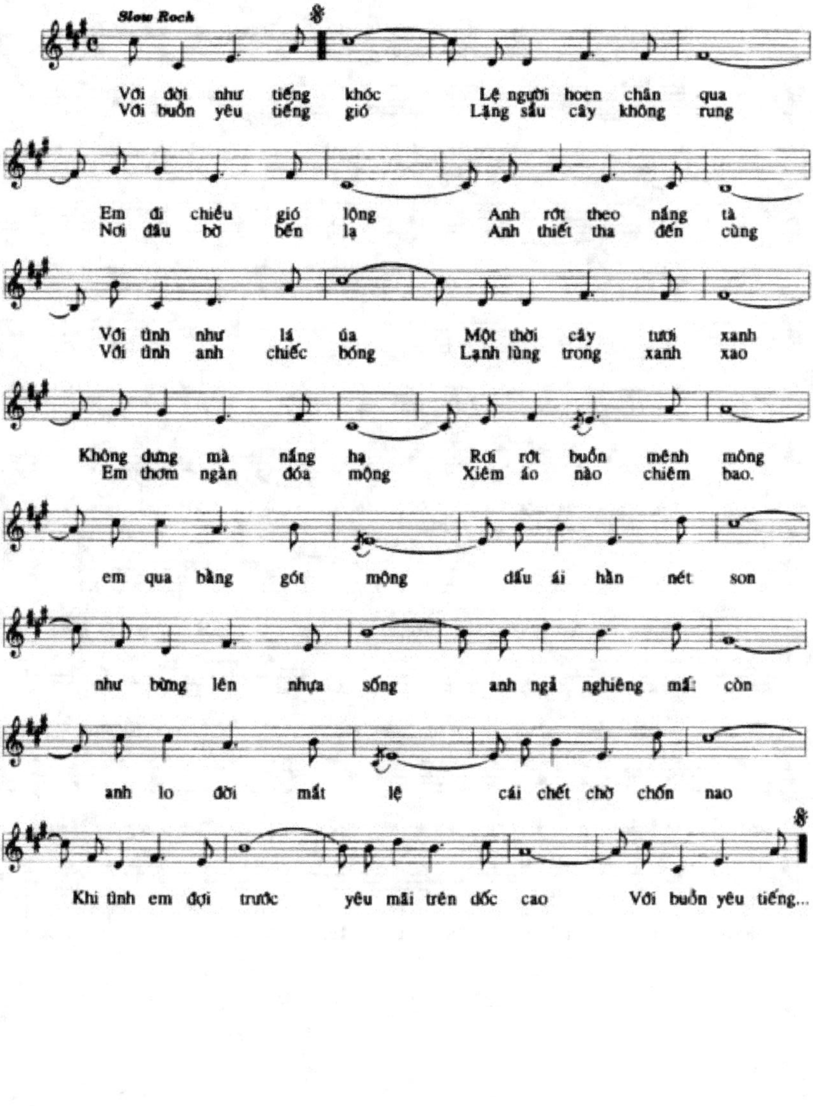

TÌNH EM

Nhạc : **ĐỖ LỄ**
Thơ : **HÀ NGUYÊN DU**

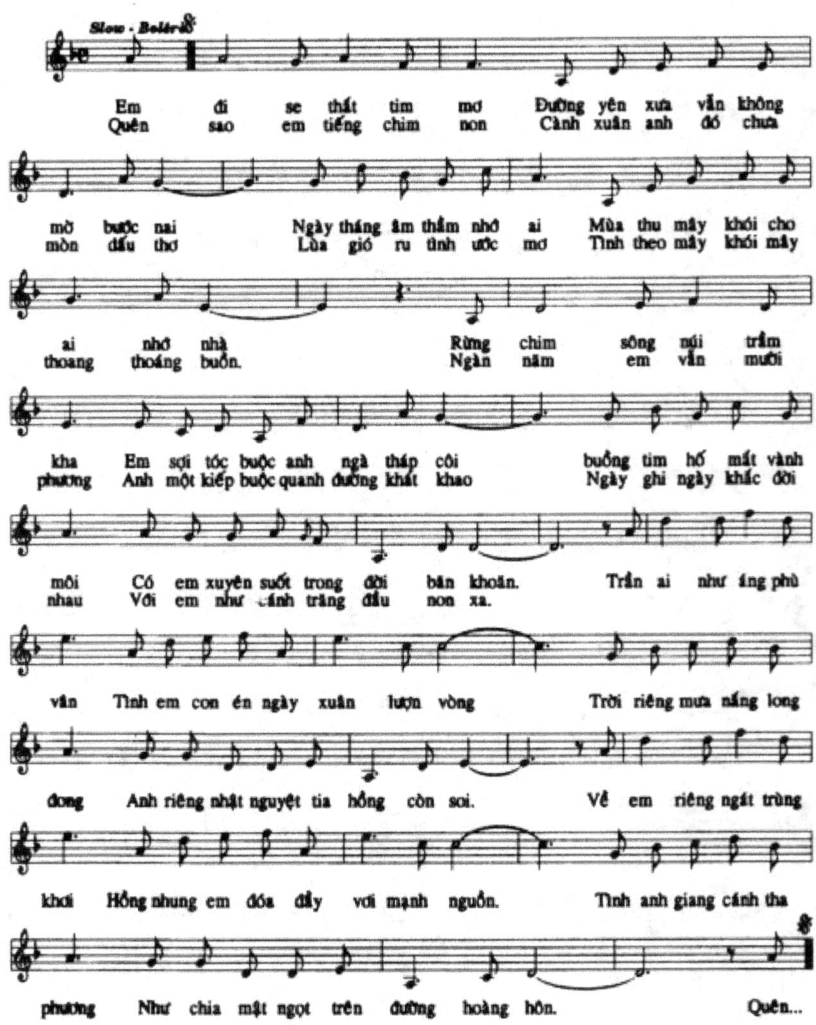

TÌNH NGỠ NHƯ LÀ

Nhạc : **ĐỖ LỄ**
Thơ : **HÀ NGUYÊN DU**

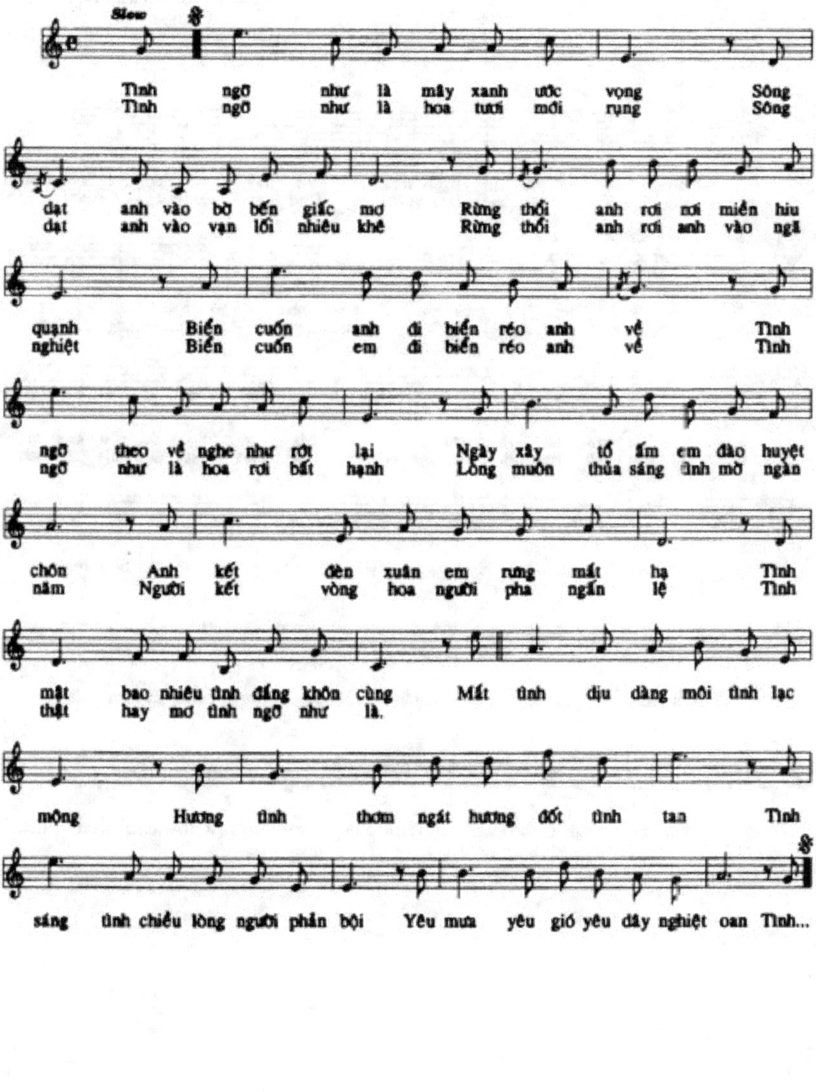

TÌNH NHƯ MƯA XA

Nhạc : **ĐỖ LỄ**
Thơ : **HÀ NGUYÊN DU**

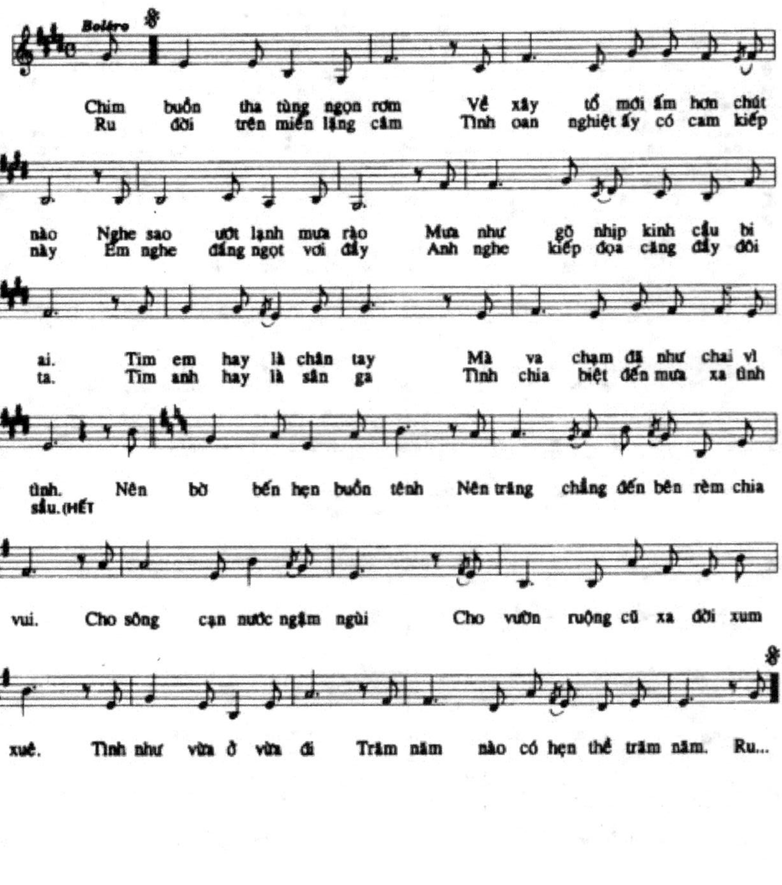

TÌNH YÊU RỜI GÓT

Nhạc : **ĐỖ LỄ**
Thơ : **HÀ NGUYÊN DU**

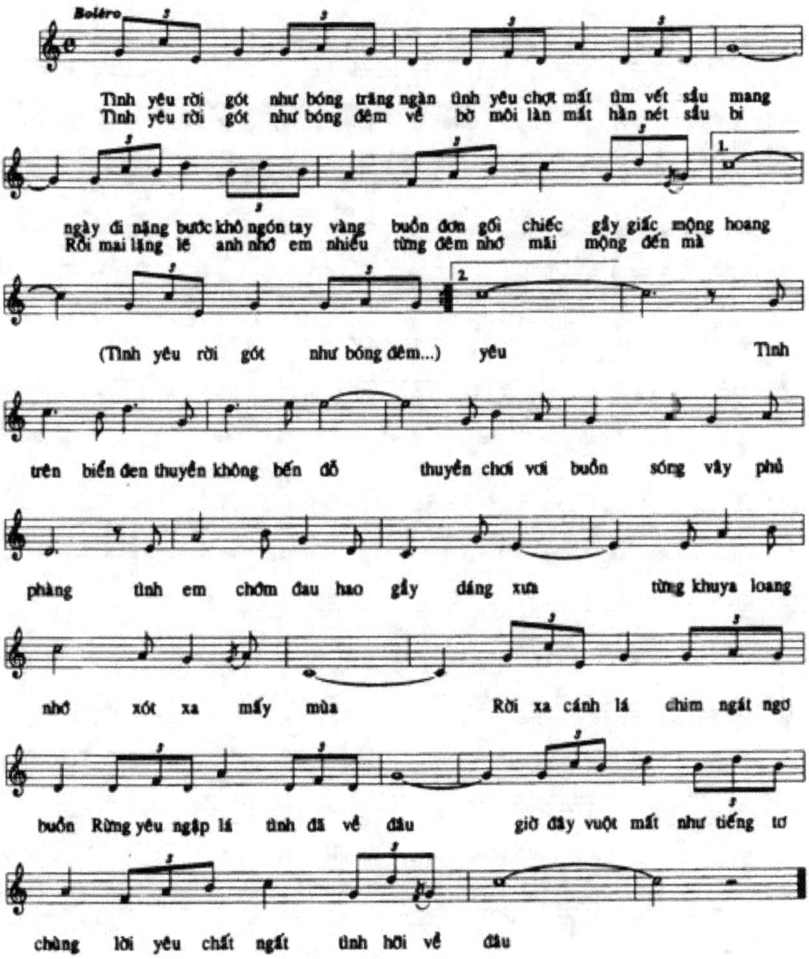

TỪ ĐÓ

Nhạc : **ĐỖ LỄ**
Thơ : **HÀ NGUYÊN DU**

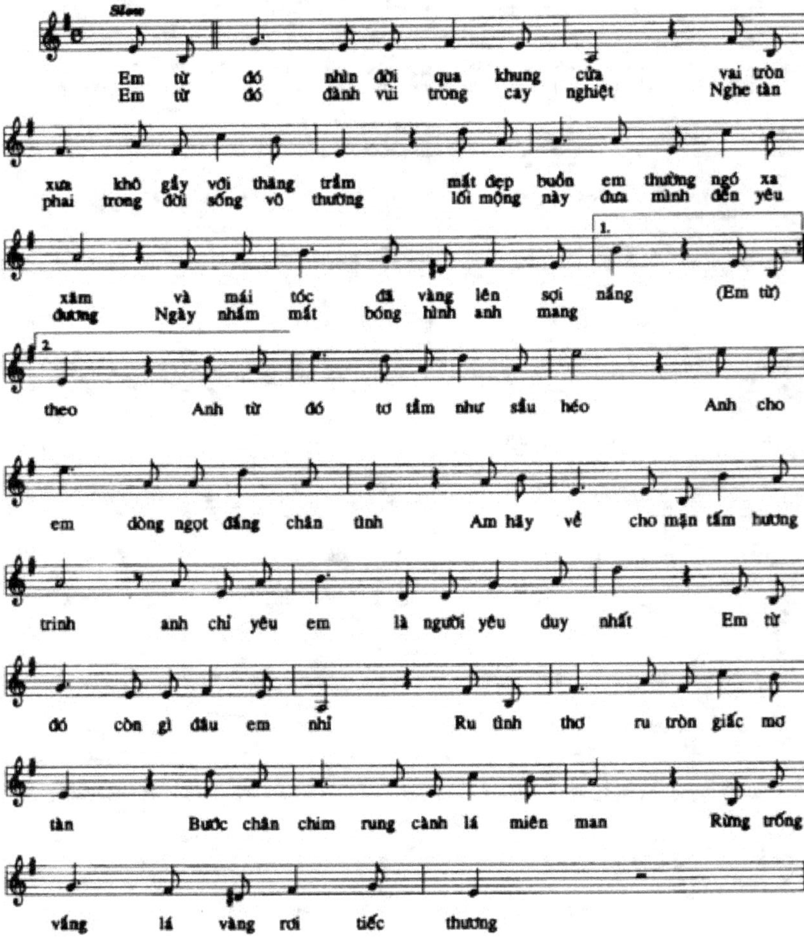

XA QUÊ

Nhạc : **ĐỖ LỄ**
Thơ : **HÀ NGUYÊN DU**

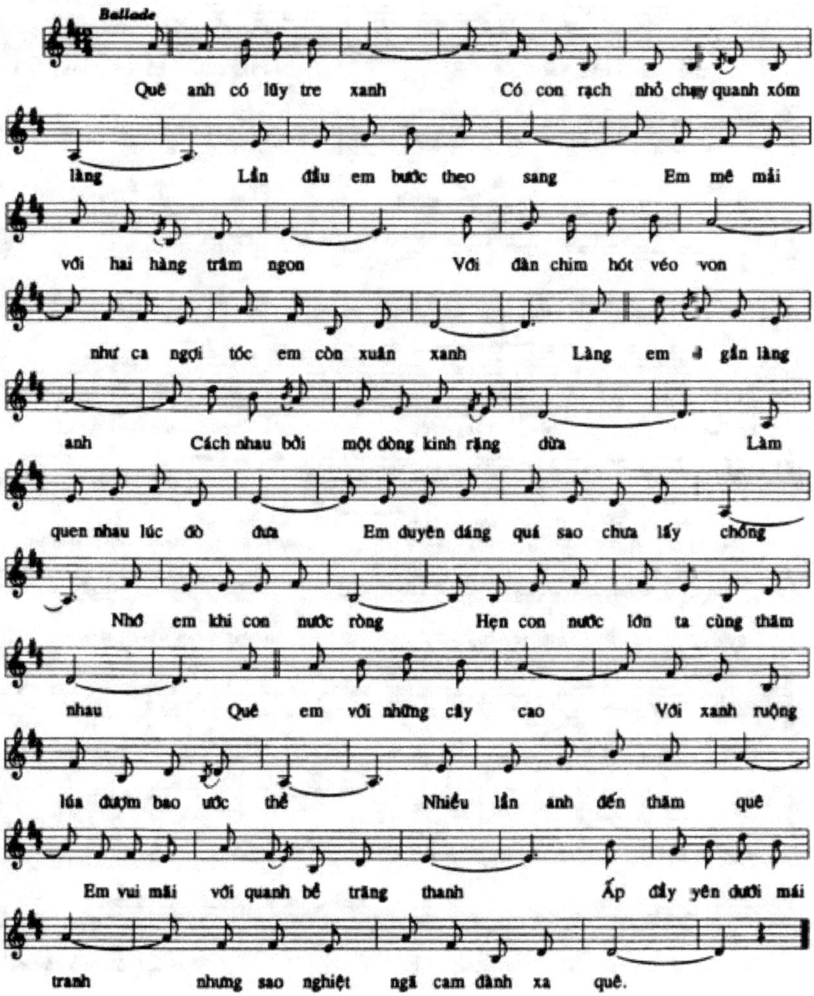

YÊU EM TRÊN PHỐ QUÊ NGƯỜI

Nhạc : **ĐỖ LỄ**
Thơ : **HÀ NGUYÊN DU**

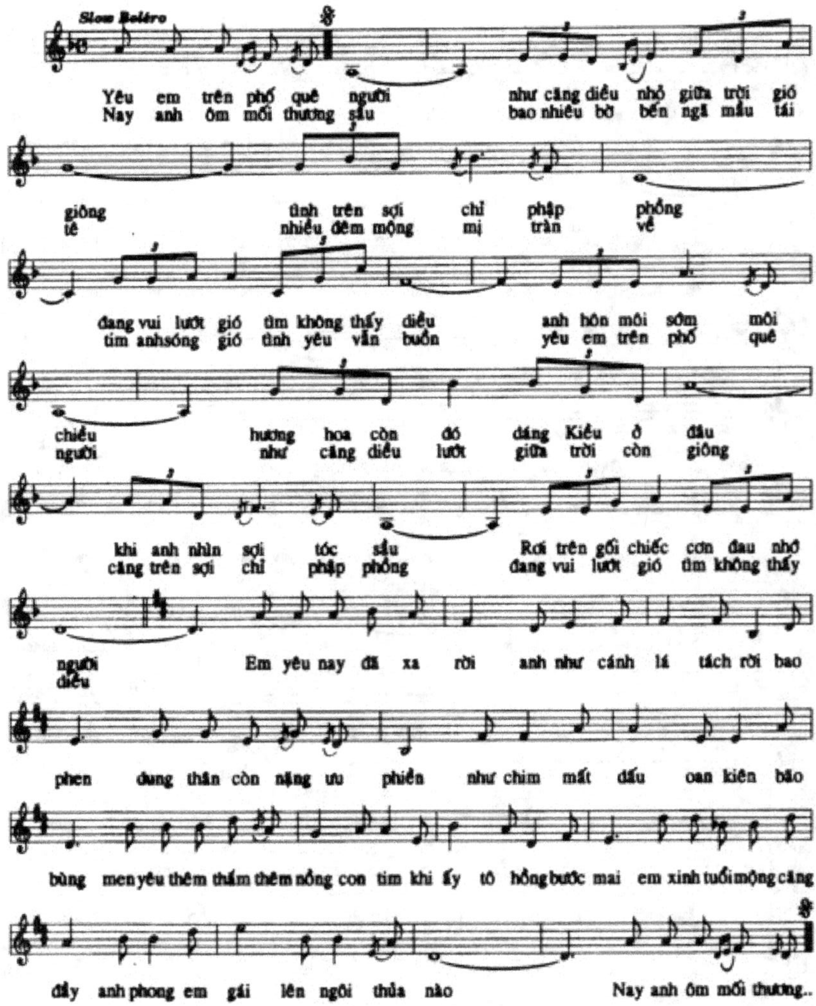

SONGSLYRICS

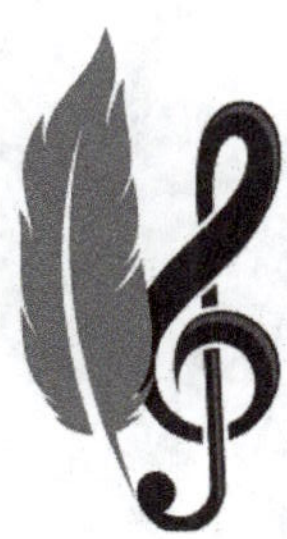

LỜI NHẠC LÀ LỜI 30 BÀI THƠ
CỦA HÀ NGUYÊN DU

ĐƯỢC NHẠC SĨ ĐỖ LỄ
PHỔ NHẠC
VÀO NGÀY 16 THÁNG 7
ĐẾN 16 THÁNG 8 NĂM 1996

CHO MÃI ĐẾN NAY- TRÔI QUA GẦN 30 NĂM
30 BÀI THƠ ĐÃ ĐĂNG KÈM THEO ĐÂY
TRÂN TRỌNG

anh mất em

ngày không nắng không mưa
nhiều mây xám giăng đưa
ngày muôn lá thu bay
để em bước ra đi

và anh mất em yêu
ngày hiu hắt mong manh
từ em nói xa anh
lòng xa xót tim đau

giờ trong mắt thâm sâu
ngày em dối gian nhau
về ôm mối tương tư
tàn phai cánh hoa niên

sầu hoen vết thương xưa
tình em xót xa đưa
tình em nhớ quanh mùa
ngày em chối yêu thương

đời anh lắm phong sương
ngày em sống xa hoa
để anh vướng bôn ba …
ngày anh mất em yêu

anh vẫn còn em

đời vẫn còn đây đơi tay gầy buồn
sầu vẫn còn đây bao mối tủi hờn
buồn vẫn còn đây điều khơng với được
anh vẫn còn em tình xa héo mịn

tình vẫn còn nghe dư âm kỷ niệm
lòng vẫn còn đau trong nỗi muộn màng
đường vẫn còn xa hành trang chết lịm
anh vẫn còn em đầy vơi chứa chan

em vẫn còn như dòng sông yêu dấu
tắm mát quanh ta bao cánh đồng buồn
tình như rừng xanh tình em rợp mát
chim hót sương mai càng thêm nhớ thương

tình vẫn còn như sương chia biền biệt
người đã về đâu thương xót ngập lòng
buồn vẫn còn theo buồn rơi rớt lệ
anh vẫn còn em tình ngây ngất mong

bàn tay yêu

đời như con sâu lá ăn mất mầm non vui
tình em rơi sương nắng nắng lên thêm mặn nồng
đời như trong tang chế ai cướp mùa thanh xuân
bàn tay em linh thánh thoát cho ta cùm gông

đôi khi như …
loài ong
em không còn cho mật
nhuộm đắng
cho anh mong
để lại buồn anh trông

mang cơn đau …
triền miên
anh nghe đời phủ phàng
toàn đắng
cay lừa lọc
em biệt mù tơ duyên …

bolsa và em

về đây bolsa và em
như rừng xưa đợi đàn chim bay về
bạt ngàn hồn anh không đi
tim anh xếp cánh chẳng bay … theo cùng

vì em nở ngát hoa xinh
vì em cuốn hút giam mình xác anh …
về đây bolsa và em
hương thơm viễn xứ nhớ hơn sàigòn …

nhớ gì hơn nhớ môi ngon
khi nguồn cội đã đang còn … ly phân
nhờ em anh sớm thành nhân
nhờ em anh biết ái ân là gì

về đây bolsa và em
đâu nguồn hy vọng ngày đêm mơ về
mặn tình nồng thắm hương quê
duyên ta số kiếp buồn lê thê buồn
về đây nhìn bóng em thương
về đây nát ngát con đường ái ân...

đôi mắt mưa

đôi mắt mưa buồn từng hạt long lanh
đôi mắt mưa buồn thường hay rơi nhanh
đêm đưa nhau về sao em chẳng nói
con sông yêu đương nổi sóng xô mau

mưa gió mang về từng hạt thương đau
cây lá như buồn tự lìa xa nhau
tay khô vỗ về, tim sao quặn nhói
anh yêu em như càng thiết tha nhiều

đôi mắt mưa buồn, đôi môi chợt tím
xa cách ai ngờ nước mắt đầy vơi
anh mơ ước thành loài chim bay đến
bay đến bên em lau lệ sầu rơi

đôi mắt mưa buồn biền biệt xa khơi
đôi mắt mưa buồn còn đâu chung đôi
hoa yêu yêu muôn đời trong anh đẹp mãi
em ơi! em ơi thương nhớ nào nguôi

em có về ta (anh)

hãy hót vườn ta, chim xanh nhỏ
nắng đã vơi rồi, tia lãng quên
chiều qua lá chết nơi đầu ngõ
mưa chẳng thương cây một chút tình

hãy hót vườn ta, chim xanh nhỏ
số kiếp tang bồng vườn cũng khô
tình như lá chết nơi đầu ngõ
em có như mưa giọt xuống mồ?

đá nẻ cơn buồn theo sông núi
em nức lòng không đời long đong?
ngàn sông muôn suối đi về biển
em có về ta, một đóa hồng?

hãy hót vườn ta, chim xanh nhỏ
cứu vớt linh hồn bao lá xanh
tình em chắp cánh bay từ đó
ta bước chân xiêu vẹo bóng hình..!

em sẽ quay về

em đã mang về … sau gió giông
từ khi mưa nắng được đi cùng
từ khi chim cá sầu dâu bể
từ lúc anh lầm than thân chung

anh mãi như vàng theo lá cây
còn nghe sông núi biệt chia bầy
và em như … mối sầu thiên cổ
tình mất theo đời cao xa bay

em sẽ quay về … như máu tim
tình đem hơi thở rất êm đềm
đôi khi ngây ngất chờ trăng trối
vẫn thấy tình như than lửa đêm

em đã mang về thêm xót xa
tình như trăng nước rọi chan hòa
mòn theo tâm mãi đời hư thực
một kiếp lưu đày anh xót xa.!

giọt cuối em tràn ly ta (anh)

giọt cuối em tràn ly ta
buồn nghi ngút với âm ba dại khờ
thương cung phím, lạc đường tơ
tình như hố thẳm đêm chờ trăng, ma

giọt cuối em tràn ly ta
sầu lai láng giữa muôn hoa ngạt ngào
em đi gió lộng chiều nao
ngàn con bướm mộng rơi vào mưa hoang

giọt cuối em tràn ly - tan
lệ nồng ta uống say làn hương hoa
tình yêu, ai bắt tình xa?
tình say, ai bắt tình qua vực đèo?

giọt cuối em tràn ly ta
giọt rơi thấu kiếp bôn ba, muộn màng
yêu em khuyết dạt đời trăng
về đau cánh nhỏ trong làn mưa bay

hỏi em

buồn như anh không, mà đá rong rêu ?
sầu như anh không, sao núi tiêu điều …
tình như anh không, làm sông dậy sóng ?
đời như anh không, làm biển dâng trào …

buồn như anh không, mà gió lang thang ?
sầu như anh không, sao nắng hanh vàng …
tình như anh không, làm mưa nắng trút ?
đời như anh không, còn mưa khô cạn …

nhưng anh đâu làm em ngồi khóc …
không yêu anh sao cứ đứng chờ ?
nhưng anh đâu làm em rối tóc …
em không mơ sao em làm thơ ?

buồn như anh không, mà nước quanh co ?
sầu như anh không, làm lá rơi mờ …
tình như anh không, làm mây vần vũ ?
đời như anh không, làm hoa bơ phờ …

hồn người ở lại

anh ở bên này hồn ở bên kia
chân anh đi xa lòng chẳng muốn lìa
trăng bên anh bầu trời viễn xứ
sao bóng hình em vẫn sáng muôn tia ?

anh ở bên này hồn ở bên kia
theo tim phiêu du tình nặng luôn về
hoa bên anh của vùng trời đất khách
sao dấu tình em vẫn ngát hương mê ?

anh ở bên này hồn ở bên kia
hồn xẻ trăm chia nơi người khắc nghiệt
chia bớt cho em sầu đau thê thiết
như tình đôi ta bèo nước xa đưa

anh ở bên này hồn ở bên kia
non sông quê em lòng nhớ xuôi về
như chim xa để rừng sầu lá úa
như khóc tình anh rẽ lối nhiêu khê.

hôn nhau ngày đông

anh hôn em ngày đông trùng khơi đà kết tụ
huyết mạch nào trầm luân chợt về xanh cẩm tú

em hôn em ngày đông tình yêu vời lấp biển
núi một thời mênh mông một thời em luyến lưu

ta hôn nhau ngày đông vòng tay nào ấm lạnh
ấm lạnh từ non sông lạnh từ em xa lánh

ta hôn nhau ngày đông trần gian còn ý nghĩa
ý nghĩa từ em yêu nghĩa từ hai đứa mình

anh hôn em ngày đông cành hoa vừa nẩy lộc
ấp ủ từ tình em lộc từ duyên tơ tóc

ta hôn nhau ngày đông ngày đông tình thắm đẹp
thắm đẹp từ giai nhân đẹp tình em với anh.

khúc buồn

cát đã than chi lời buồn … với biển ?
còn bao la còn có chỗ chung về …
và mênh mông bến bờ nào ta đến
anh và em hai điểm có hẹn thề ?

gió đã van chi cùng dòng … bão nổi ?
rằng trăm cây còn muốn với an bày …
để chim muông mãi buồn rừng tăm tối
anh và em chung tình mãi không rời ?

anh và em lối về không có nắng
bước chân tình giăng mắc những cơn mua
môi em say trong niềm riêng trầm lắng
mắt em tròn khi anh xót xa đưa

nước có trôi không cùng về sông buồn
làn mây kia từng lúc hợp tan thương
tinh buông neo suốt đời nào xa bến
anh và em chung một khúc ca buồn

khúc sầu khôn vơi

mây không mang niềm vui cho khung trời
gió không mang lời yêu đếân nơi người
hoa không mang về hương thơm dâng đời
trăng không soi đường yêu anh pha phôi

cây không đơm nụ hoa tươi trên cành
lá không xanh màu yêu dấu chân tình
chim không ca bài thiên thu yêu rừng
non sông không còn xanh theo mênh mông

anh ra đi trùng dương còn ngăn cách
đôi tay nào khâu lại vết thương xưa
bao nhiêu lâu anh không làm ly cách
em xum vầy trong đôi mắt ngưng mưa

mưa không ban nguồn vui cho khu vườn
nắng không pha ngàn tia đên tim buồn
em không ru đời cô liêu cay nồng
anh khôn vơi sầu đơn thân ly hương

mai sau

làm gì đây mai sau anh mất
làm gì đây mai sau hóa thân
đừng xem nhau như là cát bụi
để biến thành sỏi đá trên sân

làm gì đây trong cơn giông bão
tình buồn rơi khi lá xa cây
tình nơi em anh càng thắm đẹp
tình sẽ là mái ấm vòng tay

này em ơi anh luôn yêu quý
này em ơi ngọn đuốc nào soi
soi lên em mầm gieo trên luống
ta dìu nhau về bến sắc hương

làm gì đây mai sau anh mất
làm gì đây khi trái tim khô
tình nơi em anh lùa trong máu
mình hái rồi trái cấm đời sau.

mộng ước thầm.

như con tim sống nhờ dòng máu đỏ
như con người sống nhờ có quê hương
khi tim rời máu là tim ngưng thở
người xa quê hương sao vẹn ước nguyền

như chim bay sống nhờ vào cánh nhỏ
như con người sống nhờ có quê hương
khi chim rụi cánh là chim không tổ
người xa quê hương mang nặng nhớ thương …

này trái tim này cánh chim và quê hương
liền với nhau gần mãi thôi tình yêu thương
đành cách xa vì gió giông đâu ngày thơ
tình lũy tre lòng lúa thăm dòng sông mơ

như yêu thương sống nhờ tình ái tỏ
ôm hình bóng người tình mãi trăm năm
như tim rời máu là tim ngưng thở
người xa quê hương mang mộng ước thầm

ngai vàng cho em

bàn tay có một ngón dài
tim anh chỉ có một ngai cho nàng
ngai cho em, chiếc ngai vàng
tình cho em cả kho tàng trong anh

bàn tay có một ngón tình
khi yêu phải nhớ làm tin khoen vàng
trao cho em, đính hôn nàng
thời xanh ta chỉ huy hoàng hôm nay

bàn tay có một ngón dài
đảo anh có một lâu đài riêng em
riêng cho em, một con tim
một kho báu quí chờ em trị vì

bàn tay có một ngón dài
tim anh chỉ có một ngai cho nàng
ngai cho em, chiếc ngai vàng
tình cho em cả kho tàng trong anh

như tìm thấy thiên đường

biết từ bao giờ, em có mặt
biết từ bao giờ, hoa ngát hương
và còn em đến mang mơ ước
để anh xa lìa chốn thông thường

biết từ bao giờ, em có thật
có đường anh chờ, em gót son
và còn em đến, xua hoang phế
rồi xua anh rời rời bến rêu buồn

xua đi bao nỗi đời cay đắng
xua đi niềm thương đau tủi hờn
tình em bay trên nhiều ước lệ
đưa nhau về một cõi trời riêng

nay anh xa biệt mù, oan trái
khi anh rời tâm tư, chán chường
và tim anh em hoài chiếm ngự
đưa nhau về một cõi trời riêng

ru nhau

buồn đi qua dày xéo cả tâm hồn
buồn lưu biệt làm sao anh chịu nổi ??
niềm vui là hạt buồn gieo tình cuối
là nỗi sầu ru đến mãi thiên thu

tình em như cành lá rụng cơ cầu
buồn mai một vì hoa không chịu nở
tình mơ nhiều gọi lòng ai rạn vỡ
là chữ tình xua hết dấu chân chim

bao đường đi mài miệt hướng về em
tình tha thiết là gì cho hạnh phúc ?
một giờ cho nhau một đời ai khóc ?
đâu thiên đàng sao anh đứng ngoài hiên !?

tình em như nguồn suối lặng ưu phiền
tình như nhịp đều cho tim sự sống
tình đi về một mình ôm hình bóng
và lối nào em sẽ đến ru nhau ??

sài gòn trong mơ

(sài gòn trong thơ)

sài gòn trong mơ, sài gòn trong thơ
ngày về xa không, ngày về có gần
nước mắt em sa, nụ cười anh lịm
dấu chấm than như cột cờ không chân!
(như lệ sầu em rơi!)

sài gòn trong em, sài gòn trong anh
rừng tàn theo cây, rừng buồn thú lạc
núi tiếc thương sông, mạch nguồn vẫn đục
dấu chấm than như giọt sầu anh rơi

sài gòn trong mơ, sài gòn trong thơ
máu anh rơi xuống, ruột em cũng mềm
ái ân tan tác, cơn thác nào xui?
ta sẽ điên lên, khi hoài trong đêm

sài gòn trong mơ, sài gòn trong thơ
người về bao lâu, đời mẹ có còn
tóc rối em rơi, bạc đầu anh rụng
dấu chấm than như giọt sầu anh rơi

sầu chia phôi!

em bàn tay búp măng
ta ngón vàng sợi khói
em đen nhánh tóc bồng
ta mái đầu phong sương

em làn mi vút cong
ta mắt buồn nhân thế
em xiêm áo nhung lụa
ta cánh rừng thu phong

tim ta bờ cát lở
em sóng đập ngàn năm
hồn ta cây dầm nhỏ
nặng chèo tình qua sông

em đường mây, lá hoa
ta lối chùng chập tối
em chim én báo mùa
ta ve sầu chia phôi!

tình anh chiếc bóng

với đời như tiếng khóc
lệ người hoen chân qua
em đi chiều gió lộng
anh rớt theo nắng tà

với tình như lá úa
một thời cây tươi xanh
không dưng mà nắng hạ
rơi rớt buồn mênh mông

em qua bằng gót mộng
dấu ái hằn nét son
như bừng lên nhựa sống
anh ngả nghiêng mất còn

anh lo đời mắt lệ
cái chết chờ chốn nao?
khi tình em đợi trước
yêu mãi trên dốc cao

với buồm yêu tiếng gió
lặng sầu cây không rung
nơi đâu bờ bến lạ
anh thiết tha đến cùng

với tình anh chiếc bóng
lạnh lùng trong xanh xao
em thơm ngàn đó mộng
xiêm áo nào chiêm bao.

tình em

em đi se thắt tim mơ
đường yêu xưa vẫn không mờ bước nai
ngày tháng âm thầm nhớ ai ?
mùa thu mây khói cho ai nhớ nhà !

rừng chim sông núi trầm kha
em sợi tóc buộc anh ngà tháp côi
buồng tim hố mắt vành môi
có em xuyên suốt trong đời băn khoăn

trần ai như áng phù vân
tình em con én mùa xuân lượn vòng
trời riêng mưa nắng long đong
anh riêng nhật nguyệt tia hồng còn soi

về em riêng ngát trùng khơi
hồng nhung em đóa đầy vơi mạch nguồn
tình anh giang cánh tha phương
như chia mật ngọt trên đường hoàng hôn

quên sao em tiếng chim non ?
cành xuân anh đó chưa mòn dấu thơ
lùa gio ru tình ước mơ
tình theo mây khói mây thoang thoáng buồn

ngàn năm em vẫn mười phương
anh một kiếp buộc quanh đường khát khao
ngày ghi ngày khắc đời nhau
với em như ánh trăng đầu non xa

tình ngỡ như là

tình ngỡ như là … mây xanh ước vọng
sông dạt anh vào bờ bến giấc mơ
rừng thổi anh rơi rơi miền hiu quạnh
biển cuốn anh đi biển réo anh về

tình ngỡ theo về nghe như rớt lại
ngày xây tổ ấm em đào huyệt chôn
anh kết đèn xuân em rưng mắt hạ !?
tình mật bao nhiêu tình đắng khôn cùng

mắt tình dịu dàng môi tình lạc mộng
hương tình thơm ngát hương đốt tình tan
tình sáng tình chiều lòng người phản bội
yêu mưa yêu gió yêu đầy nghiệt oan

tình ngỡ như là hoa tươi mới rụng
sông dạt anh vào vạn lối nhiêu khê
rừng thổi anh rơi anh vào ngã nghiệt
biển cuốn nah đi biển réo anh về

tình ngỡ như là hoa rơi bất hạnh
lòng muôn thuở sáng tình mờ ngàn năm
người kết vòng hoa người pha ngấn lệ
tình thật hay mơ tình ngỡ như là ...

tình như mưa xa

chim buồn tha từng ngọn rơm
về xây tổ mới ấm hơn chút nào ?
nghe sao ướt lạnh mưa rào ?
mưa như gõ nhịp kinh cầu bi ai !

tim em hay là chân tay ??
mà va chạm đã như chai vì tình !
nên bờ bến hẹn buồn tênh !
nên trăng chẳng đến bên rèm chia vui

cho sông cạn nước ngậm ngùi
cho vườn ruộng cũ xa đời xum xuê
tình như vừa ở vừa đi
trăn năm nào có hẹn thề trăm năm

ru đời trên miền lặng căm
tình oan nghiệt ấy có cam kiếp này
em nghe đắng ngọt vơi đầy
em nghe kiếp đọa căng đày đôi ta
tình anh hay là sân ga
tình chia biệt đến mua xa tình sầu./.

tình yêu rời gót

tình yêu rời gót như bóng trăng ngàn
tình yêu chợt mất tìm vết sầu mang
ngày đi nặng bước khô ngón tay vàng
buồn đơn gối chiếc gầy giấc mộng hoang

tình yêu rời gót như bóng đêm về
bờ môi làn mắt hằn nét sầu bi
rồi mai lặng lẽ anh nhớ em nhiều
từng đêm nhớ mãi mộng đến mà yêu ...

tình trên biển đen … thuyền không bến đỗ
thuyền chơi vơi buồn … sóng vây phủ phàng
tình em chớm đau … hao gầy dáng xưa
từng khuya loang nhớ … xót xa mấy mùa

rời xa cành lá chim ngát ngơ buồn
rừng yêu ngập lá tình đã về đâu ??
giờ đây vuột mất như tiếng tơ chùng
tình yêu chất ngất tình hởi về đâu ??

từ đó

em từ đó nhìn đời qua khung cửa
vai tròn xưa khô gầy với thăng trầm
mắt đẹp buồn em thường ngó xa xăm
và mái tóc đã vàng lên sợi nắng

em từ đó đành vùi trong cay nghiệt
nghe tàn phai trong đời sống vô thường
lối mộng này đưa mình đến yêu đương
ngày nhắm mắt bóng hình anh mang theo

anh từ đó tơ tằm như sầu héo
anh cho em dòng ngọt đắng chân tình
em hãy về cho mặn tấm hương trinh
anh chỉ yêu em là người yêu duy nhất

em từ đó còn gì đâu em nhỉ
ru tình thơ ru tròn giấc mơ tàn
bước chân chim rung cành lá miên man
rừng trống vắng lá vàng rơi tiếc thương

xa quê

quê anh có lũy tre xanh
có con rạch nhỏ chạy quanh xóm làng
lần đầu em bước theo sang
em mê mải với hai hàng trâm ngon

với đàn chim hót véo von
như ca ngợi tóc em còn xuân xanh
làng em ở gần làng anh
cách nhau bởi một dòng kinh rặng dừa

làm quen nhau lúc đò đưa
em duyên dáng quá sao chưa lấy chồng?
nhớ em khi con bước ròng
hẹn con nước lớn ta cùng thăm nhau

quê em với những hàng cao
với xanh ruộng lúa đợm bao ước thề
nhiều lần anh đến thăm quê
em vui mãi với quanh bể trăng thanh
ấp đầy yêu dưới mái tranh
nhưng sao nghiệt ngã cam đành xa quê ...

yêu em trên phố quê người

yêu em trên phố quê người
như căng diều nhỏ giữa trời gió giông
tình trên sợi chỉ phập phồng
đang vui lướt gió tìm không thấy diều

anh hôn môi sớm môi chiều
hương hoa còn đó dáng Kiều ở đâu ?
khi anh nhìn sợi tóc sầu
rơi trên gối chiếc cơn đau nhớ người

em yêu nay đã xa rồi
anh như cánh lá tách rời bao phen
dung thân còn nặng ưu phiền
như chim mất dấu oan khiên bão bùng

men yêu thêm thắm thêm nồng
con tim khi ấy tô hồng bước mai
em xinh tuổi mộng căn đầy
anh phong em gái lên ngai thuở nào ?

nay em ôm mối thương sầu
bao nhiêu bờ bến ngã màu tái tê
nhiều đêm mộng mị tràn về
tim anh sóng gió tình yêu vẫn buồn
yêu em trên phố quê người
như căng diều nhỏ giữa trời gió giông
tình trên sợi chỉ phập phồng
đang vui lướt gió tìm không thấy diều

HÀ NGUYÊN DU

*(đã đăng đầy đủ lời 30 bài thơ của tôi được NS Đỗ Lễ phổ gần 30 năm vào ngày 16 tháng 7 năm 1996 đến 16 /8/1996 - **"chỉ trong vòng 30 ngày"** mà hoàn thành nhanh nhưng tuyệt vời một cách không thể tưởng, qua tài năng phổ của Nhạc sĩ Đỗ Lễ)*

NGÔ NGUYÊN NGHIỄM
LÊ THÁNH THƯ
(1956 - 2021)

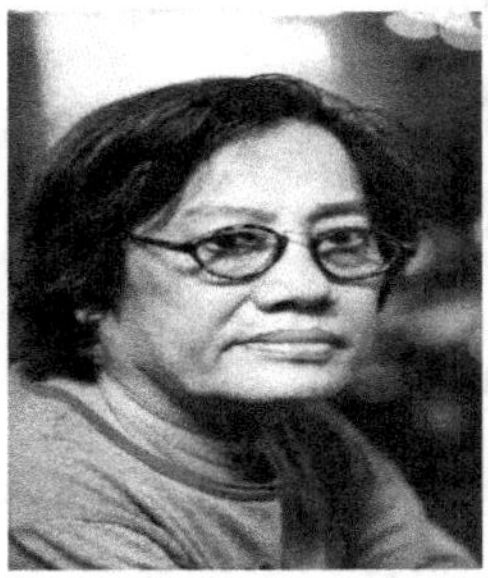

Chân dung Lê Thánh Thư
(Ảnh tư liệu tác giả)

Tiểu sử văn học: LÊ THÁNH THƯ

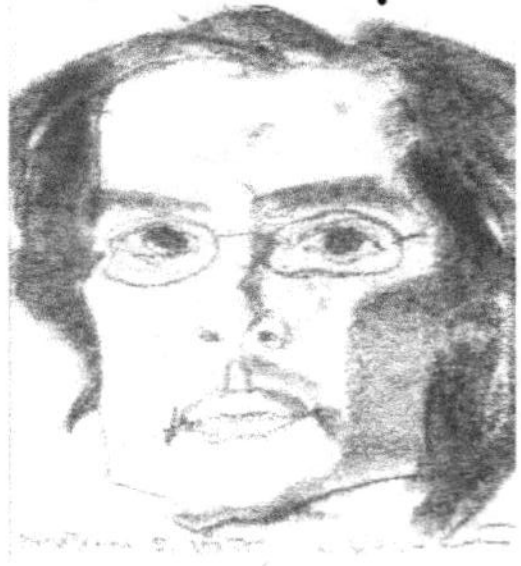

Sinh năm 1956 tại Quy Nhơn
Hội viên Hội Mỹ Thuật Việt Nam
Hội viên Hội Mỹ Thuật TP Hồ Chí Minh
Ông mất lúc 2 giờ sáng ngày 16.07.2021 tại nhà riêng quận Tân Bình, TpHCM trong mùa dịch Covid 19.

***GIẢI THƯỞNG:**
1996 +Giải thưởng Mỹ thuật Việt Nam, Philip Moris
1998 +Giải thưởng Mỹ thuật ASEAN

+Giải thưởng Mỹ thuật Việt Nam, Philip Moris
2005 +Giải thưởng Triển lãm Mỹ thuật toàn quốc 2001-2005

***TRIỂN LÃM CÁ NHÂN:**

2009 +Không Gian Sống, Phương Mai Gallery, TP. HCM, Việt Nam
2000 +MOCO Galery TP.HCM, Việt Nam
+ SUNJIN Galleries (S) Pte.,Ltd, Singapore
+ Nll Galery, Osaka, Nhật
1999 + PIAT, Tokyo, Nhật
+ EMPORIUM Gallery, Tokyo, Nhật
1995 + Hội Mỹ thuật TP HCM, Việt Nam
1993 + Tự Do Gallery TPHCM, Việt Nam
1990 + M.T. Gallery TPHCM , Việt Nam
1989 + Gallery Bảo tàng Mỹ thuật TP HCM, Việt Nam

TRIỂN LÃM CHUNG:

2008 + Tiếng nói Việt Nam, Fortyfive Downstairs, Melbourne, Úc
+ Triển lãm Tranh sơn dầu Việt Nam, Hà Nội, Việt Nam
2005 + Cầu Vồng, Đại sứ quán Lào, Tokyo, Nhật
2004 + Nguyện cầu cho Hòa Bình, Trung tâm Japan Asean, Tokyo
2003 + Mỹ thuật Châu Á với Kato Shojiro @ Vasan Sithiket tại O Gallery, Tokyo
2002 + Mỹ thuật Việt Nam tại Gallery Việt Nam New York, Mỹ
2001 + Mỹ thuật Nhật Bản-Việt Nam tại Bảo tàng Mỹ thuật TPHCM, Việt Nam
1999 + Giải thưởng Mỹ thuật Asean tại Bảo tàng Mỹ thuật, TP HCM, Việt Nam
1998 + Hội Họa Hiện đại Châu Á lần thứ 2, Bảo tang Mỹ thuật TPHCM, Việt Nam
+ Giải thưởng Mỹ thuật Asean của tập đoàn Philip Moris, Hà Nội, Việt Nam

1997 + Hội họa Việt Nam đương đại tại Arotesk Den Haag, The Haque- Hà Lan

+ Nghệ thuật hiện đại Châu Á lần thứ 33 tại Bảo tang nghệ thuật Metropolitan Tokyo - Nhật

+ Nghệ thuật hiện đại Châu Á tại Kobe – Nhật

+ Một phòng với cái nhìn tại Hyatt Recency, Scott Lounge – Singapore

+ Hội họa Việt Nam đương đại tại Art Academy – Singapore

+ Đàn ông và đàn bà tại H@S Gallery (Bỉ) và tạo Gallery Espace Kiron-Pháp

1996 + Nghệ thuật hiện đại Châu Á lần thứ 32 tại Bảo tàng Nghệ thuật Metropolitan, Tokyo –

Nhật

+ Nghệ thuật Việt Nam đương đại tại De Ballens Gallery –Thụy Sĩ

+ Nghệ thuật hiện đại Châu Á tại Bảo tàng Prefectual Ishikawa Nhật

+ Nghệ thuật Việt Nam ngày nay tại Bảo tàng Fujita Venté, Tokyo – Nhật

+ Giải thưởng Mỹ thuật Asean của tập đoàn Philip Moris tại Gallery Quốc gia Bangkok – Thái Lan

+ Bảo tàng Mỹ thuật TP HCM- Việt Nam

+ Mỹ thuật Việt Nam đương đại tại Trung tâm Văn hóa Pháp-Việt, Paris (Pháp)

1995 + Nghệ thuật hiện đại Châu Á lần thứ 31 tại Bảo tàng Nghệ thuật Metropolitan,

Tokyo – Nhật

+ Nghệ thuật hiện đại Châu Á tại Bảo tàng Prefectual Ishikawa – Nhật

1994 + Nghệ thuật hiện đại Châu Á lần thứ 30 tại Bảo tàng nghệ thuật Metropolitan,

Tokyo – Nhật

+ Nghệ thuật hiện đại Châu Á tại Bảo tang Nghệ thuật Kanazawa – Nhật

+ Nghệ thuật hiện đại Châu Á tại Bảo tàng Mỹ thuật TPHCM

1992 + Chương trình di sản Châu Á tại Notices Gallery – Singapore
1991 + Hội họa Việt Nan Cái nhìn tự do tại Substation – Singapore
+ Phản ánh từ Việt Nam tại Ronton de Paris – Pháp
1990 + Bào tàng Mỹ thuật TPHCM

SƯU TẬP NHÀ NƯỚC:
+ Bảo tàng Mỹ thuật Việt Nam
+ Bảo tang Mỹ thuật Singapore
+ Bảo tàng Mỹ thuật TP Hồ Chí Minh

SƯU TẬP TƯ NHÂN:
Thụy Sĩ, Hà Lan, Đức, Pháp, Anh, Bỉ, Mỹ, Cannada, Úc, Nhật Bản,
Singapore, Malaysia, Thái Lan, Hồng Kông, Việt Nam.

Thủ bút chữ ký: **LÊ THÁNH THƯ**

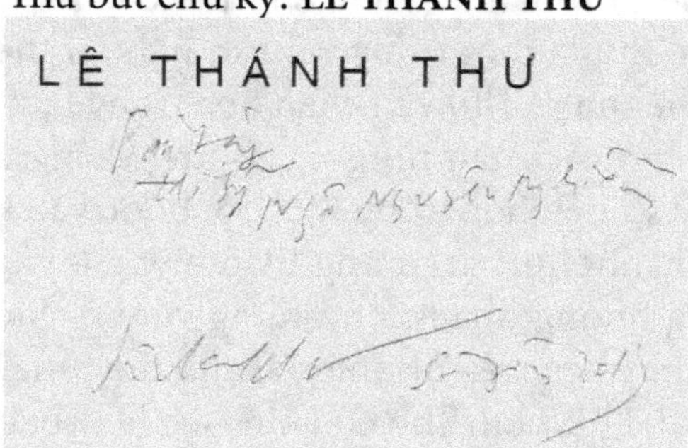

LÊ THÁNH THƯ, NHỮNG THÀNH TỰU PHONG CÁCH MỚI TRONG HỘI HỌA
NGÔ NGUYÊN NGHIỄM

Quá trình của cuộc sống và nghệ thuật nhiều khi bước chéo đời nhau, những sáng hóa trong tác phẩm phần đông lãng du trong đời nghệ sĩ bằng những ấm lạnh thường hằng Tôi tương ngộ cùng Lê Thánh Thư, chắc hẳn cũng từ những ấm lạnh của những người làm văn nghệ như thế. Thời gian của hơn 20 năm qua, cũng là vết tích chạm trổ cho một quá khứ vời vợi những kỷ niệm tinh vi đầy trân quý. Lê Thánh Thư xuôi về miền Nam, mang theo gió cát phong trần từ những di tích cổ phong của hồn quê Quy Nhơn Bình Định. Cuộc nhập thể vào cương thổ tạp lục Nam kỳ lục tỉnh, hình như Anh cũng mang nặng tư hướng hoàn cư lập nghiệp của một nghệ sĩ giang hồ. Khuynh khoái lướt thướt bên hành trang rỗng tuếch, nhốt chưa đầy trăng gió phù đồ, một thuở mà chàng trai thanh lịch nho nhã cần mẫn kim chỉ với túi thi ca. Hình ảnh của Lê Thánh Thư của những ngày tháng ban đầu, vốc từ ly rượu nhạt cùng anh em văn nghệ, đọc thơ vừa sáng tác , và loang loáng từng nét cọ ký họa chân dung cho hiền hữu chung quanh. Thì dù, đến nay Lê Thánh Thư đã là một họa sĩ tài danh, ấn chứng bằng nhiều giải thưởng Việt Nam hay Asean… nhưng chắc chắn kỷ niệm thanh bạch và ân tình một thời đã trôi qua, là những vết sắt son tô đậm hồn người văn nghệ.

Hơn mươi năm trôi dạt trong cuộc đời và sau mươi năm định hình bằng sức vóc tài hoa một cách tuyệt diệu, Lê Thánh Thư thể hiện được sức sống đầy trí tuệ và sáng tạo, không phải bất cứ ai cũng có thể tựu thành. Trong bản thể của một nhân cách sống, Lê Thánh Thư là một trong vài văn nghệ sĩ thể hiện hóa thân kỳ vĩ từ nghệ thuật. Thơ vẫn chan hòa trong tâm thức, nhưng những dòng thơ cách tân từng ngày từng tháng, khiến sáng tác bật lên được sự tiến hóa trong thơ. Tôi bước vào không gian thi ca của Lê Thánh Thư, từ những thập niên 80 vừa qua, bằng những lúc cộng hưởng nhau trên những vuông chiếu tọa đàm, hay lãng bạt cùng nhau trên những giấc mơ thơ từng tuyển tập in chung. Quả thật, Lê Thánh Thư có nhiều nét lãng bạt trong tận cùng nẻo sống, đơm đầy trên bước du hành những ngôn ngữ tân thi. Nhìn lại bước đường thơ rải rác, thoạt đầu khơi dựng tư hướng cho nghệ thuật và những bài thơ phơi mình trên những trang điện báo trong hơn mươi năm qua, Lê Thánh Thư đột biến trong ngôn ngữ, tư tưởng và cách tân (Lê Thánh Thư/ Thi phẩm Viết trong bóng tối. Amen).

Tài hoa là một điểm vàng son diệu kỳ, không phải bất cứ sự cố gắng nào cũng đạt được. Bởi trong sự hóa thân cùng cực của nghệ thuật, sự hiển hiện tinh hoa là một ân điển trừu tượng, biến đổi cả tâm thức và trí tuệ. Lê Thánh Thư, bước vội trên đường hội họa ngay từ những cuộc triển lãm chung và riêng tại Bảo tàng Mỹ thuật Thành phố năm 1989. Vốn liếng tạo hình chắc chắn bước song hành với thơ, từ những năm tháng kỳ diệu của tuổi thơ. Những bất chợt trong cuộc đời, Lê Thánh Thư biết nắm bắt từng vi thể li ti, phả vào tác phẩm những hơi thở đột biến từng gam màu lung linh sinh khí,như Tiến sĩ Helene Hagemans nhận định: "Trong những tác phẩm gần đây nhất, dường như Thư đã kết hợp cả hai niềm đam mê đầy sáng tạo của anh: viết và vẽ. Chúng được bố cục rất phức tạp bởi những biểu tượng nhỏ tương đồng như chữ viết tay cổ xưa trong một nguyên bản chưa được biết đến. Chữ Ai Cập, hay chữ Trung Hoa? Nhìn kỷ, những biểu tượng nầy không phải là những ký tự trừu tượng, mà được cách điệu hóa thành những hình tượng con người. Rõ ràng những bức tranh được chuyển hóa từ những trang sách cuộn trở thành một quang cảnh đô thị của cuộc sống bận rộn trong thành phố."

Đến nay, Lê Thánh Thư có một bề dầy khá phong phú trong hội họa. Anh đã triển lãm chung hơn 20 lần trong và ngoài nước và khoảng 10 lần triển lãm cá nhân. Tranh Lê Thánh Thư hiện diện nhiều quốc gia như Nhật Bản, Singapore, Australia, Hoa Kỳ, Hà Lan, Pháp, Thụy Sĩ, Thái Lan… Họa phẩm nằm trong sưu tập tư nhân của Thụy sĩ, Hà Lan, Đức, Pháp, Anh, Bỉ, Hoa Kỳ,Thái Lan, Hồng Kong, Malaysia, Canada, Úc, Nhật Bản, Singapore và Việt Nam. Riêng sưu tập nhà nước, tranh Lê Thánh Thư có mặt tại Bảo tàng Mỹ thuật Việt Nam, Bảo tàng Mỹ thuật thành phố Hồ Chí Minh, Bảo tàng Mỹ thuật Singapore.

Trong hơn 10 năm nay, Lê Thánh Thư đoạt được nhiều giải thưởng trong nước như Giải thưởng Mỹ thuật Việt Nam, Philip Moris (1996), Giải thưởng Mỹ thuật Việt Nam, Philip Moris (1998/lần 2), Giải thưởng triển lãm Mỹ thuật toàn quốc 2001-2005 (năm 2005). Và năm 1998, Lê Thánh Thư được tặng thưởng Giải thưởng Mỹ thuật ASEAN.

Thành quả của bao nhiêu ngày tháng dấn thân vào không gian sáng hóa của nghệ thuật, Lê Thánh Thư hiện nay là một trong những họa sĩ hàng đầu của nền hội họa đương đại Việt Nam…

NGÔ NGUYÊN NGHIỄM
Thư trang Quang Hạnh

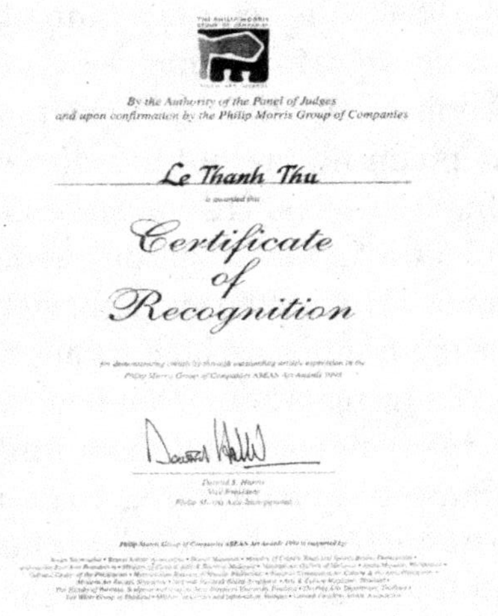

Ngày Hạ, 2013 Giải thưởng Mỹ thuật Asian 1998

Thơ: LÊ THÁNH THƯ

THỊ TRẤN

Thị trấn uể oải thu mình dưới những tán lá xoài xum xuê đang mất mùa trái chín nằm gặm nhấm nỗi niềm ghẻ lạnh tối tăm.
Mọi ngày những cộ xe bò buồn bã chậm chạp lăn bánh vẹt mòn con đường đất đỏ thành lối.
Mọi ngày những gương mặt ăn nắng ăn gió mờ mờ lên rừng lên rẫy vá víu tháng năm rạc rời quen nhịp nhọc nhằn mỏi mòn thành lối.
Mọi ngày những đứa trẻ khẳng khiu í ớ gọi nhau đi bẫy nhông mang niềm vui bé mọn âm u nắng gió.
Mọi ngày những người đàn bà mặt trần chân trần giấu đi nỗi niềm u uẩn trong hốc mắt tối trên lưng áo vá.
Thị trấn buồn hiu kiến bu ruồi đậu cà phê nhạt nhẽo quán xá chõng chơ ghế bàn ám đầy bụi khói đường trường ngóng chờ những chuyến xe qua.
Thị trấn lặng lẽ hàng mộ gió tưởng nhớ những người đi biển không về.

Thị trấn đồng không mông quạnh
xộc xệch đói nghèo
đìu hiu buổi tóc xanh.

ĐỒ VẬT VÀ NGƯỜI TRONG XƯỞNG VẼ
Phòng úm
Ùm hơi nóng
Hạn hán xoay mặt người xây xẩm
Buồn chi buồn
Vôi nghệch trắng.

Có một mình úng lụt bơi sấp trên sàn nhà tưởng đến mùa Thương Khó
Có đàn kiến lửa kiếm ăn quanh bàn chân rậm rạp bao mùa rẫy núi
Có tiếng chim căng lửa gọi mái tìm nơi động dục.
Thuốc tàn
Un ủn ùn nổi tro than
Người can tâm nuốt khói.
Màu chàm xưa trót vẽ lên tường vôi trắng
Vấy lên tranh
Mùa hoả hoạn.
Người không già
Không tiếng động chắc chắn
Cuộc kiếm tìm chạm mặt
Nhờn nhão đôi cánh sống thừa chờ bén lửa.
Nơi đây
Trở trời chậm rãi
Người lai rai cháy
Ngọn đèn hột vịt riêng
Vừa đủ sáng
Mọi đen.

TRỞ ĐI, TRỞ LẠI...

Trở đi mắc sông
Trở lại mắc núi
Về lại nơi tôi rời bỏ
Đại nạn mười năm còn phơi trên rẫy khoai,
nương sắn
Tôi chất đống ý nghĩ mình đang héo đi từng
ngày trai tráng.
Trở đi mắc sông
Trở lại mắc núi
Em về ngắt quãng ngày tôi xanh lại đọt chuối
Lá lao linh biếc cả trời chiều ẻo lả
Em đuổi nắng rừng rực đi
Em dồn mưa dai dẳng lại
Bao muộn phiền ngoi ngóp trước hiên nhà
Ngày im ỉm đóng
Tôi lẳng lặng ngồi không.
Trở đi mắc sông
Trở lại mắc núi
Về lại chênh vênh triền sông, rẻo núi
Tôi ngây ngây gọi tên người này người khác bên bờ vực
Ngây ngây gọi tên em thăm thẳm
Rách toạc cả trời chiều
Biết dạt về đâu
Biết dạt phương nao
Trở lại thì mắc núi
Trở đi thì mắc sông...

VIẾT Ở QUÊ NHÀ

Tôi về lại xóm định cư dưới chân núi xám
Tượng Chúa giăng tay bên bờ giếng cạn
Đẵm đuối đường quê
Cát lấp
Những dấu chân rạc rời ngày lên rẫy
Bước chậm

E chiều vỡ
Con chuồn chuồn đỏ nằm mơ trên đọt mì mới nhú
Thương chút ráng chiều chợt khuất
Tôi thở nhẹ...
Lòng hoa diệu vợi
Lối mòn xưa em tôi ghé qua
Nhớ đẹp dáng gái non
Ngực chín phập phồng thơm mùi hoa ngũ sắc
Chìm sâu môi tôi thuở nào
Trong đêm đạm bạc vườn nhà im tiếng dế
Nuôi xanh vầng trăng xa.
Tôi nghe trong đám lá khô thầm gọi tên những ngày chịu nạn
Đường đi khép mắt
Cây thê thiết che mặt
Nụ cười níu nhau khắp rẫy nắng chiều
Tháng ngày ấy không sao dứt đi được...
Em đã đi lặng im
Hẹn không về rẫy bái khuất xa
Chiều dày đặc trên vai tôi ở lại
Hoàng hôn bát ngát
Đỏ ối ngày trinh bạch.
Tôi nghiền nát giấc mơ có thật
Trên bàn tay bỏng rát
Kỷ niệm như dế gáy ran rồi im bặt
Để lòng tôi thức giấc
Giữa chiều âm vang trái chín cây
Rụng trước hiên nhà.
Ước mơ nuôi dưỡng con chuồn chuồn ngủ trên đọt mì non
Tôi ngậm trên môi nắng vàng
Vừa đi vừa hát những điều dây mơ rễ má
Trên rẫy xa
Phải em về
Khói phủ tàn thương nhớ...

LÊ THÁNH THƯ

Hội họa LÊ THÁNH THƯ

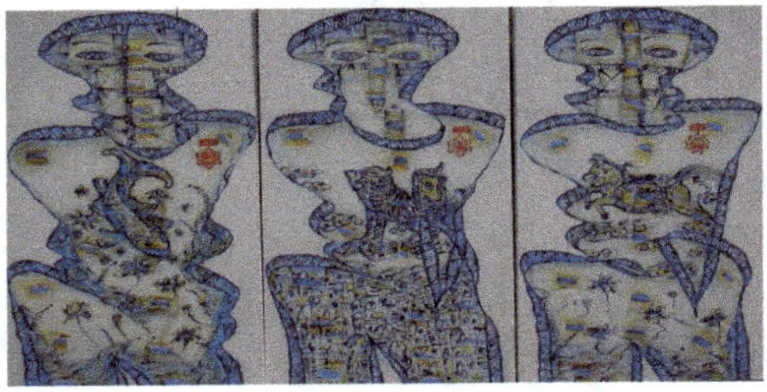

Living Vulue XI. 201
Oil & acrylic on canvas
120x80 cm (triptych)

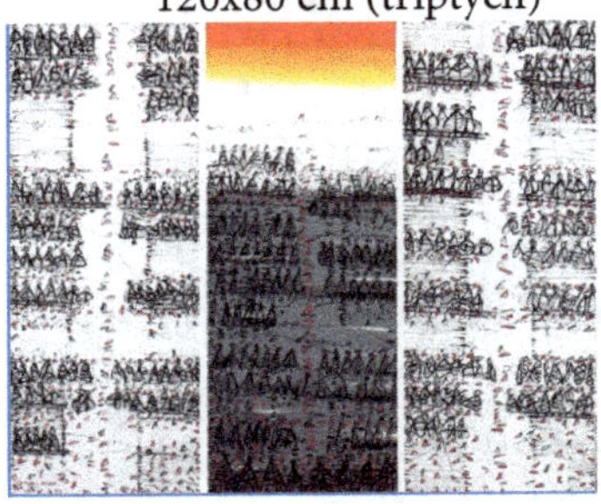

Living Space I. 2008

Oil & acrylic on canvas

150x150cm (triptych)

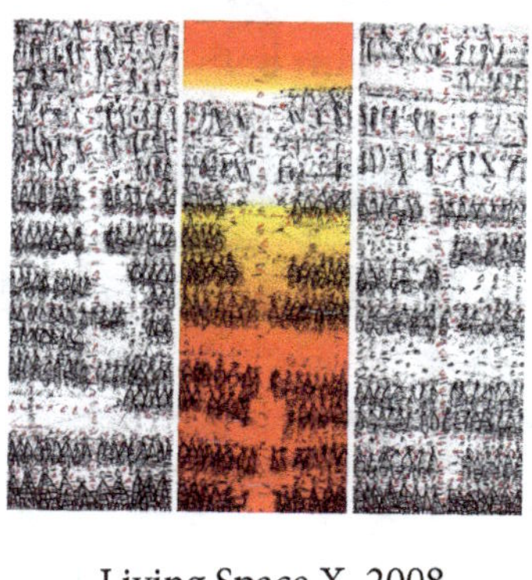

Living Space X. 2008
Oil & acrylic on canvas
150x150 cm (triptyc

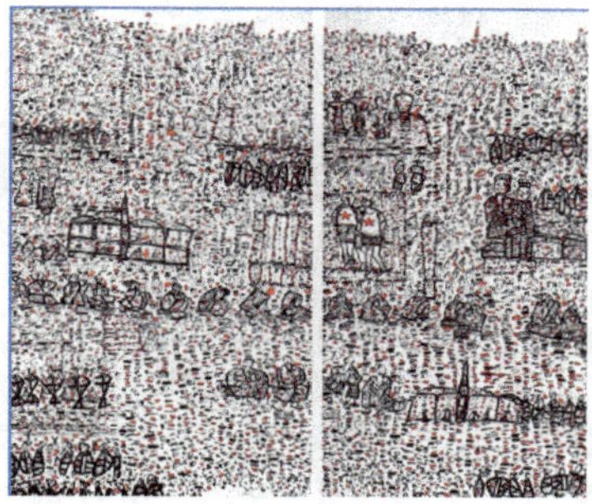

Living Space VI. 2008
Oil & acrylic on canvas
135x130 cm (triptych)
Artist's collection

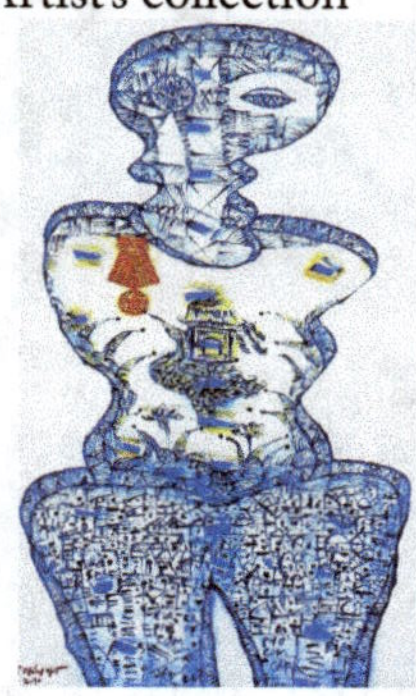

Living Vulue X. 2010
Oil & acrylic on canva s
150x100 cm (tptych)

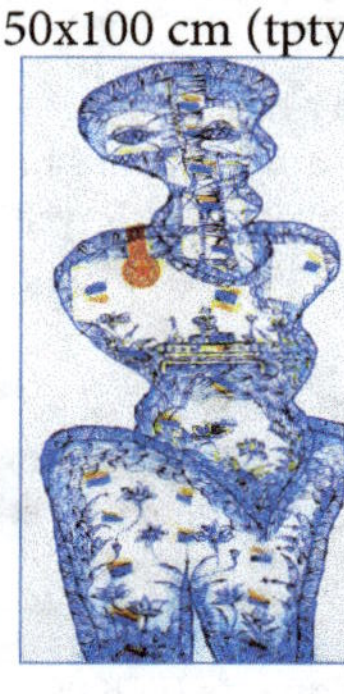

Living Vulue X. 2010
Oil & acrylic on canvas
150x100 cm (triptych)

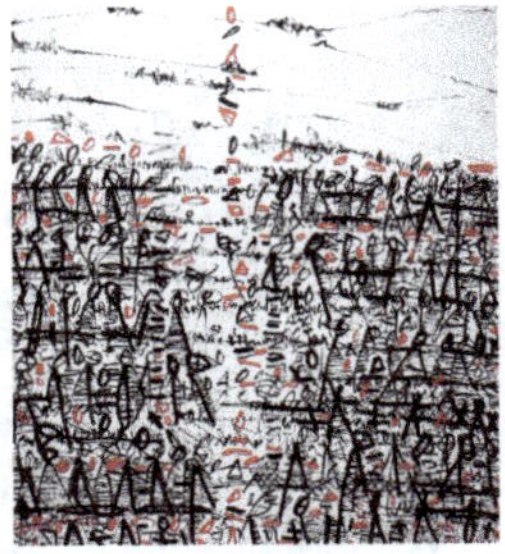

People XI. 2010
Oil & acrylic on canvas
65X54cm pty
Mary Fraser' collectio

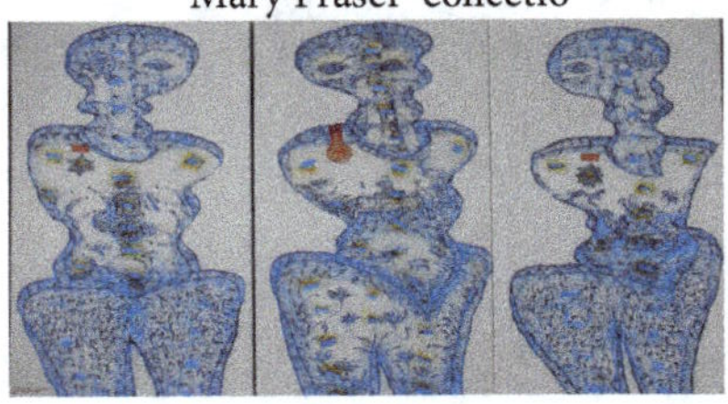

Living Vulue X. 2010
Oil & acrylic on canvas
150x100 cm (triptych)

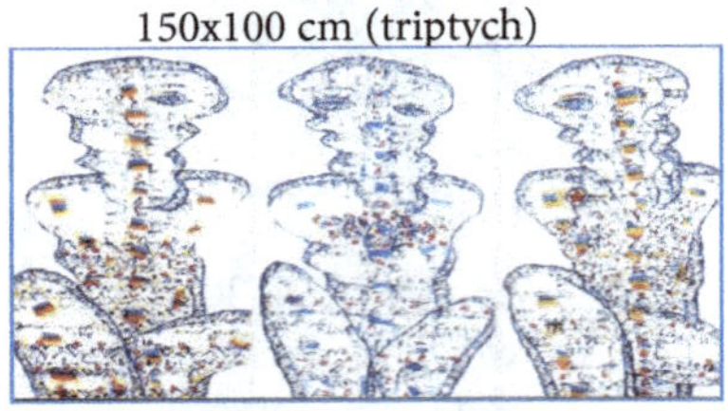

City Life III. 2009
Oil & acrylic on canvas
12080 cm (triptych)

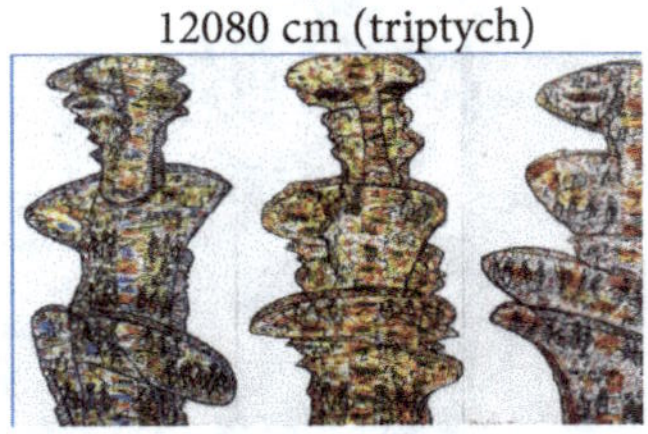

City Life II. 2009
Oil & acrylic on canvas
120x80 cm (triptych)

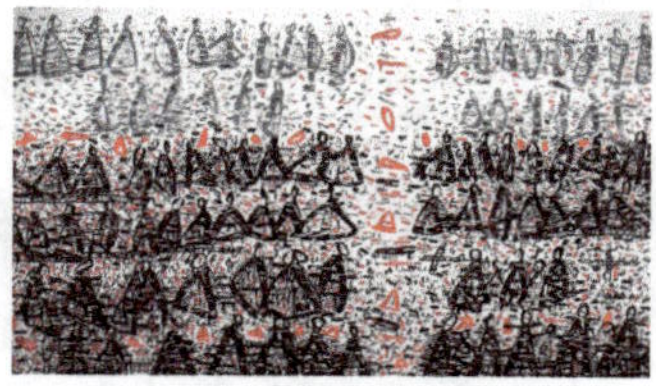

Living Space IX. 2008
Oil & acrylic on canvas
162x130 cm
Artist's collection

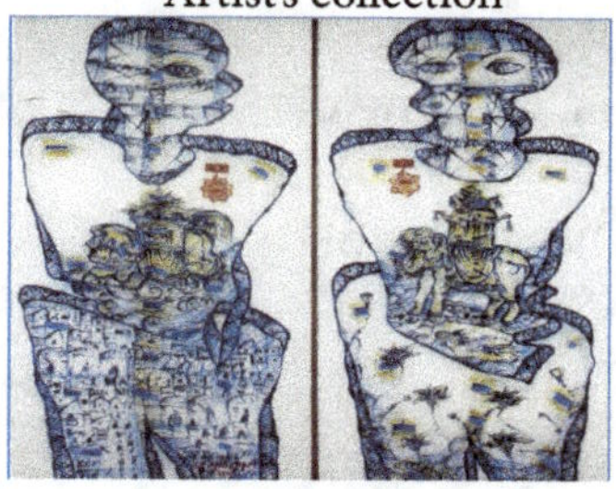

Living Vulue XI. 2010
Oil & acrylic on canvas
120x80 cm (triptych)

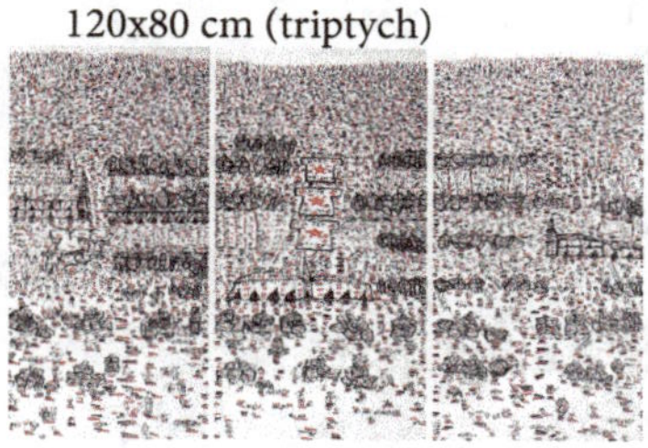

Living Space III. 2008. Oil & acrylic on canv.

150x150 cm (triptych)

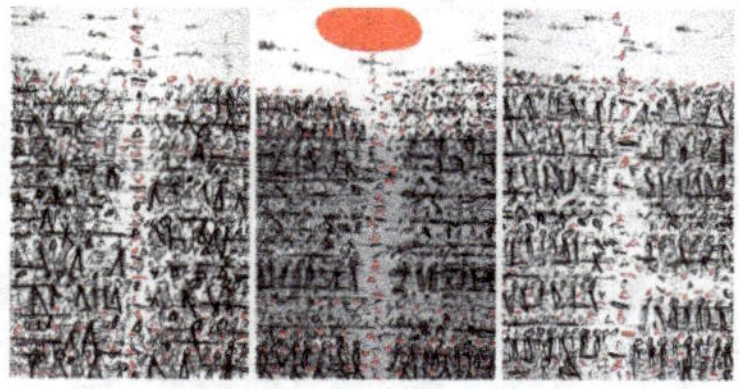

Living Space VIII. 2009. Oil & acrylic on canvas. 150x100 cm (triptych)

NGÔ NGUYÊN NGHIỆM

HỨA HIẾU

Trưa Nay

Trưa nay tôi gạt xuống đất
tro tàn
của một mùa hè nhiệt đới
Chiều nóng bốc lên
một mùa hè đỏ lửa

Khuya thèm chinh chiến
tôi mơ thấy một tàn tro
tương tàn
Tương tàn

Đặt cuộc đời nằm xuống
cho một thoáng nghỉ ngơi
Nhưng đời thì phản trắc
nên khuya đêm mớ mị tơi bời
Cuộc đời còn nhớ gì không
bao tháng ngày rêu phong
trong vạt nắng mênh mang câm
trắng
Trưa nay tôi cời than
của mùa hè đỏ lửa

tàn tro bay lên gió chướng
Rơi vào mộng mị khuya đêm
lắm tơi bời
Tơi bời.

Nỗi buồn xanh

1.

Xin lỗi chúng tôi đã cố gắng hết sức
Đó là nhiệm vụ và trách nhiệm của chúng tôi
Xin chia buồn cùng bên thua cuộc

Không phải tác giả nói
chính bên thắng cuộc đã và đang nói như thế
suốt bao năm qua
Thật sự chỉ có chúng ta cùng chia sẻ nhau nỗi buồn này
chỉ có chúng ta mới cảm nhận và thấm thía nỗi đau này

Đúng như sách sử đã viết
Ăn làm vua thua làm giặc
Có kẻ đã hỏi
Chúng ta có phải là những kẻ phiến loạn
Câu hỏi ngớ ngẩn này còn buồn hơn một nỗi buồn

2.

Không phải mỗi ngày một niềm vui
Đó là ý nghĩ của một tư tưởng phản trắc
chưa chi đã vội phủi tay
với nỗi buồn
Không phải mỗi ngày một đường đi
Đó là ý nghĩ của một tư tưởng thiếu tự tin
chưa chi đã rẻ nhánh

con đường hành hương đã có sẵn
đâu cần phải đi tìm
Nhưng mỗi ngày thì nên ngồi im

không phải để bình yên
mà để tọa kháng
Đất nước chúng tôi đang cần rất nhiều điều phải chống đối
như bạo lực

như áp bức
như tham nhũng
như lấp liếm
như phủi tay
như mê muội cuồng tín

Khi xưa Mẹ ngồi còng lưng cùng đất nước
chờ đàn con
bây giờ Mẹ đã nằm cùng đất trời
chỉ còn đàn con ngồi cùng tổ tiên
chờ tổ quốc

3.

Thôi, chúng ta hãy đi thôi
Như một thi sĩ đã viết
Hãy đi cùng những cánh buồm và biển xanh
Đó là thứ đã mang quê hương lênh đênh
cùng chúng ta.

HỨA HIẾU

ĐẶNG XUÂN XUYẾN

HOA ĐÊM

Áo trễ vai trần rảo bước nhanh
Nhũ hồng e ấp áo mỏng manh
Gió khuya cong cớn từng cơn lạnh
Nhợt nhạt môi hường lúc tàn canh.

NGÕ ĐÊM

Sương tí tách trên từng cọng lá
Gió hững hờ lạnh lạnh xuyên đêm
Người lặng lặng bỏ đi sau vòm lá
Người cúi đầu chậm chậm lẫn vào đêm.

BUỐT ĐÊM

Một tiếng còi tàu ghiến nát đêm
Một tiếng ho đêm rục gối mềm
Một người lụi cụi soi chăn đệm
Một ánh mắt buồn buôn buốt đêm.

ĐIẾM TRỌ TRẦN GIAN

Đã biết trần gian là điếm trọ
Sao còn gian díu tổ tò vò
Thế nhân vốn sẵn lời xiên xỏ
Nhân nghĩa xù ra chỉ diễn trò.

ĐẶNG XUÂN XUYẾN
Hà Nội, đêm 26 tháng 11-2023

NGUYỄN KIẾN THIẾT

CÂU HÁT HUÊ TÌNH ĐỐI ĐÁP Ở NAM KỲ

Huê tình - còn gọi Hoa tình: "*Lẳng lơ trai gái*" (*Việt Nam Từ Điển*, tr.239), là "*Lời trai gái chọc ghẹo nhau, dâm từ, những câu hát ghẹo*" (*Đại Nam Quấc Âm Tự Vị*, tr.428). Hát huê tình là "*hát lời nói xa gần làm cho cảm động ý nhau, cùng là chọc ghẹo nhau*" (*ĐNQATV*, tr.410). Người miền Bắc gọi lối hát nầy là Tự tình, Hát hoa tình hoặc Hát trao tình tức là "*những bài hát hoa tình giữa trai và gái trao đổi nhau những khi có dịp gặp nhau*" (1). Theo Thuần Phong, Hát huê tình thông dụng nhiều nhứt ở miền Nam, còn gọi là hát đố, hát đối đáp, hát chèo ghe (2). Chúng tôi có thể cắt nghĩa như sau: Hát huê tình ở Nam Kỳ là hát đối đáp trao đổi nhau giữa đôi trai gái hay giữa hai phe nam nữ "những khi có dịp gặp nhau" trên sông rạch, lúc lao động ngoài đồng áng, trên sân nhà, hoặc trong các lễ hội, hay trong những cuộc thi tài cao thấp. Câu hát huê tình phát triển mạnh ở Miệt Vườn đồng bằng sông Cửu Long, *nằm trong ngũ cung hơi Nam giọng oán và phảng phất hơi hướm ca dao miền Trung.*

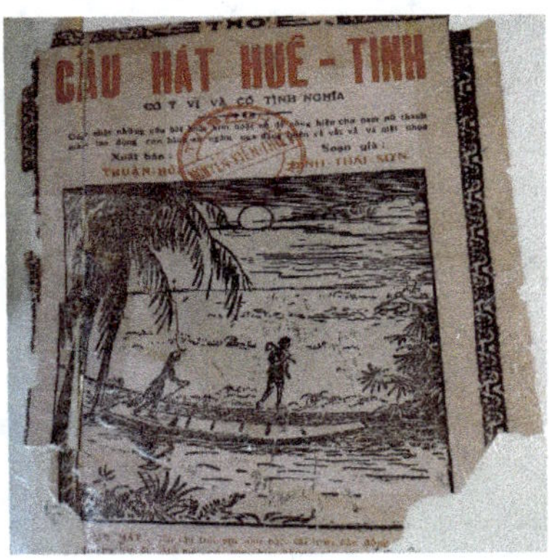

Người viết sử dụng bản *CÂU HÁT HUÊ TÌNH* của Đinh Thái Sơn, Chợ Lớn, Thuận Hòa xb. 1966 cũng như một số ca dao miền Nam để thực hiện bài nầy. Hát huê tình là hát đối đáp trao đổi nhau giữa trai và gái để "đối chơi" cho vui (*Đêm thanh trăng rạng, bạn mình đối chơi*) hay để "ngâm nga đặng quên cả vất vả và mệt nhọc" trong khi lao động. Và cũng có khi để "kết duyên", như duyên bạn bè, duyên chồng vợ. Hát Huê tình cũng giống hát Quan họ là "một loại hình dân ca phong phú về giai điệu", nhưng có điểm khác biệt là trai gái hát quan họ mặc dầu để ý thương nhau nhưng chỉ xem nhau như bạn (bạn hát) và theo tục lệ khắc nghiệt có ghi trong hương ước, "liền anh", "liền chị" thường *không được phép* lấy nhau. Trái lại chung cuộc của Hát Huê tình vẫn là tình yêu nam nữ (*Thú vui nào bằng thú hát huê tình; Trời xui hội ngộ hai đứa mình* ***kết duyên***).

Cũng như ca dao cả nước, cái "tôi" trữ tình trong Câu hát huê tình thể hiện những cảm xúc "chủ đạo", tinh tế và đa dạng. Từ "tôi"/"tui" dẫn đến những cặp nhân xưng đại từ đối xứng trong cách xưng hô của người bình dân: "tui"/"mình", "qua"/"bậu", "anh"/"em", "chàng"/"thiếp", "quân tử"/"thục nữ", "anh hùng"/"thuyền quyên", "người nghĩa", "nhơn tình", "cựu tình"...

-(câu 7) *Bây giờ cầu xây nọ nó thôi xây; Thời qua với bậu dứt dây* ***cang*** *thường* (bản gốc in: "can").

Điều đáng lưu ý là Câu hát huê tình được làm theo mọi thể loại thơ: từ tứ tự, ngũ ngôn, lục ngôn đến lục bát, lục bát biến thể rồi đến song thất, song thất biến thể hoặc hỗn hợp hai ba thể trên một cách phóng túng. Những tiếng đệm như: *bớ mình ôi, bớ anh ôi, bớ bậu ôi, bớ bạn ôi, bớ ai ôi, bớ em ôi, bớ nàng ôi, bớ nhơn tình ôi, bớ cựu tình ôi*... được lồng vào trong câu hát một cách ý vị và duyên dáng. Chẳng hạn như:

-(câu 12): *Chỉ tơ đứt mối thình lình;* ***Bớ bậu ôi,*** *Vì nghèo nên phải xa mình sanh phương.*

Hát huê tình là một loại hát đối đáp giữa nam và nữ; nhưng tại sao trong những câu do chính người bình dân hát lại có những từ Hán-Việt, cách ngôn Khổng Mạnh và điển tích Trung Hoa? Như chúng ta đã biết, Nam Kỳ là vùng đất mới, nhưng mọi lãnh vực đều "khởi sự/khởi xướng" ở miền Nam. Từ chữ quốc ngữ, văn học chữ quốc ngữ, báo chí, tiểu thuyết rồi thơ, thơ mới, dịch thuật (đặc biệt sách Tàu, truyện Tàu) đến văn nghệ kháng chiến, tự truyện, thoại kịch... nhứt nhứt đều *bắt đầu* tại Lục Tỉnh. Nói khác đi Nam Kỳ đã đóng vai trò *tiền phong* của văn nghệ miền Nam. Khi phân tích Câu hát huê tình, chúng tôi muốn nhấn mạnh vai trò **chữ quốc ngữ** và phong trào dịch **sách Tàu, truyện Tàu** (ra chữ quốc ngữ) vào đầu thế kỷ XX đã ảnh hưởng rất lớn đến hò hát. Để tránh trùng lặp, mời bạn đọc xem bài biên khảo *Vài Nét Về Câu Hát Huê Tình* đã đăng trên tạp chí *Ngôn Ngữ* số 31, tháng 5/2024 (tr.267-275).

Có thể nói mỗi một cuộc hát huê tình đối đáp gồm một số đặc điểm như: **hát chữ**, **hát tích** và **hát đố/hát đối đáp.**

- **Hát chữ**: dùng thành ngữ, tục ngữ nước ta hoặc cách ngôn của Khổng-Mạnh (thường lấy trong sách *Tam Tự Kinh*, *Minh Tâm Bửu Giám*, *Minh Đạo Gia Huấn* hoặc *Tứ Thư, Ngũ Kinh*) để gợi hứng gieo vần hay thách đố, thi tài cao thấp…

- **Hát tích**: dùng điển tích của sách vở Trung Hoa hoặc các truyện thơ Việt Nam vừa để gợi hứng gieo vần hay thách đố. Khi khảo sát về điển tích trong ca dao, GS Thanh Lãng đã viết: "*Văn chương bình dân rất kỵ những điển tích (...) Tuy nhiên đôi khi ta cũng thấy nhà văn bình dân dùng điển*" (5). Trong những chuyến đi "điền dã" sưu tầm, nghiên cứu Ca dao miền Nam, chúng tôi có thể khẳng định: Hát huê tình - một bộ phận của Ca dao miền Nam - rất "**sính**" dùng điển tích. Phạm Văn Đang, một nhà giáo gốc Bắc cũng đã nhìn nhận: "*Có điều đáng chú ý là ca dao miền Nam lại **sính** dùng thành ngữ điển tích **hơn** cả ca dao miền Bắc*" (6).

- **Hát đố/hát đối đáp:** Hát đối đáp là một loại hát huê tình giữa trai và gái "những khi có dịp gặp nhau". Những dịp gặp gỡ của chàng trai-cô gái khi diễn ra khi trên đồng ruộng, lúc trên sông nước. Nhưng nhiều nhứt là trên những dòng sông hiền hòa thơ mộng giữa "trai thương hồ" và "gái bán vàm". Đại thể, mỗi cuộc hát đối đáp thường chia làm ba giai đoạn: **Hát chào mời** (bắt đầu chào hỏi, mời mọc) ; **Hát** đối đáp (trả lời câu đố, khen tặng) ; **Hát tiễn** (từ giã, xe kết). Có thể nói "*Khi cuộc hát đã đến lúc hào hứng, hễ bên trai "buộc vào" thì bên gái "mở ra", bên trai "bẻ vô" thì bên gái "xô ra", bên nầy **hát chữ**, **hát tích** thì bên kia tìm cách đối lại; bên nầy dùng những câu **hát đố** hóc búa thì bên kia tìm câu **hát đáp** lại một cách tài tình*" (7).

***

Để bài viết thêm phần sinh động, chúng tôi thử 'phác họa" lại diễn tiến cuộc hát huê tình đối đáp giữa chàng trai thương hồ và cô gái bán vàm trên dòng sông Hậu.

Trong khoảng đêm trường tịch mịch ở một khúc sông vắng miệt Hậu Giang, anh thương hồ thả lái buông chèo cho chiếc *ghe tam bản* nhẹ nhàng trôi theo dòng nước, mắt lơ đãng nhìn ánh trăng vàng vọt chìm xuống đáy sông, hồn lâng lâng khoái cảm với trăng nước hữu tình. Bỗng từ trong vàm một tiếng hát rao hàng cất lên lòn trong gió bay đến tai anh. Ghe anh lướt tới gần, tiếng hát đó càng ngày càng rõ, càng thanh, càng nồng, càng ấm như vuốt ve, như mời gọi. Khách thương hồ chú ý lắng nghe và ngó quanh quất tìm nơi phát ra tiếng hát. Rất may từ trong vàm, một chiếc *xuồng ba lá* từ từ bơi ra. Rồi tiếng hát rao hàng lảnh lót của một cô gái:

Chè đậu xanh đường cát
Ngọt mát tợ đường phèn
Ăn giùm một chén làm duyên
***Nầy chú lái kia ơi,** Lên doi xuống vịnh kiếm em mà ăn chè.*

*Để ý *thán từ* "**ơi**" (khẩu ngữ) chỉ tiếng đáp lại cao giọng, tiếng gọi ngụ ý than thở.

Biết người con gái "mở đường" cho mình và vốn sẵn có "máu giang hồ", chàng trai thương hồ liền cất tiếng hát huê tình để chào mừng, làm quen:

Bớ chè đậu xanh đường cát
Giọng em rao hát mát tợ đường phèn
Đối chơi một hiệp làm duyên
***Nầy cô gái kia ơi,** Lên doi xuống vịnh, gặp em anh xin chào mừng.*

Thấy giọng hát rao của mình có phần hiệu quả trong việc "câu" khách hàng, cô bán vàm cất tiếng hát tiếp:

Lưới thưa bủa lấy con cá duồng
***Nầy chú lái kia ơi,** Chèo ghe tam bản đêm trường đi đâu?*

Được cô gái săn đón, anh lái buôn hảo ngọt lập tức trả lời:

Lưới thưa bủa lấy con cá duồng
***Bớ cô nàng ơi,** Anh chèo ghe tam bản tìm đường thăm*

em.

Hát vùa dứt câu, dường như sợ cô gái chê mình trêu ghẹo sỗ sàng, chàng trai bèn cất tiếng *hát chữ* "buộc vào" để ướm thử:

Cửu hạn phùng cam võ
Tha hương ngộ cố tri
Tình cờ mà gặp mấy khi
Hỏi thăm thục nữ giai kỳ định chưa?

Thấy khách thương hồ có vẻ tha thiết với mình, lòng cô thôn nữ dâng lên bao mối cảm tình nên bèn *hát chữ* đáp lại:

Thiếp tợ thiên biên nguyệt
Quân như lãnh thượng vân
Tuy gần mà chẳng phải gần
Cũng như biển Sở non Tần cách xa.

Nghe giọng hát chứa chan biết bao ý tình, chàng trai bèn hát huê tình "buộc thắt" lại:

Nước dưới sông lững đứng
Mây đưa gió dật dờ
Bớ bạn mình ơi, *Tơ duyên đã buộc sờ sờ*
Qua đây bậu đó, còn ngờ đâu xa.

Cô gái vẫn còn lo sợ Tơ hồng Nguyệt lão khéo bày trò oan nghiệt nên đã hát "mở ra":

Trăng trên trời rành rạnh
Đêm thanh tạnh tiêu diêu
Lá lay tại mối chỉ điều
Nầy anh ơi, *Thương thì nói vậy chớ còn nhiều chỗ lo.*

Thấy cô bán vàm "mở ra" một cách yếu ớt, khách thương hồ bèn "bẻ vô":

Qua nghe bậu than thân bậu
Nghĩ mà tệ lậu bề qua
Linh đinh chưa có cửa nhà
Bớ em ôi, *Thương nhau hãy rán hiệp hòa lứa đôi.*

* *Thán từ* **"ôi"** (khẩu ngữ) chỉ tiếng gọi biểu lộ ý than thở hoặc bày tỏ tình cảm tha thiết.

Cô bán vàm vẫn còn nghi ngờ lòng dạ của chàng trai nên đã hát "xô ra":

E đó nói ngoài môi
Ừ rồi bay theo gió
Bớ anh ôi, *Sự thế em thấy thường tham đó bỏ đăng.*

Chừng như hiểu ý cô gái, chàng trai bèn "buộc riết vô" bằng cách *hát chữ* để bắt bí cô gái:

Anh cũng biết: Họa hổ họa bì nan họa cốt
Tri nhơn tri diện bất tri tâm
Bậu nghi như vậy mới lầm
Nầy bạn mình ôi, *Chớ lòng anh sắt đá thâm trầm chẳng sai.*

Hát xong anh lấy làm đắc ý mỉm cười chờ cô gái trả lời. Nhưng nào phải tay vừa, cô đã vội vàng cất giọng lảnh lót *hát chữ* đáp lại:

Em chỉ ngại: Thủy để ngư thiên biên nhạn
Cao khả xạ hề đê khả điếu
Chỉ xích nhơn tâm bất khả phòng
Bớ anh ôi, *Nhiều tay tham bưởi chê bòng lắm anh.*

Tới đây anh thương hồ bắt đầu đổi "chiến lược", thay vì *hát chữ*, anh *hát tích* hầu "chinh phục" cô thôn nữ thật thà chơn chất.

Anh tằng hắng lấy giọng rồi cất cao tiếng *hát tích* lấy từ **Truyện Tàu:**

Anh tỷ như cái phận anh
Chẳng thà ở lều tranh như thầy Tăng, thầy Lộ.
Cũng không ham mộ như Vương Khải với Thạch Sùng
Em ôi*, Đạo người giữ vẹn, bần cùng sá bao.*

Cô gái vẫn chưa chịu thua. Sau một hồi "câu giờ" tìm ý, nàng đã *hát tích* đối lại:

Chẳng thà em chịu đói chịu rách
Học theo cách bà Mạnh, bà Khương
Chẳng thèm như chị Võ Hậu đời Đường
Anh ôi, *Làm cho bại hoại, cang thường hư danh.*

Các truyện thơ Việt Nam Nam như: *Truyện Kiều, Lục Vân Tiên, Lâm Sanh-Xuân Nương, Phạm Công-Cúc Hoa,* v.v... cũng được sử dụng trong hát huê tình.

Tới đây, cô gái dường như đã cảm mến chàng trai nên *hát tích Truyện Kiều* để thăm dò:

Thân em mỏng mảnh, quê cảnh lạ lùng,
Thuyền quyên mong sánh anh hùng,
***Bớ anh ôi,** Lại e như nàng Kiều nọ, bạn cùng Thúc Sanh.*

Chàng trai vốn có chút chữ nghĩa, lại thường nghe "nói thơ Vân Tiên" nên *hát tích* đáp lại:

Nhơn, Nghĩa, Lễ, Trí, Tín
Thị vị ngũ thường
***Em ôi**, Đây anh cũng dốc sánh **bường** Vân Tiên...*

Cuộc hát đối đáp tới đây vô cùng hào hứng. Nhiều ghe thương hồ cũng chèo gần lại để mục kích cuộc thi tài cho thỏa tánh hiếu kỳ. Thỉnh thoảng có tiếng vỗ tay tán thưởng, tiếng reo hò cổ võ vang lên như xé tan màn đêm u tịch. Các chàng trai "hảo ngọt" tha hồ thưởng thức món "chè đậu xanh đường cát, ngọt mát tợ đường phèn" để "làm duyên" và được dịp làm quen cô gái. Một lát sau nồi chè ngọt lịm đã hết sạch.

Bấy giờ đến lượt cô gái "phản công". Cô dùng các thuật ngữ **nhiều/ít, non/già** *để hát đố*:

*Bánh **nhiều** quá sao kêu bánh **ít***
*Chuối **non** nhớt cũng gọi chuối **già***
Trượng phu đối đặng mới là đáng khen.

Vốn là tay "cao thủ", chàng trai "trả miếng" lại liền bằng cách dùng các thuật ngữ **chua/ngọt, cao/lùn** để đối lại:

*Canh **chua*** lét sao kêu canh ***ngọt***
*Cây **cao** nghệu cũng nói cau **lùn***
Đối chơi với bậu anh hùng há thua.

Rõ ràng là "kỳ phùng địch thủ". Kẻ tám lượng, người nửa cân ai dễ nhường ai. Thấy đối thủ "phá miếng" một cách dễ dàng, cô bán vàm cũng đổi "chiến thuật" *nói lái* để tấn công chàng trai. (*Nói lái* (còn gọi nói trại) l*à* một cách nói kiểu "chơi chữ" một cách hài hước của dân ta những lúc tr*à* d*ư* tửu hậu, trong các cuộc thi h*ò hát nhằm mục đích mua vui). Cô* gái "buộc vô" bằng cách sử dụng *nói lái* để *hát* đố:

*Con **cá đối** để trên **cối đá***
Mèo đuôi cụt** nằm **mục đuôi kèo
***Bớ anh ôi,** Anh mà đối đặng, dẫu nghèo cũng ưng.*

Cả bọn cất tiếng cười vang, tưởng rằng anh thương hồ đã "bí lối". Nhưng là tay "giang hồ tứ chiếng", anh nào chịu thua dễ dàng. Sau khi lấy hơi và moi trong đầu những thuật ngữ đã "học lóm" được, anh cất tiếng hát đáp lại cũng bằng cách *nói lái*:

*Con **mỏ kiến** đậu trong **miếng cỏ***
*Chó **vàng lông*** đáp dựa ***vồng lang***
***Bớ em ôi,** Đây anh đối đặng e nàng chẳng ưng.*

Cuộc hát đối đáp giữa *trai thương hồ* và *gái bán vàm* cứ thế mà tiếp diễn. Nhờ sự ứng đối tài tình, họ bắt đầu để ý, cảm mến nhau và tình yêu bắt đầu chớm nở giữa hai người. Cũng có khi vì bên trai, hay bên gái bị "buộc vào" mà không tìm được cách "xô ra", nên "cuộc chơi" tạm thời chấm dứt. Thông thường có ba cách kết thúc cuộc thi tài: **một** là để "giải sầu", "cầu vui" (*Hát mấy trăm câu giải sầu chư vị; Việc hát hò có ý cầu vui*"; **hai** là họ hẹn hôm sau cũng vào "đêm thanh trăng rạng" để thi tài cao thấp; **ba** là họ giã từ nhau mà "ruột thắt gan teo". Đó cũng là tâm trạng chàng trai khi bùi ngùi *hát dứt* (hát giã từ nhau):

Giã quới nương lên đường Nam-Bắc
***Hỡi người thục nữ ôi,** Ngó lại bên xuồng ruột thắt gan teo.*

Hát xong, anh lặng lẽ khua mái chèo cho ghe xuôi về *ngã bát* (rẽ phải), còn cô bán vàm cũng lặng lẽ bơi xuồng sang *ngã cạy* (rẽ trái). Tuy hai người đã rời xa rồi nhưng trong lòng họ vẫn *tiếc hùi hụi* cho sự gặp gỡ thú vị nầy, nên cô gái đã *hát vói* theo như hứa hẹn:

Chẳng trước thì sau
Cũng lý đào tương hội
***Bớ người quân tử ôi**, Khuyên anh hãy dằn lòng đừng vội nhớ trông.*

***Kết**: Tập sách mỏng *Câu Hát Huê Tình* – một bộ phận của ca dao miền Nam – đã phản ảnh trung thực bức tranh xã hội Nam Kỳ buổi giao thời Pháp-Việt. Độc giả có thể tìm thấy **Nội dung** "văn dĩ tải đạo" bàng bạc trong tác phẩm. Đó là đạo quân thần (quân xử thần tử), lòng ái quốc, đạo hiếu (ơn cha nghĩa mẹ), đạo phu thê (lòng chung thủy, dạ sắt son), trọng nghĩa khinh tài (kiến nguy vô dõng, tiền tài như phấn thổ/nhơn nghĩa tợ thiên kim), làm lành lánh dữ (tích thiện phùng thiện/tích ác phùng ác). Đó là tất cả cái "điệu nghệ" (đạo nghĩa) của người Lục tỉnh. Thỉnh thoảng phê phán "thói hư tật xấu" (cờ bạc, tửu sắc, á phiện, lầu xanh), thói mê tín dị đoan (tam hạp, tứ hành xung) và "hôn nhân dị chủng" (Tây-Tàu-Khách-Thanh-Chệt-Chà // An Nam, Việt).

Nhưng phê phán là để xây dựng: vạch ra cái xấu, cái dở để gián tiếp đề cao cái tốt, cái hay nhằm giáo dục khuyên răn người đời. Về **Nghệ thuật,** hát huê tình đối đáp thiên về "diễn xướng" cần phải "câu giờ" để "bẻ lại" câu hát lắt léo, hóc búa, phải sử dụng *tiếng đệm, tiếng láy* cũng như vận dụng kiến thức và khả năng sẵn có của mình để thi tài cao thấp. Vì vậy câu hát huê tình sử dụng gần như *nguyên xi* lời ăn tiếng nói của dân gian Lục tỉnh: lời lẽ bình dị, mộc mạc, không trau chuốt nên dễ đi sâu vào lòng người. Chúng ta sẽ không thấy những câu hát *tròn trịa mềm mại* thể sáu tám trong Câu hát huê tình. Trong một bài nghiên cứu về Ca dao miền Nam, chúng tôi đã nhận định: *Hò hát đi trước ca dao; và **ca dao lục bát thành hình sau hò hát**.* Người sưu tầm/ phổ biến (Đinh Thái Sơn) mặc dầu phải "tam sao thất bổn" do sự giao lưu văn hóa, do "trình độ văn hóa"; nhưng đã đạt được thành tựu đáng kể trong việc bảo tồn cái di sản lý thú của ông cha. Chúng tôi tin rằng *Câu Hát Huê Tình* là một văn bản quý hiếm cho các nhà nghiên cứu văn hóa dân gian, các nhà ngôn ngữ học, xã hội học và văn học sử. *Câu Hát Huê Tình* chính là *bản sao* thâu gọn của ca dao Nam Kỳ Lục Tỉnh vậy.

NGUYỄN KIẾN THIẾT

Chú thích:

(1) Thanh Lãng: *Văn Chương Bình Dân*. In lần II. Sài Gòn, Văn Hợi xb. 1957, tr.90.

(2) Thuần Phong: *Ca Dao Giảng Luận*. Kỳ II, SG, Á Châu xb.1970.

(3) Thanh Lãng: *Thay Lời Bạt. Văn Học Miền Nam* của Đông Hồ. Sài Gòn, Quình Lâm xb, 1970.

(4) Sơn Nam: *Nói Về Miền Nam*. SG, Lá Bối xb. 1967, tr.59.

(5) Thanh Lãng: *Văn Chương Bình Dân*. In lần II. Sài Gòn, Văn Hợi xb. 1957, tr.118.

(6) Phạm Văn Đang: *Nghệ Thuật Xây Dựng Từ Hoa Trong Ca Dao Việt Nam*. Luận án Cao học Văn chương Đại học Văn Khoa Sài Gòn, 1965, tr.149-150.

(7) Nguyễn Kiến Thiết: *Tánh Cách Đặc Thù Của Ca Dao Miền Nam*. Luận án Cao học Văn chương Đại học Văn Khoa Sài Gòn, 1972, tr.107.

TRÚC LAN
TỰ THÁN

.Mời các bạn họa bài thơ Đường luật thất ngôn bát cú, luật Trắc, vần Bằng dưới đây:

Tuổi sắp bát tuần, ngẫm được gì?
*Được – thua, vinh – nhục vẫn vô tri**
Bao lần tai nạn, Trời che chở
Mấy lượt phong ba, Phật độ trì
Trận bút chen vai chưa mệt mỏi
Trường văn góp mặt dám so bì
Lập ngôn chí nguyện cho tròn kiếp
*Danh để mà chi, lợi để chi!***.

Trúc Lan - Sau Tết Giáp Thìn 2024

**Vô tri*: không biết gì. Socrates (khoảng 470/469-399 TCN), một triết gia người Hy Lạp cổ đại, có nói: *"Tôi chỉ biết một điều, đó là không biết gì cả!"*. Câu nói nổi tiếng từ 2500 năm trước của nhà hiền triết phương Tây vẫn có sức nặng trong triết thuyết giáo dục hiện đại: chúng ta thường bắt đầu như là nhà giáo điều, và - nếu mọi việc trôi chảy - thường sẽ kết thúc như là nhà hoài nghi.

**Mượn ý trong bài "Đời là vô thường" của nhà Phật.

PHAN HẠ DU

DẤU YÊU MÙA ĐÔNG

Đà Lạt mùa này hoa quỳ nở
Lưng chừng phố núi nụ tình mơ
Em về đọc lại bài thơ cũ
Rưng rức niềm đau đến tận giờ

Phố núi bây giờ mùa đông tới
Góc nhỏ đơn côi đến chạnh lòng
Quanh co đường dốc chân có mỏi
Quên áo len rồi lạnh lắm không ?

Em vẫn chờ anh hết tháng ngày
Bốn mùa lặng lẽ ngủ trên tay
Sáng nay chim núi trong rừng hót
Em sẽ thành mây lãng đãng bay !

Phố núi bây giờ vàng sắc hoa
Bên đời nghe rõ tiếng chim ca
Phiến đá buồn thiu ngàn năm đợi
Vẫn nhớ thương người , vẫn thiết tha !

PHAN HẠ DU

LÊ HÂN
Một Chút Không Thoải Mái

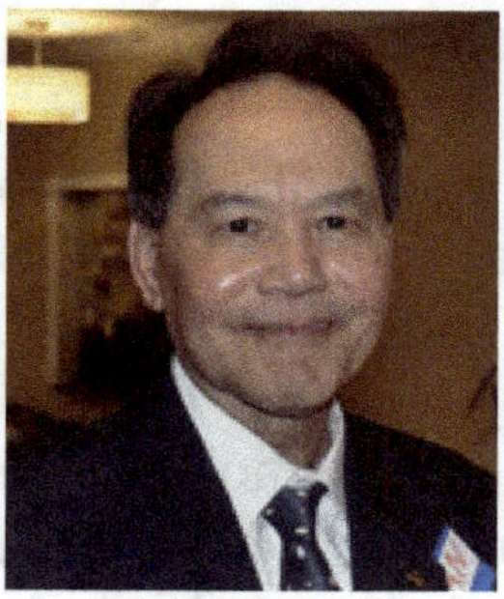

Hòa hơi nghiêng đầu về bên trái, thầm đếm một, hai, ba, bốn... Còn đến những tám mạng nữa mới đến lượt anh diện kiến, nạp đơn cho người thiếu nữ da đen đang xoay trở với công việc không ngớt trong quầy. Sau anh, số người nối lưng nhau hình như càng lúc càng dài. Hòa đã nhích lọt vào lòng hai hàng dây thừng bện bằng vải làm ranh hai bên. Chỉ một đoạn ngắn nữa, anh sẽ trực tiếp gởi đi mẫu đơn xin trợ cấp thất nghiệp, mà anh đã thận trọng điền vào từng ô cần thiết, tối hôm qua.

Hòa chợt thấy hơi khó thở. Mùi da tóc lẫn mùi quần áo, giày vớ của thằng hộ pháp đứng chắn ngay trước mũi anh càng lúc như càng đậm đặc hơn. Hòa nhích lùi nửa bước và vô ý chạm ngay đầu mũi giày của một mụ da đen khổng lồ. Hòa xoay mặt xin lỗi. Khi nghiêm chỉnh đứng ngoan ở vị trí mình, Hòa chợt thấy cái thân thể bé nhỏ của mình giữa đám đông. Có lẽ anh đang đỏ mặt vì mắc cỡ. Thật ra với chiều cao một mét sáu mươi lăm và nặng hơi ló năm mươi ký, tầm vóc của Hòa đâu đến nỗi chìm lỉm trong đám những tạp chủng chung quanh. Hòa đảo mắt một vòng. Không có một bóng Á đông nào. Không hiểu sao Hòa chợt thấy an tâm, nhưng cùng lúc đó, cái cảm giác bé nhỏ của thân xác, rõ ràng lòi ra một cách minh bạch. Hòa thấp thỏm áy náy điều gì đây? Trong khoảnh khắc, Hòa tự kiểm. Dĩ nhiên, anh cũng đầy đủ tai mắt mũi họng, quần áo giày vớ chỉnh tề, và hơn thế nữa, anh còn có một khối óc khá minh mẫn, một tâm hồn dễ rung cảm, bén nhạy. Hòa chợt như đứng yên. Tai anh như vểnh lên.

Anh nghe và hiểu những điều mọi người không ai nói chung quanh. Rõ ràng những băn khoăn chờ đợi của mỗi người như đồng dạng. Trong mỗi thỏi thịt xương khác nhau về tầm vóc, màu da đều mang đủ một số tế bào như nhau. Những đường máu đều đi về từ một trái tim. Sự minh mẫn có thể khác nhau chút ít, nhưng những yêu thương, buồn vui, lo sợ... đều na ná như nhau. Tất cả những người đang có mặt nơi đây đều đang như Hòa đó thôi. Họ cùng là một đám đang mất việc làm, đang thất nghiệp. Tất cả hội tụ tại đây với một mục đích: xin trợ cấp. Một 'sự xin' có giấy tờ, hợp nguyên tắc, nằm trong quyền lợi của mỗi người. Có gì đáng e dè, xấu hổ đâu. Hòa ngó lại mẫu đơn của mình, trìu mến chúc nó hoàn thành sứ mạng.

Bây giờ Hòa đã ngồi yên trong khu ghế chờ. Anh không muốn quan sát chung quanh, nhưng mắt anh vẫn ngó theo hướng cái đầu cứ khoan thai nhúc nhích. Hòa chưa bao giờ tập được sự bất động, tĩnh tâm khi hai mắt của anh mở ra. Ngoại cảnh luôn luôn dìu dắt sự rong chơi của tầm nhìn. Và hai con ngươi tinh tế luôn luôn tiếp thu nhận dạng mọi biến động chung quanh. Trí óc Hòa có thể đang bận suy tưởng về một điều, một sự việc nào khác nhưng mắt Hòa vẫn ghi nhận mọi hoạt diễn đang xảy ra cận kề. Và như thế anh không thể không vô tư nhìn một nhóm người, hầu hết là đàn ông đang nghiêng đầu vào dãy máy vi tính tìm việc làm kê hàng ngang, sát vách. Một nhóm khác đang cặm cụi điền đơn trên những dãy bàn dài kê sát nhau ngay trước mặt khu ghế đợi. Sau lưng, bên hông trái, hông phải khu ghế đợi, được dựng những bức chắn chia làm nhiều ô nhỏ, kín vừa đủ thấy cái bàn giấy, cùng ba cái ghế; trên bàn với máy vi tính, với điện thoại, một bình hoa, một khung ảnh có hình... Hòa sẽ phải vào một trong những ô không mấy vui đó, lát nữa đây. Ai sẽ là người tiếp anh? Một anh chàng vừa thiếu ngủ tối hôm qua vì một trận hockey bình thường? Một cô nàng sau một đêm chưa đủ cữ tình dục? Họ sẽ chất vấn anh, sẽ moi móc, gài bẫy anh ở những chi tiết nào đây?

Hòa nhẩm lại ngày bắt đầu đi làm. Những trận bão tuyết gối đầu nhau vào tháng hai, đã tiếp đón Hòa thực sự bước vào một giai đoạn mới của cuộc đời anh. Bỏ qua một đoạn dài đời cậu ấm, Hòa vừa chững chạc trong vai tay buôn, sau tròn mười năm dưới một thể chế chính trị mới của đất nước mình, thì anh được ra đi. Những tên gọi, những mặt hàng vừa thuộc đành phải bỏ qua một bên. Miền đất thật lạnh, thật xa tổ quốc nhưng đầy đủ tự do đã hấp dẫn, vẫy gọi anh. Và Hòa đã tới, để ngay sau ngày đầu tiên, chưa kịp ngấm hương tuyết lạnh, Hòa đã lập tức thực hiện một cái chân lý mới đến với anh trong mười năm vừa đi qua: 'lao động là vinh quang'. Mùi cao su của lốp xe, của bố thắng ngẫm ra cũng là một mùi hương. Nó có cái huyền hoặc hấp dẫn riêng của nó. Dễ gì phân chất một mùi hương? Biết chấp nhận, biết trân quý, biết thương yêu... rồi ra thân quen mấy chốc. Tiếc thay, lòng yêu nghề, yêu lao động của Hòa đã sớm bị loại bỏ và vì thế, cực chẳng đã, Hòa đã phải tự dẫn mình đến nơi đây.

Lý do bị sa thải, người chủ hãng xác nhận đàng hoàng, ưu ái: hết việc. Một lý do có tiêu chuẩn mạnh nhất để hội đủ mau chóng việc xét cấp thất nghiệp. Hòa ngó lại vào ô A trên mẫu đơn cho chắc bụng, tự trấn an mình: có đếch gì phải lo.

Một nữ nhân viên từ một ô nhỏ phía bên trái đi ra, rồi một người nữa. Cả hai cùng đến lấy hồ sơ ở quầy nhận đơn. Hòa lại thấy hồi hộp. Nhưng chưa phải anh. Một người đàn bà Ấn Độ, một gã đàn ông có râu quai nón rất là Ả Rập đã được gọi vào phòng. Hòa chăm chăm ngó theo, rồi như cảm thấy mình không đúng, anh sửa lại thế ngồi. Cái áo khoác gió đã được cởi ra. Hòa nghe miệng lưỡi nhạt nhẽo, thèm thuốc. Anh lần tay vào áo gió, chợt nhớ nơi này cấm hút thuốc, anh thoáng thấy bực mình, co tay bóp bóp túi áo, định tìm vào phòng vệ sinh, nhưng ngại sẽ được gọi, anh ngồi yên.

Phòng chật người, nhưng những tiếng động rất lỏng lẻo. Hầu hết ai cũng yên lặng, thận trọng, nhẹ nhàng trong mỗi cử động. Hòa không quên được cơn thèm thuốc lá. Môi anh như khô ra. Hòa lẳng lặng làm một động tác giả. Anh thở nhẹ và hít mạnh vào. Lượng khói thân mật tưởng tượng đang len sâu vào hai buồng phổi. Chúng khoan thai ngấm vào từng tế bào máu rồi loãng nhẹ ra dần, bát ngát thơm tho hai cánh mũi. Hòa thấy rõ những khoái cảm đơn giản, đang thân mật vỗ về anh. Một hương vị đậm ngọt như có thịt da, sờ nắm được đang đến với anh, và Hòa biết chắc anh đang có người bạn thân bên cạnh. Người bạn mà mỗi lúc ngã lòng nhất, anh mới thấy rõ vai trò và sự hiện diện hữu hiệu nhất.

- Mr. Ho..a..

Hòa bật dậy như một cái lò xo. Và như một cái máy, anh đi theo sát lưng một cô da trắng, tóc vàng. Giá trong trường hợp khác, có lẽ Hòa đã để tâm thưởng thức cái eo, cái mông, cái gót chân của người đi trước mặt, nhưng lần này Hòa đã thị bất tri, ngoan hiền rất mực.

Hòa thận trọng trả lời những yêu cầu, nghi vấn của người mở hồ sơ xin trợ cấp thất nghiệp cho anh. Thời gian làm việc... mức lương... tình trạng công việc của hãng... kinh nghiệm... có ưa thích tìm một công việc khác... mức lương đòi hỏi... Tất cả đã được trả lời bằng chữ viết trên mẫu đơn. Nhưng hỏi lại bằng lời hình như không phải là một việc làm thiếu lý thú. Trả lời có mấy khi không tính trước, học trước. Hòa không phải là người hoàn toàn chân thật, nhưng anh cũng hơi khựng lại một chút ở cái nguyên nhân đích thực nghỉ việc của anh. Hãng Hòa làm không phải là một hãng nhỏ, công việc rõ ràng không hề thiếu. Nhưng sự đều đặn của những động tác việc làm, thiếu sáng tạo, đã làm cho Hòa chóng chán. Một ngày lười bỏ việc, tiếp theo một vài ngày lười bỏ việc, Hòa đã bày tỏ điều đó với người chủ hãng. Rất may cho anh, anh được chủ thông cảm và phê thuận tiện cho sự nghỉ việc xin trợ cấp của anh.

Hòa mỉm cười cảm ơn và chào người "thẩm quyền ngắn hạn" của anh sau khi nhận ngày hẹn trở lại để được nghe điều kiện và quyền lợi của người thất nghiệp vào chiều thứ tư đến. Tuy chưa ăn thất nghiệp lần nào, nhưng những gì sẽ phải làm Hòa đều đã biết qua kinh nghiệm của nhiều người đi trước. Sẽ phải mất một vài buổi đi xin việc nhưng vái trời đừng được, bởi chỉ cần địa chỉ và số điện thoại của hãng sở, mình cố gọi xin qua. Một thiện chí yêu lao động không thể thiếu.

Hòa vù ra đường, từ khoảng cách chừng ba mươi thước, Hòa đã nhận mặt rõ mẫu giấy hình chữ nhật thon gọn nằm phơi phới dưới một cái gạt nước của chiếc xe cũ kỹ của anh. Hòa nhìn đồng hồ tay. Trễ chừng bảy phút, anh đóng mạnh của xe. Mẫu biên phạt của ville nằm ngửa trên mặt ghế bên cạnh tay lái. Hòa chạy qua mấy ngã tư, chưa biết nên đi đâu, về nhà lúc này chẳng để làm gì.

Hòa không nhớ ra phải đi đâu cho hết những giờ còn lại trong ngày. Vài thằng bạn không mấy thân, giờ này đều nhịp nhàng lao động. Dạo chơi cũng là một công việc, ai bảo không ? Và Hòa mở nhạc cho ra về hướng xa lộ. Không gì thú hơn thảnh thơi.

LÊ HÂN

Có những người chết ở tuổi 25 và chỉ đến 75 tuổi mới được chôn.

Some people die at 25 and aren't buried until 75.

Benjamin Franklin

(1706 - 1790) Chính trị gia, tác giả, triết gia, nhà phát minh, nhà hoạt động xã hội, nhà ngoại giao người Mỹ, một trong những người thành lập đất nước của Hoa Kỳ.

LÊ HỮU MINH TOÁN

NGÀY GIỖ BẠN.

Bao năm rồi Ninh nhỉ!
Âm dương cách nhịp cầu
Hôm nay ngày giỗ kỵ
Vẫn còn nguyên nỗi đau

Còn nguyên màu TÍM NHỚ
Bài thơ xưa gợi buồn
Như lần đầu gặp gỡ
Tình cờ, rất thân quen

Nhớ, ơi nhớ! Ơi! Nhớ
Ly cà phê đầu ngày
Bao đêm mình tâm sự
Ngất ngưởng dòng thơ say

Vần thơ TRỞ VỀ HUẾ
Ngọt ngào chút chân quê
Và MƯA GIÔNG XỨ HUẾ
Nhắc người đi mau về

Ơi! Người đi , người đi
Chốn non bồng phiêu lảng
ĐIỂM HỘI TỤ quay về
Nửa trăng già gãy mộng
Vẫn hoài là ẨN SỐ
Chuỗi trăm năm phận người
Cuối cùng anh đã NGỘ
Trả xong đời ….thảnh thơi…!

@ LÊ HỮU MINH TOÁN
(Những chữ IN lớn là tựa đề thơ của bạn An Phú Ninh)

NGUYỄN VĂN SÂM
Những cây cầu trong ước mơ…

1. **T**ôi chạm mặt Sáu Huê ở sân sau của Sở khi còn đương lum khum khóa cái xe đạp cà tàng nhưng cũng có thể bị thổi mất của mình. Tới để nói về chuyện lương hướng chậm trễ cả ba tháng nay ấy mà! Tiền túi cắc ca cắc củm lâu nay đã cạn, tiền vay mượn đầu nầy đầu nọ đã bắt đầu khó khăn, bị nhẹ nhàng từ chối ở nhiều mối rồi. Tính lên đây xoay đỡ ai đó chút đỉnh sống qua ngày chờ Sở nhận được tiền từ trên rót về rồi mới tính tiếp.

Giữa đám cô thầy đồng cảnh đương lao nhao xầm xì, tôi được Sáu Huê kéo vai, bộ như thân thiết lắm, nói nhỏ: 'Chút xíu nữa anh Khâm có huởn huởn lên văn phòng tôi, mình bàn chút việc'. Khi nói Sáu Huê kê miệng hô bịt răng vàng của anh gần sát mặt tôi, mùi nước phở nhiều hồi và mùi hành Tây sống còn thoảng bay, khiến tôi khó chịu, cây tăm anh ngậm nơi khóe miệng khi nói như có chưn tay đánh đu qua lại từ mép nầy tới mép kia của hai tảng môi đen làm tôi ớn ớn xương sống. Hình như những người gốc ở trỏng ra hay ở bển về, đều thích ngậm tăm sau khi ăn sáng, và có tài vặt về chuyện làm xiệc với cây tăm trên miệng!

Tôi né mặt ra chút đỉnh, ậm ờ.

Trước khi về, tôi tạt vô phòng Sáu Huê thì anh ta không có mặt, người phó phòng nào đó trao lại cho tôi một phong thơ mỏng, có đóng dấu Khẩn & Mật. Tưởng gì, té ra là quyết định cử đi dạy lớp Bình Dân Học Vụ, xóa nạn mù chữ ở xã Mỹ Tú mỗi tuần ba tối cho tới khi có quyết định mới.

Tôi bỏ bàn toán vô đầu khi đọc quyết định. Mỗi tuần dạy 3 tối, từ 6 giờ tới tám giờ rưỡi thì về tới nhà xấp xỉ 10 giờ khuya cha nó rồi. Tối mịt, chỉ còn lăn đùng ra ngủ chớ nghỉ ngơi mẹ gì nữa!

Thêm từ nhà tôi tới trường, qua khỏi Xóm Giữa một đổi khá xa, tuốt ở trong ngọn, thì cũng ngót nghét cả chục cây số ngàn, chắc như bắp bận về sẽ không còn chiếc xe ôm nào. Phải đạp xe đạp đi đi về về thôi. Vậy thì còn khổ dài dài cho chưn cẳng, cho bàn tọa trơ xương teo thịt lâu nay!

Hoặc là bỏ dạy hoặc là ép xác. Bỏ dạy thì phải đối phó với rất nhiều chuyện, từ chuyện hộ khẩu tới chuyện hồi hương, chuyện mua nhu yếu phẩm, ôi hằm bà lằng xắn cấu đủ thứ trong đó có chuyện ba tôi là ngụy quân, đương đi học tập nhưng ông còn đứng tên căn nhà vợ chồng con cái tôi đương ở, tôi có thể bị đuổi ra bất cứ lúc nào. Thôi, trời sanh thì trời dưỡng, chịu khó hành xác đi dạy thí mấy tháng coi sao. Dạy nít nhỏ 6, 7 năm nay cũng quen quá rồi, đâu thử dạy người lớn coi khác giống gì!

2. Khâm bước vô lớp, gần ba mươi học trò già phần lớn đã ngồi sẵn sàng đâu vô đó rồi. Nhiều người tằng hắng để lấy lại bình tĩnh, mấy ông xồn xồn ở cuối lớp ghiền thuốc kinh niên cũng lật đật dụi sau khi hít dài hơi chót, giữ tàn trong một tấm giấy nhựt trình nho nhỏ, xếp cẩn thận bỏ vô túi rồi mới chịu ngồi xuống len lén ngó thầy để đánh giá.

Khâm chào cả lớp, nói lên vài câu than thở là mình sẽ đạp xe tới đạp xe về, cực nhọc lắm, xin các cô các bác chăm học giùm. Đừng nói là mình già học nay quên mai, đừng nói là hồi nào tới giờ quen cầm cuốc, cầm dao bây giờ cầm viết thì khó khăn, lọng cọng. Khâm thao thao về ước mơ được làm thầy của mình lúc nhỏ, giờ xin cô bác nên có ước mơ đọc được báo chí sách vở để biết những chuyện xảy ra trên thế giới chung quanh. Có ước mơ, có quyết tâm, có sự nhứt định làm cho được thì sẽ được thôi. Chuyện gì cũng phải học mới biết. Anh nói như diễn thuyết: Điều khó không phải là học, cũng không phải là tìm thời giờ rảnh rang để học, điều khó là thắng sự chần chờ, can đảm bước qua sự cù nhầy của chính mình để hăng hái học.

Có tiếng của một bà ứng lên, không cần phép tắc gì:

'Thầy nói coi bộ dễ ợt mà tui thấy khó dàn mây. Tui tính đi học lớp nầy năm ba bận rồi mà bận nào thì cũng như có ông bà khuất mày khuất mặt cản lái cản mũi biểu đừng. Lúc thì có bầu đứa lớn, lúc thì mang bì con nhỏ kế, lúc thì thằng Tư còn đỏ hỏn, lúc thì ông nhà tui bịnh rề rề… rồi bây giờ đây hai con heo đương độ lớn phải lo kiếm món ăn cho chúng nó, nội cái vụ xắt chuối với trộn cám không cũng đủ hết ngày giờ. Còn lo đi làm rẫy nữa, bỏ lún sao được! Ông tui hồi sanh tiền, có ghi tên mà học trậm trầy trậm trật, thuộc được bao nhiêu chữ đâu, không cầy lá mít, nhom nhem ba chữ rồi cũng quên tuốt…'

Khâm mỉm cười, ngoại giao:

'Nhín giờ chỗ nầy chút đỉnh, kéo giờ chỗ kia chút xíu thì sẽ có thời gian học thôi bác à! Như ông bà mình nói: khéo ăn thì no, khéo co thì ấm, mình khéo hà tiện thời giờ của các công chuyện phải làm thì té thời giờ cho chuyện mình muốn làm.'

Khâm vừa nói vừa đưa tay lấy viên phấn, quay mặt vô bảng:

'Lớp nầy bà con đã biết viết biết đọc chút đỉnh rồi thì mình học ý nghĩa trong sách vở, chỉ tập viết để chữ được đẹp thôi, không có tập đánh vần nên cũng gọn, mình sẽ học những điều có ích lợi cho cuộc sống…'

Anh chỉ vô một ông ngồi tuốt gần vách, nãy giờ coi bộ lao chao, nhờ đọc câu anh vừa viết.

'Mấy đời bánh đúc có xương, mấy đời dì ghẻ có thương con chồng.' Chú Tám He đọc coi bộ hơi suông suông rồi, không cần ai đốt pháo sau lưng cũng bình luận lớn giọng: 'Đúng quá rồi, bánh đúc mềm, sao có xương được. Còn má ghẻ thì ôi thôi, nói bắt mệt, trăm người như một, ghét con chồng thậm tệ, hành hạ tụi nó thấy mà phát thương luôn. Xóm Láng The của mình đây nè, tui không cần nói tên ai nhưng bà con đều biết là có ba bốn bà mẹ ghẻ hành hạ con chồng thiếu điều muốn giết cho tụi nó chết.'

Lớp hơi ồn ào, mấy bà phản đối, mấy ông được dịp cười phá, châm chọc. Khâm đưa tay ra dấu im lặng:

'Tôi đưa ra câu nầy là có mục đích. Ca dao tục ngữ là mấy câu nói của ông bà mình truyền qua từ bao nhiêu đời trước, do nhận xét từ kinh nghiệm đời sống chung quanh họ, điều đúng do đó thì nhiều, nhưng điều sai không phải không có. Mẹ ghẻ thương con chồng thiếu giống gì ở đời nầy. Nít nhỏ không có mẹ ruột, không ai săn sóc, ta thương không hết, sao lại hành hạ nó, sao lại đành tâm ghét bỏ nó. Mà Trời sanh mỗi người mỗi tánh, có người ghét con ghẻ thì cũng có bà thương con chồng. Sao lại quơ đủa cả nắm, sao lại trói hết cả bầy bỏ vô một giỏ… Khi ta ghét trẻ con là ta nhỏ mọn, hẹp hòi.'

Bên góc mặt một thanh niên chừng 17, 18 tuổi chồm lên bàn giơ tay thiệt cao, phấn khởi, Khâm cho cậu ta nói:

'Con tên Tèo. Hai Tèo. Xin nói. Người ty tiện là người xấu xa. Má con không sanh ra con nhưng có ghét con đâu. Con cũng được cưng như bao nhiêu con ruột của những nhà chung quanh. Hoan hô Má Ba! Hoan hô! ' Thằng Tèo vừa hoan hô vừa chỉ vô người đàn bà than không có thời giờ hồi nảy…

Cả lớp vỗ tay rần rần… Khâm nhấn mạnh về sự sai lầm của ca dao tục ngữ chẳng hạn như câu áo mặc sao qua khỏi đầu. Con cái có thể khôn hơn cha mẹ chứ sao không, đời bây giờ người ta được đi học, được đọc báo xem sách nên kiến thức mở mang nhiều, khôn hơn cha mẹ là lẽ bình thường thôi. Còn nữa, chẳng hạn như câu: Con vua thì lại làm vua. Con sãi ở chùa lại quét lá đa. Đâu chắc là đúng. Con cháu vua đi xe lôi, chạy xe ôm cũng chật đường. Trẻ con lúc nhỏ sống trong chùa, trong Cô Nhi Viện, sau ra đời thành công đâu phải là hiếm…

Khâm mừng là buổi học đầu tiên vui vẻ, thuận lợi. Lớp học kết thúc trong nét mặt luyến tiếc thời giờ qua mau của từng người.

3. Bữa hôm đó lớp tan mà hai mẹ con Bác Ba và thằng Tèo cứ lẩn xẩn theo Khâm hoài. Họ cứ nháy nhó nhau, đùn đẩy qua lại, như là muốn nói gì đó với Khâm. Cuối cùng Bác Ba nói:

'Không nói giấu gì thầy. Mẹ con tôi trước khi vô lớp có ghé chợ mua sáu cái hột vịt Bắc Thảo tính về ngày mai cả gia đình ăn mừng mới mua được bốn con heo con, xin kiếng cho thầy 2 cái để tỏ lòng biết ơn thầy cực khổ chỉ dạy chúng tôi.'

Khâm cảm động, nhưng từ chối khéo:

'Cám ơn thiếm Ba. Thiếm giữ lại cho gia đình. Tôi xin được

không nhận vì gan tôi yếu, không dùng được trứng vịt trứng gà. Anh nói dối thêm: 'Thường tôi ăn ngả về chay nên dùng nhiều rau củ, không dám dùng trứng.'

Người đàn bà hơi ngỡ ngàng, nhưng cũng từ tốn bỏ hai trứng vịt kia vô lại với số còn lại trong giỏ.

Khâm vỗ vai thằng Tèo:

'Em Tèo, Em nói với Má Ba là không nên ăn nhiều trứng vịt Bắc Thảo. Nó ngon vì lạ miệng nhưng rất độc hại vì có thể họ làm theo một quy trình có tác dụng xấu cho sức khỏe người tiêu dùng. Đó là họ ngâm trong nước pha Sunfat đồng để cho trứng mau đổi màu đen và tròng trắng sớm có màu trong suốt như rau câu.

…Sulfit đồng làm cho trứng ăn được trong vòng nửa tháng còn bó vôi trộn trấu theo cách thường phải mất hơn ba tháng… Ăn nhiều trứng làm theo kiểu tốc hành sẽ bị ung thư gan vì chất Sulfit đồng vô cơ thể mình thì tích tụ lại chờ ngày giờ phát tán chớ không bị thải ra….

Hai người học trò của Khâm le lưỡi, tỏ ý hiểu.

Sẵn đà Khâm nói thêm:

'Ông bà mình nói: Bịnh tùng khẩu nhập nghĩa là bịnh theo thức ăn mà vô mình con người, ăn những món tuy ngon miệng, tuy sang trọng nhưng hoặc dơ dáy, hoặc chứa những thành phần độc hại thì chẳng khác gì tự tử từ từ, chẳng hạn như ăn nhiều bột ngọt, bột nêm, nhiều đường, nhiều muối, ăn lạp xưởng, ăn mắm sống, ăn bánh canh giò heo có nhiều da nhiều mỡ, ăn dưa đầu heo chua, ăn phá lấu, lòng heo, ăn chao ăn tương quá mặn, dùng dấm hóa học…

Thằng Tèo cười lớn:

'Mấy món đó trừ tương với chao, may quá gia đình con vì nghèo chạy ăn từng bữa nên đương nhiên đã cữ, thầy khỏi lo.

Khâm thấy mình hơi dài dòng, anh kết thúc bài giảng ngoài giờ học của mình:

'Nói chung ăn nên chọn món lành, món sạch hơn là món ngon miệng, món sang trọng, mắc tiền mà cầu kỳ. Món càng ngon miệng càng có hại cho người ăn.'

Thằng Tèo biện luận:

'Thầy nói vậy, chẳng lẽ cả nước ăn những món đó bấy lâu nay đều chết hết?'

Khâm cười hiền, từ tốn:

'Không chết hết, nhưng mọi người đều bị chết từ từ, nghĩa là giảm tuổi sống trên đời năm bảy năm, có khi cả chục năm. Làm cho một hai người chết liền thì bị tội giết người nhưng làm cho nhiều người chết từ từ vì những món ăn có hại thì được làm giàu cho nên thiên hạ cứ vô tư mà làm, hãnh diện mà làm…'

Thằng Tèo đưa hai tay ra bắt tay Khâm tỏ ý tâm phục khẩu phục thầy mình:

'Thầy là ngôi sao chỉ đường cho cả lớp được biết đâu là chuyện đúng sai. Con cám ơn thầy nhiều.'

Khâm thấy thằng Tèo đã trưởng thành qua câu nói đó. Anh cũng cảm thấy tội nghiệp cho những người dân ở xã trên ngọn nầy. Họ dốt và bị bịt mắt bấy lâu nay nên sống quờ quạng, tự đốt bớt đời sống của mình mà không hay biết.

4. Khâm làm tài khôn dẫn người đồng nghiệp nữ mắt đỏ hoe vô phòng Sáu Huê khiếu nại. Thường thì Sáu Huê niềm nở, nhưng hôm nay như biết trước chuyện hơi khó khăn anh ngồi chễm chệ sau bàn giấy kềnh càng, mặt nghiêm nghị, lạnh lùng.

Cô giáo Trang ngồi rút lại trong ghế coi nhỏ nhít làm sao, rụt rè thưa gởi:

'Thưa, nhờ anh Sáu cho em được đổi qua xã khác dạy, chớ ở đây có ngày bà ta giết chết em.'

Sáu Huê đổi thế ngồi, tay chống cằm, tay kia cầm cây viết bic quay quay như giỡn chơi với nó.

'… Em Đức, con của bà ta không chịu học, bài không thuộc,

không nộp bài cho về nhà làm, tập thì rách nát dơ dáy… Hôm qua em Đức lại nghịch, lấy dây cột tóc của bạn gái ngồi trước mặt, cột vô chưn bàn. Con nhỏ vô tình đứng dậy, đau quá, khóc. Em giận mới khẻ tay nó mấy cái mà nó đã bỏ chạy về nhà. Má nó, bà vợ ông chủ tịch xã xách dao bầu xắt chuối chạy vô lớp xỉa xói em, đòi chém chết cô giáo ngụy quen thói khủng bố con của cách mạng. Em càng cắt nghĩa thì bà càng nổi giận giơ dao xỉa, giá vô mặt em nói là không muốn thấy em ở xã nầy nữa. May mà có anh Hiệu Trưởng và mấy thầy cô giáo khác can gián không thôi thì em không biết số phận của mình ra sao.'

Sáu Huê tỉnh bơ, cười cười:

'Mà cô giáo ngụy có bị sứt mẻ… chút xíu nào không cà! Thôi đừng làm cho chuyện om sòm thêm nữa. Về dạy bình thường đi. Tôi sẽ gọi điện nói chuyện với chồng bà ta. Tôi cũng cho rút thằng Đức, học trò cưng của em qua lớp khác, nhưng em Trang không đi đâu hết. Phòng Giáo Dục Quận với nhân dân trong Quận phải gắn bó, có đâu mà chuyện mới có chút nịch đã làm cho tầy huầy…'

Và Sáu Huê lịch sự xin lỗi tôi ra ngoài uống nước trà ngồi chờ để anh ta chỉ đạo việc nầy riêng với cô Trang.

Tôi ra sân hút thuốc chờ đợi. Tôi hơi chủ quan mới đi với Trang vô phòng của Sáu Huê, thường mấy chuyện như thế nầy Sở không muốn có người thứ ba nhúng tay vô.

Mười lăm phút sau, tôi hút tàn hai điếu thuốc, Trang bước ra ngó tôi kín đáo lắc đầu, mặt buồn buồn. Tôi biết là cô giáo ngụy nầy sẽ còn chịu đựng những giông tố cô linh cảm trước nhưng không thể làm gì được. Cũng như số phận những người khác đương vật vờ trên quê hương nầy thôi. 'Người ta' có những cách giải quyết khác.

5. Tối Thứ Hai thằng Tèo tới lớp với cái mặt trầy trụa băng dán tùm lum và một cánh tay gãy bó bột treo trên cổ. Nó cười vô tư với Khâm, miệng mở rộng chằng hoạt:

'Thầy đừng lo! Con thử nhào xuống coi sông sâu hay cạn vậy mà. Sông cạn sợt, đi bộ ở dưới còn được, nước chỉ mới tới cẩn cổ nhưng mà có nhiều cây nhọn, nhiều gạch đá quá! Lại trơn lù bấu víu vô đâu cũng không được!'

Nó lại cười lớn hơn.

'Bữa đó bộ quắc cần câu sao mà nhảy xuống cầu bắt cá?'

'Cầu nhỏ mà cao quá cỡ, chạy vừa mới lên chưa hết dốc, thấy hai mẹ con chị nọ cuốc bộ lên gần hết dốc đầu kia, thằng nhỏ thấy xe mình phóng tới, nó hết hồn giựt tay má nó ra vụt chạy bất kể, con lo sợ cho nó nên quên sợ cho mình. Hên là không hất hai mẹ con họ xuống sông, cầu đâu có lan can đâu nà, trống trơn nên lọt xuống dễ dàng....'

'Tèo quên câu Cầu tre lắc lẻo gập ghềnh khó đi… mà cẩn thận chạy chầm chậm khi qua cầu…'

'Cầu tre thì đã không sao rồi thầy! Họ góp tiền của dân trong xã xây cầu xi măng, nhưng làm cho có, bề ngang nhỏ quá, chất lượng kém, nhiều chỗ sát mé bị sứt mẻ làm cho mình chạy xe cũng khó khăn. Tai nạn hà rầm đó thầy, hai tháng trước có một đứa con gái 9, 10 tuổi té cầu chết. Con cái đầu xỉa thuốc kiểu nầy là nhẹ…'

Rồi nó vừa tâm sự vừa triết lý:

'Nước mình nhiều sông, nhiều rạch, cần phải thông thương bằng thiệt nhiều cầu, để dân chúng bên nầy dễ liên lạc được với bên kia vậy mà. Còn không thôi ai ở đâu ở đó, tới bao giờ người ta mới mở mắt thân thiện với những người không phải ở khu xóm mình. Con mơ ước có thiệt nhiều những cây cầu đơn sơ nhưng chắc chắn bắc qua sông qua rạch, trước là mở đường lưu thông, sau là nối tình người. Con mơ, con mơ… nước mình có những cây cầu chắc chắn như mấy xứ nghèo chung quanh. Dân chúng họ coi lẩm rẩm vậy mà may mắn, những cây cầu bên xứ họ làm cho cuộc sống dễ chịu hơn, không làm cho người ta té sông, không làm cho con nít chết đuối…'

Thằng Tèo nói như bà nhập, Khâm kêu nó về chỗ ba hồi bốn chập nó mới về chỗ ngồi, mắt lim dim chắc là mơ những cây cầu vững vàng để thanh niên như nó chạy xe khỏi nhào xuống sông mất công đo coi nước sâu hay cạn…

6. Nửa năm sau, Khâm đi thăm Sáu Huê trong phòng cấp cứu bịnh viện tỉnh.

Người đàn ông lớn con, mạnh khỏe da mặt hồng hào ngày xưa đã thành một con bịnh đương đi xuống tuyệt cùng đường dốc của sức khỏe: ốm o, xanh xao và không cử động được nhiều, dây nhợ chằng chịt ở mũi, ở tay.

Sáu Huê ứa nước mắt thều thào trong cổ họng:

"Tiếc là ngày trước anh Khâm khuyên tôi đừng hút thuốc, nên cử rượu và bớt trác táng nhưng tôi cười khinh để bỏ qua khi thấy mình mạnh khỏe, tôi cữ cái húp nước, ít hút thuốc lúc làm việc nhưng đi karaoke nhiều hơn. Mà anh biết đó, vô trong là rượu như nước và biết bao nhiêu thứ khác dâng tới miệng không thể ngó lơ được. Cứ nói mình không phải là thánh nên xả cảng…. bây giờ….'

Khâm khuyên anh Sáu đừng nói nhiều, tịnh dưỡng và báo tin buồn là cô giáo Trang bị nhiều áp lực nên đã vượt biên cho tới bây giờ hơn 3 tháng rồi mà không nghe tin tức gì. Có thể là chuyện không may đã xảy ra cho cô ta….

Khâm nói mà không dám nhìn Sáu Huê, anh ngó qua cái màn mỏng che ơ hờ cửa sổ. Ngoài kia trời nắng u buồn.

Sáu Huê thở dài, day mặt vô vách, sợi dây nylon chuyền nước biển trên cánh tay trái anh, vướng víu, Khâm sửa lại. Dầu sao Sáu Huê vẫn tốt hơn nhiều người khác đương quyền mà Khâm biết.

Anh nói để người bịnh vui lòng khi nhìn trong phòng chỉ có hai giường sạch sẽ với hai bịnh nhơn, người nuôi bịnh chỉ ngồi ngoài hành lang hay đứng lớ ngớ trước cửa phòng, không dám vô:

'Bịnh viện nẩy cao cấp, anh lại thuộc diện tiêu chuẩn cao, chắc chắn rồi sớm muộn gì cũng bình phục…'

Nụ cười buồn tuy héo hắt nhưng cũng nở trên mặt Sáu Huê dầu là một thoáng rất mau:

‘Chuyến nầy về tôi tu. Tu theo hai cách, đi chùa, sống lành mạnh hơn và giải quyết công việc hợp lý hơn.’ Tiếp theo câu nói là tiếng thở dài và cơn ho xé phổi của Sáu Huê. Khâm kéo tấm mền che cái bụng bự óc ách mềm nhũn của anh ta.

‘Anh là gạch nối giữa người cũ và người mới. Chúng tôi cám ơn anh nhiều. Anh nghĩ coi nếu gặp người khó khăn hơn chúng tôi còn khổ biết bao nhiêu.’

Hình như Sáu Huê hiểu câu nói của Khâm là câu trách ngầm nên nhắm mắt lại, phân trần:

‘Áp lực từ nhiều phía anh ơi. Áp lực mạnh lắm! Cơ chế anh ơi. Cơ chế như gọng kìm sắt! Có những quyết định mình cảm thấy bất công mà không ký là không xong đâu. Chuyến nầy hết bịnh về tôi nguyện sẽ làm cây cầu nối kết giữa những người hai bên sông vì cho tới bây giờ phải nói là thiếu sự thông cảm giữa chúng tôi với các anh. Phải có những cây cầu và có nhiều người thong thả đi qua cầu, đem chuyện của bên mình chia xẻ với bên kia. Phải hiểu nhau vì lâu nay xa lạ do sống trụ ở hai bên bờ, không có phương cách giao tiếp.....’

Khâm ứa nước mắt. Câu nói của người sắp chết là câu nói thiệt lòng, nhưng Trời ạ, bi thương quá đỗi, như tiếng của con chim cố gắng hết sức hót lần chót. ‘Chúng ta hai bên chưa tương thông. Cần phải có những cây cầu, cây cầu tượng trưng, nhưng mà là cây cầu.’

Và chuyện té sông của thằng Hai Tèo nhảy vô trong trí làm cho những giọt nước mắt của Khâm đột ngột rớt lên chéo mền buông thõng của Sáu Huê. Khâm bước như chạy ra khỏi phòng bịnh nhân, mắt còn ràn rụa, bất chấp những cái nhìn nửa ngạc nhiên nửa khinh khỉnh của nhiều người trong Sở vừa mới tới để làm bổn phận viếng thăm sếp lớn. Khâm nói với chính mình:

‘Vâng! Rất cần những cây cầu. Và rất cần người qua lại. Càng nhiều càng tốt.’

NGUYỄN VĂN SÂM
(Victorville, CA)

ĐỨC PHỔ

BÊN TRỜI LƯU LY

** với bằng hữu gặp Atlanta và các nơi khác...*

Chừng đã lâu hung chưa ra phố
người quen lắm kẻ lạ nhau rồi!
Đường sá nhận chìm bao nhân dáng
giữa lòng xe mát rượi tiếng cười!

Đếm bước ngu ngơ từng bước lạc
lầm nơi phố xá tưởng nương quê!
Nhìn bóng đời lăn mà chóng mặt
cơ hồ thiên địa cũng điên mê!

Gặp bạn mới hay còn tỉnh táo
nỗi lòng xưa cũ bỗng xôn xao!
Mới hay trong máu còn tinh huyết
để tạ ơn đời buổi gặp nhau!

Một buổi, hai hôm.. Ôi! Vẫn thế
khi đời dài mắc cửi nhiêu khê!
Phố trước mặt vầy vui như hội
mà mỗi lòng muối xát nỗi quê!
Mặt giáp mặt nghẹn lời thân ái
thôi cười xòa cùng men rượu cay!
Ai hiểu bên trời lưu ly ấy
có dăm người hồn níu mây bay!...

BOSTON NGÀY TRỞ LẠI

** với bằng hữu Boston và các nơi khác đến...*

Vẫn sân bay xóm giềng là biển
bến bờ sóng dạt nỗi buồn khô
những chiếc ca nô nằm nguyên dáng kiến
từ độ cao chừng mực thổi nồm

(ngọn gió phương Đông mát rượi)
khiến xui tình tự tìm về
chẳng nói năng chi
 mà hồn ngập ngữ.
Vẫn con phố hắt ánh điện vàng
phía vỉa hè chật chội người qua
vẳng nghe tiếng chào

phải chăng người quen cũ
sao rưng rưng ngấn lệ Sài Gòn
(có lẽ nào con đường Lê Lợi
mọc giữa Boston?)
Vẫn đám bạn bè người Trung, Nam, kẻ Bắc
bỏ quê lâu ngày
chưa hề gặp lại cố hương
mà hồn quê lai láng

ngập tràn nhau thổ âm
giọng ba miền xáp lại
pháo ngày Xuân hờn ghen âm sắc.
Vẫn cốc rượu tràn vỏ bia lăn lóc
tỉnh say cười khóc, can chi
uống là uống thứ đời không có

thứ đời không thừa
nên hiếm gặp, đôi khi…
Từng vẫn từng chơi rong bốn bể
Trời còn chừa cho chỗ dung thân
lâu lâu gặp bạn
hề chi chuyện tổn thương lá gan lá phổi
(chỉ sợ con tim lỗi đạo, vong tình!)
Tất cả vẫn là Boston ngày cũ
(chỉ riêng em, đò dọc khốn tìm

ĐỨC PHỔ

TRẦN VĂN TÍCH
Bàn hoàn – Bàng hoàng

Trong những ngày qua, có một cuốn sách phát hành trong nước được giới truyền thông báo chí hải ngoại lưu ý phê phán. Đó là cuốn *Từ Điển Chính Tả Tiếng Việt,* do Phó Giáo sư-Tiến sĩ Hà Quang Năng Chủ biên cùng với Thạc sĩ Hà thị Quế Hương, Nhà Xuất bản Đại học Quốc gia Hà nội, ấn bản 2017. Sách bị xem là có nhiều sai lầm về chính tả.

Thoạt tiên Ký giả Hồng Phúc phỏng vấn nhà văn, nhà báo Đỗ Văn Phúc vào ngày 10.07. Rồi đến nữ sĩ Song Chi phỏng vấn nhà thơ Hoàng Hưng và nhà nghiên cứu Lê Nguyễn ngày 14.07 và đúc kết thành bài viết nhan đề *"Tiếng Việt đang bị làm hỏng đi như thế nào?"*. Có một số lỗi chính tả hiển nhiên, không chối cãi được trong tài liệu Từ điển Chính tả Tiếng Việt, được cả hai vị Đỗ Văn Phúc và Song Chi nêu ra. Tuy nhiên tôi chỉ xin bàn đến hai chữ "bàn hoàn" trong bài viết này.

Trả lời Bà Song Chi, nhà nghiên cứu Lê Nguyễn cho biết : "Khi cả xã hội viết là bàng hoàng, ta không thể viết là *bàn hoàn.*" Vì không có cuốn Từ điển Chính tả Tiếng Việt để đọc nguyên gốc văn bản liên quan đến hai chữ "bàn hoàn" nên tôi chỉ có thể góp ý dựa vào văn cảnh phỏng vấn để trả lời ngay rằng "Khi chính Nguyễn Du viết chữ "bàn hoàn" đến ba lần và viết một lần chữ "bàng hoàng" thì ta phải hiểu rằng có hai chữ, "bàn hoàn" và "bàng hoàng" khác nhau trong Truyện Kiều, tức là trong tiếng Việt."

"Bàn hoàn" được *Từ điển Truyện Kiều* Đào Duy Anh giải nghĩa như sau : "BÀN HOÀN" (3) : Vốn nghĩa là luẩn quẩn, quanh quẩn không đi được. Dùng theo nghĩa rộng : 1. Quấn quýt với nhau (1). Vd. Cố nhân đã dễ mấy khi bàn hoàn, 2400. - .2. Nghĩ quanh nghĩ quẩn (2). Vd. Nỗi riêng riêng những bàn hoàn, 711; Nỗi lòng luống những *bàn hoàn* niềm tây, 1760.

Cũng cùng từ điển, chúng ta có cách giải thích "BÀNG HOÀNG" (1) : Tâm thần không định, rối loạn. Vd. *Bàng hoàng* dở tỉnh dở say. 1717.

Vân Hạc trong Truyện Kiều chú giải cho rằng "bàn hoàn" là nghĩ quanh nghĩ quẩn. Đối với "bàng hoàng", Vân Hạc không có lời giảng giải trực tiếp nhưng trước đó, đã cho rằng "Lúc ấy, nàng vẫn còn say thuốc mê chưa tỉnh.".

Nguyễn Quảng Tuân trong *Truyện Kiều, Phiên âm,* Khảo dị, Chú giải thì chú thích rằng "Bàn hoàn" là "nói chuyện với nhau, tâm sự với nhau. Tương dữ bàn hoàn : chuyện vãn cùng nhau, vui chơi cùng nhau (ĐNQATV)."

Truyện Kiều phân biệt "bàn hoàn" với "bàng hoàng" còn trong xã hội thì cũng có sự phân biệt đó. (Sau đây, để khỏi rườm rà, tôi sẽ hạn chế chỉ dùng dấu ngoặc kép khi cần thiết).

Đại Nam Quốc âm Tự vị Huỳnh-Tịnh Paulis Của giảng bàn hoàn là đãi đằng, xài phí (sic); và bàng hoàng là bồi hồi, bức tức, không yên. Trong bụng bắt bàng hoàng.

Việt-Nam Tự-điển Hội Khai trí Tiến đức giải thích bàn hoàn là băn-khoăn, quanh-quẩn, quấn-quýt : Nỗi riêng riêng những bàn hoàn (K). Còn bàng hoàng thì được hiểu là nói khi tâm-thần rối-loạn : *Bàng hoàng dở tỉnh dở say* (K).

Việt-Nam Tự-điển Lê Văn Đức-Lê Ngọc Trụ ghi bàn hoàn và bàng hoàng thành hai mục từ riêng biệt. Bàn-hoàn tt : băn-khoăn, không yên lòng : *Tôi rất bàn-hoàn, không muốn cho nó đi.* Bàng-hoàng tt : bồi-hồi, rối rắm trong lòng : *Việc đó khiến tôi bàng-hoàng quá*, không lo chi được cả.

Từ điển Tiếng Việt Hoàng Phê hiểu bàn hoàn đg. (cũ) là nghĩ quanh quẩn không dứt. Tấc dạ bànhoàn; còn bàng hoàng t. thì nghĩa là ở trong trạng thái tinh thần như choáng váng, sững sờ, tâm thần tạm thời bất định. Bàng hoàng trước tin sét đánh. Định thần lại sau phút bàng hoàng.

Trong *Vietnamesisch-Deutsches* Wörterbuch, Otto Karow chuyển bàn hoàn (Kiều) thành 1. a) unruhigt, besorgt, bekümmert, b) unentschlossen, c) zögern; zaudern; 2. im Umlauf sein, umgehen.; còn bàng hoàng (Lục) thì tiếng Đức là ziellos umherirren, umherwandern, umherschweifen. Như thế, theo nhà biên soạn từ điển người Đức, trong Lục Vân Tiên cũng có tính từ bàng hoàng được sử dụng. Đó là câu *Kiều công trong dạ bàng hoàng*. Tầm nguyên Từ điển của Bửu Kế giải thích bàng hoàng trong câu thơ Lục Vân Tiên là nghi-hoặc không có chủ-định.

Cả hai từ "bàn hoàn" và "bàng hoàng" đều là từ Hán-Việt. Thiều ..0Chửu giảng bàn hoàn là quanh co, không tiến lên được;

bè bạn lưu liên không rời nhau được cũng gọi là bàn hoàn; còn bàng hoàng thì có nghĩa là ý không yên định. Trần Trọng San định nghĩa bàn hoàn là vương vấn, lưu luyến; và bàng hoàng là bồi hồi, dùng dằng.

Câu 711 *Nỗi riêng riêng những bàn hoàn* mô tả tâm trạng Kiều sau khi quyết định bán mình chuộc cha. Trong khi Thuý Vân ngủ say thì Kiều ngồi một mình nghĩ quanh nghĩ quẩn về mối tình riêng tư đối với Kim Trọng.

Câu 1760 *Nỗi lòng luống những bàn hoàn niềm tây* trình bày tâm sự Kiều khi bị mẹ Hoạn Thư hành hạ nhưng may có mụ quản gia thương tình giúp đỡ khuyên dỗ. Kiều nghĩ quanh quẩn nhiều điều, có lẽ nàng bắt đầu hiểu ra tại sao bị Khuyển, Ưng bắt cóc và hành hạ.

Câu 2400 *Cố nhân đã dễ mấy khi bàn hoàn* phác hoạ bối cảnh sinh hoạt của Kiều sau khi lấy Từ Hải và báo ân báo oán; vừa đền ơn Giác Duyên xong thì Giác Duyên từ tạ ra đi. Kiều rất buồn rầu vì ít khi có dịp gặp gỡ bạn cũ người xưa.

Cùng một chữ bàn hoàn nhưng trong hai câu 711 và 1760 thì có nghĩa là nghĩ quanh nghĩ quẩn nhưng trong câu 2400 thì lại hàm nghĩa là bạn bè thân thiết gặp nhau không rời nhau được.

Câu 1717 *Bàng hoàng dở tỉnh dở say* khác với bàn hoàn trong ba câu vừa kể. Bàn hoàn nhằm mô tả các khía cạnh tâm lý tâm thần, bàng hoàng trình bày một tình huống sinh lý ảnh hưởng đến thể chất. Khuyển, Ưng đánh thuốc mê để bắt cóc Kiều dâng cho mẹ Hoạn Thư và Kiều bàng hoàng vì bị thuốc làm cho nửa mê nửa tỉnh.

Giờ chúng tôi xin chuyển qua cách hiểu hai khái niệm “bàn hoàn“ và “bàng hoàng“ theo tiếng Pháp và tiếng Anh. Chúng tôi không ghi đầy đủ chi tiết về thư tịch học, chỉ ghi các chi tiết tối thiểu.

Bàn hoàn :

Câu 711 *Nỗi riêng riêng những bàn hoàn* :

Nguyễn Văn Vĩnh :

rester attachée, ne pouvoir s‘en séparer. De multiples

penséees intimes l'obsédèrent longtemps.
Xuân Phúc :
Ces secrètes pensées, en secret la tourmentaient.
Nguyễn Khắc Viện :
Seule, elle ruminait de noires pensées
Lê Xuân Thuỷ :
Kiều was obsessed by her intimate thoughts.
Huỳnh Sanh Thông :
Her secret thoughts kept spinning round and round –

Câu 1760 *Nỗi lòng luống những bàn hoàn niềm tây :*
Nguyễn Văn Vĩnh :
Elle se sentit davantage affectée des pénibles sentiments éprouvés.
Xuân Phúc :
Son coeur ne cessait d'être agité de sombres pressentiments.
Nguyễn Khắc Viện :
(...) de sombres pressentiments la rongeaient
Lê Xuân Thuỷ :
Secret thoughts constantly filled her heart.
Huỳnh Sanh Thông :
foreboding brewed and stirred within her soul

Câu 2400 *Cố nhân đã dễ mấy khi bàn hoàn.*
Nguyễn Văn Vĩnh :
Il n'est pas donné tous les jours de retrouver une vieille amie qu'on aime et dont il est cruel de se séparer.
Xuân Phúc :
Est-il souvent loisible à des amis de se prouver leur attachement?
Nguyễn Khắc Viện :
Amie, je ne vous reverrai pas de sitôt
Lê Xuân Thuỷ :
As duckweeds after a moment of reunion,
Huỳnh Sanh Thông :
the best of friends may ever hope to meet?

Bàng hoàng :
Câu 1717 *Bàng hoàng dở tỉnh dở say* :
Nguyễn Văn Vĩnh :
désarroi. Réveillée d'un long sommeil, elle était encore dans un grand désarroi.
Xuân Phúc :
toujours plongée dans ce sommeil léthargique qui n'avait pas encore dissipé ses ombres.
Nguyễn Khắc Viện :
Elle n'avait pas encore recouvré ses esprits
Lê Xuân Thuỷ:
She has not got over her confusion and was only half-conscious
Huỳnh Sanh Thông :
Half conscious, half asleep,

Tóm lại, trong tiếng Việt có hai từ ngữ cùng được dùng là "bàn hoàn" và "bàng hoàng"; một từ ngữ viết không có g và một từ ngữ viết có g; mỗi từ ngữ có nghĩa khác nhau. Nhìn chung, từ "bàng hoàng" thông dụng hơn, dễ hiểu hơn, đại chúng hơn và đắc dụng trong khẩu ngữ dân gian trong khi từ "bàn hoàn" có tính cách cổ kính, cùng loại với các từ "nghỉ" là nó, "nghì" là nghĩa, "đinh ninh" là nhắc đi nhắc lại cho người khác nhớ chắc nhớ kỹ.

TRẦN VĂN TÍCH

NGUYỄN ĐÌNH TỪ LAM

Mối Tình Xóm Tre *(tiếp theo và hết))*

Đang khi tinh thần suy sụp, cả người bải hoải, hai chân tôi trì xuống, tôi cố gượng lại, lê bước tới, đỗ người ngồi sụp trên một bậc tam cấp trước hiên một ngôi nhà có cửa đóng im ỉm. Tôi khoanh hai tay bó gối, gục đầu và thiếp đi lúc nào không hay. Chẳng biết bao lâu, tôi mới choàng tỉnh nhưng hai mắt vẫn nhắm nghiền, tôi chợt thấy một vật thể trong màn đen trước mặt cứ lóe tắt liên tục. Tôi nghĩ chắc mình mệt mỏi quá làm mắt đỗ đom đóm, như vầy là lẽ thường . Sau một hồi, tỉnh táo định thần lại, tôi mở mắt ra, mới hay, rõ rành rành trước mắt tôi thực sự là một con đom đóm đang chớp sáng. Nó bay chập chờn lúc khoan khi nhặt, khi xa lúc gần. Nhìn con đom đóm tôi chẳng lấy chi làm lạ, vì trước kia trong xóm tre nhiều vô kể đom đóm, bây giờ còn ít con sinh sống là chuyện bình thường. Tôi đứng dậy, đi tiếp được một đỗi, lại thấy nó chập chờn ngay phía trước. Tôi thử, có lúc đi nhanh, có khi chậm, rồi đứng lại; mỗi lần như vậy, tôi vẫn thấy nó bay phía trước, khiến tôi khó có thể làm ngơ không để ý tới. Và để nó khỏi bay lại gần nên tôi nhanh chân lên, bỏ nó lại phía sau cho khuất mắt. Thế là nó nhanh hơn tôi, thoáng một cái, nó tới gần đụng mặt tôi, rồi đứng sựng lại, làm tôi chùng bước. Lúc nầy tôi thấy rõ cả đôi cánh trong veo của nó vẫy đập mỗi lúc một nhanh, ánh chớp sáng của nó càng lúc càng nhặt, càng khẩn khoản…Đến bấy giờ, tôi mới lấy làm ngạc nhiên về con đom đóm dị kỳ này. Thêm một điều lạ lùng nữa là lúc ấy tôi quên hẳn là mình đang đi giữa đám người thành phố đông đúc; cả người tôi lâng lâng, bồng bềnh nhẹ tênh, trước mắt tôi chỉ còn mỗi một con đom đóm đang bay. Tôi một mực đi theo nó. Nhờ ánh sáng đom đóm, tôi thấy thân hình nó lồ lộ, đôi mắt nó như hai hạt đậu đen lồi ra như ngó chăm chăm về phía tôi, hai cánh nó đưa lên dập xuống mỗi lúc một gấp gáp. Bất thần nó bay tới gần sát người tôi, chập chờn trước mắt tôi một đỗi, rồi nó chậm rãi bay ngoặc sang đầu một con hẻm, và tiếp tục bay thêm một đoạn hẻm nữa thì dừng, thế là tự nhiên tôi cũng đứng ngay lại, đưa mắt nhìn ra, thấy một cái nhà nhỏ lợp tôn cũ kĩ. Trong nhà đèn điện thắp sáng, một người đàn bà luống tuổi tóc bạc, ngồi chồm hổm trên cái ghế thẻ đặt cạnh cái bàn kệ ăn cơm, miệng bà móm sọm xếu xáo nhai trầu, trên khuôn mặt bà ta có một miếng bớt lọ nồi to tướng choán gần cả một bên má trái. Ngồi cạnh bà là đứa con trai choai choai đầu tóc lưa thưa màu vàng nắng cháy, cái miệng móm, hao hao giống bà đầu bạc. Tôi căng mắt nhìn chăm chăm vào nhà, thốt nhiên nói một mình:

-Phải rồi, kia chính là chị Năm Ngọ và thằng Phận con trai chỉ. Hai mẹ con nay vẫn còn sống trong ngôi nhà tôn cũ trên con đường hẻm chạy từ ngã ba Giếng Đôi đến bờ Bàu Sen của Xóm Tre ngày xưa.

Lúc trước nhà chi Ngọ ở, cùng liên gia với khu nhà tộc Phan Thành mà tôi từng trọ học.

Thấy lại được người thân, tôi mừng hết chỗ tả, đến nỗi quên cả phép tắc, tôi đi xộc vào nhà làm chị Năm Ngọ hoảng hốt thét lên:

-Trời ơi! Sao tự động vào nhà người ta.

Tôi vội vàng nói lớn:

-Chị chính là chị Năm Ngọ, còn đây là Phận, con trai chị. Em là Tâm, cháu của cậu mợ Út Một. Chị nhớ em không?

Hai mẹ con chị Năm Ngọ trố mắt nhìn tôi, chỉ một thoáng thôi, chị đưa tay dụi mắt mấy cái, miệng chị thều thào:

-Mi là thằng Tâm đây, hả em!…

Thằng Phận, mắt vẫn không rời tôi, miệng mếu máo:

-Ôi! Đúng là chú Tâm chứ còn ai nữa. Con mới nhìn cặp mắt, cái miệng là nhận ra chú liền liền.

Hai mẹ con chị Ngọ đứng vụt dậy, nhào tới ôm chầm lấy tôi. Cả ba chúng tôi nước mắt nhỏ giọt

-Lâu ngày quá em ôi! Thật là… cảm ơn trời đất xui khiến… Chị Ngọ sụt sùi giọng đứt nối.

Chị Ngọ là người cùng họ hàng Phan Thành… Trước kia, Anh Rưng, chồng chị sống theo quê vợ, anh làm công nhân bên sở điện lực thành phố; một hôm sửa đường dây, thình lình trời có sét đánh, anh bị điện giựt chết. Chị Ngọ đang sống đủ đầy sung túc, bỗng dưng lâm cảnh sa sút ngặt nghèo; từ đó chị bươn chải buôn bán, hòng đắp đổi miếng ăn qua ngày, mong nuôi dưỡng thằng Phận khôn lớn. Thấy mẹ con chị Ngọ gặp khó khăn eo sèo, tôi với Thuận bảo nhau năng lui tới nhà chị, giúp đỡ, an ủi; dần dà bốn chúng tôi gắn bó thương nhau như người ruột thịt, tưởng chừng không bao giờ xa nhau. Thế mà, ngày ấy, tôi ra đi không được lời từ biệt với Thuận, với mẹ con chị Ngọ…

-Chú Tâm! Sao chú lại im bặt, đứng sững ra như pho tượng thế!?

Nghe tiếng hỏi lớn của thằng Phận, làm tôi thức tỉnh. Tôi nói:

-À à…Gặp được chị Ngọ và con, chú mừng và xúc động quá lại bồi hồi nhớ về những chuyện xưa, nhớ đến cô Thuận. Con có biết nay cô ở đâu không?

-Chuyện xưa, câu chuyện cô Thuận mẹ con rõ. Chú cứ hỏi mẹ đi,…

Nghe vậy, chị Ngọ ngắt lời thằng con:

-Chuện con Thuận, chuyện gia đình nhà tộc Phan Thành chị biết tất. Em hãy bình tĩnh, chững chững rồi chị kể em nghe hết.

Thấy tôi sắp nói, chị liền đưa tay lên ngăn lại rồi kéo vạt áo lau mấy giọt nước mắt còn đọng trên má. Chị tiếp lời:

-Em hãy ngồi nghỉ chưn cho khỏe. Giờ, chắc em đi đường xa, đói bụng, cơm nước nhà chị đã nấu sẳn rồi, để chị bảo thằng Phận bưng lên, cả nhà mình cùng ngồi ăn bữa cơm đoàn tụ, cùng nhắc lại chuyện ngày xưa, chuyện ba chị em mình…

Chị Ngọ nghẹn ngào.

Khi vừa nghe mấy lời "bữa cơm đoàn tụ, cùng nhắc lại chuyện ngày xưa…"; lòng tôi thắt lại, quay quắt muốn biết liền liền tin Thuận, nên đành nói dối:

-Vì không ngờ hôm nay may mắn gặp lại chị, nên em đã dùng cơm tiệm ở đường Phạm Văn Nghị rồi. Bây giờ xin chị cho em hay về Thuận, chứ em nóng lòng quá chị ôi!

Nghe đến lời tôi khẩn khoản, thằng Phận liền cầm tay tôi, rồi quay mặt về phía chị Ngọ, nói:

-Mạ kể chuyện cô Thuận, đi mẹ!

Tiếp đó, Phận nhìn tôi với vẽ mặt ái ngại, nói như để đề phòng đều gì đó:

-Chú Tâm bình tĩnh lại đi, để nghe hết câu chuyện cô Thuận.

Chị Ngọ đưa mắt lơ đãng nhìn ra sân ra ngõ mà như nhìn về một nơi chốn nào xa lắc xa lơ nào đó, chị thì thầm:

-Năm ấy, gia đình nhà tộc Phan Thành… sa sút hẳn, ông Thông Hường tuổi già, đau yếu triền miên rồi qua đời, cậu Út Một của em lại mất việc làm, vợ chồng sinh chuyện lục đục, đời sống trở nên cơ hàn, cậu Út buồn tình đổ bệnh chết đột ngột, kế đến khu nhà tộc bị tịch biên, mợ Út em nghe lời người đàn ông khác rủ rê, cùng nhau bỏ đi biệt xứ. Lúc ấy, Thuận lâm cảnh thân gái sống côi cút, không nơi nương tựa, chị thương hại quá, bảo qua nhà chị ở. Thuận ở cùng chị luôn năng nỗ phụ giúp mẹ con chị không khác chi những ngày trước kia em và Thuận từng đỡ đần gia đình chị. Nhưng suốt thời gian sau này, nó ít nói năng, ít khi vui tươi, gương mặt cứ dàu dàu, đăm chiêu hoài. Mỗi buổi tối, khi cơm nước xong là nó đến ngồi qùy dưới bàn thờ Phật Quan Âm cúng bái , tụng niệm; khi tụng xong tuần kinh tối, là ra hiên nhà ngồi khuất dưới tàn lá hai cây mãn cầu mà hai em đã trồng cho chị ngày ấy. Nói rồi, chị Ngọ đưa tay chỉ ra hiên nói với tôi: “Chắc em còn nhớ mấy cây nầy chứ?”. “Em nhớ, chứ sao quên nổi, chị ơi!”. Thuận ngồi mãi ngoài hiên bất động, hai tay khoanh trước ngực, mắt nhìn chăm chăm ra cổng, ra đường. Thấy vậy, chị thường nhắc, đêm khuya khoắt, vào ngủ đi em. Nhưng đêm đêm nó ít khi ngủ được, thường nằm thao thức mắt nhìn lên trần nhà, đôi lúc nghe tiếng nó thở dài, áo não. Sáng ra chị khuyên răng thế nào nó cũng không hết buồn. Theo chị nghĩ, Thuận luôn nhớ em và hết lòng chờ đợi ngày em trở về gặp lại nó; với nó, em là niềm hy vọng là lẽ sống cuối cùng còn lại sau thời gian gặp phải bao lao đao,phiền lụy… Nói đến đây, chị Ngọ im bặt. Tôi nhìn nét mặt chị Ngọ sắt lại, người chị tỏ ra bức bối. Còn tôi thì quá nóng lòng muốn nghe tiếp về Thuận, nên khẩn khoản:

-Em mong chị hãy kể tiếp đi, em van chị thương em mà kể hết về Thuận em nghe, chứ em lo quá chị ôi!

-Ừ! Kể thì kể. Chi nói cộc lốc. Rồi chị tiếp: Đây cũng tại định mệnh oái oăm, một lần nữa lại giáng xuống cuộc đời con Thuận một đòn chí mạng, đợt nầy em nó hết gượng dậy nổi rồi. Tai vạ nầy ập đến với nó là vì mi tất cả!

Nghe vậy, tôi ngồi sụp xuống, hai tay ôm đầu:

-Em không hiểu ý chị muốn nói gì? Em thương yêu Thuận hết lòng hết dạ mà lại nỡ nào đi hại người mình yêu qúy nhất đời nầy. Xin chị hãy giãi thích giùm em tại sao, tại sao, tại sao mà vì em tất cả,hả chị? Em van chị! Em lo lắng cho Thuận quá…

Chị Ngọ đôi mắt mở to trắng dã trợn trừng nhìn tôi.

-Mi đừng dối trá. Chị nặng lời với tôi.

Đến lúc nầy, cả người tôi run lên, tôi hét lại:

- Chị thật quá đáng! Chị nói như thế là cố tình xúc phạm đến tôi, đến Thuận, chà đạp lên một mối tình cao qúy, chung thủy của chúng tôi. Chị có biết, chị có hiểu không hả chị?

Tôi vừa lo lắng vừa giận sôi người, nhanh chóng biến thành một con người dữ dằng, nói năng bốp chát, thô lổ không còn giữ được tình chị em như trước. Trái lại chị Ngọ ra vẽ làm diệu với tôi đôi chút. Giọng chị bớt gay gắt:

-Được rồi, mi lắng nghe tau kể, để còn trốn tránh đường nào:

-Thuận đang sống ngày qua ngày với gia đình tau, lúc ấy vẫn còn hết sức thiếu thốn chật vật, thế mà nó không một lời than vãn. Trái lại vài lần thấy đôi mắt nó long lanh, miệng cười tươi tắn một mình. Biết em nó đôi lúc vẫn còn chút hy vọng, yêu đời, tau mừng quá. Nhưng đùng, một hôm có gã con trai tới nhà xin được gặp Thuận. Tôi hỏi có việc chi? Gã nói, tôi là bạn của Tâm thời học trung học. Ngay lúc đó, Thuận từ ngoài vườn sau bước vào nhà. Gã ta nói chuyện với Thuận một lúc rồi đưa cho Thuận một bì thư. Trước khi chào về, gã còn xin phép tau, thỉnh thoảng được tới thăm tôi với Thuận. Liền sau đó, Thuận nó vào phòng trong, chắc để mở thơ ra xem. Tau ở ngoài, đang ngồi chờ nó ra để hỏi thư ai, thì nghe tiếng em nó kêu lên: Trời ơi! Sao thế nầy! Tau biết, em nó có chuyện chi không lành, nên chạy vào, thấy Thuận đang nằm trên giường, hai tay ôm mặt, nước mắt đầm đìa. Việc gì trầm trọng thế em? - Anh Tám có vợ, do gia đình xếp đặt nên xin lỗi em và mong em tìm được hạnh phúc mới. Thôi, hết rồi chị ơi! Thật là tàn nhẫn.Tau cầm lá thư lên xem, chữ viết nghiêng ngữa, nét run run ra chiều người viết xúc động lắm. Tau hỏi, đây có thực là thư của Tâm không? -Thật mà chị, anh trao thư này chính là bạn của anh Tâm, em từng biết anh ta.

Nghe đến đây, tôi hết dằn lòng nổi, vụt lên tiếng cắt ngang lời chị Ngọ:

-Chị còn nhớ thằng đưa thư ấy tên chi không?

-Hình như tên Qua..ng.. gì gì đó.

Quang, thằng bạn, tôi nhớ ra rồi. Trước đây đã lâu, có một lần tôi viết cho Thuận lá thư và nhờ Quang trao lại cho nàng. Nội dung lá thư, là tôi mãi yêu thương nàng với mối tình sâu nặng và yêu nàng như yêu thương chính bản thân mình, tôi tha thiết mong Thuận gắng đợi đến ngày tôi trở về đoàn tụ… Nhưng thằng Quang này đã phản bạn, chắc chắn nó hủy lá thư tôi thay vào bằng một thư giả nó tự viết để gởi đến Thuận. Giờ đây manh mối đã vỡ lẽ, tôi vội vàng tỏ rõ cho chị Ngọ biết ngọn ngành rồi xác quyết với chị:

-Đấy là thư giả, em đoan chắc chắn với chị điều ấy.

Nghe vậy, chị Ngọ thốt lên:

-À, ra thế! Nhưng cái rủi là nay em về muộn mất, đã lỡ hết rồi…

Đến đây, tôi hết sức lo lắng, nên vội cắt lời chị:

-Xin chị mau cho em biết, giờ đây Thuận của em ở đâu?.

Chỉ nghe chị Ngọ ấm ứ, ừ hữ… trong cổ họng, làm tôi càng thêm bức bách:

-Chị ơi! Giờ nầy Thuận đã ra thế nào, hả chị?

Chị Ngọ nói:

-Chuyện đã rồi, mong em bình tĩnh chị mới dám nói.

-Chị nói đi, em nghe chị đây.

Chị Ngọ sụt sùi:

-Sau ngày nhận lá thư, nó ít nói năng, đến bữa cơm chỉ

ăn vài ba miếng cầm hơi, lại cứ ngồi thẩn thờ gần như cả ngày, đêm nằm hình như thức trắng, lại hay thở dài… chị khuyên răng thế nào, em nó vẫn không bớt âu sầu. Ban đầu chị náng ở nhà tìm cách an ủi và trông chừng nó. Nhưng như em biết đấy chị ở không mãi lấy gạo tiền đâu ăn uống tiêu dùng, nên chị và thằng Phận phải ra ngoài bươn chải. Hôm ấy chị vừa bán hết gánh cháo lòng, vội vàng về nhà, thấy em nó đang ngồi ngoài hiên dưới tàng hai cây mãn cầu ở góc sân nhà trên, đầu tóc rũ xuống che gần khất mặt mày, miệng nói lầm bầm không ngớt. Chị lấy làm ngạc nhiên nên đến cầm tay em nó, chị hỏi:

-Này Thuận! Thuận! Em sao vậy?

Em nó ngước đôi mắt đờ đẫn nhìn chị một lúc lâu, rồi mở to mắt thảng thốt kêu lên:

-Ủa! Anh Tâm về hồi nào vậy, sao đứng trơ ra thế mà chẳng hỏi mừng em tiếng nào?

Chị cầm chặt hai tay em nó lay mạnh, rồi lớn tiếng:

-Chị Ngọ đây mà, em không nhận ra sao?"

Gương mặt em nó buồn bã, miệng cười méo xệch:

-Chỉ có anh Tâm vừa về với em, chớ còn ai nữa đây?

Hỏi rồi, em nó rùng mình, giựt mạnh tay ra khỏi hai tay chị. Giọng nói vụt hớn hỡ:

-Anh Tâm của em về lại, em vui mừng quá chừng…

Em nó đứng nhanh lên, dang hai tay rồi ôm chầm lấy chị, miệng cười khanh khách.

Chi vội dang ra, cầm lại hai tay em nó, nhìn thẳng vào cặp mắt đờ đẫn ấy, rồi gọi lớn:

-Thuận! Thuận ơi! Chị là chị Ngọ đây em.

Em nó đưa đôi mắt vô hồn nhìn chị, vừa khóc vừa nói:

-Đâu phải chị Năm Ngọ, đâu phải anh Tâm. Hai người đó đã bỏ ta đi mất từ lâu rồi. Anh Tâm ở đâu mau về lại với em. Còn con nầy hãy biến mau, đừng ở đây mà làm tội làm tình ta mà mang tội với trời đất, mi hãy tránh xa ta, mau đi, đi đi!"

Đến đây, tôi biết Thuận lâm bệnh nặng vì tưởng lầm tôi đã cưới vợ. Để xãy ra tình cảnh xót thương này là tại tôi tin người, là tại thằng Quang kia phản bạn… Mặt mày tôi xây xẩm, mọi vật chung quanh quay cuồng chao đảo, tôi chỉ còn mường tượng nghe tiếng chị Ngọ kể lể nho nhỏ, xa xăm:

-Thế đấy. Em nó đã ra nông nỗi thế này rồi, nên chị với thằng Phận thay phiên nhau ở nhà đặng chăm nom, canh chừng em nó. Hôm ấy, đến phiên thằng Phận, buổi trưa con chị nằm võng đưa mát rồi ngủ quên, khi thức dậy không thấy em nó nên vội đi tìm kiếm lục lọi trong nhà ngoài vườn, chẳng thấy đâu. Đến chiều gần tối chị về đến nhà, hai mẹ con cùng đi tìm cũng không ra. Suốt mấy ngày sau, chị cố công đi tìm nữa, gặp ai cũng hỏi thăm tông tích, nhưng chẳng được gì. Cuối cùng chị báo chính quyền địa phương, nhờ tìm giúp mà chẳng thấy em nó đâu cả

Lời chị Ngọ kể nay nghe đứt đoạn, văng vẳng rồi mất tăm. Dường như tôi đổ người xuống, rồi bất động, mê man. Khi tĩnh ra, tôi vội vàng nói với mẹ con chi Ngọ: Bây giờ xin phép chị và cháu, để em đi tìm Thuận, nếu tìm được, em sẽ báo tin cho chị và cháu Phận biết.

Cuối cùng tôi hoàn toàn thất vọng. Thuận đã bỏ tôi mà biệt tăm biệt tích.

Tôi thờ thẩn kéo lê bước trên đường, tôi lơ lững giữa tầng không, tôi chạy băng trên những con sóng biển gầm thét…. Thình lình tai tôi nghe một cơn gió thổi thốc tới, tiếp theo một trận giông xối xuống. Tôi tĩnh lại. Mới hay mình đang chen chân trên con phố Phan Thanh đông người nhốn nháo. Tôi vẫn một mình trơ trọi, trời vẫn mưa lớn. Có lẽ nào trời đất động lòng với nỗi khổ của tôi mà dầm dề cơn mưa vùi này, để chia sớt an ủi. Thuận ơi! Sao em lại trói vào đời anh nổi đau thấu tận trời đất cao dày như vầy. Thuận ơi! Em biết không, có cơn mưa nào mà không tạnh, trận gió bão nào cũng có lúc phải ngưng, chỉ trừ có nỗi đau xé nát tâm can anh khi biết mình đã mất nhau là mãi mãi.

Trời cứ mưa, thêm một cơn gió xoay chiều, trở lạnh. Tôi tỉnh hẳn.

Chẳng biết bao lâu, tôi đã ra đến ngã ba Cai Lang, sờ soạng đi từ đầu đường Lý Thái Tổ đến cuối con đường này là về tới phòng trọ ở ngay bến xe củ. Tôi đổ người xuống giường, vùi trong cơn mê, tôi vẫn thấy con đom đóm quanh quẩn trong phòng, lúc thì ở cửa ra vào, khi bay vòng trên trần nhà, khi đậu ở mép giường, khi bám vào gối cận kề đầu tóc tôi. Một lúc sau tôi mất vào cõi hư hao. Cuối cùng, tôi thức giấc, chưa kịp định tâm, tôi mở mắt, còn mơ màng; hình như có ánh chớp sáng mờ nhạt vừa khuất ngoài cánh cửa phòng trọ. Giờ nầy trời đất đã gần cuối chiều, cơn giông sắp tạnh, chỉ còn lưa thưa vài đám hạt rây rắc. Tôi thui thủi ra bến xe liên tỉnh lên chuyến xe sau cùng trong ngày để trở về lại nhà. (Hết)

NGUYỄN ĐÌNH TỪ LAM

QUẢNG XUÂN
CẢNH THU QUÊ

Trăng thu tỏ sáng mái tranh nghèo
Nhô bóng hàng cau bông trắng treo
Chó sủa đầu thôn chào khách lạ
Dơi đêm đớp muỗi thoáng bay vèo
Cú kêu đốm lửa ma Trơi chạy
Lợn éc đèn dầu mèo nịnh meo
Đạm bạc hương quê hồn Quốc túy
Êm đềm cảnh vật mãi mang theo ,

QUẢNG XUÂN
September 12th 2019 U S A

QUẢNG XUÂN
NÀNG ....ĐÀ NẴNG

Đà Nẵng đang ru ai trong giấc ngủ
Mặt sông Hàn đang phủ bóng sương khuya
Ngọn đèn đêm thao thức chờ em đến
Một mảnh tình khờ...ôi thủa nhớ mong

Em đã thức hay còn yên giấc ngủ
Có bình yên đi vào mộng trăng sao ?
Còn đạp xe dạo phố như hôm nào ?
Để anh gọi hồn lên mơ vụng dại

Gió Bạch Đằng làn tóc em bay mãi
Hương trinh nguyên ...từ biển...trải mênh mông
Hoa biển trắng làm làn da thêm trắng
Hòn Sơn Trà ngơ ngẩn đứng nhìn em

Bởi vì nàng...Đà Nẵng hè lộng gió
DÁNG kiêu sa tỏa sáng nét THIÊN THẦN
Bỗng lâng lâng Ve nhã nhạc êm đềm
Phượng theo về tô đỏ thắm môi em

Khiến trong tôi nỗi thao thức từng đêm
Ôm huyền mộng ...nâng vần thơ diễm tuyệt
Dẫu mai này trăng tàn hay nguyệt khuyết (tận)
Mãi mãi yêu nàng trọn kiếp trăm năm .

QUẢNG XUÂN

ĐẶNG ÂN

GIẤC HOANG ĐƯỜNG

Nằm co một giấc mộng lành
Tôi như sương sớm trên nhành ban mai
Giật mình. Một cuộc thoát thai
À!
Nước mắt của đêm dài
Chưa tan
Ngày đơm nắng
Gió lên ngàn
Tôi tan theo với vô vàn những tôi
Và hôm em bước xuống đời
Làm mưa rơi giữa bời bời giọt mưa
Giọt tròn giọt giống tôi chưa?
Vỡ ra thảng thốt
Dạ, thưa kiếp người!
Giọt
Từng giọt
Ngập trùng khơi
Còn vương tiếng nấc giấc người đêm qua
Cánh đồng cho lúa vàng hoa
Mồ hôi thấm đẫm giọt ngà muôn bông
Đêm qua tôi ngủ trên đồng
Ban mai lóng lánh ngọn đòng đưa hương
Nằm co giấc mộng thiên đường
Tôi theo với gió
Hoang đường
Kìa! em...

ĐẶNG ÂN

TÔN NỮ MỸ HẠNH

MẸ LÀ MÂY TRẮNG ĐỜI TA

Mười năm ta trở lại nhà
Mới hay lạch nước đã hòa biển sông
Cuối trời mây trắng mênh mông
Nơi nào tóc mẹ hòa trong nắng chiều.

Bốn bề lau lách đìu hiu
Cánh diều ngày ấy ươm nhiều ước mơ
Bay xa mải miết sông hồ
Bỏ quên tóc mẹ bạc phơ đượm buồn.

Mười năm ta trở lại vườn
Hương cau lẩn khuất còn thương bóng người
Mẹ giờ đã hóa khói sương
Mây ngàn gió núi lạc đường về thăm.

Cánh cò chấp chới xa xăm
Lời ru cánh võng đã thành chiêm bao
Tuổi thơ đã trốn phương nào
Mẹ hòa mây trắng bạc đầu đời ta.

TÔN NỮ MỸ HẠNH

NAM GIAO.

BĂN KHOĂN LỜI TỰ TÌNH.

Có lẽ chiều nay
mưa nhiều lắm?
Ta thấy - mây đen phủ góc trời
Gió chướng từ phương Nam thổi tới
Thổi bay cành lá - trái sầu rơi
Ta ủ vần thơ -
cung kiếm gãy
Trải ra cơn mộng chiến chinh - tàn
Vẫn nặng lòng son cho Tổ Quốc
Dù biết rằng - nước mất - nhà tan

Đã qua từ những ngày
binh lửa
Bạn bè ta - đứa mất - đứa còn
Mắt ráo hoảnh soi vào tuyến giặc
Đêm di hành - huyễn hoặc ánh Trăng non

Rừng nhiệt đới -
mưa hoài không dứt
Lạnh thấu xương gió bấc Hạ Lào
Gót giày saut - giẫm mòn đất giặc
Về Lai Khê - dạ thắt - gan bào

Có lẽ chiều nay
mưa nhiều lắm?
Chưa chi - mưa rớt giọt buồn qua
Giọt hờn - giọt tủi - hòa trong Đất
Giọt đắng cay nào trong trái tim ta???

NAM GIAO.

NAM GIAO.
TẤM LÒNG CỦA BIỂN.

(Viết cho ngày Lễ Vu Lan)

Chị Thuấn chấp hai tay lên trán và miệng lầm thầm khấn nguyện hồn linh của bà Bảy - Mẹ của chị - bằng những lời lẽ không giấu được sự xúc động đang trào dâng trong lòng. Chị đứng trước bàn thờ của Mẹ mình, đứng thật lâu, thật lâu với đôi mắt đẫm đầy những giọt nước mắt hận, tủi và đau xót. Chị nhìn lên khung ảnh của bà Bảy. Đôi mắt bà Bảy nhăn nheo tội nghiệp như cũng đang chăm chú nhìn vào mặt đứa con gái độc nhất của mình. Đôi mắt ấy lung linh, sống động như lúc bà vẫn còn sống bên chị Thuấn. Chị Thuấn cúi đầu và xá trước tủ thờ Mẹ mình hai cái xá. Chị quay lưng và ngồi xuống ghế sofa. Chị nhìn ra cửa sổ sau nhà. Sân sau nhà đã thấy lác đác dăm chiếc lá vàng nằm phơi mình trong nắng Thu rơi. Lòng chị chùng xuống trong niềm thương cảm cho số phận của mình. Ngày ấy cũng vào độ mùa Thu chi đã giận Mẹ và bỏ nhà ra đi. Gần hai mươi năm sau, chị quay về lại thăm chốn cũ, thăm Mẹ và ngôi nhà tôn nho nhỏ của gia đình. Chị đã khóc thật nhiều khi Mẹ không còn nữa trên cõi đời nầy. Nhà cửa còn đó, không ai dọn dẹp, nhện giăng phủ đầy giường chiếu. Cả cái sạp tre đựng chén dĩa vẫn nằm im ỉm bên tủ đựng thức ăn, mặc cho khói bụi thời gian đã phủ lên một lớp thật dầy. Và ngôi mộ của Mẹ nay đã xanh rì ngọn cỏ dại.. Một mình chị Thuấn làm hết mọi việc như Mẹ chị đã làm kể từ khi chị rời xa Mẹ ra đi. Rồi sau đó, chị quay trở về Mỹ với khung hình của Mẹ Bảy duy nhất nằm trong valy xách tay và với những lời kể, lời than của Mẹ Bảy nói về sự thương yêu với chị đã làm cho lòng chị phân vân, cay đắng và tủi hổ. Lời nói đó đã thấm vào xương thịt chị, đã theo chị trên bước đường trở về cho đến hôm nay..Chị đã thật sự ân hận vì nghĩ sai về Mẹ của mình. Chị chặc lưỡi và buông tiếng thở dài. Chị gọi vói vào phòng trong:-" Hiếu à,con thức dậy chưa con?" Chị gọi lớn tiếng hai lần, nhưng không nghe tiếng con Hiếu trả lời. Chị thầm nghĩ "Giờ nầy mà nó vẫn còn ngủ..Con gái lớn tồng ngồng rồi mà không biết lo lắng bất cứ chuyện gì cả.".

Chị lại buông tiếng thở dài.

Nhà cửa bây giờ chỉ còn có chị và con Hiếu. Chị thương nó quá đỗi. Thương con từ lúc chị mang bầu nó, từ những tháng đầu tiên. Bây giờ nuôi nó lớn lên và nó lại bị người con trai bạc tình, giả nhân, giả nghĩa lường gạt nó, bỏ rơi nó khi biết nó mang thai. Chị giận lắm, nhưng không thể đánh chửi gì con Hiếu được. Chị không giống tính tình " thẳng như mực tàu "của bà Bảy - Mẹ của chị. Mỗi lần nghĩ tới Mẹ, là chị Thuấn nghe trong lòng buồn vô hạn. Phải chi ngày ấy người làm Mẹ như bà Bảy không cần đánh chửi, không cần đuổi xô đứa con gái của mình, thì chị đâu có phải đi thật xa,rời bỏ Mẹ và mang nặng nỗi hờn tủi Mẹ của mình gần hai mươi năm qua. Chị đã bỏ luôn mối tình đầu ngang trái và bẽ bàng để bươn chải làm ăn và nuôi lớn đứa con gái của mình. Nghĩ đi và suy lại thì con Hiếu hiện giờ tình cảnh của nó cũng giống như chị ngày xưa. Chị biết nó cũng đau đớn lắm, không thua gì nỗi đau mà thuở ấy chị đã gánh nặng trong lòng. Dù gì đi nữa thì con Hiếu cũng là đứa con gái ăn ở rất hiếu thảo, luôn kính thương chị. Chị nói gì thì nó cũng một,hai vâng lời,không bao giờ cãi lại hay to tiếng với chị. -"Tội nghiệp cho con tôi. Tội nghiệp cho đứa con gái khôn ngoan, hiếu thảo đối với Mẹ của mình, nhưng lại nhẹ dạ, non lòng trước tình yêu mới lớn. Cứ nghĩ là với tấm lòng thành thật của mình thì sẽ gặp được người có tấm lòng thành thật giống như mình. Ông Trời ạ! Ông không công bình chút nào hết." Chị Thuấn ngồi một mình,nghĩ suy chuyện gia đình và càng nghĩ đến đâu, là chị lại càng than trách Ông Trời đến đó.

Nắng mùa Thu vẫn hanh nhẹ và gió mùa Thu thì vẫn đang thì thầm trong từng kẽ lá, lao xao và cuốn quýt nhẹ nhàng.

Ngày ấy cách nay cũng gần hai mươi năm, Thuấn là một cô gái đẹp người và đẹp nết. Cả một vùng sông nước cầu rạch Ngỗng Cần Thơ, ai ai cũng mến tính tình của Thuấn. Ngoài giờ học hành, Thuấn còn phụ giúp Mẹ ngồi bán trái cây ở một sạp nhỏ tại chợ Cần Thơ. Ba của Thuấn, người đàn ông luôn say mê cờ bạc và đàn đúm rượu chè. Ông luôn luôn gây gổ với vợ để cố tình moi cho được số tiền hầu gây sòng sát phạt cùng bạn bè xấu trong cá độ, trong bạc bài và rượu. Đêm cũng như ngày, sau khi làm thuê bốc vác ở bến sông Ninh Kiều, có được số tiền còm nho nhỏ, ông quên đi mái nhà tôn hạnh phúc của gia đình, nơi ấy còn có vợ và đứa con gái vừa mới lớn đang chờ đợi ông về quây quần bên mâm cơm đạm bạc dưới ánh đèn đêm. Ông mãi vui cùng bè bạn nên quên luôn cả đường về. Riết rồi cũng thành thói quen, cả nhà Thuấn và Mẹ của Thuấn - là bà Bảy - không còn giây phút ngồi đợi cơm chiều, cơm tối gì nữa. Rồi có một ngày, một ngày mưa dầm Tháng Bảy, ông Bảy đi làm và không còn biết đường về nhà nữa. Ông mãi mãi nằm chết trên giòng nước sông trong cơn mưa sau một chầu nhậu bí tỉ với bạn bè..

Ngày ấy, bà Bảy thương chồng, khóc hết nước mắt. Khóc như cơn mưa dầm Tháng Bảy. Khóc mà còn sầu, còn thảm hơn là những giọt nước mắt của đôi tình nhân Ngưu Lang và Chức Nữ trong truyện cổ tích xa xưa. Ngưu Lang và Chức Nữ thì luôn gặp nhau hằng năm vào Tháng Bảy với bao niềm thương nhớ khi cách xa. Còn với bà Bảy thì những giọt nước mắt kia nhỏ xuống đời,khóc thay lời nói vĩnh biệt người chồng sống chưa bao giờ làm tròn bổn phận người chồng, không biết thương vợ, thương con trong hoàn cảnh khốn cùng, lao khổ. Bà Bảy cắn môi gần như rướm máu ra, bà ôm đứa con gái vừa tròn mười bốn tuổi trong lòng, mắt ràn rụa lệ và nhìn đăm đăm trên bến nước sau nhà. Mắt con Thuấn cũng đầy nước mắt, nhưng nó không khóc thành tiếng. Nó biết rằng từ ngay lúc ấy, nó sẽ không còn có một dịp may nào nữa để gặp mặt người Cha với bao nỗi buồn, vui lẫn lộn trong lòng.. Thuấn nhớ rất rõ là nó lấy tay với chiếc khăn, chặm chặm những giọt nước mắt cho bà Bảy, và chiếc khăn tay ngày ấy,đối với nó là chiếc khăn kỷ niệm không bao giờ rời xa. - " Mẹ à, Mẹ đừng khóc nữa mà làm cho con tủi thân khóc theo Mẹ. Ba đã bỏ con và Mẹ đi thật xa rồi. Con không biết từ nay sẽ sống ra làm sao nữa."

Thuấn ôm Mẹ mình trong vòng tay nhỏ bé vừa nói, vừa dụi dụi mặt vào lưng bà Bảy.

Bà Bảy không trả lời mà chỉ nấc lên từng tiếng nhỏ. Bà muốn nuốt cho trôi đi những đau xót, bẽ bàng mà chồng bà đã bỏ lại cho bà.

Cơn mưa dầm Tháng Bảy năm ấy đã kéo dài thêm tới hai ngày đêm sau nữa. Mưa cứ rả rích và gió thì vẫn quay cuồng như nổi lên từng cơn thịnh nộ vô lý đối với con người và vạn vật. Bến nước Ninh Kiều không còn là bến nước đẹp đẽ trong đôi mắt của bà Bảy. Đêm thì khôn cùng và ngày thì âm u, mù mù trong làn nước mưa đục trắng. Bà Bảy và con Thuấn cứ thế ngồi nhà nhìn mưa rơi mà tơ tưởng tới hình ảnh một người chồng, một người Cha không hoàn hảo trong tình nghĩa vợ chồng, trong tình thương yêu nuôi dưỡng đứa con còn non trẻ. Những người cùng khu phố lân cận cũng đến thăm nom và an ủi gia đình bà Bảy. Nhưng khi họ quay bước giã từ để ra về, thì Bà Bảy lại chảy nước mắt. Những giọt nước mắt vẫn còn mang nặng quá nhiều sự đớn đau, hờn tủi. Bà vẫn khóc, vẫn khóc nhưng không còn thành tiếng nữa. Mắt bà vẫn nhìn mọi người lui, tới gia đình mà đôi môi khô héo của bà chỉ mấp máy không thành lời, dù trong lòng bà, bà nghĩ rằng - bà đang nói lời cảm ơn với họ. Và cơn mưa dầm vẫn thản nhiên rơi, vô tình rơi như không cần biết đến mọi việc xảy ra trên quả đất nầy...

Thời gian vẫn trôi nhanh như giòng nước lũ hằng năm tràn về, làm ngập úng ruộng đồng, xoáy mòn những con lộ giao thông không được chấp vá đúng kỹ thuật. Và bà Bảy vẫn một mình trụ vững trong sạp mua bán trái cây nơi chợ Cần Thơ, nuôi dưỡng con Thuấn nên người. Thuấn đã tốt nghiệp Phổ Thông Trung Học và đành nghỉ học, ở nhà phụ bà buôn bán. Hai mẹ con tắm nắng, phơi sương hằng ngày hai buổi chợ cho đến khi mặt trời khuất mất ở dãy nhà lầu bên kia sông, thì mới dọn dẹp trở về nhà. Bao nhiêu tình thương, bà Bảy đặt hết lên cho con Thuấn. Bà lo cho con Thuấn từng chút một, mà đôi khi bà quên luôn cả bản thân bà đang trong cơn đói khát, lạnh lùng.

Nhưng định mệnh đắng cay lại một lần nữa đổ ập lên trên tấm thân của bà. Trong một buổi chiều tối trên đường trở về nhà, bà phát hiện ra con Thuấn đi bên bà như có cái gì là lạ. Hai tay nó luôn bụm miệng và như muốn ói mửa ra những thức ăn, thức uống ban chiều. Bà vặn hỏi, nhưng con Thuấn không chịu trả lời. Bà Bảy sinh ra nghi ngờ và suy nghĩ về hành động của Thuấn. Nồi cá kho vừa hâm nóng lại và còn đang sôi trên bếp đã làm cho con Thuấn nôn ói thêm lần nữa. Bà Bảy rất đau lòng biết rằng con gái của bà đã cấn thai. Bao nhiêu nỗi buồn bực, âu lo và đau khổ mà bà đã một mình gánh chịu để đứng vững nuôi con Thuấn, bây giờ bà trút hết lên đầu, lên cổ đứa con gái hư hỏng nầy. Bao nhiêu mơ ước về một tương lai tươi sáng cho con Thuấn đã bay vèo qua trước mắt bà và nhanh chóng tan đi không còn để lại tì vết nào cả. Bà Bảy quá đau khổ, bà gào lên trong nước mắt. Thương con Thuấn bao nhiêu thì bây giờ là hận nó bấy nhiêu. Con Thuấn không còn là chỗ dựa để cho bà nuôi dưỡng những ước mơ tốt đẹp nữa.

Bà mắng chửi nó thậm tệ. Bà cứ đánh vào thân nó bằng roi, bằng cây chổi lông gà. Thuấn như biết được lỗi lầm của mình đối với một người Mẹ qua tháng năm đã hy sinh bản thân để nuôi dưỡng nó nên người. Thuấn cắn răng dằn lòng chịu đựng mà không nói lại với Mẹ một lời nói nào. Sự im lặng của Thuấn như dầu đổ vào lửa đang cháy. Bà Bảy lại càng nóng giận hơn, nghĩ rằng con gái mình xem thường tình thương yêu của mình dành cho nó, nên bà sẵn tay đánh đuổi con Thuấn ra khỏi nhà. Đến lúc nầy, con Thuấn mới bật khóc thành tiếng và quỳ lại Mẹ mình: - “ Mẹ ơi, Mẹ đừng đánh con nữa. Mẹ cũng đừng đuổi con ra khỏi nhà. Con đã lỡ dại Mẹ à. Con chỉ muốn sống bên Mẹ và lo cho Mẹ mà thôi.” Nhưng mặc cho Thuấn van nài, kêu xin, bà Bảy như không còn nghe thấy gì nữa .Bà gạt phăng thân mình con Thuấn ra ngoài sân :-”Mày..mày hãy đi khỏi nhà tao.Tao không phải là Mẹ của mầy nữa. Đi, đi đi cho khuất mắt tao.Trời ơi! Sao đời của con lại vướng khổ nạn nữa rồi nè Trời.” .Lòng bà Bảy như chai sạn. Bà ngồi bệt xuống nền nhà sau khi đóng đóng sầm cánh cửa nhà lại.

Ngoài sân, tiếng của con Thuấn lẫn trong nước mắt vang lên từng chập rất thãm thương: -” Mẹ ơi, con hối hận lắm rồi.

Con ngàn lần xin lỗi Mẹ. Con thương Mẹ lắm. Con không muốn xa Mẹ...Mẹ ...ơi. Mẹ đừng đuổi con mà tội nghiệp ...cho ...con. Mẹ..ơi..".

Bà Bảy thiếp đi sau cơn mệt mỏi cho đến sáng sớm hôm sau, lúc bà mở cửa dọn hàng ra chợ, thì bà không còn thấy bóng dáng con Thuấn nữa. Bà biết con Thuấn nó đã bỏ bà và đi biền biệt phương trời nào rồi. Bà Bảy mỗi ngày lủi thủi một hình, một bóng trở về nhà ,sau hai buổi ở chợ, và bà đã mỏi mắt trông chờ đứa con gái của bà quay trở về nhà với bà. Nhưng thời gian đã khjông còn chờ đợi bà, để cho bà còn được dịp trông thấy mặt con Thuấn nữa. Thời gian đã cướp đi đời sống cô đơn của Bà Bảy vào một đêm mưa gió đầy trời. Trước khi nhắm mắt, bà Bảy vẫn còn gọi tên đứa con gái thân thương của bà rất nhiều lần, -" Thuấn ơi..Thuấn ơi..con ở đâu?..Hãy về...với Mẹ. Mẹ..vẫn luôn.. thương..yêu con mà. Thuấn ơi..về với ...M..ẹ.." Chỉ nói được như thế, rồi bà xuôi tay ra đi trong niềm thương tiếc của những gia đình xung quanh khu phố nhỏ.

Chị Thuấn đang lầm thầm suy nghĩ thì con Hiếu đã đến đứng phía sau chị lúc nào mà chị cũng không hay, không biết.-" Mẹ à....." Con Hiếu lớn tiếng gọi chị Thuấn. Chị Thuấn giật nẩy mình lên trong khi hai cánh tay giơ lên trên đầu quơ qua, quơ lại. Chị trách mắng con Hiếu: -" Con đó nghe. Con mà còn lớn tiếng " hù" Mẹ cái kiểu nầy nữa là Mẹ về chầu Ông Bà ngay. Nhất là Bà Ngoại của con đó. Bả thấy con như thế nầy là Bả đánh đòn con còn dữ dằn hơn là đánh Mẹ nữa đó." Nói xong thì chị cười trừ với con Hiếu. Con Hiếu cũng cười theo Mẹ của mình.

-" Hôm nay Mẹ và con đi chợ mua thức ăn gì làm giỗ cho Bà Ngoại đây Mẹ?" Con Hiếu nhanh nhẩu hỏi chị Thuấn.

Đôi mắt chị Thuấn sáng lên, chị nhìn con Hiếu và nói:- "Con à, Mẹ tính như vầy, mình đi chợ mua thịt, cá, tôm cùng với ba mớ rau thơm, bạc hà để nấu nồi canh chua và nồi thịt kho tàu. Con biết không? Mẹ đã nhớ rất rõ là Bà Ngoại của con thích nhất là canh chua đó." Con Hiếu gật đầu có vẻ rất vui khi nghe qua lời nói của Mẹ Thuấn. Con Hiếu nói thêm:-" Rồi thì mình ghé qua nhà hàng để mua vài "thức ăn nhanh" về cho Bà Ngoại thưởng thức nghe Mẹ."

-" Mẹ còn phải lo mua thức ăn để tẩm bổ cho cháu ngoại của Mẹ nữa đây."

Con Hiếu lẫy vòng tay ôm gọn thân mình chị Thuấn vào lòng: -"Mẹ ghẹo con gái của mẹ nữa rồi."

Cả hai mẹ con chị Thuấn cùng vui như vui trong ngày Lễ hội. Họ cùng nhau sửa soạn và bước ra xe trong nắng Thu hanh vàng của một buổi sáng cuối tuần. Có mấy ai hiểu và biết được trong lòng của mẹ con chị Thuấn bây giờ, đang trải đầy ắp những niềm vui và hạnh phúc bên nhau...

NAM GIAO

TRẦN ĐỨC

HÌNH BÓNG MẸ

Mẹ ơi
xóm vắng chiều nay
Trăng nghiêng đầu ngõ héo gầy hơn xưa
Ngọt lời
cau mãi ru dừa
Đáy ao in bóng trời trưa nắng hè
Thuở nào
vườn vọng tiếng ve
Mo cau mẹ quạt câu vè mẹ ru
Rồi đây
bóng xế trăng lu
Về đâu dáng mẹ !!! chợt thu quặn lòng

TRẦN ĐỨC

TRẦN ĐỨC

HẠ THƯƠNG

Phượng hồng nay nở thắm rồi
Đường xưa còn đó mình tôi đi về
Hiên chiều rộn rã tiếng ve
Khơi niềm ký ức ngày hè năm xưa

Tan trường giọt nắng xa đưa
Trông theo bóng nhỏ chưa vừa lòng ai
Để rồi mấy bận thu phai
Đêm nghe tiếng cuốc canh dài lệ sa

Cánh buồm thăm thẳm vươn xa
Trùng khơi sóng phủ trăng tà mờ sương
Một thời áo trắng vấn vương
Tên ai khắc ở hàng dương vẫn còn

Dòng đời nhuốm bụi tuổi son
Ngẩn ngơ cái buổi khi còn tay không
Bây chừ con sáo sang sông
Đò ngang khuất bóng nẻo hồng đăm chiêu

Quay về lối nhỏ cô liêu
Bước chân đơn lẻ trong chiều vàng rơi
Ước gì người ấy cùng tôi
Chắp đôi cánh én dệt trời vào xuân

TRẦN ĐỨC

HOÀNG CHÍNH
Như Thời Tiết Không Thể Nào Đoán Trước

Lúc Nancy – vâng, người đàn bà chia tiền nhà với tôi là Nancy – lúc Nancy vén áo, đẩy miệng thằng bé vào ngực mình, tôi vội xoay người ngóng ra cửa sổ. Tuyết phủ kín cả tấm bảng "Ngõ Cụt", trắng mờ con mắt. Tôi nghiêng đầu lắng nghe. Tiếng ọ ọe của đứa bé như những vết mực vẩy vào không gian tĩnh lặng. Thằng bé khóc hoài, chúng tôi phải đánh lừa nó bằng cái núm vú màu hồng của người đàn bà chưa một lần thai nghén. Dường như nó cũng nhùng nhằng một chút. Rồi ngậm cái núm vú nhỏ như hạt đậu phụng trên bờ ngực vun ấy. Và nó thôi khóc.

Tôi mừng rỡ quay lại nhìn làn da trắng xanh trên khoảng lưng trần người đàn bà. Đầu óc tôi rối bời.

"Nó thôi khóc rồi," người đàn bà nói nhỏ.

"Nó tưởng Nancy là mẹ nó," tôi thì thầm.

Tôi rón rén trở về phòng ngủ, run run moi mảnh giấy nhét trong túi quần. "Con anh đấy. Hãy thương nó và thay em nuôi dưỡng nó." Nét chữ Tiểu Quyên. Tôi nhìn kỹ từng chữ một. Mỗi chữ là một sinh vật. Ngọ ngoạy, nhúc nhích. Như con sâu tìm cách thoát ra ngoài cái kén. Như những đứa trẻ trong trại bệnh nhi khoa muốn tháo gỡ cái tã quấn chặt quanh mình. Để vươn vai lớn dậy, thành lũ thiếu niên, tuông chạy trên đồng cỏ thẫm xanh, chen chúc xô đẩy nhau giữa phố phường muôn sắc màu.

Tôi lắc đầu, cố xua đuổi những ảo ảnh bấn loạn vây quanh.

Tôi nhắm mắt. Khuôn mặt Tiểu Quyên hiện lên rõ nét. Tôi cố gỡ hình ảnh ấy, chập lên hình ảnh khuôn mặt đứa bé. Vầng trán cao. Cánh môi hồng. Sống mũi thuôn. Hai vành tai mảnh. Mái tóc đen nhánh. Những thứ ấy chồng chập lên nhau. Vừa vặn. Tôi lẩn thẩn mất rồi. Đứa bé là con của Tiểu Quyên thì phải giống Tiểu Quyên. Tôi tìm những nét tương đồng để làm gì.

Tôi lại nhắm mắt, lấy chân dung tôi, chồng lên hình ảnh thằng bé trong trí tưởng. Tôi thấy nó không giống tôi. Rồi tôi lại thấy nó giống tôi. Nó là con tôi. Đúng như Tiểu Quyên nói. Nhưng chúng tôi mới chỉ duy nhất một lần mê muội. Làm sao có thể có thằng bé này. Ờ, nhưng mà đó là lần yêu đương tuyệt vời nhất. Đó là điểm đến của tình yêu. Tuyệt đỉnh của mong chờ, khao khát. Biết bao lâu chúng tôi yêu thầm như hai kẻ mù mò mẫm trong đêm tối tìm lối đi. Nhưng sự linh cảm vẫn đẩy chúng tôi hướng về nhau. Như hai kẻ lữ hành cô độc trong chuyến hành hương đi tìm đất thánh. Chúng tôi leo mãi, leo hoài lên đỉnh núi để cử hành nghi lễ tình yêu. Như hai thiên thể cố vào chung một quỹ đạo. Chuyến chung đụng ấy là ân ái đúng nghĩa và trọn vẹn nhất. Dẫu chỉ một lần. Nhưng hạt mầm đã nảy ra sau lần gieo cuồng nhiệt, và đã đơm trọn vẹn một đóa hoa hạnh phúc. Đóa hạnh phúc ấy đang nằm trên cánh tay Nancy. Đang say sưa bú dòng sữa vô hình của thứ tình mẫu tử xa lạ. Đứa bé này đúng là con của Tiểu Quyên. Và của tôi.

"Bé ngủ rồi anh ơi," Nancy gọi nhỏ.

Tôi giật mình, xếp vội mảnh giấy làm tư, nhét vào túi quần, nhanh chân bước ra phòng khách.

Tôi đứng sựng lại. Vội vã cúi xuống. Mắt dán lên nền nhà. Lần đầu tiên tôi thấy đôi vú Nancy. Vun đầy. Căng nở. Lờ mờ những đường gân xanh trên làn da trắng nõn. Tôi thấy cái núm màu hồng. Chiếc nụ hoa trên búp non một loài thảo mộc hiếm quý. Đẹp lạ lùng. Tôi thấy mình hụt hơi. Mãi tôi mới dám len lén nhìn lên. Vướng đứa bé trên tay nên Nancy không thể kéo áo che ngực. Thành ra nàng để nguyên vậy.

"Anh muốn bé ngủ phòng anh hay..."

"Cho nó vào phòng anh đi," tôi nói vội.

Đêm qua, tôi nhường phòng mình cho hai mẹ con Tiểu Quyên. Tôi nằm co ngoài sa lông. Trăn trở tới gần sáng mới ngủ được. Và khi thức thì Tiểu Quyên đã đi mất rồi.

Nancy đặt thằng bé xuống giường. Lấy gối chèn hai bên và đắp cái chăn mỏng lên mình nó. Rồi nhẹ đưa ngón tay vuốt má thằng bé. Tôi nghiêng đầu ngắm. Hình ảnh người đàn bà trẻ, chăm sóc yêu thương đứa bé sơ sinh làm lòng tôi xốn xang.

Nhưng Nancy không phải mẹ đứa bé. Và tôi là cha nó phải vậy không? Tiểu Quyên đã quả quyết với tôi như thế. Và tính từ cái ngày hai chúng tôi không còn là chú-cháu đời thường ấy, từ giây phút chúng tôi là tình nhân với nhau, đến nay đứa bé tròn ba tháng tuổi thì nó đúng là con tôi rồi.

Nancy đứng dậy, nhìn đứa bé thêm một lần rồi xoay qua nhìn tôi, mỉm cười, "Thằng bé ngoan quá."

Nàng xòe hai bàn tay, áp vào ngực tôi, đẩy nhẹ tôi ra ngoài, "Ra ngoài cho bé ngủ."

Chúng tôi bước ra ngoài. Nàng đưa tay khép hờ cánh cửa.

"Anh nghĩ mẹ nó có về với nó không?" nàng chợt hỏi.

Tôi ngẩn người ra, suy nghĩ. Rồi tôi ậm ừ, "Chắc... cũng phải về chứ. Con đầu lòng mà..."

Ấy là câu đoán mò. Tôi biết rõ như thế. Tiểu Quyên như chiếc bóng. Mập mờ ẩn hiện trong thế giới tôi. Như những mùa màng đến rồi đi. Như thời tiết không thể nào đoán trước.

"Lỡ nó không về thì sao?" Nàng hỏi, chút gì đó gay go trong giọng nói. Tôi không ưa cái giọng thách thức ấy. Nhưng tôi im lặng.

"Anh đặt tên gì cho thằng bé?" Nancy lại hỏi.

Câu hỏi như cú đánh vào thái dương, làm tôi chóng mặt. Nancy chỉ là người thuê một phòng ngủ trong căn nhà cũ của tôi. Tôi nghĩ cô ấy không nên thắc mắc nhiều. Chuyện tôi với Tiểu Quyên và thằng bé sơ sinh này là chuyện rất riêng tư. Nhưng tôi không biết trả lời sao. Tôi đang rất cần Nancy. Nancy không cho thằng bé bú thì nó sẽ khóc hoài.

Tôi lừng khừng đứng lại.

"Phải đặt tên cho nó chứ," Nancy nói, chộp lấy cánh tay áo tôi, kéo tôi ra phòng khách.

Những người đàn bà luôn luôn đáng yêu. Luôn luôn khéo léo. Và thông minh nữa. Có điều họ không biết lúc nào nên ngưng nói.

"Anh phải đặt tên rồi làm khai sinh cho nó."

Tôi lặng thinh.

"Nó có khai sinh chưa?"

Tôi lắc đầu.

"Anh lắc đầu là vì anh không biết hay là vì nó chưa có khai sinh?"

Tôi nghĩ đến đứa đàn ông mà Tiểu Quyên nhắc tới ngày hôm trước; cái đứa - mà theo lời Tiểu Quyên thì - có giọng hát hay và giàu có phát sợ. Cái đứa bắt Tiểu Quyên phải bỏ thằng bé này. Tôi không biết mặt cái đứa ấy để đem chân dung nó chập lên hình ảnh đứa bé xem có những điểm tương đồng nào. Tiểu Quyên bảo tôi chẳng cần biết nó là ai. Tôi không biết họ của tên đàn ông ấy. Và tôi băn khoăn. Bởi lỡ như đứa bé không phải là con tôi. Nó sẽ không nên mang họ của tôi.

"Hở anh?" Nancy nhắc.

Tôi khẽ gật đầu, "Cả hai."

"Cứ tìm cho nó một cái tên. Rồi làm giấy khai sinh. Lấy họ của anh cho nó."

Tôi nhìn qua khung cửa sổ. Bên ngoài tuyết vẫn trắng xóa không gian. Nancy vẫn nhìn tôi, chờ một câu trả lời dứt khoát. Những người đàn bà không biết lúc nào thì nên ngừng lại. Nancy không biết nếu có cánh, tôi đã lao vút vào bầu trời lạnh buốt ngoài kia. Như lũ chim rừng. Để đầu óc được ít nhiều tĩnh lặng.

Nancy bước tới, đứng ngay trước mặt tôi, ngước mặt chờ đợi.

Tôi bối rối, nói lảng, "Mình có nên báo cảnh sát để nhờ họ tìm Tiểu Quyên không?"

"Tìm làm gì? Nó tự bỏ đi mà. Nó có phải trẻ con đâu mà tìm," nàng buông giọng thẳng thừng. "Thằng bé là con cô ấy, anh là bác hay cậu nó. Anh nuôi nó là phải rồi. Với lại anh đặt tên cho nó. Cho nó lấy họ của anh. Anh là anh ruột của mẹ nó thì họ của anh cũng là họ của mẹ nó. Lỡ mai mốt mẹ nó có trở về đòi con thì thằng bé vẫn mang họ của anh. Quá tốt rồi."

Nàng nói một thôi. Lúc trước nàng bảo phải báo cảnh sát để mình không bị nghi là bắt cóc trẻ con. Bây giờ nói ngược lại. Tôi chóng mặt. Hai thái dương tôi hầm hập nóng. Hai tai tôi sắp bắt lửa. Tôi sắp sửa nổ tung trước mặt cô ấy. Nhưng may mắn (cho cả hai chúng tôi) là cô nở bung một nụ cười trên khuôn mặt trái soan xinh xắn. Nụ cười đã mồi chài tôi ngay từ khi cô ấy mới dọn vào.

"Nancy có đi không?"

"Đi đâu?"

"Lại đồn cảnh sát."

"Đi làm gì? Em đi rồi ai coi đứa bé?"

Tôi ngẩn người ra. Tôi quên bẵng đi là mình có đứa bé sơ sinh trong nhà. Cũng may hôm nay là thứ Bảy. Cả hai chúng tôi cùng không phải đi làm. Sang tuần mới, phải đi làm, không biết tính sao với đứa bé nữa. Nhưng tôi chưa dám nghĩ thêm. Càng nghĩ tôi càng rối trí.

Tôi lại đồn cảnh sát. Tôi rất ngại đến những cơ quan công quyền. Chỉ khi nào không còn chọn lựa nào khác tôi mới phải lặn lội đến những nơi ấy.

Đang chăm chú với cây bút và xấp giấy trên bàn làm việc, người cảnh sát ngước lên nhìn tôi, "Chào ông. Ông cần gì?"

Tôi nhận ra nét gì đó quen quen trên khuôn mặt người đàn ông. Tôi nhìn lướt quanh phòng làm việc của ông ta. Những chiếc còng số 8 treo rải rác trên tường. Khung cảnh quen thuộc. Đúng rồi, tôi đã đến đây một, hai lần. Nhưng lâu lắm rồi. Và tôi nhận ra hàng ria mép màu nâu của ông cảnh sát. Chỉ khác là có nhiều sợi bạc.

"Tôi muốn báo cáo người mất tích."

Ông cảnh sát bỏ cây bút xuống bàn, ngồi thẳng người dậy, chỉ chiếc ghế phía đối diện, kê sát tường, "Vậy à? Mời ông ngồi."

Tôi ngồi xuống ghế. Hai tay đặt trên lòng như đứa học trò chờ ông hiệu trưởng hỏi tội.

Người cảnh sát nhìn tôi chăm chăm cả phút đồng hồ. Cái nhìn làm tôi bối rối. Tôi sắp trở thành kẻ bị tình nghi. Tôi khẽ nhúc nhích cho có thế ngồi thoải mái trên chiếc ghế có lớp nệm da mỏng.

"Nếu tôi nhớ không lầm thì có lần ông tới để khai mất xe đạp, phải không?"

Tôi giật mình. Tim tôi đập nhanh trong lồng ngực. Con mắt sắc của người cảnh sát vẫn xoáy vào tôi. Tôi sắp biến thành can phạm. Tôi sắp bị còng bằng một trong những vật kim loại hình số 8 treo trên tường. Và tôi phục trí nhớ của người đàn ông này.

"Đúng không?" ông ta hỏi và nhếch mép cười.

Tôi hối hả gật đầu.

"Ông đi với một cô gái đẹp."

Tôi lại gật đầu. Ông ta nói đúng, Tiểu Quyên của tôi là một thiếu nữ đẹp.

"Cô ấy còn ở đây không?"

Tôi lắc đầu, toan nói, nhưng ông ta đã tiếp, "Thị trấn này rất ít người Á Châu, nên gặp một lần là nhớ ngay."

Tôi gật đầu.

"Cô ấy còn ở đây không?"

Tôi hít một hơi dài, nói vội, "Cô ấy mất tích."

Người cảnh sát nhướng cặp lông mày lấm tấm sợi bạc, "Lâu chưa?"

"Sáng nay..." tôi lúng túng. "Không, tối qua. Ưm, tôi cũng không chắc nữa."

"Chưa được bốn mươi tám tiếng mà. Chắc cô ấy đi đâu đó, rồi sẽ về. Mấy bà vợ hay vậy. Giận một chút là bỏ đi, nhưng rồi sẽ về. Ông đừng lo."

Tôi vội lắc đầu, "Không phải vậy đâu..."

"Không phải vậy thì là gì?"

"Cô ấy là..."

"Là gì? Không phải là vợ thì là gì?" Người cảnh sát chồm tới trước, hỏi dồn.

"Là... là em gái tôi."

Tôi nói dối với cảnh sát, như tôi đã nói dối với Nancy. Hai con mắt mở lớn. Người cảnh sát nhìn tôi đăm đăm. Rồi ông ta lật xấp giấy trên bàn, lấy ra một trang mới. Cây bút trong tay chĩa xuống mặt giấy, chờ đợi.

"Cô ấy tên gì?"

Tôi nói tên Tiểu Quyên. Người cảnh sát ghi nhanh lên giấy. Tôi ngểnh cổ nhìn. Những con chữ níu kéo, xô đẩy nhau trên trang giấy.

"Ngày tháng năm sinh?"

"Ngày mười tháng mười."

"Mười, tháng mười," người cảnh sát gật gù. "Ngày Song Thập. Quốc Khánh quê hương ông phải không?"

Ông ta nói tiếng Anh "Double Tenth Day" nhưng tôi hiểu ra ngay. Và tôi lắc đầu. Bởi ấy là ngày Quốc Khánh đảo quốc Đài Loan. Ngày ấy quan trọng với tôi không phải vì thế mà vì đó là sinh nhật Tiểu Quyên. Chỉ có vậy thôi.

"Chúng tôi là người Việt."

"Ồ, xin lỗi." Nét nghiêm trang trở lại khuôn mặt người cảnh sát. "Cô ấy làm nghề gì?"

"Tôi không biết."

"Cô ấy ở đâu?"

Tôi ngập ngừng, "Ở đâu đó trong… thị trấn này."

"Chính xác là ở đâu?"

"Tôi cũng không biết."

"Cô ấy sống với ai, anh có biết không?"

"Tôi cũng không biết."

Người cảnh sát buông cây bút xuống bàn. Cây bút lăn vài vòng rồi ngưng lại. Ông ta nhìn tôi như nhìn một sinh vật quái dị, "Em gái ông mà ông không biết gì về cô ấy hết là sao?"

Tôi lại phải nói dối, "Nó bỏ nhà đi từ năm 16 tuổi."

Đầu óc tôi xoay vòng chung quanh cái lý lịch ảo của Tiểu Quyên. Tôi không biết gì nhiều về cuộc sống riêng của Tiểu Quyên. Tôi chỉ biết có một thời hai chúng tôi yêu nhau như hai kẻ tật nguyền: mù lòa, câm, điếc. Mò mẫm trong đêm tối, trong hoang mạc, để tìm đến với nhau. Để tìm cho ra nhau. Thứ tình yêu chân thật. Dẫu ban đầu chúng tôi là chú, là cháu của nhau. Và bây giờ chúng tôi có với nhau một đứa con. Nhưng Tiểu Quyên bỏ mặc đứa bé cho tôi xoay xở. Đầu óc tôi bấn loạn. Tôi vừa mới nói dối với cảnh sát. Những lời khai gian ấy đã được ghi vào trang giấy. Ở xứ này ấy là tội hình sự. Tôi run bắn lên. Nhưng cố làm như không có chuyện gì.

Người cảnh sát gài cây bút vào túi áo, xếp lại xấp giấy trên mặt bàn, "Thôi được. Chưa đủ bốn mươi tám tiếng. Ông về đi. Sau bốn mươi tám tiếng mà cô ấy không về thì ông lại đây gặp tôi."

Tôi chào người cảnh sát, và bước nhanh ra cửa.

Tôi không trở lại đồn cảnh sát ấy lần nào nữa.

HOÀNG CHÍNH

QUYÊN DI

Giấc mơ trưa

Thẳm sâu miền ký ức
Con nhớ về ngày xưa
Mái nhà tranh dịu mát
Cánh võng bà đong đưa

Cha đi cày về trưa
Bùn lấm đầy áo vá
Cha trao mẹ giỏ cá
Trái khế nấu canh chua

Bên thềm nhà gió mát
Quanh mâm cơm đạm bạc
Có cà mặn, khoai, dưa
Ấm áp tiếng cười đùa

Thời gian thấm thoắt trôi
Phiêu bạt khắp xứ người
Trưa ni cồn cào nhớ
Xa quê lâu lắm rồi

Bàn chân ai khao khát
Mơ tìm về chốn xưa
Hàng tre xanh xào xạc
Tiếng sáo diều đu đưa

Nơi phương trời xứ lạ
Hoài niệm giấc mơ trưa
Bậu ơi tìm mô rứa ?
Nhớ thương mấy cho vừa ...

HOA CHANH ĐÃ NỞ

Đã ngào ngạt một mùi hương quen thuộc
Đêm hôm qua vườn nở nụ hoa chanh
Màu tinh khiết bên lá xanh ngọc thạch
Hương trinh nguyên người con gái nhà lành.

Hồn lãng đãng mơ về miền quá khứ
Nụ cười xinh hồn hậu rất thơm tho
Bên sách vở làn môi thay nét chữ
Chàng thư sinh quên giấy bút học trò.

Hơi thở ngọt nồng nàn hương quyến rũ
Nụ hôn đầu ngây ngất tuổi thanh xuân
Bờ ngực nhỏ mùi hoa chanh chớm nụ
Vòng tay ôm mà trí cứ phân vân.

Cúi xuống hôn nụ hoa chanh thơm ngát
Hồn rời xa miền quá khứ mịt mù
Vẳng đâu đây có ai lên tiếng hát:
Tình ban đầu là tình mãi thiên thu.

T H Ả H O A

Hoa quất hoa quýt hoa bưởi hoa chanh
Cùng nở rộ ngát thơm vườn nhỏ
Nhớ ngày nào một người đi qua ngõ
Trên ban công thả hoa bưởi xuống mái tóc xanh.

Một ngày rất xa tóc hương nhu lẫn hương hoa bưởi
Thơm vào tận giấc mơ chú bé biết mơ mòng
Chú bé ơi, hơn nửa thế kỷ qua nhanh
Lớn lắm rồi cứ ngỡ mình còn là chú bé.

Gã đàn ông già nua thì thầm gọi khẽ
Hương Nhu ơi, giờ lưu lạc phương nào
Có bao giờ lòng thấy xôn xao
Nhớ bông hoa bưởi rơi trên mái tóc xanh ngày đó?

Riêng đứa thả hoa hồn luôn để ngỏ
Mơ về ngày ấy xa xôi
Ngần ấy năm qua tuổi chất chồng rồi
Mà vẫn nhớ hương nhu lẫn hương hoa bưởi.

QUYÊN DI

Danh ngôn
Hãy tin vào điều gì đó lớn lao. Cuộc đời bạn ***đáng giá có một động cơ cao cả.***

Believe in something big. Your life is worth a noble motive.

Walter Inglis Anderson
(1903 - 1965) Họa sỹ và nhà văn người Mỹ.

Bí ẩn của tình yêu lớn lao hơn bí ẩn của cái chết.
The mystery of love is greater than the mystery of death.

Oscar Wilde

TÂN SINH
EM QUA NHÀ THỜ CŨ

Đi qua mùa hoang hoải
Thương một vùng thanh tân
Biết bao niềm xa ngái
Của huy hoàng em nâng

Trăm năm còn lữ khách
Nghe vọng tiếng kinh cầu
Gác chuông buồn phế tích
Em qua vẫn nhiệm màu

Nhớ thương về một thủa
Tình yêu nào ban sơ
Như diễm ân của Chúa
Nơi Thánh địa phụng thờ.

Trên mảng tường gạch cũ
Dấu vết của thời gian
Thương ngàn năm sỏi đá
Xây tình trong đức tin.

Đi trên vùng hoang phế
Em nghe giọt thánh ca ?
Rơi đầy Xuân diễm lệ
Đưa em vào thiết tha.

TÂN SINH

TÂN SINH
HẠ TRANG

Còn chi em khi hạ
Ta quên ngày ru nhau
Gội xanh rêu hồn đá
Thương ngàn năm ve sầu.

Còn chi em mắt hạ
Nắng rót vàng trên mi
Mùa xanh mềm cỏ lá
Tóc chiều buồn thiên di.

Còn chi em tuổi hạ
Một đời ta về, đi
Tiếng hát nào từ tạ
Tình yêu em còn gì?

Còn chi em ơi hạ!
Lênh đênh đời dạt phiêu
Ru ta tình như đã...
Nương nhờ một niềm yêu.

TÂN SINH

TUỆ TRUNG

Gã thư sinh tập làm thơ

Ta gã thư sinh tập làm thơ,
Si tình em nên như hề gánh xiếc
Thơ yêu em không viết trong ngoặc kép
Ta gượng giả ngu, nhận lấy cuộc tình hờ.

Thực ra ta đã chẳng muốn yêu
Chỉ bởi gặp em nên động lòng chút ít
Em đừng tưởng thấy mắt ta nhúc nhích
Rồi làm bộ vênh vang, mặt tự kiêu.

Ta chưa có lần nào khen em đẹp
Nhưng trong ta, em mãi như thiên thần
Tuy ta biết em đóng tuồng e ấp
Vì trót say mê, ta cũng chẳng cần.

Yêu em, ta viết suốt nhiều đêm
Nên đôi khi thơ hằn lên vết máu
Cám ơn em đọc thơ trong giông bão
Cho đời ta còn một chút êm đềm.
Đã có khi nào em rung động
Lúc đọc thơ ta tán tỉnh em không?
Thề với em, ta chẳng hề sáo rỗng
Duy một nỗi cuồng ngông, rất thật lòng.

Em trên tháp ngà cao chót vót
Tiểu tử ta ngước cổ ngẩn ngơ nhìn
Có khi nào ta được em thương xót
Nhỏ xuống tim ta một giọt sương mềm.
Cứ mãi mơ tưởng rằng em yêu ta
Nên ráng tập sao cho thành thi sĩ
Người bảo điên, ta cũng đành thây kệ
Hy vọng tiêu tan, như trẻ nít khóc oà.

Tuệ Trung

Thà như…

Núi cao, sỏi đá chênh vênh
như ta lặng lẽ
buồn tênh giữa trời
đuổi theo con nước chảy xuôi
sóng đời đưa đẩy
chơi vơi
giữa dòng
Thà như một ngọn cỏ hồng
trong đêm tối,
vẫn ngẩng trông thiên hà

Mây trôi lãng đãng, gần xa
loay hoay cuống quít,
chưa qua phận người
Yêu đương, hờn giận không nguôi
khi mưa
khi nắng,

buồn vui
cũng đành
Thà như đêm vắng lạnh tanh
cô đơn tiếng hát
quẩn quanh một mình

Chong đèn thức
đón bình minh
chợt cơn bão rớt qua nhanh nơi này
lắng nghe từng giọt mưa bay
xua tan tĩnh lặng,
buồn,
lay lắt buồn
Thà như em, lệ ngừng tuôn
Qua cơn mộng ảo, qua cơn đau dài

Chạy theo một cuộc tình gẩy
hư hao năm tháng,
tỉnh, say
vật vờ
Yêu em, ta, trẻ dại khờ
mây và đá,
cũng ngây ngô cúi đầu
Thà như một cuộc bể dâu
thốt nhiên trắng xoá
một màu
hư không

TUỆ TRUNG

LÊ NGUYỄN

CON NGƯỜI - THI CA HỒ BẢO THANH

Với tâm cảnh an nhiên thanh sáng. Hồn thơ trầm mặc và một tình Bằng hữu luôn trân quý, thủy chung!

Biết Hồ Bảo Thanh, tôi biết cả nửa thế kỷ qua - từ khi biết yêu thơ, nghe thơ, làm thơ đăng báo. Vì Hồ Bảo Thanh (Trần Văn Chính) với tôi người Bắc, kẻ Trung cùng độ tuổi, và tuy " văn kỳ thanh"... nhưng cũng bởi Hồ Bảo Thanh như kiếp tằm nhả tơ, vốn là nghệ sĩ diễn ngâm của hai chương trình Thi ca lớn thuở đương thời:" Tao Đàn, Mây Tần " của Thi sĩ Đinh Hùng, Kiên Giang nức tiếng. Bên cạnh những Hồ Điệp, Quách Đàm. Quang Minh, Tô Kiều Ngân - thì Đoàn Yên Linh, Huyền Trân, Hồ Bảo Thanh lúc bấy giờ đều được coi là những giọng ngâm đang lên, sáng giá!

Song từ tiếp giao dần đi tới thiết thân, thì phải sau 1988 trải qua 13 năm khổ ải trở về, tìm nguồn an ủi với thơ văn tuần mấy bận - khắp các CLB Thơ Thành phố mang tên mới. Bộ ba " Les Trois Mousquetaires" chúng tôi luôn gắn bó khi chung cùng niệm nguyện " vác ngà voi" , mà vẫn cảm nhận như một hạnh phúc . Sau những chiều, những đêm ngâm diễn, nếu có chăng đứa vài ba chục ngàn " bồi dưỡng", được coi đó là quan tâm đặc biệt của các BTC - thực tình chúng tôi không mong, đừng nói là đòi hỏi. Tất cả cùng vài bạn thơ khác, gom gió thành bão kéo dài đêm ra, bên những quán cóc ven đường! Một đoạn thời... nghệ sĩ lăn lóc sao mà quá thân ái, khó quên! Qua thời gian gạn lọc, tình người đổi thay, " Ba chàng Ngự lâm" với tôi - giờ chỉ còn lại một vỏn vẹn. Để tháng 10/2010, sau gần 20 năm xa cách, Hồ Bảo Thanh có dịp bay qua đại dương dự Đại Hội Thi Ca Hải Ngoại, anh em mới được rưng rưng siết tay mừng tủi - ôm chặt lấy nhau oà vỡ sóng tràn!

Có thể nói, Hồ Bảo Thanh là một trong số kẻ say thơ - có số lượng sáng tác khá đều đặn, dồi dào súc tích trong anh chị em chúng tôi. Và ở Hồ Bảo Thanh luôn ươm giữ hai tính đối nghịch:" Nếu với bạn bè, Thanh rất cởi mở chan hòa, dễ dãi. Thì đối diện trước trang thơ - bạn tôi luôn khó tính, cẩn trọng qua mỗi câu, mỗi ý, từng chữ! ". Sáng tác nhanh, viết được nhiều, nhưng Hồ Bảo Thanh như luôn chắt chiu, gạn lọc nắn nót tình ý, cú pháp. Nói như Đặng Nguyệt Anh - Hồ Bảo Thanh là mẫu người kín đáo, vừa dè dặt. Nên viết nhiều, có chút điều kiện in ấn - thế mà tới nay, Hồ Bảo Thanh vẫn chưa in được cho mình một ấn phẩm lưu niệm. Tôi tự hứa, phải tiếp tay với bạn. Giờ được tin Hồ Bảo Thanh sẽ... chịu in thơ. Bạn bè trong số có chúng tôi - ai cũng hoan hỷ khích lệ, cả mong được người một mặt - tiếp sức. Với tôi - dù chưa nắm rõ nội dung Thi phẩm. Sẵn có trong tay, và qua Lưu bút lưu thơ bạn hữu ngót 20 năm trước - tôi xin trang trải chút ý tình về thi tứ, cú pháp bạn mình, mà ai đọc, có thể hẳn thấy rõ qua những trang thơ tâm huyết của Hồ Bảo Thanh, bạn tôi. Nhìn bao quát, tuy "cô đơn" trong tình trường, nhưng trong thơ Hồ Bảo Thanh luôn hiện hữu dáng dấp người nữ. Những bônh hoa thanh khiết ấy - khi là người Mẹ, có lúc là cô bạn, nàng thơ như người tình mộng. Tất cả hiển hiện qua những dòng, trang thơ Hồ Bảo Thanh luôn sống động, ấp tràn tính trân trọng, quý yêu:

Mẹ đi về cõi xa xăm
Bước con khập khểnh tháng năm ai dìu?

hay:

Êm đềm hương lúa hương cau
Bao la lòng Mẹ dạt dào tình quê...

Ở đây, ta thấy Hồ Bảo Thanh đã dùng thể thơ Ca Dao 6 - 8 để khơi động tình mẫu tử! Tôi nghĩ, bạn tôi rõ ràng có chủ ý ru đời giữa biển tình Mẹ, con! Và như tôi vừa trải ý - tình yêu qua ngõ hồn, qua thơ Hồ Bảo Thanh, rõ là một thứ tình tựa men rượu quý chắc lọc, hòa vào sương khói mơ vọng khát khao, diệu vợi thoáng cả chút mơ hồ:

Buốt lòng đồi núi sương che
Chân hoang bước lạnh đường khuya thẫn thờ!

Suy cho cùng, thì thơ Hồ Bảo Thanh đa diện, đa dạng - và cũng bàng bạc ẩn hiện cả " chất ý" của một XD, hay người - thơ - ca họ Trịnh. Nỗi tình như đám mây trời lãng đãng, mơ hồ. Không ai có, và... có cũng như không, qua suốt chặng đời tình (!) Để cuối cùng, nổi bật nhất trong các thể tài Hồ Bảo Thanh là thân phận và tình bằng hữu! Ta hãy cùng nghe và cảm nhận niềm thiết tha chân thành ấy của Thi nhân - khi Hồ Bảo Thanh mượn thơ ý dành hướng nghĩ về một " bằng hữu ruột", vì nghịch cảnh đã phải ngăn xa:

... T*huyền trăng thuở ấy giang hà*
Xôn xao thơ rượu đậm đà tâm tư!

Để rồi:

Mất nhau rượu nhạt, còn thơ
Bạn đi bỏ lại màu cờ khác xưa
Nửa hồn buốt lạnh trong mưa
Nửa hồn khôn thiếu, dại thừa - buồn không?
Một cơn nắng héo hoa hồng
Bèo mây gió loạn bềnh bồng nổi trôi
Tri âm đếm được bao người
Bao giờ gặp mặt miệng cười, tay dang?

Đã, đã được " Tay dang miệng ... mếu" sau 20 năm cách biệt rồi đó, Hồ Bảo Thanh nhé. Suốt ngót 6 năm sống, sinh hoạt bóng hình có nhau, và cả hằng chục năm tháng ngăn cách. Với chúng tôi, với tôi - Hồ Bảo Thanh luôn trọn tình thân thương tương kính, Hồ Bảo Thanh luôn một lòng thương quý tiếp giúp, bênh vực, rộng lượng - chớ chưa bao giờ có biểu hiện nhỏ dỗi giận, đừng nói là thóc mách, vẽ chuyện hay vong ân, bội phản bạn bè!

Mời bạn - chúng ta hãy nghe thêm một tâm đoạn, từ " Bài Thơ Dành Cho Nguyễn" của Hồ Bảo Thanh để khẳng quyết như một thủy chung sắt son trong tình bằng hữu:

... Gặp nhau chừng đã ngàn lần
Tiễn đưa vẫn thấy tần ngần bước đi
Mùa đông chim bỏ rừng mê
Xôn xao cây lá thầm thì suối mây...
Hạnh ngộ hề hạnh ngộ
Chia ly hề chia ly
Người đi ta sẽ quay về
Tỉnh say nửa giấc mộng Kê Vàng này
Tiếng xa ai gọi trâu bầy
Trâu rằng " Em vẫn nơi đây tinh cầu! "

Tình cảm Hồ Bảo Thanh trang trải qua thơ và với bạn bè là thế đó. một thứ tình êm đềm xuôi chảy, và chân tâm chân thiết từ trái tim người. Tôi còn muốn nói, viết nhiều - sao cho trọn cái ý tình thanh đẹp luyến thương về bạn mình. Nhưng chạnh nghĩ cũng cần dành lại một phần - để cũng chính qua nhiều phần đoạn thơ còn lại của bạn tiếp nhận ở chính sự đánh giá vô tư hơn chăng - được ghi nhận, đến từ tâm thức tâm cảm, sự thẩm thấu của mỗi từ độc giả.

Trang quý, thương mến cầu chúc cho Hồ Bảo Thanh và Thi phẩm của bạn tôi tiếp nhận được sự khích lệ, lòng mến mộ của đại đa số người đọc, trước những dòng thơ như nỗi tình anh trang trải! Bây giờ thì Hồ Bảo Thanh đã mất. Nhưng " HƯƠNG KHÓI NGẬM NGÙI" - Thi tập chúng tôi gom tình thực hiện cho anh - thì sẽ còn sống mãi!

LÊ NGUYỄN.

LÊ NGUYỄN.

ĐỘC THOẠI BÃO!

Bão tình
vùi dập trái tim
Trời giông bão
hủy công trình thế gian

Chia ly
mắt lệ hai hàng
Ngày xa
nửa giấc
mộng vàng
nổ tung!

Một mình ngồi ngắm dòng sông
Dáng ai áo lụa
bềnh bồng tóc mây
Dang tay níu giấc
mộng đầy
Bến bờ vô vọng
tháng ngày lặng câm...

Thôi đành khoác áo
dã nhân
Căn phần định để
một thân khóc cười
Kiếp sau hết mơ làm người
Làm sơn nhân
đứng nhìn người yêu nhau!

LÊ NGUYỄN.

NGUYỄN ĐỨC TÙNG
Đọc lại Minh Đức Hoài Trinh

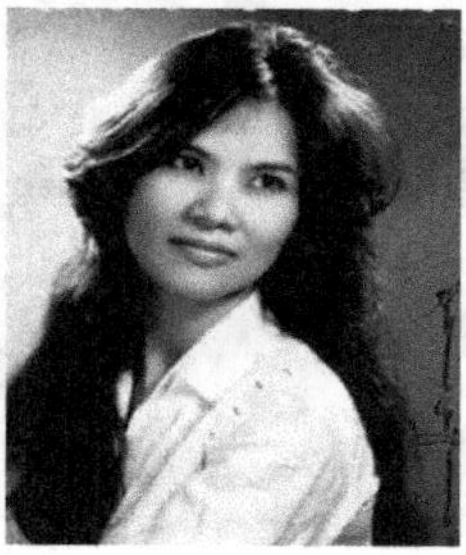

Thơ Minh Đức Hoài Trinh để lại ấn tượng trong tôi về một âm điệu bồn chồn, đau đớn mà gần gũi với con người, bề ngoài nghiêm cẩn mà bên trong phóng túng.

Người ấy bay về xứ
Chim kia bay về xứ
Đại dương trôi về xứ
Gió cuốn lá về xứ

Khởi thủy, thơ là nghệ thuật ca hát, truyền khẩu, lời kể chuyện, rất lâu trước khi chúng xuất hiện trên trang giấy. Nhịp ngắn và mạnh, lời thanh đạm nhưng hình ảnh giàu cảm xúc, làm tôi nghĩ đến Nelly Sachs (1891-1970), nhà thơ nữ lừng danh viết tiếng Đức, bạn thân của Paul Celan, cả hai từng trải qua những ngày đen tối trong trại tập trung Đức Quốc Xã.

Minh Đức Hoài Trinh là sự kết hợp nhiều yếu tố trái ngược: sinh trưởng trong gia đình quyền quý nhưng tham gia kháng chiến chống Pháp rất sớm, hoạt động trong nhiều lĩnh vực nhưng lại ly hương ở Paris từ đầu những năm sáu mươi, viết văn nhiều, in sách nhiều nhưng ít người thực sự đọc tác phẩm của bà, dù ai cũng biết tên. Minh Đức Hoài Trinh mang một tâm sự dài đằng đẵng tựa như ám ảnh trong suốt cuộc đời mình. Tôi đọc văn và thơ của bà đều thấy thế. Đó là tâm sự gì? Tình yêu trắc trở. Hoài niệm quê xưa. Lòng yêu nước. Ý thức xã hội. Minh Đức Hoài Trinh làm thơ theo phong cách cổ điển, nhưng ý tứ và hình ảnh khá mới, như thể chúng tự nhiên tuôn trào trên ngòi bút, không gọt giũa. Bà là người sống nhiều; những trải nghiệm ấy bộc lộ dễ dàng. Bà có một mối quan hệ đặc biệt với mẹ và có tình cảm trân quý với nhiều người thân khác. Viết nhiều bài thơ về mẹ, về Huế, về quê hương. Những sự kiện trong đời sống riêng, như sự mất mát người thân, sự tan vỡ của tình yêu, ảnh hưởng sâu đậm lên tâm hồn và thơ văn của bà:

QUÊ NHÀ

Trở về thành phố của màu rêu tuổi nhỏ
vẫn còn nghe trong gió
bầy chim sẻ trên nóc chuông nhà thờ
gọi tên rất khẽ
hoài trinh
kỷ niệm xưa thức dậy dưới bàn chân
khiến em như trượt ngã
tình thơ dại ùa vào trong mắt
buồn tênh
tình thơ dại dìu em bay lên
vòm khuya trăng non tháng sáu
tình thơ dại chập chờn như cơn bão
đường phố thênh thang bởi thiếu một môi cười
tuổi mười bảy mắt biếc chưa nguôi
vẫn ngày mưa tháng nắng
vẫn lối đi quen hò hẹn dẫn nhau về
từng có lúc mười ngón tay lạnh cóng
hoa cúc vàng ve vuốt những cơn mê
ngày tháng đi qua
từng ngày khôn lớn
vẫn một màu rêu trên mái ngói chưa nhòa
một mình em đi, một mình em gọi
một người đã xa

Những năm sáu mươi, thơ như thế là mới.

Minh Đức Hoài Trinh tên thật Võ Thị Hoài Trinh, sinh ngày 15 tháng 10 năm 1930 tại Huế, con tổng đốc Võ Chuẩn. Ông nội là Võ Liêm, thượng thư bộ Lễ. Bà sống ở Pháp từ 1953, năm 1964 vào học trường ngôn ngữ Đông Phương La Sorbonne, Paris, năm 1967 ra trường làm phóng viên cho đài truyền hình Pháp ORTF, định cư tại Hoa Kỳ từ 1982. Các bút hiệu khác là Hoàng Trúc, Nguyễn Vinh, Bằng Cử. Năm 1972 bà được đài ORTF cử tường thuật hòa đàm Paris. Bà trở về Việt Nam năm 1974, giảng dạy Khoa Báo chí tại Viện Đại học Vạn Hạnh năm 1974-1975. Sau biến cố 1975, bà trở lại Paris, cho xuất bản tạp chí Hồn Việt Nam, trở lại cộng tác với đài ORTF. Bà thành lập Văn bút Việt Nam hải ngoại, sau được công nhận là trung tâm hội viên của Văn Bút quốc tế tại Rio de Janeiro, 1979.

Thuở bé tiểu học tôi thường đọc Lá thư Paris của Minh Đức Hoài Trinh cùng với Lá thư khoa học của Hoàng Xuân Hãn, hai người đều từ Paris, trên bán nguyệt san phổ thông của Nguyễn Vỹ. Đó là đầu những năm sáu mươi. Vào thời đó bà ra mắt tập thơ đầu tay, tập Lang thang, 1960, nhưng ít người biết. Đó là một trong những tác phẩm được in ở hải ngoại sớm nhất của người Việt. Nhưng tập thơ được nhiều người xem là quan trọng nhất, có nhiều bài hay, là tập Bài thơ cho ai do nhà Thanh Trúc xuất bản, Lãng Nhân đề tựa, Kim Lai Ấn Quán, Sài Gòn, 1974. Sau tập Bài thơ cho ai và sau năm 1975, sống ở hải ngoại, Minh Đức Hoài Trinh không được nhiều độc giả biết tới, tuy nhiên bà vẫn liên tiếp cho ra đời những tác phẩm khác như Bài thơ cho quê hương, 1976.

Danh sách tác phẩm của bà rất dài:

Lang thang (1960), Thư sinh (1962), Bơ vơ (1964), Hắn (1964), Mơ (1964), Thiên nga (1965), Hai gốc cây (1966), Sám hối (1967), Tử địa (1973), Trà thất (1974), Bài thơ cho ai (1974), Dòng mưa trích lịch (Thanh Long Bruxelles, 1976), Bài thơ cho quê hương (Nguyễn Quang Paris 1976), This Side the Other Side (Occidental Press USA 1980), Bên ni bên tê (truyện dài, Nguyễn Quang USA, 1985), Niệm thư 1 (tái bản 1987), Biển nghiệp (Nguyễn Quang USA, 1990).

Khi còn trẻ, đi kháng chiến, Minh Đức Hoài Trinh từng có những vần thơ tươi mát, phơi phới yêu đời:

Thôi gió lên rồi anh cứ đi
Sẵn sàng em đợi đón chia ly
Ngày mai dầu kết toàn thương nhớ
Một chút tình vương có nghĩa gì

Đó là bài Gió lên, viết vào tháng 8 năm 1946, khi nhà thơ vừa tròn mười sáu tuổi, xa gia đình tham gia kháng chiến chống Pháp. Hơi thơ còn cũ, ảnh hưởng nặng của thơ cổ điển hay tiền chiến, tiêu biểu cho một thời kỳ văn học:

Bao lần lặng ngắm áng mây xanh
T\rời Phật vì em ủng hộ anh
Ngọn ải trập trùng vang tiếng ngựa
Khi về dâng khúc khải hoàn thanh

Minh Đức Hoài Trinh là người đa tài, làm thơ, viết tiểu thuyết, viết kịch, làm phóng viên, viết bút ký và tiểu luận, hoạt động sôi nổi. Nhưng có một nỗi buồn mãnh liệt ngự trị trong thơ Minh Đức Hoài Trinh. Đó không phải là tất cả thế giới của bà nhưng là sự ám ảnh lớn nhất từ những ngày thanh niên, như vết thương không lành. Trên nỗi buồn ấy, nhà thơ ghi chép lại đời sống của mình, những biến đổi, sự lắng nghe chúng, lòng dũng cảm của sự lắng nghe ấy.

Nỗi buồn sinh ra từ tình yêu, từ sự thất vọng, là một trong những nguồn cội của sáng tạo. Nỗi buồn chỉ có giá trị khi nào chúng được chúng ta xem xét. Thơ bà nhiều bài được các nhạc sĩ như Phạm Duy, Võ Tá Hân phổ nhạc, như Kiếp nào có yêu nhau, Đừng bỏ em một mình, Hỏi mẹ, Ai trở về xứ Việt, Bài thơ cho ai, Bài thơ cho Huế, Bản nhạc xưa, Buồn Thái sơn không gieo, Đợi em về, Mây vẫn còn bay, Nhớ mẹ.

Đừng bỏ em một mình
Đừng bỏ em một mình
Chiều lộng gió chiều lộng gió sao anh

Có một điều gì không hài lòng với đời sống này trong thơ

Minh Đức Hoài Trinh. Từ bỏ giữa chừng cuộc kháng chiến, từ bỏ giữa chừng giấc mơ tình yêu, người phụ nữ tài hoa chọn con đường riêng biệt của mình, đã đúng hay sai, đã hối hận hoặc không bao giờ hối hận, tôi không biết. Tôi chỉ biết rằng đó là một người phụ nữ dũng cảm, sẵn sàng dấn thân, sẵn sàng trả giá cho tự do chọn lựa của mình. Thi sĩ biết sự chọn lựa ấy có thể không phải là sự chọn lựa tốt nhất, nhưng bà sống đến cùng với nó, và không hề che giấu cảm giác hạnh phúc hay không thỏa mãn. Trong những vần thơ tự nhiên, bộc bạch riêng tư, bạn nghe được tiếng nói của bà, chất phác.

Chờ mẹ nhé, chúng ta chờ buổi ấy
Phải có một ngày đất nước hết điêu linh
Người dân Việt sẽ thương nhau như chưa ai từng thấy
Và quê hương mình sẽ trở lại nguyên trinh

Hầu hết thơ bà đều dễ hiểu. Minh Đức Hoài Trinh không chỉ viết thơ tình, nhưng đó là phần quan trọng nhất của sáng tác. Thơ tình không quan tâm lắm đến các khía cạnh đạo đức và luân lý của các quan hệ, và chỉ quan tâm đến sức mạnh của tình yêu, những khoảnh khắc làm cho đời sống trở nên sâu sắc, thời gian dừng lại, sự hiện hữu bất tận.

Mặt khác, Minh Đức Hoài Trinh là một người viết đầy ý thức xã hội. Bà quan tâm rộng lớn đến các vấn đề của đất nước, lịch sử, là một cây bút nữ có tính xã hội bậc nhất. Năm 1962, từ Paris, Minh Đức Hoài Trinh viết về cho bạn bè trong nước, trong không khí sôi sục của phong trào Phật giáo miền Trung, bài thơ cảm động:

AI TRỞ VỀ XỨ VIỆT

(Gửi các bạn tù trong những
năm quê hương rách nát)

Ai trở về xứ Việt
Nhắn giùm ta người ấy ở trong tù
Nghe đâu đây vang giọng hờn rên siết
Dài lắm không? Đằng đẵng mấy mùa thu
Ai trở về xứ Việt
Thăm giùm ta người ấy ở trong tù

Cho ta gửi một mảnh trời xanh biếc
Thay giùm ai màu trời ngục âm u
Các bạn ta ơi bao giờ được thả
Đến bao giờ ăn được bát cơm tươi
Được lắng nghe tiếng chim cười trong gió lá
Đến bao giờ?
Bao giờ hờn uất mới nguôi?
Người bạn tù ơi, ta không quên đâu
Nhớ hôm xưa nhìn đôi tay cùm xích
Hàng song thưa chia cách vạn tình ngâu
Ai tra tấn nghe lòng ai kim chích
Anh sửa soạn lên đường về xứ Việt
Ta gửi về theo một ít tự do
Và nhiều lắm, nhiều nhớ thương tha thiết
Đến cửa ngục tù chia bớt chút buồn lo
Còn bạn nữa, biết nhau từ ngày ấy
Ta sẽ về đón ở cửa âm u
Đời sẽ đẹp, mùa xuân hồng biết mấy
Dầu ngoài kia mây có trĩu mùa thu.
(Paris 62)

Đối với Minh Đức Hoài Trinh, thơ là sự chuyển đổi, là phút linh cầu, là thiêng liêng như tình yêu. Bà xem sự tan vỡ là một trong những đặc tính của đời sống. Những cuộc khủng hoảng trong đời là nguồn cơn của sáng tạo. Ngay cả chia ly cũng là chọn lựa. Đặc điểm quan trọng của thơ tình Minh Đức Hoài Trinh là tính âm nhạc. Điều đó không có nghĩa là những yếu tố như ngôn ngữ, hình ảnh, ẩn dụ, không quan trọng. Nhưng tôi muốn nói thơ tình gần với các ca từ trong âm nhạc, vì vậy chúng thường có tính đơn giản, tiết kiệm chữ, dễ hiểu, lay động mạnh. Đối với những bài thơ hay, dù bạn đọc kỹ đến đâu, đọc lại bao nhiêu lần, sự đọc không bao giờ kết thúc. Thơ ấy có thể chỉ cho người đọc trung tâm cuộc đời của họ, ngọn lửa của họ, tình đầu và sự kết thúc. Ngọn lửa ấy có trong mỗi chúng ta, cũng như buổi đầu và kết thúc; bài thơ làm nó chiếu sáng.

Anh đừng nhìn em nữa

Hoa xanh đã phai rồi

Những nhà thơ báo hiệu xã hội tan rã, báo hiệu ngày tận thế (apocalyptic), hầu hết là những nhà thơ trí thức, khốn quẫn, bi quan, siêu thực. Minh Đức Hoài Trinh có phải là một người như thế không? Có một xung đột ở bà giữa lòng yêu cuộc sống, tình yêu tha thiết, sự cổ vũ những giá trị vĩnh hằng, tình yêu nước và nỗi buồn bi thiết, sự chán nản cùng đường; đó là tính cách phức tạp của một con người hay là tính cách phức tạp của một xã hội mà bà đã sống qua?

Sau những câu thơ cũ, trong thời kỳ đầu của kháng chiến chống Pháp như:

Em muốn ngày về em được thấy
Áo anh nhuốm đỏ máu quân thù

Minh Đức Hoài Trinh nhanh chóng đi vào thơ trữ tình cá nhân. Cách dùng chữ của bà nhiều chỗ bất ngờ, gây xúc động, với cách nói táo bạo, mới lạ, thoát hẳn ra khỏi hơi hướng cũ.

Người đã quên ta rồi
Quên ta rồi hẳn chứ
Trăng mùa thu gãy đôi

Hẳn chứ, trăng mùa thu gãy đôi là những chữ mới, thời đó chưa ai viết thế. Những câu thơ giàu vần điệu như một thứ ca khúc trữ tình. Bà nói về tình yêu, sự xa cách, sự vĩnh biệt, tình gia đình và mẹ con, lòng hoài nhớ cố hương của người đi biền biệt. Thơ bà nhiều thương nhớ, nhiều giận hờn, nhiều tán thán. Và những ám ảnh:

Thấm thoát đã ba năm
Từ ngày ta mất mẹ
Mồ yêu chưa viếng thăm
Bâng khuâng đời xuân trẻ
Ngày được tin mẹ mất
Ta không có quyền về
Trông vời cơn gió bấc
Đêm dài bước chân lê

Các ẩn dụ trong thơ chính là các ý tưởng bên ngoài diễn ngôn. Nhờ ẩn dụ mà người đọc chuyển từ trạng thái không biết đến hiểu biết, từ thờ ơ đến quan tâm. Hai loại ý tưởng, diễn ngôn và phi diễn ngôn, có khuynh hướng làm việc hòa hợp với nhau nhưng hình ảnh bao giờ cũng đi trước. Các hình ảnh và ngôn ngữ có khả năng làm cho bài thơ biến một thành nhân chứng của thời đại mình. Nhân chứng ấy là về niềm vui và những bất hạnh của đồng bào, sự tàn phá thiên nhiên, các tội ác, sự vô minh. Nghệ thuật dùng chữ từ thời những năm năm mươi sáu mươi đã táo bạo, vượt thoát, cá tính:

Đêm sao sao ngắn ngủi
Tình sao sao mong manh
Chữ sao vừa là ngôi sao vừa là tại sao.

Nhà thơ nào cũng viết về tình yêu; nhưng trong thơ Minh Đức Hoài Trinh nó quá đỗi nồng nàn, nhiều say đắm, đầy khổ lụy nức nở. Thơ của bà mang nét tự nhiên, có khi hơi quá tự nhiên thành ra tầm thường nhưng cũng có những câu tự nhiên mà làm dâng lên cảm xúc. Người đọc hôm nay cần đọc chúng trong bối cảnh người viết, ngôn ngữ thời ấy, cảm xúc thời ấy, cách đây mấy mươi năm:

Nếu anh chết em sẽ ở gần anh mãi
Mỗi chiều về sẽ đốt nén hương xanh
Nghĩa trang tím bước hoàng hôn chậm rãi
Em sẽ gục đầu và gọi tên anh

Thơ Minh Đức Hoài Trinh chứa đựng huyền thoại. Thơ ấy dùng một ngôn ngữ trong sáng, các hình ảnh hợp lý, cách nói duyên dáng và dễ hiểu, mặc dù nhiều khi cũ, nhưng toàn bộ những yếu tố ấy của thơ bà tạo nên một bức tranh rất lạ về một người phụ nữ làm thơ, với những chi tiết đời sống chưa có nhiều người hiểu rõ, những tâm sự bí ẩn, làm nên cá tính sáng tạo. Tác giả chọn cách viết trừu tượng trong một số bài. Mô tả những tình cảm tổng quát nhưng cũng có một số bài bà sử dụng chi tiết và cụ thể. Thơ ấy tựa như giấc mơ, như cái chết, như tình yêu say đắm, với chữ dùng ngắn gọn, hình ảnh sắc nét, cấu tứ rõ ràng. Bà có tình cảm thương nhớ đặc biệt đối với người thân:

Xuân này con mẹ vẫn tha hương,
Mẹ một phương trời, con một phương,
Tóc trắng mẹ già thêm chút nữa,
Và con, nhòa nhạt tiếng yêu đương

Ngay cả sự tuyệt vọng, khi được chia sẻ, cũng không còn là tuyệt vọng nữa. Sự thất bại, thất vọng, tuyệt vọng có thể chia rẽ con người nhưng cũng có thể hàn gắn, tập hợp họ. Những người đi một mình trên đường gian nan không nhất thiết phải đi một mình.

Sự cô độc xuất hiện ở nhiều nhà thơ trữ tình, nhưng ở Minh Đức Hoài Trinh đó là tình cảnh thường xuyên, trong một thời đại mà sự gặp gỡ và sự tương tác truyền thông ngày một tăng lên. Đằng sau chiếc mặt nạ của thành công, hạnh phúc, là những cá nhân yếu đuối, cô độc và đổ vỡ. Thơ giúp chúng ta nhìn thấy điều ấy. Các nhà thơ mô tả không những các lý tưởng mà còn mô tả những bi kịch của con người, các xung đột của họ, chất phi lý của hiện hữu. Xem xét các xúc cảm chính là đi tìm ý nghĩa của chúng, biến quá khứ thành giá trị của đời sống. Đi sâu vào nỗi bi lụy của tình yêu để thoát khỏi sự nô lệ cho chúng, chứ không phải chết chìm ở đó. Hãy để nỗi buồn làm bạn lớn lên. Một ngày nào đó chúng sẽ bay đi.

Hay sẽ không bao giờ. Thơ Minh Đức Hoài Trinh là sự tuyệt vọng, nhưng nhu cầu của con người vẫn là chia sẻ:

KIẾP NÀO CÓ YÊU NHAU

Anh đừng nhìn em nữa
Hoa xanh đã phai rồiCòn nhìn em chi nữa
Xót lòng nhau mà thôi

Người đã quên ta rồi
Quên ta rồi hẳn chứ
Trăng mùa thu gãy đôi
Chim nào bay về xứ

Chim ơi có gặp người
Nhắn giùm ta vẫn nhớ
Hoa đời phai sắc tươi
Đêm gối sầu nức nở
Kiếp nào có yêu nhau
Nhớ tìm khi chưa nở

Hoa xanh tận nghìn sau
Tình xanh không lo sợ

Lệ nhoà trên gối trắng
Anh đâu, anh đâu rồi
Rượu yêu nồng cay đắng
Sao cạn mình em thôi

Thi sĩ là tình nhân nhưng cũng là người làm chứng. Thơ Minh Đức Hoài Trinh ca ngợi tự do, sự hy sinh, nghĩa đồng bào. Giữa các nhà thơ nữ Việt Nam, Minh Đức Hoài Trinh là một trong vài người rất hiếm hoi quan tâm rộng rãi đến các vấn đề đất nước và xã hội. Khi nói về những người có thật, những sự kiện, bà cũng dùng một ngôn ngữ nồng nhiệt, tha thiết, như từ máu huyết. Đó là một người sống đầy đủ các giây phút của đời. Khi lần đầu tôi biết bài thơ Kiếp nào có yêu nhau, tôi thuộc nó dễ dàng. Tôi chia sẻ với người khác. Tôi đọc lớn lên. Sự chia sẻ như thế làm cho cảm xúc của tôi được biểu hiện, làm cho đời sống của tôi phong phú hơn. Thơ Minh Đức Hoài Trinh không phải bài nào cũng hay, nhiều bài cũ, và điều đó không có gì lạ, vì bà làm thơ từ những năm năm mươi, sáu mươi, lại ở hải ngoại quá lâu. Tuy vậy ở những bài xuất sắc, bạn nghe được tiếng nói của một người gần với chúng ta, cất lên ở khoảng giữa điều đã xảy ra và điều lẽ ra phải xảy ra, nơi mọi chú tâm hôm nay đều tập trung về đó.

Có những thời gian chúng ta rời bỏ lòng tin, chúng ta nghi ngờ vào sức mạnh của lẽ phải, có thời gian chúng ta muốn thỏa hiệp. Đó là lúc những câu thơ hay làm bạn dừng lại, suy nghĩ, cảnh giác, thay đổi. Một người đang có câu chuyện cần kể lại. Một người có cảm xúc bồng bột cần diễn tả. Sự hoan hỉ bất ngờ, sự phẫn nộ, yêu đương cháy bỏng, sự ấp ủ bí mật, đều tìm đường để thể hiện, và bạn lắng nghe chúng. Vì ở cuối con đường đau khổ của chúng ta, sẽ có một cánh cửa.

NGUYỄN ĐỨC TÙNG

BẠCH XUÂN PHẺ

Translated by Phe Bach

Poetry by Tuệ Sỹ

Tuệ Sỹ

Ngồi giữa bãi tha ma

I

Lửa đã tắt từ buổi đầu sáng thế
Một kiếp người ray rứt bụi tro bay
Tôi ngồi mãi giữa tha ma mộ địa
Lạnh trăng ngà lụa trắng trải ngàn cây
Khuya lành lạnh gió vào run bóng quỷ
Quỷ run run hôn mãi đống xương gầy
Khóc năn nỉ sao hình hài chưa rã
Để hồn tan theo đầu lửa ma trơi
Khi tâm tư chưa là gỗ mục

Lòng đất đen còn giọt máu xanh ngời.

II

Ta làm kẻ rong chơi từ hỗn độn
Treo gót hài trên mái tóc vào thu
Ngồi đếm mộng đi qua từng đọt lá
Rủ mi dài trên bến cỏ sương khô
Vì lêu lổng mười năm dài gối mộng
Ôm tình già quên bẵng tuổi hoàng hôn
Một buổi sáng nghe chim trời đổi giọng
Người thấy ta xô dạt bóng thiên thần
Đất đỏ thắm nên lòng người hăm hở
Đá chưa mòn nên lòng dạ trơ vơ
Thành phố nọ bởi mưa phùn nắng quái
Nên mười năm quên hết mộng đợi chờ.

III

Cầm lòng lại dấu chân ngày biệt xứ,

Cuộc buồn vui đâu hẹn giữa vô cùng.
Bờ bến lạ biết đâu mòn cuộc lữ
Để ta về uống cạn nét thu phong
Như cánh hải âu cuối trời biển lộng
Bồng bềnh bay theo cánh mỏng ngàn đời
Chạnh nhớ người xưa miền nguyệt ẩn
Thôi một lần thương gởi giữa mênh mông
Chiều lắng đọng thênh thang ghềnh đá dựng
Những nỗi buồn nhân thế cũng phôi pha,
Mầu nhiệm nào đằng sau bao huỷ diệt
Mà nụ hồng vừa nở thắm ven khe.
Khắp cả chốn đâu chẳng là tịnh độ,
Vô sự một đời trắc trở gì đâu,
Không phiền trược mong cầu chi giải thoát,
Cứ thong dong như nước chảy qua cầu.
Từ độ biết buồn câu sinh tử,
Bỏ nhà đi một thoáng riêng mình,
Mẹ già thôi khóc cho thân phụ,
Lại khóc cho đời ta phiêu linh.
Nhớ mẹ một lần trong muôn một,
Thương em biết vậy chẳng gì hơn,
Suối trăng về tắm bên đồi lạ,
Chiều thu sang hải đảo xanh rờn
IV
Một kiếp sống, một đoạn đường lây lất
Một đêm dài nghe thác đổ trên cao
Ta bước vội qua dòng sông biền biệt
Đợi mưa dầm trong cánh bướm xôn xao
Một buổi sáng mắt bỗng đầy quá khứ
Đường âm u nối lại mấy tiền thân
Ta đứng mãi trên suối ngàn vĩnh viễn
Mộng vô thường máu đỏ giữa hoàng hôn.

Tuệ Sỹ

Sitting Amidst the Graveyard

I

Fire has been extinct since the genesis,
A lifetime harrowed by flipping ephemeral dust and ashes.
Persistently, I am sitting amidst the deserted cemetery,
The cold ivory moon emulates a ribbon of silk spreading
over myriad trees.
The frigid night rushes the cold wind into shaking the
silhouette of the devil,
The quivering devil keeps kissing a pile of skinny bones,
Supplicating that the bodies be disintegrated,
So their souls evanesce with the spectral burning sparks.
While consciousness has not yet turned into decayed wood,
The heart of the black earth still preserves the drops of
enthusiastic youth blood.

II

I'm a vagabond from chaos,
Hanging my shoes over my autumn hair.
I sit and count my dreams traversing each leaf,
Dropping my eyes long over the grassy shores of dried-up
dew.
Because of the ten wandering years teeming with dreams,
I, embracing a love of old, forget all about my crepuscular
age.
One morning, listening to the birds changing songs,
I saw shadows of angels being pushed aside,
The earth turning crimson red, breeding eagerness in
people's hearts,
Stones not being worn out and lonely becoming the souls.
That city of yesteryears imbibed with drizzles and stifling
evening heat
Has thusly discarded the ten years of waiting dreams.

III

I'm holding back emotions from the despondent imprints
of a life in exile,
Has the rendezvous of joy and sorrow ever betided amidst
immensity?
Who knows if the journey will end on faraway foreign
shores
To let me go home and imbibe all the luscious Fall winds.

Emulating the seagull at the end of the immense-sea-bordering horizon,
Forever floating in rhythm with its thin long wings,
Suddenly I remember my old flame of the land of the hidden moon;
Let it be evaporated into the immense universe.
Crepuscule is coagulating over the vast rocky cliffs,
Human sorrows are fading away.
What magical mysteries behind all the destruction
That nudge the roses to bloom gorgeously along the bank of the brook?
Pure Land is ubiquitous
That brings about innocence and frees people of stress and difficulties.
How can one aspire toward emancipation if he does not worry about bad karma,
And remains lackadaisical like water streaming indolently under the bridge?
Since the time I was aware of life and mortality,
In a trice, I left home just to be alone.
Mom had no sooner ceased to cry for Dad's departure than she started to cry for my life as a drifter.
I remember Mom once and for all,
And acknowledge my love for my old flame all for naught.
The moon avalanche is taking a bath on the hill yonder,
The Fall evening is transposing itself onto a deep green island.
IV
A lifetime, a journey of a vagrant,
A long night of listening to the cataract cascading from high above.
I hurriedly cross the faraway infinitely long river,
Waiting for the lasting rain amidst the flustered butterflies.
One morning, all the past suddenly flooded my eyes,
A somber path reconnected the prior karmas.
I keep standing persistently on the everlasting stream,
In a blood-soaked twilight impermanence dream.

Poetry by Tuệ Sỹ. Translated by Phe Bach

HUỲNH LIỄU NGẠN

XÓA

Cũng đã hơn ba mươi năm
những ngọn lá như hóa thạch
giống đường gân xanh trên mắt một người
đã được định hình bằng những mã số
được vẽ vòng lên phần mềm
để lập trình lại những dấu hỏi
em thở dài khi vừa hết một năm

trọn đời tôi
chỉ là đám mây bay về
nơi vô định
làm cơn mưa cho mát mẻ mùa hè
bởi em đi
từ tháng giêng hoa chưa ra nụ
tôi gài định vị vào môi
cho em hồng sắc má

ra năm tôi sẽ đem về một cơn bão
để em bay lên làm sấm chớp
cho mắt tôi sáng bừng ngày lễ hội
đón chuyến tàu đêm tốc hành
về miền đông băng giá cuộc đời

đã hơn ba mươi năm
tôi vẫn còn đứng ở ngã tư
để hỏi thăm
chiếc lá phong ngập gió hôm nào
có nhận ra bàn tay em đưa lên
thổi bay những hạt bụi

hạt bụi thì vô thường
như tình mình thời son trẻ
chưa biết cầm tay để che nắng bên đường
chưa biết mùi hương mấy tuổi
không nghe rõ từng nhịp tim đập mạnh

mười một giờ đêm
ánh đèn đường vụt tắt
tôi ngồi xuống
xóa đi những thư rác
trên ứng dụng đã đầy.

18.6.2024

NGOÀI HÀNH TINH KHÁC

ngồi đây, buổi chiều ngoài kia
có một chiếc lá bay đi
thấy hạt bụi cay

ngồi đây, trời mù
không suy không nghĩ
để tình yêu bày vẽ chỉ chỏ thầm thì
nỗi muộn phiền bay đi

có ai đứng ở trước thềm
đang tìm kiếm
một đợi chờ thất lạc
thở hắt hơi
tiếng u hoài rụng xuống
ngoài kia, chiều thay lá

đêm đi tới tận cùng
có ai treo áo lên cành cây
bay mùi dầu xanh con ó
em về

sao có tiếng ho
và cánh cửa rớt ngoài hư vô

cánh cửa dựng ngược
đã hai tuần lễ
mục rã
màu vôi tường bám khói thuốc
vàng như nghệ
buổi chiều sững tái
mây đùn cao
mùa thu chuyển hóa
đổ mưa
cơn mưa đau mới dậy
em xanh rờn
nơi bất tận trời cao

đúng một trăm năm sau
khi mặt đất
không dùng điện thoại
để gọi
chỉ còn một mật khẩu cuối cùng
anh & em
chúng ta sẽ tìm lại được nhau
ngoài hành tinh khác.

18.6.2024

HUỲNH LIỄU NGẠN

ĐINH VĂN TUẤN

VỀ BẢN NÔM KIM VÂN KIỀU TÂN TRUYỆN
金雲翹新傳,
LIỄU VĂN ĐƯỜNG KHẮC IN NĂM 1880 MỚI ĐƯỢC PHÁT HIỆN

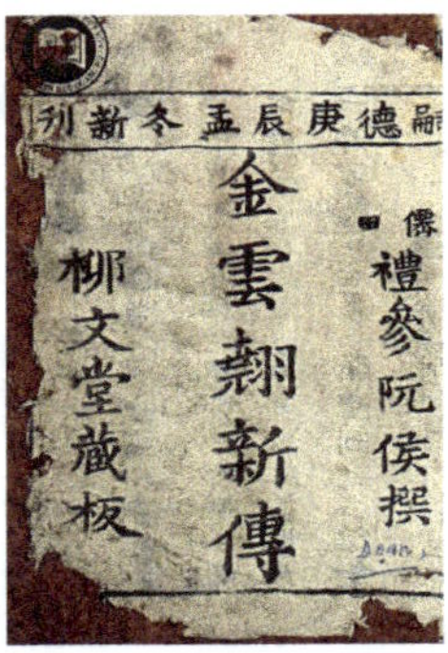
嗣德庚辰孟冬新刊
禮參阮侯撰
金雲翹新傳
柳文堂藏板

Đầu năm 2024 (Giáp Thìn), *Thư viện Huệ Quang* đã công bố trên facebook một phát hiện mới về bản Nôm *Kim Vân Kiều tân truyện* 金雲翹新傳 do nhà tàng bản Liễu Văn Đường khắc in năm Canh Thìn (1880) niên hiệu Tự Đức (LVĐ-1880), trên facebook *Thư viện Huệ quang*[1] (TVHQ) Lãn Văn đã mô tả về bản Kiều Nôm này như sau:

"Kim Vân Kiều Tân Truyện 1880, bản thứ 3 của Liễu Văn Đường sau 2 bản 1866 và 1871. Sách khổ nhỏ được khắc đầu Đông năm Canh Thìn (1880) triều Tự Đức, gồm 69 tờ (trang đôi), mỗi tờ 2 mặt, mỗi mặt 2 cột trên câu 6, dưới câu 8, gồm 12 cặp lục bát (24 câu), tức 48 câu/trang (tờ). Bản Kiều này được Thư viện Huệ Quang sưu chụp tại một ngôi chùa cổ ở miền Nam vào cuối năm 2022.

Kết cấu: Bìa trước (giống giấy xi măng, có lẽ mới đóng sau, may bằng dây cước) - 2 trang lót - Tờ đầu (không đánh số trang; mặt trước: tên sách, năm khắc, nơi khắc, người tuyển; mặt sau lời đề của Phạm Quý Thích) - Nội dung (68 trang, mất 4 trang)- Các trang lót - Bìa sau.

CÁC TRANG BỊ MẤT/HƯ, mất 4 trang: 37, 38, 41 và 68. Trang 37-38, mất từ câu 1729 Con này chẳng phải thiện nhân – đến câu 1824 Thượng ôi! Chẳng phải nàng Kiều ở đây. Trang 38 còn đọc được ở gốc giấy 6 câu. 48 x 2 - 6 = 90 câu. (mất 90 câu). Trang 41, mất từ câu 1921 Áo xanh đổi lấy cà sa – đến câu 1968 Lòng người nham hiểm biết đâu mà lường. (mất 48 câu). Trang 68 (trang cuối), mất từ câu 3217 Tình riêng chàng lại nói sòng – đến câu 3254 Mua vui cũng được một vài trống canh. 3254 - 3216 = 38 (mất 38 câu). 48 – 10 = 38 câu. Tổng số câu mất: 90 + 48 + 38 = 176. Trang 68/tờ cuối còn 2 chữ QUYỂN HOÀN (卷完). Ngoài 4 trang/tờ bị mất, cướp đi 176 câu Kiều thì văn bản còn bị mất hoặc mờ một số chữ ở vài trang đầu, ang chừng 20 chữ. Nhìn chung, sách còn tương đối tốt, chữ tương đối rõ "

Chúng tôi chưa có cơ hội để tiếp cận bản Nôm *Truyện Kiều* quý giá này, nhưng qua bản sao chụp (pdf)[2] do TVHQ chia sẻ, có thể nhận xét thêm: bản Kiều Nôm này, có một số chữ khắc nét đậm, lớn hơn toàn bộ chữ khắc bình thường khác, có thể bản này đã được nhà tàng bản Liễu Văn Đường sửa chữa lại từ ván khắc mới hoặc cũ sau khi tham chiếu một vài bản Kiều Nôm nào đó trước 1880. Cũng có khá nhiều chữ được một người nào đó đã dùng bút lông mực tàu viết đè lên chữ khắc in, có nhiều chỗ chỉ cố viết rõ lại theo tự dạng chữ Nôm gốc bị mờ nhưng cũng có nhiều chỗ đã tự ý sửa chữa lại theo hiểu biết của mình, khác với chữ khắc in gốc, điều này cũng phần nào gây khó khăn cho việc xác định chữ Nôm gốc của văn bản.

Sau khi nhận được bản pdf LVĐ-1880 từ TVHQ, chúng tôi đã tiến hành khảo sát, đối chiếu toàn bộ nội dung *Truyện Kiều* còn lại (mất 167 câu) của LVĐ-1880 với bản trước nó là *Kim Vân Kiều tân truyện* 金雲翹新傳, Liễu Văn Đường khắc in năm 1871 (LVĐ-1871) - bản này cùng nhà tàng bản chỉ cách nhau 9 năm nhưng còn đầy đủ - để tìm ra những chữ khác biệt và từ đó xác định những chữ này đã giống với 5 bản Nôm cổ trước thời điểm năm 1880, tiêu biểu là *Kim Vân Kiều tân truyện*

金雲翹新傳, Liễu Văn Đường khắc in năm 1866 (LVĐ-1866) - bản này không đầy đủ -, *Đoạn trường tân thanh* 斷腸新聲 do Nguyễn Hữu Lập chép tay năm 1870 (NHL-1870), *Kim Vân Kiều tân truyện* 金雲翹新傳 do Duy Minh Thị biên soạn, khắc in năm 1872 (DMT-1872)[3], *Đoạn trường tân thanh* 斷腸新聲 do Tăng Hữu Ứng[4] chép tay năm 1874 (THƯ-1874), *Kim Vân Kiều tân truyện* 金雲翹新傳 do nhà tàng bản Thịnh Mỹ Đường[5] khắc in năm 1879 (TMĐ-1879) và 1 bản Kiều Quốc ngữ trước năm 1880 là *Kim Vân Kiều truyện* của Trương Vĩnh Ký[6] in năm 1875 (TVK-1875) để so sánh[7], lưu ý là chúng tôi không so sánh các bản Kiều Nôm sau năm 1880 nhưng chỉ khi nào LVĐ-1880 có những chữ Nôm khác biệt so với tất cả các bản Nôm trước năm 1880, lúc đó sẽ so sánh thêm các bản Kiều Nôm, Quốc ngữ khác như *Kim Vân Kiều tân truyện* 金雲翹新傳, Ấn Thư Hội[8] in năm 1896 (ÂTH-1896), *Kim Vân Kiều tân chuyện* của E. Nordemann[9] in năm 1897 (Nordemann-1897), *Đoạn trường tân thanh* 斷腸新聲 do Kiều Oánh Mậu[10] biên soạn in năm 1902 (KOM-1902), *Kim Vân Kiều* của Nguyễn Văn Vĩnh[11] in năm 1923 (NVV-1923), *Kim Vân Kiều chú thích*, Bùi Khánh Diễn[12] in năm 1923 (BKD-1923), *Truyện Thúy Kiều* của Bùi Kỷ và Trần Trọng Kim[13] in năm 1925 (BK-TTK-1925).

2. Những chữ Nôm của LVĐ-1880 khác với LVĐ-1871 và các bản Kiều Nôm (kể cả các bản Quốc ngữ) trước và sau năm 1880

Câu 96: "Sấp ngồi bả [] trước mồ bước ra", LVĐ-1880 khắc *lạy* 䄏, LVĐ-1871 khắc *cỏ* 鞊.

Câu 116: "Thác là thể phách còn là tinh []", LVĐ-1880 khắc *linh* 灵, LVĐ-1871 khắc *anh* 英.

Câu 121: "Ào ào […] đưa cây", LVĐ-1880 khắc *gió đảo* 𠗼 𡐙, LVĐ-1871 khắc *đổ lộc* 覩祿.

Câu 164: "Tình trong [] đã, mặt ngoài còn e", LVĐ-1880 khắc *nhưng* 仍, LVĐ-1871 khắc *như* 如.

Câu 250: "Bụi hồng [] nẻo đi về chiêm bao", LVĐ-1880 khắc *lạc* 落, LVĐ-1871 khắc *liệu* 料

Câu 327: "[] tròn như [] cung mây", LVĐ-1880 khắc *ngồi* 䠣 ....*gọi* 噲, LVĐ-1871 khắc *tháng* 脁 ....*gửi* 𠳙.

Câu 463: “[] rằng, nghe nổi [] đài”, LVĐ-1880 khắc *tiếng ....tiếng* , LVĐ-1871 khắc *chàng* 払…*cầm* 琴.

Câu 563: “[] yên quảy gánh vội vàng”, LVĐ-1880 khắc *sắp* 插, LVĐ-1871 khắc *buộc* 撲.

Câu 900: “[] mưa thủi thủi quê người một thân”, LVĐ-1880 khắc *buộc* , LVĐ-1871 khắc *nắng* 爣 .

Câu 901: “Nghìn [] nhờ bóng tùng quân”, LVĐ-1880 khắc *duyên* 緣, LVĐ-1871 khắc *tầm* 尋

Câu 904: “[] chân thôi cũng xích thằng nhiệm trao”, LVĐ-1880 khắc *nắng* 爣 , LVĐ-1871 khắc *buộc*

Câu 924: “Ăn gì cao lớn [] đà làm sao”, LVĐ-1880 khắc *đậm* 淡, LVĐ-1871 khắc *đẫy* 悌.

Câu 1311: “Rõ [] trong ngọc trắng ngà”, LVĐ-1880 khắc *mờ* 嫲, LVĐ-1871 khắc *màu* 牟.

Câu 2467: “Áo xiêm buộc [] lấy nhau”, LVĐ-1880 khắc *rậm/ rắm* [illegible], LVĐ-1871 khắc *trói* 緺

Câu 3066: “Vậy đem duyên chị [] vào cho em”, LVĐ-1880 khắc *kết* 結, LVĐ-1871 khắc *buộc*

3. Những chữ Nôm của LVĐ-1880 khác với LVĐ-1871 nhưng giống các bản Kiều Nôm, Quốc ngữ trước năm 1880

Câu 4: “Những điều trông thấy [ ] đau đớn lòng”, LVĐ-1880 khắc *mà* 麻 (= NHL-1870, THƯ-1874), LVĐ-1871 khắc *đã* 㐌.

Câu 39: “ […] con én đưa thoi”, LVĐ-1880 khắc *ngày xuân* 㝵春 (= NHL-1870, DMT-1872, THƯ-1874, TVK-1875/*xuân*), LVĐ-1871 khắc *tiết vừa* 節皮.

Câu 48: “Ngựa xe như nước, áo quần như [ ]”, LVĐ-1880 khắc *nêm* 摛 (= LVĐ-1866, TVK-1875), LVĐ-1871 khắc *nen* 梓.

Câu 82: “Thoắt nghe Kiều [ ] đầm đầm châu sa”, LVĐ-1880 khắc *thoắt* 説 (= DMT-1872, TVK-1875), LVĐ-1871 khắc *đã* 㐌.

Câu 84: “Lời [] phận bạc cũng là lời chung”, LVĐ-

1880 khắc *rằng* 浪 (= DMT-1872, THƯ-1874, TVK-1875, TMĐ-1879), LVĐ-1871 khắc *là* 罗.

Câu 87: "Sống []", LVĐ-1880 khắc *làm vợ khắp người ta* 𫜵媎泣𠊛些 (= LVĐ-1866, NHL-1870, DMT-1872, THƯ-1874, TMĐ-1879), LVĐ-1871 khắc *thì tình chẳng riêng ai* 辰情庄䅧埃.

Câu 88: "Hại thay thác xuống [……..]", LVĐ-1880 khắc *làm ma không chồng* 𫜵魔空𫯳 (= LVĐ-1866, NHL-1870, DMT-1872, THƯ-1874, TMĐ-1879), LVĐ-1871 khắc *ra người tình không* 𠚢𠊛情空.

Câu 114: "Bóng chiều đã ngả, dặm [] còn xa", LVĐ-1880 khắc *về* 衛 (= NHL-1870, DMT-1872, THƯ-1874, TVK-1875, TMĐ-1879), LVĐ-1871 khắc *hòe* 槐.

Câu 127: "Hữu tình ta lại [] ta", LVĐ-1880 khắc *biết* 別 (= DMT-1872, THƯ-1874, TVK-1875), LVĐ-1871 khắc *gặp* 趿.

Câu 128: "[] nề u hiển, mới là chị em", LVĐ-1880 khắc *chớ* 渚 (= THƯ-1874, TVK-1875), LVĐ-1871 khắc *chẳng* 拯.

Câu 149: "Nền phú [], bậc tài danh", LVĐ-1880 khắc *hậu* 厚 (= DMT-1872, TVK-1875), LVĐ-1871 khắc *quý* 貴.

Câu 157: " Nước non cách mấy buồng []", LVĐ-1880 khắc *thêu* 絩 (= NHL-1870, DMT-1872, THƯ-1874, TVK-1875), LVĐ-1871 khắc *đào* 桃.

Câu 168: "Khách đà [] ngựa người còn nghé theo", LVĐ-1880 khắc *lên* 蓮 (= NHL-1870, DMT-1872, THƯ-1874, TVK-1875), LVĐ-1871 khắc *xuống* 𨑜.

Câu 170: "Bên cầu tơ liễu bóng chiều […]", LVĐ-1880 khắc *thiết tha* 設他 (=THƯ-1874, TMĐ-1879), LVĐ-1871 khắc *đã ra* 㐌𠚢.

Câu 172: "Mặt trời […], chiêng đà thu không", LVĐ-1880 khắc *gác núi* 閣岃 (= THƯ-1874, TVK-1875/ *núi*, TMĐ-1879), LVĐ-1871 khắc *đến đất* 典坦.

Câu 173: "Gương nga vành vạnh [] song", LVĐ-1880 khắc *đầy* 臺 (= DMT-1872, TVK-1875), LVĐ-1871 khắc *từ* 慈.

Câu 177: "Một mình rạng ngắm [] nga", LVĐ-1880 khắc *bóng* 䏾 (= NHL-1870, DMT-1872, THƯ-1874, TVK-1875), LVĐ-

1871 khắc *tố* 素.

Câu 186: "Tựa [] bên triện một mình thiu thiu", LVĐ-1880 khắc *lan* 欄 (= DMT-1872, âm miền Nam, *lan/loan* 鸾, TVK-1875/ *loan*), LVĐ-1871 khắc *ngồi* 𡎢.

Câu 197: "[] lòng hạ cố đến nhau", LVĐ-1880 khắc *mấy* 𠀧 (= NHL-1870, DMT-1872, THƯ-1874, TVK-1875, TMĐ-1879), LVĐ-1871 khắc *thêm* 忝.

Câu 212: "Nàng còn [] lại một hai tự tình", LVĐ-1880 khắc *cầm* 扲 (= NHL-1870, DMT-1872, THƯ-1874, TVK-1875, TMĐ-1879), LVĐ-1871 khắc *ở* 於.

Câu 244: "Đố ai [] mối tơ mành cho xong", LVĐ-1880 khắc *gỡ* 擇 (= NHL-1870, THƯ-1874), LVĐ-1871 khắc *dứt* 揺.

Câu 260: "Nhớ nơi kỳ ngộ vội dời [] đi", LVĐ-1880 khắc *chân* 蹎 (= NHL-1870, DMT-1872, THƯ-1874, TVK-1875, TMĐ-1879), LVĐ-1871 khắc *gót* 蹘.

Câu 261: "Một [] cỏ mọc xanh rì", LVĐ-1880 khắc *vùng* 塳 (= THƯ-1874), LVĐ-1871 khắc *dòng* 涌.

Câu 290: "Dưới đào [] có bóng người thướt tha", LVĐ-1880 khắc *dường* (= NHL-1870, DMT-1872, THƯ-1874, TVK-1875, TMĐ-1879), LVĐ-1871 khắc *sai* 差.

Câu 320: "Phải người hôm nọ rõ ràng chẳng []", LVĐ-1880 khắc *nhe* 而 (= NHL-1870, DMT-1872, THƯ-1874, TVK-1875, TMĐ-1879), LVĐ-1871 khắc *sai* 差.

Câu 365: "Sông [] một dải nông sờ", LVĐ-1880 khắc *Tương* ⊠ (= NHL-1870, DMT-1872, THƯ-1874, TVK-1875), LVĐ-1871 khắc *Dương* 洋.

Câu 400: "Mặn [] nét bút càng nhìn càng tươi", LVĐ-1880 khắc *mà* 麻 (= TMĐ-1879), LVĐ-1871 khắc *khen* 唓.

Câu 408: "Phúc nào đổi [] giá này cho ngang", LVĐ-1880 khắc *được* 特 (= NHL-1870, DMT-1872, THƯ-1874, TVK-1875), LVĐ-1871 khắc *thì* 時.

Câu 434: "Ngọn đèn trông [] trướng huỳnh hắt hiu", LVĐ-1880

khắc *suốt* 捽 (= DMT-1872, TMĐ-1879), LVĐ-1871 khắc *thấy* 覩.

Câu 468: “Vội vàng Sinh đã [] nâng ngang mày”, LVĐ-1880 khắc *tay* 𢬣 (= NHL-1870, DMT-1872, THƯ-1874, TVK-1875), LVĐ-1871 khắc *cầm* 擒.

Câu 472: “Bốn dây to nhỏ theo vần cung []”, LVĐ-1880 khắc *thương* 商 (= NHL-1870, DMT-1872, TMĐ-1879, THƯ-1874, TVK-1875), LVĐ-1871 khắc *vấn* 問.

Câu 484: “Tiếng mau [...] như trời đổ mưa”, LVĐ-1880 khắc *sập sập* 泣泣 (= NHL-1870, DMT-1872, THƯ-1874, TVK-1875/*dập dập*, TMĐ-1879), LVĐ-1871 khắc *phới phới* 派派.

Câu 491: “[] chi những bực thanh tao”, LVĐ-1880 khắc *lựa* 攄 (= NHL-1870, DMT-1872, THƯ-1874, TVK-1875), LVĐ-1871 khắc *so* 搊.

Câu 510: “[] trăm năm [] bỏ đi một ngày”, LVĐ-1880 khắc *tiết* 節...*cũng* 共 (= NHL-1870, DMT-1872, THƯ-1874, TVK-1875/*tiết*, TMĐ-1879), LVĐ-1871 khắc *rằng* 浪...*nỡ* 女.

Câu 515: “Trong khi [] cánh trên cành”, LVĐ-1880 khắc *chắp* 执 (= NHL-1870, THƯ-1874), LVĐ-1871 khắc *tựa* 抒.

Câu 516: “Mà lòng rẻ rúng đã trình một []”, LVĐ-1880 khắc *bên* 边 (= NHL-1870, DMT-1872, THƯ-1874, TVK-1875, TMĐ-1879), LVĐ-1871 khắc *phen* 番.

Câu 522: “Còn thân [...] đền bồi có khi”, LVĐ-1880 khắc *còn một* 群没 (= NHL-1870, DMT-1872, THƯ-1874), LVĐ-1871 khắc *ắt lại* 乙吏.

Câu 526: “Tin đâu đã [] cửa ngăn gọi vào”, LVĐ-1880 khắc *thấy* 覩 (= THƯ-1874), LVĐ-1871 khắc *đến* 典.

Câu 556: “Trăm năm thề chẳng ôm cầm [] ai”, LVĐ-1880 khắc *thuyền* 船 (= NHL-1870, DMT-1872, THƯ-1874, TVK-1875, TMĐ-1879), LVĐ-1871 khắc *đợi* 待.

Câu 565: “[] nơi phong cảnh quê người”, LVĐ-1880 khắc *buồn* 惍 (= NHL-1870, DMT-1872, THƯ-1874, TVK-1875, TMĐ-1879), LVĐ-1871 khắc *vui* 慍.

Câu 568: “Một ngày nặng gánh tương tư một []”, LVĐ-1880 khắc *ngày* 㝵 (= NHL-1870, DMT-1872, THƯ-1874, TVK-1875, TMĐ-1879), LVĐ-1871 khắc *người* 𠊛.

Câu 615: “Thương lòng con trẻ thơ []”, LVĐ-1880 khắc *ngây* 癡 (= LVĐ-1866, NHL-1870, DMT-1872, THƯ-1874, TVK-1875, TMĐ-1879), LVĐ-1871 khắc *nào* 芇.

Câu 681: “Cũng đừng tính quẩn [] quanh”, LVĐ-1880 khắc *lo* 𢜝 (= TVK-1875), LVĐ-1871 khắc *toan* 算.

Câu 717: “Cớ chi ngồi nhẫn […]”, LVĐ-1880 khắc *tàn canh* 殘更 (= NHL-1870, DMT-1872, THƯ-1874, TVK-1875, TMĐ-1879), LVĐ-1871 khắc *canh tàn* 更殘.

Câu 727: “[] từ khi gặp chàng Kim”, LVĐ-1880 khắc *kể* 計 (= LVĐ-1866, NHL-1870, DMT-1872, THƯ-1874, TVK-1875, TMĐ-1879), LVĐ-1871 khắc *nhớ* 汝.

Câu 735: “Chiếc [] với bức tờ mây”, LVĐ-1880 khắc *vành* 鑅 (= LVĐ-1866, NHL-1870, DMT-1872, TVK-1875, TMĐ-1879), LVĐ-1871 khắc *thoa* 釵.

Câu 758: “Một hơi lặng ngắt, đôi tay [] đồng”, LVĐ-1880 khắc *giá* 這 (= THƯ-1874), LVĐ-1871 khắc *lạnh* 冷.

Câu 760: “Một nhà [] lớp/nập kẻ trong người ngoài”, LVĐ-1880 khắc *tấp* 匝 (= NHL-1870, DMT-1872, THƯ-1874), LVĐ-1871 khắc *vây* 圍.

Câu 766: “Chiếc thoa [] với tờ bồi ở đây”, LVĐ-1880 khắc *này* 尼 (= NHL-1870, THƯ-1874), LVĐ-1871 khắc *đây* 底.

Câu 767: “[] cha làm rối duyên mày”, LVĐ-1880 khắc *vì* 爲 (= NHL-1870, DMT-1872), LVĐ-1871 khắc *nay* 尼.

Câu 775: “[] chi thân phận tôi đòi”, LVĐ-1880 khắc *thốt* 說 (= LVĐ-1866, DMT-1872), LVĐ-1871 khắc *thứ* 款.

Câu 873: “Ngoài [] chủ khách dập dìu”, LVĐ-1880 khắc *thì* 時 (= LVĐ-1866, DMT-1872, THƯ-1874, TVK-1875, TMĐ-1879), LVĐ-1871 khắc *nhà* 茹.

Câu 973: “[] kia có giở bài bây”, LVĐ-1880 khắc *con* 琨 (=

TMĐ-1879), LVĐ-1871 khắc *này* 尼.

Câu 990: "Mụ thì […] mặt nhìn hồn bay", LVĐ-1880 khắc *cập cập* 岌岌 (= NHL-1870, THƯ-1874, TMĐ-1879), LVĐ-1871 khắc *một một* 没没.

Câu 994: "Trong mê [] đã đứng bên một nàng", LVĐ-1880 khắc *dường* 羕 (= DMT-1872, THƯ-1874, TVK-1875, TMĐ-1879), LVĐ-1871 khắc *thôi* 催.

Câu 1004: "[] lời khuyên giải miên man gỡ dần", LVĐ-1880 khắc *lựa* 招 (= THƯ-1874, TMĐ-1879), LVĐ-1871 khắc *gieo* 招.

Câu 1048: "Thuyền ai thấp thoáng cánh [] xa xa", LVĐ-1880 khắc *thuyền* 船 (= TMĐ-1879) LVĐ-1871 khắc *buồm* 帆.

Câu 1092: "Đóa trà [] đã ngậm gương nửa mảnh", LVĐ-1880 khắc *mi* 縻 (= LVĐ-1866, NHL-1870, DMT-1872, THƯ-1874, TVK-1875, TMĐ-1879), LVĐ-1871 khắc *độ* 度.

Câu 1100: "Còn nhiều kết cỏ ngậm [] về sau", LVĐ-1880 khắc *vành* 鑅 (= LVĐ-1866, NHL-1870, DMT-1872, THƯ-1874, TVK-1875, TMĐ-1879), LVĐ-1871 khắc *đà* 钜.

Câu 1101: " Lặng ngồi tủm [] gật đầu", LVĐ-1880 khắc *tỉm* 僣 (= LVĐ-1866, NHL-1870, DMT-1872, THƯ-1874, TMĐ-1879), LVĐ-1871 khắc *tiếng* 啃.

Câu 1104: "[] trầm luân [] cho bằng mới thôi", LVĐ-1880 khắc *bể* 溅…*lấp* 垃 (= LVĐ-1866, NHL-1870, DMT-1872, THƯ-1874, TVK-1875, TMĐ-1879), LVĐ-1871 khắc *nỗi* 浽… *lâu* 楼.

Câu 1197: "Dẫu sao bình đã […]", LVĐ-1880 khắc *vỡ rồi* 破 耒 (= THƯ-1874, TVK-1875), LVĐ-1871 khắc *lỡ rơi* 招淶 .

Câu 1214: "Khi ngâm ngợi nguyệt, khi cười [] hoa", LVĐ-1880 khắc *cợt* 喋 (= NHL-1870, DMT-1872, THƯ-1874, TVK-1875, TMĐ-1879), LVĐ-1871 khắc *giỡn* 哏.

Câu 1222: "[] lòng học lấy những nghề nghiệp hay", LVĐ-1880 khắc *vỡ* 破 (= NHL-1870/ *nhất tác vỡ* □, THƯ-1874), LVĐ-1871 khắc *lỡ* 梠.

Câu 1298: "Bàn [] điểm nước, đường tơ hoạ đàn", LVĐ-1880

khắc *vây* 圍 (= DMT-1872, THƯ-1874, TVK-1875, TMĐ-1879), LVĐ-1871 khắc *trà* 茶.

Câu 1325: "[] như hoa đã lìa cành", LVĐ-1880 khắc *thiếp* 妾 (= NHL-1870, DMT-1872, THƯ-1874, TVK-1875), LVĐ-1871 khắc *khác* 恪.

Câu 1338: "Lòng kia giữ được thường thường [] chăng", LVĐ-1880 khắc *mãi* 買 (= DMT-1872, THƯ-1874, TVK-1875, TMĐ-1879), LVĐ-1871 khắc *là* 罗.

Câu 1363: "Đường [] chớ ngại Ngô, Lào", LVĐ-1880 khắc *xa* 車 (= DMT-1872, THƯ-1874, TVK-1875), LVĐ-1871 khắc *dài* 䟢.

Câu 1594: "Giếng vàng đã [] một vài lá ngô", LVĐ-1880 khắc *rụng* 用 (= NHL-1870, THƯ-1874, TMĐ-1879), LVĐ-1871 khắc *cuộn* 捆.

Câu 1618: "Làm cho đau đớn, ê [] cho coi", LVĐ-1880 khắc *chề* 喂 (= NHL-1870, DMT-1872, THƯ-1874, TMĐ-1879), LVĐ-1871 khắc *tùng* 從.

Câu 1777: "[] đêm êm ả chiều trời", LVĐ-1880 khắc *phải* 沛 (= LVĐ-1866, DMT-1872, THƯ-1874, TVK-1875, TMĐ-1879), LVĐ-1871 khắc *hỏi* 晦.

Câu 1821: "Sợ uy, dám chẳng [] lời", LVĐ-1880 khắc *vâng* 啷 (= LVĐ-1866, NHL-1870, DMT-1872, THƯ-1874, TVK-1875, TMĐ-1879), LVĐ-1871 khắc *dùng* 哢.

Câu 1844: "[………………..] đòn", LVĐ-1880 khắc *Khuyên chàng chẳng cạn thì ta có* 噊払拯泮時些固 (= LVĐ-1866, DMT-1872, THƯ-1874, TVK-1875, TMĐ-1879), LVĐ-1871 khắc *Nói vào những phép giở ra những* 吶匏仍法撫黜仍.

Câu 1862: "Cho chàng buồn bã tội [] tại ngươi", LVĐ-1880 khắc *thì* 時 (= LVĐ-1866, NHL-1870, DMT-1872, THƯ-1874, TVK-1875, TMĐ-1879), LVĐ-1871 khắc *vì* 為.

Câu 1865: "[] rồng canh đã điểm ba", LVĐ-1880 khắc *giọt* 溔 (= LVĐ-1866, NHL-1870, THƯ-1874, TMĐ-1879), LVĐ-1871 khắc *khúc* 曲.

Câu 1868: "[] này đã bõ đau ngầm xưa nay", LVĐ-1880 khắc *buồn* 惗 (= LVĐ-1866, DMT-1872, TVK-1875, TMĐ-1879), LVĐ-1871 khắc *vui* 㥋 .

Câu 1919: "Đưa [] đến trước Phật đường", LVĐ-1880 khắc *nàng* 娘 (= NHL-1870, THƯ-1874, TVK-1875, TMĐ-1879), LVĐ-1871 khắc *chàng* 払 .

Câu 2015: "Thân ta ta phải [] âu", LVĐ-1880 khắc *lo* 炉 (= LVĐ-1866, NHL-1870, DMT-1872, THƯ-1874, TVK-1875, TMĐ-1879), LVĐ-1871 khắc *đăm* 忱 .

Câu 2122: "Bán hùm buôn [] chắc vào lưng đâu", LVĐ-1880 khắc *hổ* 虎 (= LVĐ-1866, TMĐ-1879), LVĐ-1871 khắc *quỷ* 鬼.

Câu 2145: "Kiệu hoa [] trước thềm hoa", LVĐ-1880 khắc *rước* 逴 (= LVĐ-1866, TMĐ-1879), LVĐ-1871 khắc *đặt* 達.

Câu 2151: "[] cái số hoa đào", LVĐ-1880 khắc *chém cha* 㓤 ▪ (= LVĐ-1866, DMT-1872, THƯ-1874, TVK-1875, TMĐ-1879), LVĐ-1871 khắc *gớm cho* 劒朱.

Câu 2156: "Mà cho bùn lại [] lên mấy lần", LVĐ-1880 khắc *nhuộm* 染 (= DMT-1872, TVK-1875), LVĐ-1871 khắc *liền* 蓮.

Câu 2158: "Đã xoay đến thế còn [] chưa tha", LVĐ-1880 khắc *vần* 運 (= NHL-1870, THƯ-1874, TMĐ-1879), LVĐ-1871 khắc *hằn* 恨.

Câu 2208: "Tiền trăm lại cứ nguyên [...] chiếu hoàn", LVĐ-1880 khắc *ngân phát* 銀發 (= DMT-1872, THƯ-1874, TVK-1875, TMĐ-1879), LVĐ-1871 khắc *quân chiếu* 均照.

Câu 2294: "Chút còn ân [] đôi đường chưa xong", LVĐ-1880 khắc *oán* 怨 (= NHL-1870, THƯ-1874, TVK-1875, TMĐ-1879), LVĐ-1871 khắc *ái* 愛.

Câu 2300: "Đạo ra [] Tích, đạo vào Lâm truy", LVĐ-1880 khắc *Thương* 傷 (= LVĐ-1866), LVĐ-1871 khắc *Vô* 㐲.

Câu 2426: "Dễ đem gan ốc đền nghì trời []", LVĐ-1880 khắc *mây* 霎 (= NHL-1870, DMT-1872, THƯ-1874, TVK-1875, TMĐ-1879), LVĐ-1871 khắc *xanh* 撑.

Câu 2466: "Hàng thần [] láo, phận mình ra đâu", LVĐ-1880 khắc *lơ* 盧 (= NHL-1870, DMT-1872, THƯ-1874, TVK-1875), LVĐ-1871 khắc *ngu* 愚.

Câu 2530: "Bởi nghe lời thiếp [] cơ hội này", LVĐ-1880 khắc *đến* 旦 (= NHL-1870, DMT-1872, TVK-1875, TMĐ-1879), LVĐ-1871 khắc *yến* 晏.

Câu 2562: "Gọi là đắp [] lấy người tử sinh", LVĐ-1880 khắc *điếm* 店 (= NHL-1870, DMT-1872, THƯ-1874, TVK-1875, TMĐ-1879), LVĐ-1871 khắc *để* 底.

Câu 2595: "[] nha vừa buổi rạng ngày", LVĐ-1880 khắc *công* 公 (= NHL-1870, THƯ-1874, TMĐ-1879), LVĐ-1871 khắc *tảo* 早.

Câu 2629: "Từ […] hậu đãi ta", LVĐ-1880 khắc *công rằng* 公浪 (TMĐ-1879), LVĐ-1871 khắc *rằng công* 浪公.

Câu 2801: "Bây [] ván đã đóng thuyền", LVĐ-1880 khắc *giờ* 暁 (= LVĐ-1866, NHL-1870, DMT-1872, THƯ-1874, TVK-1875, TMĐ-1879), LVĐ-1871 khắc *đã* ⊠.

Câu 2811: "Rằng, tôi trót quá [] ra", LVĐ-1880 khắc *chân* 蹎 (= LVĐ-1866, NHL-1870, DMT-1872, THƯ-1874, TVK-1875, TMĐ-1879), LVĐ-1871 khắc *trời* □.

Câu 2868: "Nỗi [] càng nghĩ xa gần càng thương", LVĐ-1880 khắc *nàng* 娘 (= NHL-1870, DMT-1872, THƯ-1874), LVĐ-1871 khắc *chàng* 払.

Câu 2885: "Thăng đường [] mới hỏi tra", LVĐ-1880 khắc *nàng* 娘 (= LVĐ-1866), LVĐ-1871 khắc *chàng* 払.

Câu 2896: " Dây duyên sau lại [] về Thúc lang", LVĐ-1880 khắc *gả* 嫁 (= LVĐ-1866, DMT-1872, TVK-1875, TMĐ-1879), LVĐ-1871 khắc *xe* 車.

Câu 2976: "Thất kinh mới hỏi, những người [] ta", LVĐ-1880 khắc *đâu* 兜 (= LVĐ-1866, NHL-1870, DMT-1872, THƯ-1874, TVK-1875, TMĐ-1879), LVĐ-1871 khắc *sẵn* 産.

Câu 3027: "Nỗi mừng [] lấy gì cân", LVĐ-1880 khắc *biết* 别 (= NHL-1870, THƯ-1874), LVĐ-1871 khắc *ông* 翁.

Câu 3039: "[] rày tái thế tương phùng", LVĐ-1880 khắc *được* 特 (= NHL-1870, THƯ-1874, TVK-1875), LVĐ-1871 khắc *thì* 時.

Câu 3077: "Dứt lời, nàng vội [] đi", LVĐ-1880 khắc *bạt* 拔 (= LVĐ-1866, NHL-1870, DMT-1872, THƯ-1874, TMĐ-1879), LVĐ-1871 khắc *gạt* 喝.

Câu 3168: "Tưởng thề thốt nặng cũng đau đớn []", LVĐ-1880 khắc *nhiều* 憝 (= LVĐ-1866, NHL-1870, DMT-1872, THƯ-1874, TVK-1875, TMĐ-1879), LVĐ-1871 khắc *lắm* 夥.

Câu 3188: "Càng yêu vì nết, càng [] vì tình", LVĐ-1880 khắc *say* 醝 (= NHL-1870, DMT-1872, THƯ-1874, TVK-1875), LVĐ-1871 khắc *thương* 傷.

Câu 3198: "Khói trầm cao [] tiếng đàn gần xa", LVĐ-1880 khắc *thấp* 濕 (= NHL-1870, DMT-1872, THƯ-1874, TVK-1875, TMĐ-1879), LVĐ-1871 khắc *nét* 涅 .

4. Những chữ Nôm của LVĐ-1880 khác với LVĐ-1871 và các bản Kiều cổ trước năm 1880 nhưng giống các bản Kiều Nôm và Quốc ngữ sau năm 1880

Câu 6: "Trời xanh quen [ ] má hồng đánh ghen", LVĐ-1880 khắc *thói* 䏧 (= ÂTH-1896[14]), LVĐ-1871 khắc *với* 貝.

Câu 112: "Một [] là một vận vào khó nghe", LVĐ-1880 khắc *câu* 勾 (= BK-TTK-1925/ *có bản*) LVĐ-1871 khắc *điều* 調.

Câu 174: "Vàng gieo [] nước, cây lồng bóng sân", LVĐ-1880 khắc *đáy* 蒂 (= KOM-1902), LVĐ-1871 khắc *ngấn* 痕.

Câu 189: "Sương in mặt, tuyết pha []", LVĐ-1880 khắc *chân* 蹎 (= NVV-1923), LVĐ-1871 khắc *thân* 身.

Câu 846: "Con ong đã [] đường đi lối về", LVĐ-1880 khắc *tỏ* 熓 (= Nordemann-1897), LVĐ-1871 khắc *mở* 䦘.

Câu 997: "Số còn nặng [] má đào", LVĐ-1880 khắc *nợ* □ (= NVV-1923), LVĐ-1871 khắc *nghiệp* 業.

Câu 1006: "Hoa xuân [] nhuỵ, ngày xuân còn dài", LVĐ-1880 khắc *phong* 葑 (= BKD-1923) LVĐ-1871 khắc *đang* 登.

Câu 1251: “[] lòng đòi đoạn xa gần”, LVĐ-1880 khắc *nỗi* 餒 (= BK-TTK-1925), LVĐ-1871 khắc *ôm* 愔.

5. Lời kết

Bản Nôm *Kim Vân Kiều tân truyện* 金雲翹新傳, Liễu Văn Đường khắc in năm 1880 mới được phát hiện - ra đời chỉ 9 năm sau bản *Kim Vân Kiều tân truyện* 金雲翹新傳, cũng do Liễu Văn Đường khắc in năm 1871 - Qua khảo sát, chúng tôi thấy bản LVĐ-1880 tuy dựa vào các bản truyền thống Liễu Văn Đường trước đó như LVĐ-1866, LVĐ-1871 nhưng nội dung đã bị biến đổi, vì có rất nhiều chữ Nôm đã được người biên tập sau nhuận sắc thành một dị bản mới, nhất là LVĐ-1880 có 18 chữ Nôm khác hẳn với LVĐ-1871 và các bản Kiều Nôm trước và sau năm 1880 (kể cả bản Quốc ngữ), ngoài ra có 8 chữ Nôm khác biệt với LVĐ-1871 và các bản Kiều Nôm trước năm 1880 nhưng lại thấy xuất hiện ở các bản Kiều Nôm, Quốc ngữ sau năm 1880. Người biên tập, nhuận sắc LVĐ-1880 chắc hẳn đã chịu ảnh hưởng phức tạp, chồng chéo nhau từ nhiều bản Kiều cổ trước năm 1880 như các bản LVĐ-1866, NHL-1870, DMT-1872, THƯ-1874, 1 bản Kiều Nôm nào đó mà TVK-1875 chịu ảnh hưởng, TMĐ-1879 để chọn lọc, tích hợp vào bản khắc năm 1880. LVĐ-1880 có những chỗ (1, 2 chữ hay nhóm chữ) chỉ giống với 1 bản trong số các bản Kiều cổ trước năm 1880 như: có 3 chỗ giống LVĐ-1866, 3 chỗ giống THƯ-1874, 1 chỗ giống TVK-1875, 3 chỗ giống TMĐ-1879, lưu ý là không có chỗ nào giống riêng với NHL-1870. Đây là bằng chứng LVĐ-1880 chắc chắn đã tham khảo 4 bản (ngoài Liễu Văn Đường), DMT-1872, THƯ-1874, 1 bản Kiều Nôm nào đó trước TVK-1875, TMĐ-1879. Cần phải xác định rõ là bản Liễu Văn Đường năm 1880 chắc chắn không tham chiếu bản Quốc ngữ TVK-1875 vì thời điểm này là thời kỳ chữ Quốc ngữ chỉ mới đang bắt đầu được áp dụng, phổ biến ở miền Nam còn ở miền Bắc thì chưa, do đó chỉ có thể hiểu LVĐ-1880 đã tham khảo 1 bản Nôm nào đó trước TVK-1875, bản này có thể đã tham khảo các bản Nôm LVĐ-1866, NHL-1870, DMT-1872, THƯ-1874.

So sánh sâu hơn lại thấy, LVĐ-1880 có 12 chỗ giống cả 6 bản cổ trước năm 1880 [LVĐ-1866, NHL-1870, DMT-1872, TVK-1875, THƯ-1874, TMĐ-1879], trong số 6 bản cổ trước năm 1880 lại có những chỗ LVĐ-1880 chỉ giống với một vài bản như: có 1 chỗ giống [LVĐ-1866, DMT-1872], 2 chỗ giống [LVĐ-1866, TMĐ-1879], có 5 chỗ giống [NHL-1870, THƯ-1874], 3 chỗ giống [NHL-1870, DMT-1872, THƯ-1874], 5 chỗ giống [NHL-1870, THƯ-1874, TMĐ-1879], 1 chỗ giống [NHL-1870, DMT-1872, THƯ-1874, TMĐ-1879]. Liên quan đến TVK-1875, có 1 chỗ giống với [LVĐ-1866, TVK-1875], 12 chỗ giống [LVĐ-1866, DMT-1872, THƯ-1874, TVK-1875, TMĐ-1879], 10 chỗ giống [NHL-1870, DMT-1872, THƯ-1874, TVK-1875], 15 chỗ giống [NHL-1870, DMT-1872, THƯ-1874, TVK-1875, TMĐ-1879], 1 chỗ giống [NHL-1870, THƯ-1874, TVK-1875], 4 chỗ giống [[DMT-1872, TVK-1875], 2 chỗ giống [DMT-1872, THƯ-1874, TVK-1875], 5 chỗ giống [DMT-1872, THƯ-1874, TVK-1875, TMĐ-1879], 2 chỗ giống [THƯ-1874, TVK-1875]. Nếu chỉ tính riêng từng bản trước LVĐ- 1880, kết quả sẽ như sau: có 30 chỗ giống LVĐ-1866, **có 66 chỗ giống NHL-1870, có 72 chỗ giống DMT-1872, có 82 chỗ giống THƯ-1874,** có 69 chỗ giống TVK-1875, có 65 chỗ giống TMĐ-1879.

Từ kết quả khảo sát trên, có thể nhận định, trong vòng 9 năm kể từ LVĐ-1871, bản LVĐ-1880 đã căn cứ vào hệ văn bản truyền thống từ nhà tàng bản Liễu Văn Đường và từ đó biên tập, nhuận sắc khi dựa vào các bản khác hệ Liễu Văn Đường để trở thành một dị bản mới. Đặc biệt là ngoài 3 chỗ LVĐ-1880 giống riêng với LVĐ-1866, còn có 27 chỗ tuy giống với LVĐ-1866 nhưng cũng giống với các bản NHL-1870, DMT-1872, THƯ-1874, TVK-1875, TMĐ-1879 (chứng tỏ các bản này chịu ảnh hưởng LVĐ-1866), điều này xác nhận LVĐ-1880 đã dựa trên nền LVĐ-1871 và LVĐ-1866 là chính. LVĐ-1880 có khoảng 129 chỗ khác biệt so với LVĐ-1871 nhưng trong đó có 30 chỗ giống với LVĐ-1866, như vậy LVĐ-1880 có 99 chỗ chịu ảnh hưởng từ các bản ngoài hệ Liễu Văn Đường như NHL-1870, DMT-1872, THƯ-1874, TVK-1875, TMĐ-1879. Lưu ý là, LVĐ-1880 không có chỗ nào giống riêng với NHL-1870 nhưng chỉ có những chỗ NHL-1870 cùng giống chung với các bản DMT-1872, THƯ-1874, TVK-1875, TMĐ- 1879, điều này cũng xác minh LVĐ-1880 đã tham khảo các bản chịu ảnh hưởng NHL-1870 như DMT-1872, THƯ-1874, TVK-1875, TMĐ-1879. Riêng về LVĐ-1871, chúng tôi thấy không có dấu vết chứng tỏ đã tham khảo bản NHL-1870, vì sau khi Nguyễn Hữu Lập sao chép *Truyện Kiều*, hoàn thành vào sau tiết Trung Thu (tháng 8) năm 1870 ở Bộ Công, Huế (ghi cuối lời tựa)[15] thì phải một thời gian khá lâu sau mới phổ biến và DMT-1872 đã chứng tỏ sự ảnh hưởng này (248 chỗ giống với NHL-1870[16]). Hệ văn bản Huế đã ảnh hưởng vào miền Nam hơn là miền Bắc, các văn bản Hà Nội hầu như độc lập không chịu ảnh hưởng từ hệ Huế. Nhưng sau LVĐ-1871 tình hình đã khác, vì qua khảo sát bản LVĐ-1880 mới phát hiện này, đã chứng minh tầm ảnh hưởng của NHL-1870, THƯ-1874 (kinh đô Huế, miền Trung), DMT-1872 (thành Gia Định, miền Nam) đến các bản TMĐ-1879 và LVĐ-1880 (thành Thăng Long, miền Bắc).

Tóm lại, bản LVĐ-1880 mới được phát hiện cũng là một trong những bản Kiều cổ quý hiếm thuộc hệ Thăng Long, giúp ích cho việc khảo sát sự biến đổi *Truyện Kiều* từ khi ra đời trở về sau, nhất là tầm ảnh hưởng của *Truyện Kiều* hệ kinh đô Huế, thành Gia Định vào *Truyện Kiều* hệ Thăng Long. LVĐ-1880 có 18 chữ là "đặc hữu" không có trong các bản Kiều Nôm, Quốc ngữ xưa nay. Ngoài ra còn 8 chữ của LVĐ-1880 chỉ còn thấy xuất hiện ở các bản Kiều Nôm, Quốc ngữ sau năm 1880 mà thôi. Đây cũng là bằng chứng cho biết, LVĐ-1880 đã có tầm ảnh hưởng nhất định đến các nhà biên soạn *Truyện Kiều* sau năm 1880 như Nordemann, Ấn Thư Hội, Kiều Oánh Mậu, Nguyễn Văn Vĩnh, Bùi Khánh Diễn, Bùi Kỷ và Trần Trọng Kim.

ĐINH VĂN TUẤN

Biên Hòa ngày 14 tháng 4 năm 202
(Hiệu chỉnh lần cuối ngày 26 tháng 4 năm 2024)

Thư viện Huệ Quang: Các bản Kiều Nôm dựa theo sách của Nguyễn Quảng Tuân, (phiên âm – khảo dị), Truyện Kiều – Bản Nôm cổ nhất Liễu Văn Đường 1871, NXB Văn học. 2002; Nguyễn Quảng Tuân (phiên âm – khảo dị - chú giải), Truyện Kiều - Bản Nôm Cổ Nhất 1866 mới phát hiện, NXB Văn học, Trung tâm Nghiên cứu Quốc học. 2004; Nguyễn Quảng Tuân (phiên âm – khảo dị), Truyện Kiều - Bản Kinh đời Tự Đức 1870, Nxb. Văn học. Trung tâm Nghiên cứu Quốc học. 2003; Nguyễn Tài Cẩn, Tư liệu Truyện Kiều Bản Duy Minh Thị 1872. Nxb Đại học Quốc gia Hà Nội 2002.

Bản Nôm Tăng Hữu Ứng, nguồn: http://www.trangnhahoaithuong.com/phpWebSite/index.php?module=documents&JAS_DocumentManager_op=viewDocument&JAS_Document_id=4

Bản Nôm Thịnh Mỹ Đường, nguồn: https://gallica.bnf.fr/ark:/12148/btv1b100932276.r=kim%20v%C3%A2n%20ki%E1%BB%81u%20t%C3%A2n%20truy%E1%BB%87n?rk=64378;0

Bản Quốc ngữ Trương Vĩnh Ký từ nguồn: https://archive.org/details/Poeme-KimVanKieuTruyen

Bản của Trương Vĩnh Ký dù không có nguyên bản chữ Nôm nhưng chắc chắn soạn giả đã tham khảo các bản Kiều Nôm trước 1875 (thuộc hệ Thăng Long) nên chúng tôi vẫn dùng để so sánh.

Bản Ấn Thư Hội (ký hiệu 96) theo Truyện Kiều - Ấn bản kỷ niệm 250 năm năm sinh Đại thi hào Nguyễn Du, Ban văn bản Truyện Kiều – Hội Kiều học Việt Nam (hiệu khảo– chú giải), Nxb Trẻ. 2015

Bản Quốc ngữ E. Nordemann (tái bản năm 1911) từ nguồn: https://archive.org/details/EdmondNordemann_1911_KimVanKieuTanTruyen

Bản Nôm Kiều Oánh Mậu từ Thơ văn chữ Nôm Nguyễn Du, Nguyễn Quảng Tuân, Tổng tập Văn học - Tập 12, Nxb KHXH, H. 1996 (KOM 1902).

Bản Quốc ngữ Nguyễn Văn Vĩnh từ nguồn: https://archive.org/details/kim-van-kieu-nguyen-van-vinh-1923

Bản Quốc ngữ Bùi Khánh Diễn từ nguồn: https://archive.org/details/kim-van-kieu-chu-thich-bui-khanh-dien-1923

Bản Quốc ngữ Bùi Kỷ-Trần Trọng Kim (tái bản năm 1927) từ nguồn: https://archive.org/details/truyen-thuy-kieu-bui-ky-tran-trong-kim-1927

Căn cứ theo Khảo dị (trang 3) của Truyện Kiều, Hội Kiều học Việt Nam, Nxb Trẻ. 2015.

Nguyễn Quảng Tuân, Truyện Kiều - Bản Kinh đời Tự Đức 1870 (sách đã dẫn).

Đinh Văn Tuấn (2022), "Những nhận định và cảm nghĩ sau khi đọc Nguyễn Du - Truyện Kiều, Bản Duy Minh Thị 1872 do An chi biên soạn", Tạp chí Hán Nôm số 1/2022, trang 88.

ĐINH VĂN TUẤN

HUỲNH VIẾT TƯ
MƯA HUẾ

Tiếng dạ, tiếng thưa đưa anh về xứ Huế mộng mơ
Chi mà lạ rứa! Nói chi nhiều răng rứa cũng như ri
Mới nghe qua lòng dạ xao xuyến bâng khuâng
Nam Ai, Kim Liên, An Cựu, Ngự Bình, dòng Hương
Những lăng tẩm, đền đài vua chúa...
Chẳng giữ được bước chân hoang vốn tính đa tình
Chỉ o Huế - linh hồn xứ sở mộng mơ
Anh đắm say trong đôi mắt dao cau lúng liếng duyên tình
Chân muốn bước mà lòng níu lại

Răng không biết bỗng bây chừ con tim thổn thức
Em bảo: Ghét chưa tề, răng mà cứ lẩn đẩn như rứa!
Ôi, thương quá là thương thì cứ như rứa chớ mần răng
Rồi dùng dằng trăng gió nơi đồi Thiên An rì rào mãi lời ru...

Biết răng chừ khi đã nặng lòng với Huế dạ, Huế thưa
Đi mô rồi cũng muốn về ngồi bệt bờ dòng Hương
Em và sóng dùng dằng co kéo
Anh ngất ngây theo cung bậc mùa xuân
Dạ bồi hồi bao nụ hôn từ cành lá đến thân cây
Vẫn chưa thỏa tương tư lòng day dứt

Em bảo: Răng không hỏi, không xin, cũng chẳng cần biết...
Cứ vùi đầu đắm say!
Hỏi mệ tề, mệ bảo: Con cứ vô, hắn không mần chi mô!
Bởi trong anh men tình dâng ngây ngất
Dị chưa hờ, lại dại gái đất thần kinh

Ngàn năm đi qua chỉ có một thời khắc
Biết mần răng mà đợi mà chờ
Dù hơn ngàn lần xin anh vẫn không ốt dột
Cơ may trong đời o Huế của tôi ơi!\

Nhớ là nhớ những đêm dài mãi rả rích giọt mưa đông
Lạnh thấu lòng nhờ vòng ôm ủ ấm
Ân ái mặn nồng quay cuồng trời đất
Thương là thương giọng Huế tâm tình thỏ thẻ tiếng dạ,
tiếng thưa....

Không biết tự bao giờ, không hiểu vì răng mà lạ kỳ như rứa
Cho đến bây chừ anh vẫn ngẫn ngẫn ngơ ngơ
Cái giọng Huế có chi mô mà cứ thầm thì, rả rích
Như cơn mưa dầm cứ âm thầm cứa vào tận tim gan
Nghe hoài nghe miết vẫn chưa bưa như tiếng ngàn xưa
vọng về.

HUỲNH VIẾT TƯ

HỒ XOA

PHỐ và CHIỀU

Em vẫn hiền như phố vẫn gầy
Như chiều rớt hột phía chân mây
Dấu chân hụt hẫng từ lâu lắm
Trên chặng đời tôi lấp chẳng đầy

Phố vẫn ồn như ai vẫn buồn
Như mình soi bóng cốc rượu suông
Hồi chuông dang dở rơi đâu đó
Gọi nước sông xưa có về nguồn

Đời xô bồ như phố đọa đày
Mắt nào đã lạc tận heo may
Người mong manh quá như khói thuốc
Đốt hết một đời vẫn trắng tay

Em vẫn hiền như cõi từ bi
Ngàn dâu xanh hết mộng xuân thì
Một mai phố không còn nước mắt
Em vẫn buồn như buổi ra đi...

HỒ XOA

PHƯƠNG HỒ

Bài dân ca cuối mùa

Người buồn như khúc dân ca
Mùa thương nhớ cũ tôi và bến sông
Đò và bến, có và không
Long đong em chẳng theo chồng
Đợi ai...

Nước xuôi có biết sông dài
Mười hai bến
Hẹn tàn phai má hồng
Bài dân ca lạnh mùa đông
Tình tang...
Cây cải trổ ngồng sang Xuân
Mưa bay...
Lá rụng lời buồn
Người đi khuất bóng đường truông
Cuối mùa...

PHƯƠNG HỒ

VẠN LỘC

Chuông chiều

Lạc một hồi chuông rơi
Xuống trong chiều tịnh độ
Em và NAM MÔ PHẬT
Trời xanh và mây bay

Đàn chim chiều bay hết
Như lạc vào chiêm bao
Em và ngày tháng mất
Với Mặt Trời xanh xao

Có loài người giấu mặt
Trong mắt chiều Sadi
Nghe trong chiều tịnh độ
Em hay người ra đi....

VẠN LỘC

HOÀI VŨ

ĐÔI MẮT BAN MÊ

Tôi gặp em ! Cô gái Ê - đê
trong quán cà phê
Ban Mê, khi hoàng hôn ngủ
Đêm ánh đèn vàng
Đôi mắt nàng, như nắng chiều,
lao xao dòng sông vắng.
Ôi đôi mắt !
Bờ mi cong, ướt át như trăng mọc đầu non
Em nhìn tôi !
Tôi nhìn em !
Giọt cà phê... chậm rãi đợi chờ.
Đôi mắt ấy, làm lòng tôi hoang dại
Tôi mãi nhìn, như muốn uống hồn em
Em cười !
Gửi tôi, hương ngàn gió núi
Đẹp lắm ! Em ơi !
Phố núi về đêm có em đẹp lạ...diệu kì.
Suối tóc em
Như thác Đay Say vẫn đổ
Mơn nhẹ thạch hoa, chở sức sống dâng tràn.
Ôi ! Cô gái Ê- đê
Đẹp tựa vần thơ viết vội
Tôi mơ ! Giọt cà phê, đêm về không ngủ
Nhớ ánh đèn vàng
Đôi mắt..! Chuyến đò ngang...!

HOÀI VŨ

TIỂU LỤC THẦN PHONG
CHỮ TÌNH

Đã bảo rằng ta cạn hết yêu
Chẳng còn rung động với liêu xiêu
Mà sao mắt biếc lung linh mãi
Tâm tưởng ngày đêm tái tượng hình

Đâu phải vì mê nét đẹp xinh
Con tim đâu biết lý thông minh
Vấn vương như thể tơ tằm vậy
Đời chỉ khư khư lấy chữ tình

Nhan sắc này đây cát bụi sao?
Làn da ngà ngọc tựa hoa đào
Hương thân thơm quá mình mê mẩn
Hồn đã đam mê tận kiếp nào

Ta vẫn tìm em giữa cuộc đời
Tháng ngày lần lữa với chơi vơi
Trăm năm ắt hẳn rồi chung cuộc
Mình lại thương nhau thuộc lấy lời

Ta vẫn yêu em đến tàn hơi
Rồi ra vẫn cứ mãi rong chơi
Mặc kệ nhân gian đầy luật lệ
Tình ơi muôn thuở thế mà thôi!

TIỂU LỤC THẦN PHONG
Ất Lăng thành, 1023

LÊ VĂN HIẾU
CÕI THƠ BAY

Anh đã nhìn thấy vẻ đẹp của người con gái tắm Sông
Từ nhiều - nhiều năm về trước
Anh còn nhận ra mùi nồng của Sen
Mùi nồng của tóc
Cả da thịt đượm chảy

Khói sóng phiêu phiêu bên nếp nhà xưa
Mặt trăng non dát vàng trên lá
“ Tiếng gọi đò căng chỉ
Mồ hôi xương “ *
Nhễu dài trên ngực nhỏ

Thời gian tự vỡ
Không gian tự xích lại gần nhau
Anh là người của trăm năm sau
Yêu người trăm năm trước

Như trùng trùng núi trùng trùng sông anh đã vượt
Anh yêu

Như trùng trùng anh trùng trùng em
Anh tìm ra bóng nhỏ

Đêm em trở trăn đêm anh không ngủ
Nghe hơi thở căng dài từ em

Nghe giường chiếu em rung
Nghe thơ anh thao thức

Nghe chữ anh trói cột
Nghe tóc em rơi

Nghe thơ anh bay đầy trời
Tóc em kéo thành câu thành sợi

Nghe lời em thủ thỉ
Em nằm trên ngực anh ...

LÊ VĂN HIẾU
21.3.2020
*(*ý thơ Phùng Cung)*

LAN PHƯƠNG

Còn chút mùa thu

Con đường bữa trước nắng có qua đây
Có khoảng trời xanh anh còn gởi lại
Mây bay...mây bay...

Nghe trong xa xôi hương mùa thiếu nữ
Người đi mang theo nụ hôn đầu tiên
Gương lược nằm im biết nói điều gì

Tháng ngày trôi đi hồi chuông tín mộ
Còn chút vàng thu dưới nắng cuối ngày
Đời rộng vô cùng thiếu một vòng tay...

LAN PHƯƠNG

TÙY PHONG
HỌC MÃI YÊU THƯƠNG

Bản năng vật lý
Tham -sân - si
Hạt lượng tử li ti
Có mang lòng từ bi?

Vật chất luôn vận động và phát triển
Định dạng sự sống chúng sanh
Thành -trụ - hoại - tử
Điều gì vĩnh hằng?

Loài người băn khoăn
Trần gian ở trọ
Vô thường khổ đau
Thiên đường nơi nao?

Gió -nước - khí- lửa tái tạo
Sinh sản tế bào
Phát triển tầm cao
Cớ chi là đực- cái ?

Em hỏi tôi vì sao tình yêu tồn tại ?
Tôi cũng như em nào có thể trả lời

Có lẽ
Phải đợi sự thông minh của người máy
Trả lời em
Trả lời tôi...
Tuỳ Phong

CỎ DẠI

Tôi chỉ là cỏ dại
đứng bên bờ tan hoang
trong một chiều vô hạn
con gió buồn lang thang

Tôi chỉ là cỏ dại
đứng bên bờ oan trái
trong một chiều khô cạn
dòng sông hoài ngủ say

Tôi chỉ là có dại
đứng bên bờ quan ngại
trong một chiều mưa bay
em về tóc ướt vai

Em về trong miền nhớ
lá cỏ xanh trong mắt em xanh
em về trong cõi lặng
lá cỏ vàng dưới ánh trăng treo
em về trong muôn nẻo
lá cỏ nát nhừ dưới bước chân côi

Tôi chỉ là cỏ dại
nên suốt đời ngu ngơ...

Tuỳ Phong

SANG NGANG

Em chọn đời bình yên
Nhốt trăng vào đáy giếng
Ta đành mang vương miện
Mùa lá rụng bên hiên

Căn phòng chứa niềm riêng
Thêm tên miền cô tịch
Trăm năm tình cổ tích
Máu dội ngược vào tim

Hoàng hôn biển biệt tím
Đồi thơ vắng hoa sim
Gió heo may tắt lịm
Tiếng chuông chùa vang đêm

Bóng thôi về bên thềm
Mây chôn tình thỏ ngọc
Loài côn trùng than khóc
Cho phận người đa mang

Phố vương đầy lá vàng
Con đường quê rải tang
Cánh buồm neo sông cạn
Đưa biển lòng sang ngang

Đọc câu kinh địa tạng
Mơ bóng dáng thiên đàng
Vẫn trăng em vẫn sáng
Mênh mông một góc trời

TÙY PHONG

Nguyễn Phan Quang & Ngã Phương Huyền

MỖI KỲ VỚI CA KHÚC MỚI SÁNG TÁC

Thư Tòa soạn

Quí thân hữu và độc giả thân mến...

Đã bao lần có sự đề nghị về việc mở ra một tiết mục quan trọng có liên quan đến lãnh vực văn hóa, nghệ thuật nói chung … đó là: “*Mỗi Kỳ Với Ca Khúc Mới Sáng Tác*” … Nhưng BBT/VHM nhận thấy rằng việc đó mang tính “nhạy cảm”, là dễ gây ra những ngộ nhận, không khéo sẽ đưa đến những “mất lòng” nhau một cách khó biện giải trong nội hay ngoại giới!!. Vì thế, chúng tôi đã khép lại những đề nghị như đã nêu trên…

Nhưng lại một lần nữa được mở ra với những đề nghị cũ… do từ một cơ duyên rất “may mắn” là từ những dây mơ rễ má của tình thâm thân hữu, dẫn đến một niềm vui và hạnh phúc khôn tả, đó là được: Nhạc sĩ Từ Công Phụng phổ bài thơ: “Người Muôn Thuở” của tôi thành nhạc, với tên mới “*Gửi Người Muôn Thuở*” (Bài thơ này của tôi nằm ở trang 156-157 trong tập thơ “*Anh Biết, Em Yêu Dấu*” được Nhà sách Tự Lực xuất bản & phát hành năm 2001…

Từ những yếu tố “*kích hoạt*” như kể trên, chúng tôi quyết định thực hiện ngay “*Mỗi Kỳ Với Ca Khúc Mới Sáng Tác*” ”bao gồm đăng một, hai sheet nhạc và những bài viết về âm nhạc mang tính nghiên cứu, thảo luận, kể cả những tản mạn đóng góp vào loại hình nghệ thuật dùng âm thanh để diễn đạt, mang nặng tính quần chúng đám đông hơn cả này !! Tiểu mục do **Ngã Phương Huyền phụ trách** ...

Thưa quí thân hữu ...

Thật lòng mà nói rằng, mọi thứ trên đời đều không vượt thuyết tương đối … Việc tương tác thuần tính công tâm, bình đẳng cũng chỉ vững vàng được trong chủ quan đầy niềm tự tin, mới mong mạnh bước với những diễn tiến tốt đẹp, mang niềm vui và hạnh phúc đến với mọi người…

* *Bắt đầu kỳ này Ngã Phương Huyền có kèm theo “song lyrics” tức là lời của mỗi bài nhạc, để quí bạn đọc tìm hiểu ca từ dễ dàng hơn* ..**Trân trọng.**

* Kỳ thứ **CHÍN** khởi đăng 3 sheet nhac ĐỂ TƯỞNG NHỚ Nhạc sĩ Cao Mặc Niệm vừa mới ra đi, cảm xúc tiếc thương còn dâng tràn!!

1/Tâm Sự Người Đi_Nhạc & Lời Cao Mặc Niệm
2/ Mơ Về Cố Hương_Nhạc & Lời Cao Mặc Niệm
3/ Mai Tôi Chết Cờ Vàng Xin Đừng Phủ_Thơ Ng Ngọc Trân_Nhạc Cao Mặc Niệm
4/Bóng Ơi! Thương Quá Tội Tình)thơ Sa Chi Lệ_Nhạc Tuệ Tâm

Tâm Sự Người Đi

Nhạc & Lời:
Cao Mặc Niệm

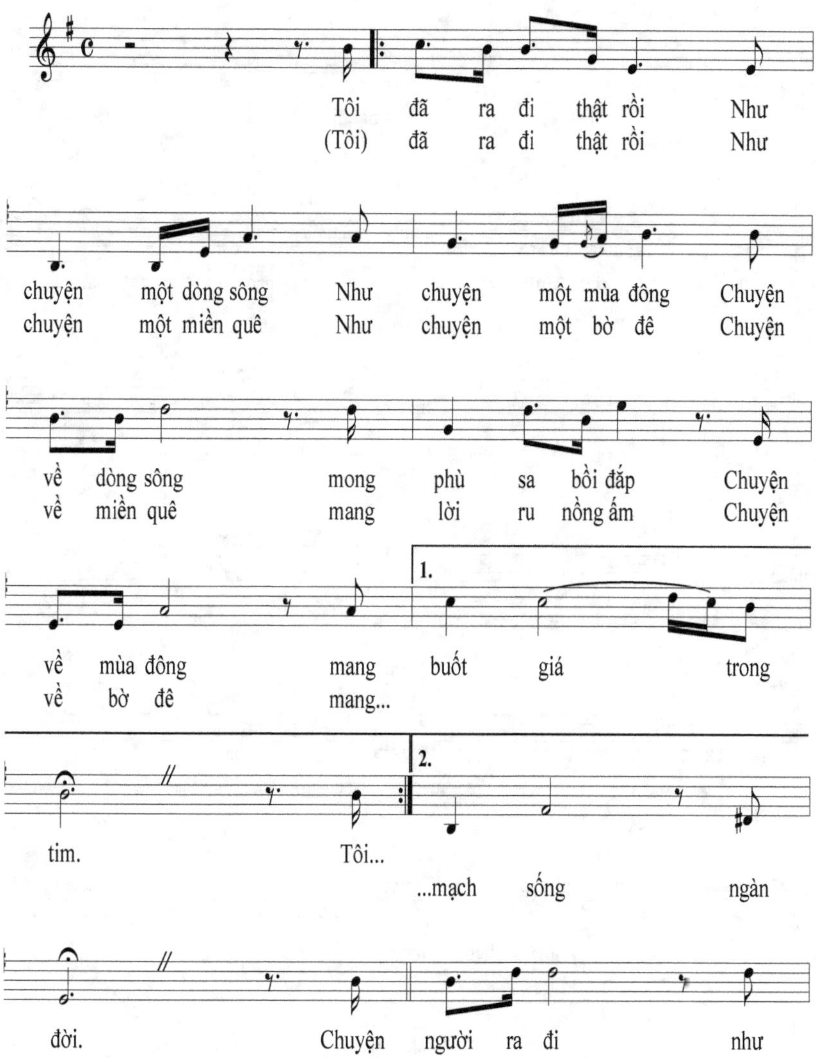

Tâm Sự Người Đi trang 2

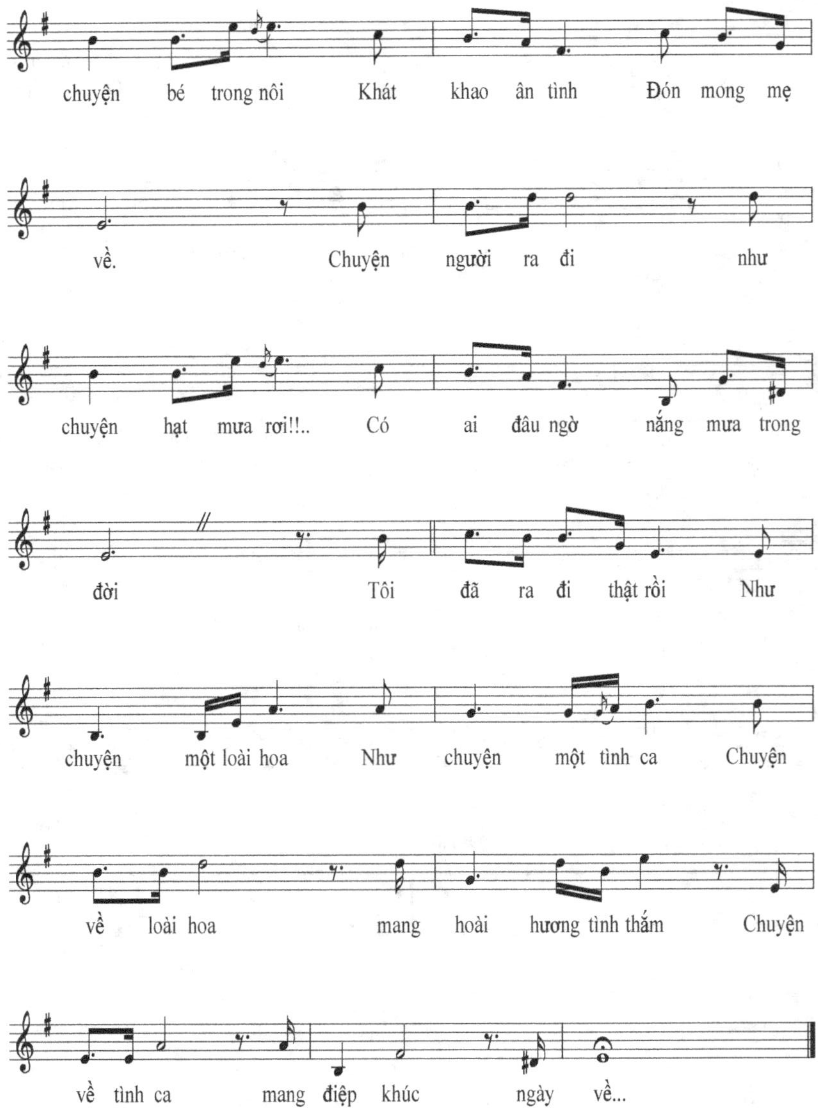

1992

Mơ Về Cố Hương

Nhạc & Lời:
Cao Mặc Niệm

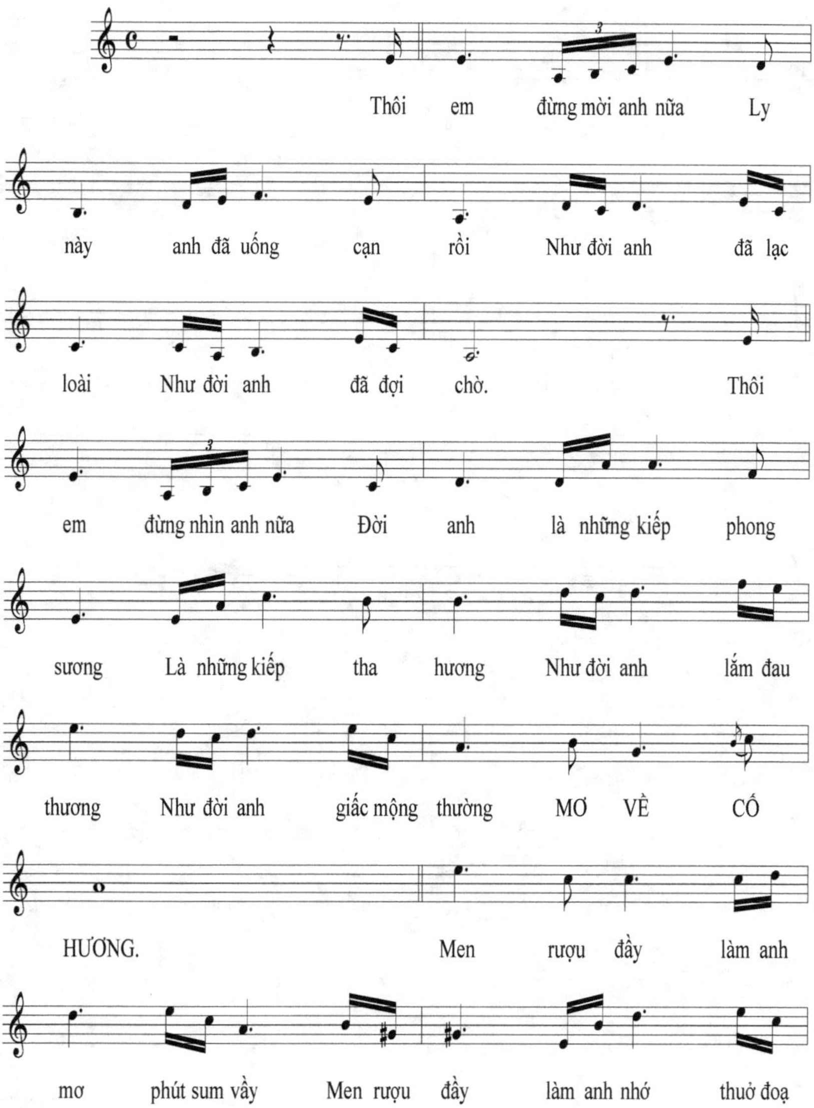

Mơ Về Cố Hương trang 2

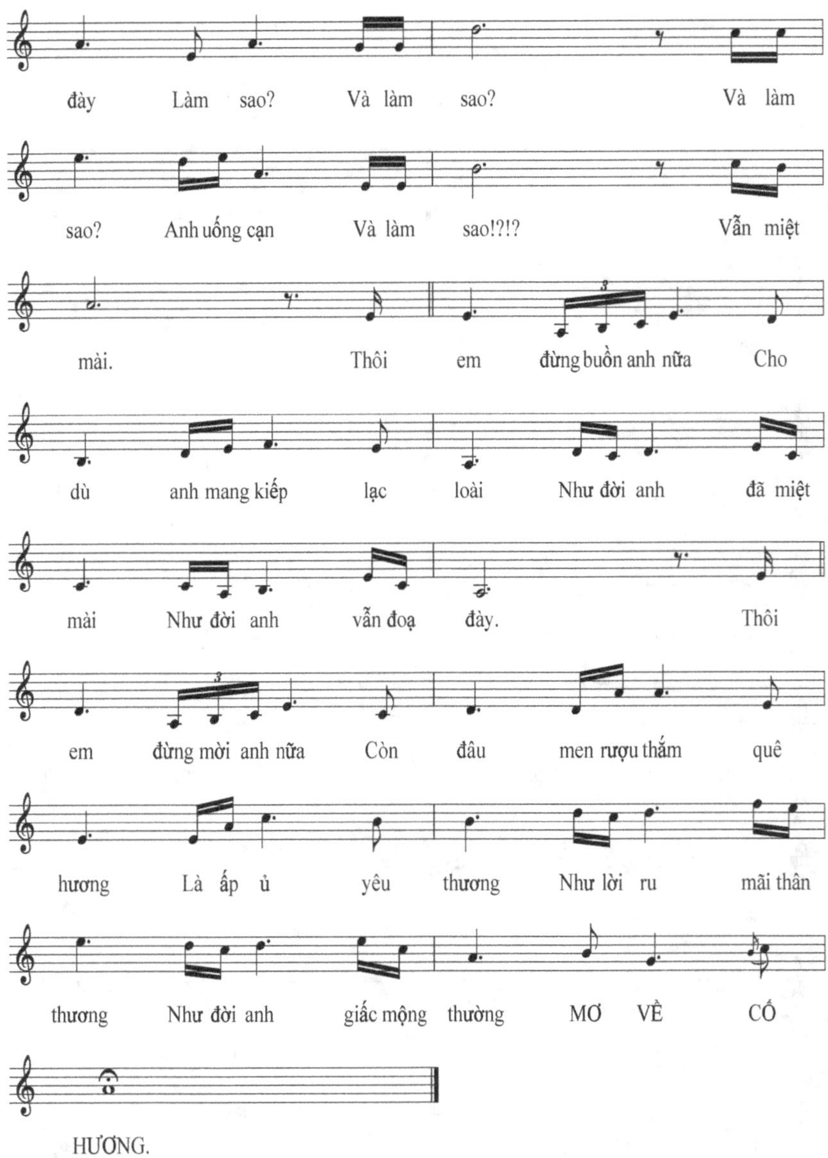

Dec. 1995

Mai Tôi Chết Cờ Vàng Xin Đừng Phủ

Thơ Nguyễn Ngọc Trân
Nhạc Cao Mặc Niệm

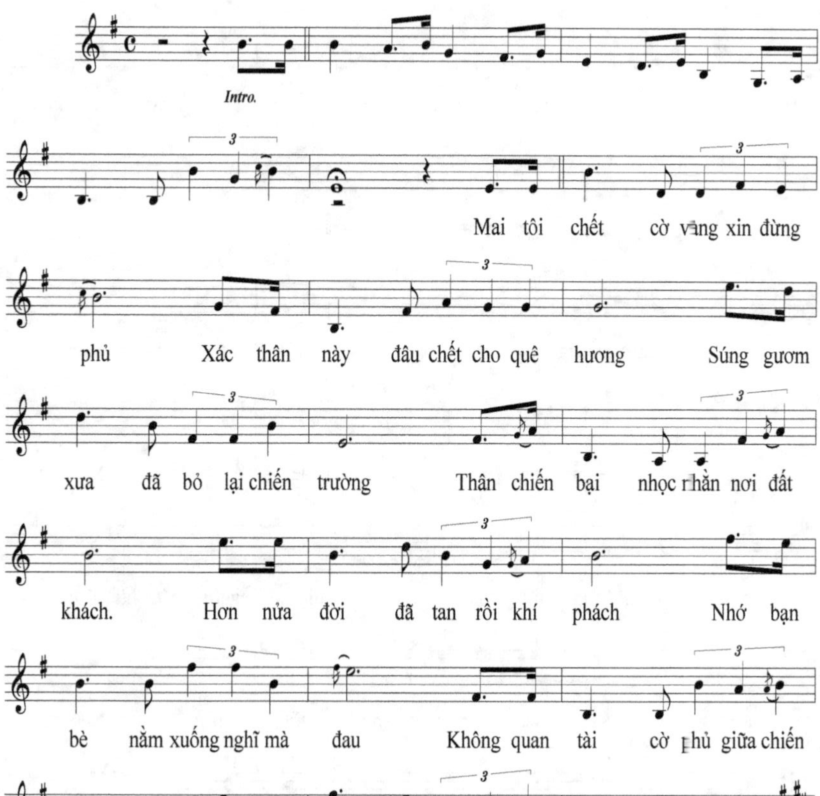

Mai Tôi Chết Cờ Vàng Xin Đừng Phủ trang 2

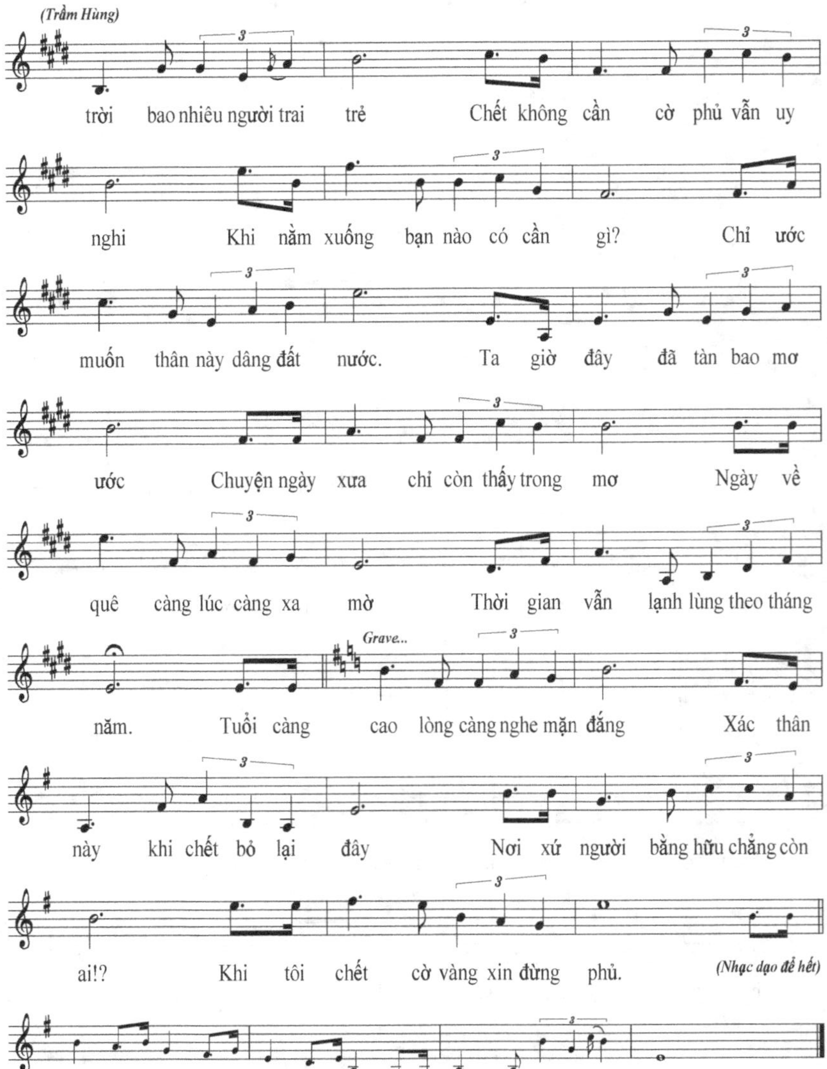

Oct. 03 - 2020

BÓNG ƠI! THƯƠNG QUÁ TỘI TÌNH

Thơ: Sa Chi Lệ - Nhạc: Tuệ Tâm

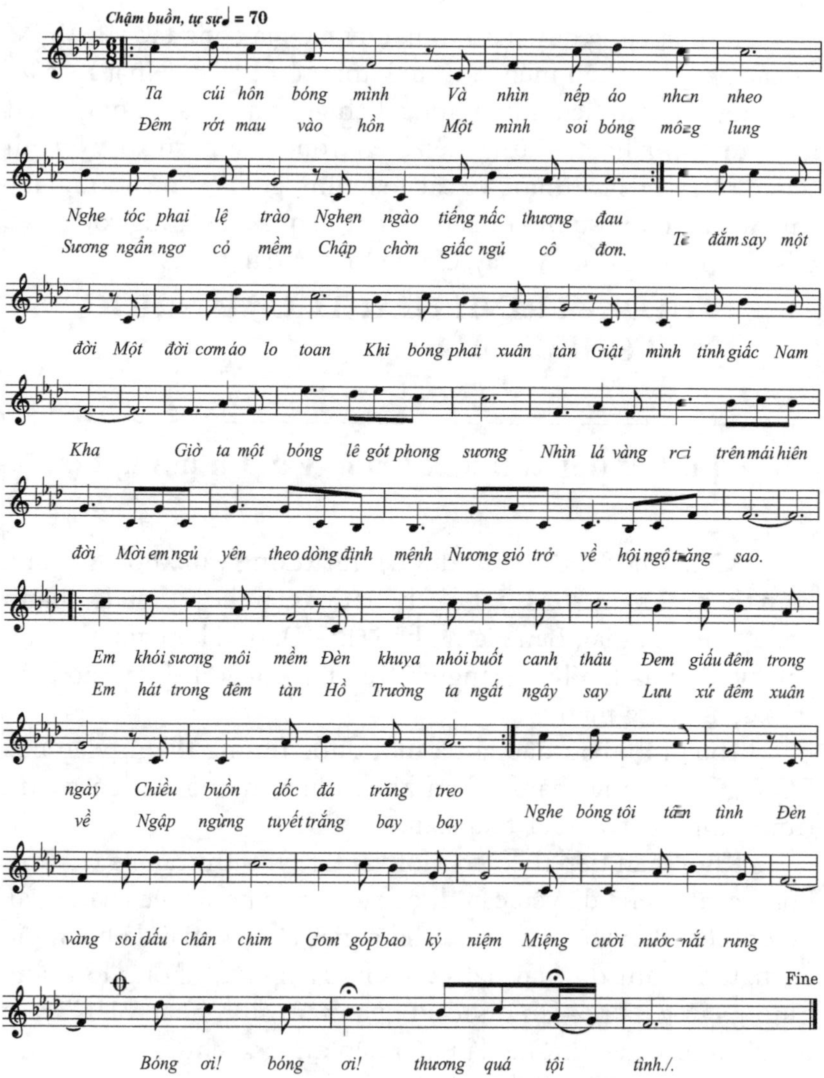

TueTam 6/1/2024

NHẬT KÝ VĂN HỌC

tạp chí văn học mới

Thưa cùng quý thân hữu, quý tác giả cộng tác với VHM và các bạn đọc thân mến ... Chúng tôi mở ra trang Nhật Ký Văn Học này lần đầu tiên, nhằm mục đích ghi nhận hay tường thuật lại những sinh hoat, những diễn biến trong phạm trù xoay quanh tiền đề VHNT hay thuộc về các loại hình gọi là văn chương hay văn hóa...Nhưng sự mở màn hôm nay vì quá bận trong công việc của Giả Thơ VHM... Vì vậy, chúng tôi xin đăng bài :

TƯỜNG TRÌNH GIẢI THƠ VĂN HỌC MỚI (VHM) 2024.

[n h ữ n g k h ó k h ă n v à t h u ậ n l ợ i]

Giải thơ VHM 2024 được khởi xướng vào khoảng trung tuần tháng 2 năm 2024. Tất cả chi tiết về giải thơ : điều lệ, thành phần tham dự giải, Ban giám khảo (BGK), thời hạn gởi và nhận bài v.v đều đã lần lượt đăng tải trên tạp chí VHM và phổ biến trên cộng đồng mạng.

Thuận lợi ban đầu là đã mời được những thành viên của BGK gồm những thành phần khác nhau, tương đối có uy tín trong sinh hoạt VHNT toàn cầu.

Khó khăn tiếp theo có một vài GK vì tình trạng sức khoẻ, hòan cảnh riêng đã yêu cầu được rút tên ra khỏi việc chấm giải. Tuy nhiên, đến giờ cuối, việc chấm giải và trao giải đã hoàn tất. Số người tham dự giải đạt con số 104 người, không lớn lắm, nhưng cũng đã nói lên được sự quan tâm sinh hoạt VHNT mở rộng với một giải thưởng lần đầu tiên được tổ chức.

Khó khăn lớn nhất là dư luận : xưa nay chưa hề có có một giải thi về bất cứ bộ môn nào được công nhận là vô tư, hoàn hảo. Cho nên việc lập giải, trao thưởng bằng hiện kim mà không thông qua một nguồn tài trợ nào đã là một sự hi sinh tài, lực của Ban tổ chức giải.

Và sau khi kết quả được công bố, thế nào cũng có dư luận về việc chấm điểm : Ai xứng đáng, ai không xứng đáng, có phản ánh được sự vô tư hay không ?

Hiệu ứng này đã trở thành " chuyện bình thường ở huyện" như một phương ngữ thời đại. Cho thấy có 2 sự kiện chủ quan, và khách quan :

Chủ quan : Thành phần dự giải có nhiều vị đã thành danh trong sinh hoạt VHNT, có thể chủ quan nghĩ rằng mình sẽ đoạt giải một cách dễ dàng. Có nhiều vị đã giữ thái độ im lặng sau khi giải được công bố, là một điểm son của người cầm bút chân chính. Có người quá khích khuấy động dư luận bằng cách đào bới những hoàn cảnh riêng tư để bào chữa cho sự lên tiếng của mình là chính đáng.

Khách quan : Thành phần giám khảo được mời có những khuynh hướng nhận định về thi ca khác nhau (nói chung là khiếu thưởng ngoạn văn chương) cho nên cách chấm điểm hoàn toàn khác nhau. Do đó số điểm cao, thấp sau khi đúc kết giải không tuỳ thuộc vào người viết mới, cũ; thành danh hay chưa thành danh, cách chọn lựa bài dự giải (có thể mình chủ quan nghĩ là hay, bỏ sở trường, lấy sở đoản v.v)

Các giám khảo đều độc lập trong việc chấm thi, chỉ đồng thuận trong khuôn mẫu chấm thi, bảng điểm. Danh tánh người dự thi được đánh mã số, chỉ có thư ký thường trực của giải thơ mới được quyền đúc kết, ráp lại tổng số điểm của thí sinh để công bố thứ hạng giải thưởng. Như vậy là rõ ràng và minh bạch.

Dầu gì, sau cùng giải thơ VHM 2024 đã hoàn tất. Và các giải thưởng cũng đã được trao đến người đoạt giải.

Chân thành cảm tạ sự hợp tác quý báu của người dự thi, ban chấm giải, và bạn đọc khắp nơi.

Chào thân ái và đoàn kết !

Hoa Kỳ, ngày 04 tháng bảy năm 2024,

Thư ký thường trực Giải Thơ VHM 2024,

Hà Nguyên Du

Ghi chú thêm :

Cho đến nay mới có thì giờ hiển thị đến công chúng các bài đoạt giải vì thời gian hạn hẹp song song với việc đúc kết giải và sửa soạn in ấn số báo VHM chủ đề tưởng niệm nhạc sĩ Đỗ Lễ. Xin chân thành cáo lỗi!

* * *

PHỤ LỤC :

1. Giải nhất : Tác giả San Phi với tản thơ :

NGỌN NÚI ĐÀO HOA [6]

Gió muốn nói gì, sao cuốn vào ta buốt da thịt .
Mưa muốn nói gì, sao phủi sạch từng cánh hồng đào rơi ”

Lần trở lại khu rừng ngàn dặm” Thập Lý Đào Hoa “.

Ta nghe tiếng gió gào thét giữa lưng chừng hoài ưu lãnh sắc, âm hương xưa dường như trở lại, song chiếu nhân can, ta cảm tưởng như có hàng vạn ánh mắt sắc bén nhìn chăm chú về phía ta, Một mảnh vân hoàn thắp lên nghe nhịp tim đập liên hồi.

Một rừng đào hồng rơi lãng đãng, phủ kín địa trần thiết đặt, phi phiêu nhiên mang những bông tuyết trắng tinh, như làn da thiếu nữ ngọc băng tý hàn, lòng ta tương mang trước vẻ đẹp tinh tế mà tạo hóa đã mang ta lạc vào giang sử nhân dữ nhất.

Từng cơn rét đậm buốt thịt da, Ta hít một ngụm khí lạnh vào miệng, hơi thở ra bỗng hóa thành sương trắng cơn lạnh gầy nắng xanh xao, cuốn theo chiều gió từng cánh hồng đào phất phơ những tàn cây đung đưa, ta bỗng thấy lòng mình băng tuyết, như vừa chia tay anh hôm qua.

Cảnh tượng lập lại trong ta, ta không còn phân biệt đâu là thật, đâu là mơ.

Ta liên tưởng, ta và anh còn nợ nhau nguyện tình khuê trung, một thuở nào còn vương vấn chăng?

Vườn đào lại chín rồi đó anh!

Từng cánh hồng lất phất rơi, luồn phong bất đới yên nhẹ dịu, gió trời như cố chi cùng cơn băng tuyết tâm can, dao liên hoa như réo nhặt hồn ta từng cánh hồng úa, như chính anh, lạnh lùng như bắc cực, dù nắng còn long lanh chút thủy tinh vàng trên cành hoa yếu đuối. giang thượng sử vân sầu đơn lẻ.

"Là một khúc đoạn hữu luân phải thế không anh ?".

Ngày ta gặp anh, ngay tức khắc, ta nhận ra số phận đã an bài cuộc gặp gỡ định mệnh.

Duyên phận giữa ta và anh, kiếp trước có thể là rất sâu, trải qua bao kiếp sống ngàn năm vẫn hội ngộ tương phùng.

Ta ước thời gian ngừng lại để ta có thể đắm mình thật lâu vào vườn tình địa đàng, hư huyễn đến mê hồn, thật như đã hẹn nhau, từ tiền kiếp phải thế chăng?

Tận cùng sâu thẳm con tim nhớ nhung, cái nhớ quay quắt dường như lay động đất trời!

Ta thiền với tâm tình trầm lắng, như cố níu kéo chút ngày còn lại, lòng nhủ thầm, khi nhìn qua ráng trời pha sương cô quạnh tịch liêu. Bất sử sầu nhân lặng lẽ đi qua đời ta nhẹ nhàng không hẹn ước.

Ta nghe như đất trời thay áo, một cơn gió nhẹ nhàng cũng làm ta ngây ngất, gió nhẹ lay vang lên những âm điệu thanh dao khả lướt thướt thang ty huyền. một khúc hát xa xưa thoảng hương đầy thơ mộng, xua tan đi cánh băng giăng đầy trong tim, khi ngọn khói nắng phiêu du.

Chẳng hiểu vì sao!

" Dường như kiếp trầm luân hoang sơ, và ta nghe như có làn hương mộc miên bay trong gió ".

Tinh sương trong làn gió bay
Rót vào ta nghe như bóng gầy
Viết lên hương yêu nồng nàn
Bản tình xưa lẩn thức mây

Ta ôm cánh mộng mê tìm nắng
Khi đêm về khuyết sau dấu chân
Ta tắm mình bằng giọt u buồn
Phủi sạch mắt tình hằng vương, chăng?

Dài như nắng và xa như yêu anh
Phút mê hồn lướt qua ta phủ sóng
Lung linh như giọt sương còn đọng
Gió lay …
                Sợ rơi mơ nhiều.

không dưng mây đen trong chiếc gió đã vỡ đêm qua, thức chầm chậm nhẹ nhàng đau đáu thuở xa xưa, một câu chuyện tình kỳ bí, nỗi nhớ mong tràn ngập trong từng hang hốc tình.

Trong anh, trong ta, lắng đọng thiên Thu ,

Tuyệt vời làm sao từ vần thơ vẫn âm thầm dậy hương, vương vương giọt lệ ngân can tình nồng chưa từng tan biến, lời hẹn ước sống mãi trong tiềm thức ta, như khu rừng ngàn dặm thập lý đào hoa rơi xuống tận cùng, dưới chân trời miên man vô tận.

"Ta- anh, ôm từng con chữ ước thề"

Dẫu có ngậm ngùi níu trên khoảng thinh không hư huyễn, ta tìm thấy nhau qua giấc mộng. Và bài thơ tình yêu xa ngọt ngào tha thiết ước hẹn "ra đời".

Những ghi chép lại qua từng sát na, khởi lên một vùng trời diễm tình mơ mộng.

Ta vùng vẫy trở chiều nào cũng buốt nhói, ta lao vào anh, dù biết rằng cửa chết cũng nguyện cam lòng.

Ta lao vào anh như một cánh chim tự do bay lượn bồng bềnh phiêu lãng trên không trung, ta mường tượng chạm vào từng góc khuất, nhung nhớ, yêu thương, dỗi hờn…

Khi nỗi cô đơn giằng xé cứa rát lòng ta rưng rưng. Cầm mình ngập ngua dòng chảy từng đêm tắm mình, không ào ạt mà rả rích, từng giọt, từng giọt, từng giọt, đủ ngấm, đủ đọa đày ngọn cỏ xanh non.

Có chăng, ta vẫn bình thản ngắm nhìn một nhành hoa lạc, biết rõ là chẳng thể phục nghinh ở lại, biết rõ là, chỉ một cơn gió nhẹ thoảng qua cũng đủ sức cuốn vào không trung.

Ta gặp anh từ những giấc mơ, biết rõ là chẳng thể trở mình, anh là người mà ta chấp nhận đời này trầm luân, vẫn nhắm mắt buông thả mình lạc vào mê trận.

"Ta nguyện mãi yêu anh ".

Nếu có thể yêu thương thêm một ngày thì yêu thêm một ngày, nếu có thể yêu thương thêm một giờ thì yêu thêm một giờ, hoặc nếu, chỉ có thể yêu thêm một phút, một giây, ta vẫn chọn yêu anh.

Dù, ta và anh điều hiểu, có tiếp tục đi tiếp cũng chẳng có tương lai. Ta - anh, điều hiểu sai người và sai cả thời điểm, nhưng chẳng thể nào dừng lại.

Thơ. xưa về, từ mong manh
Gieo vào đời ta hạt giống tình
Bút còn lưu hương nồng nàn
Uống mơ xa trăn trở đêm

Anh chuốc say ta bằng men mực
Như phép màu biến hóa đường tơ
Ta khát từng giọt mắt mơ hồ
Ước hẹn cùng tình lỡ làng trăng

Vị của muối và mật của xa xưa
Giọt bắn tình êm như khúc hát
Ta yêu dường như đôi chim lạc
Khẽ thôi …
Em sợ tan chiều.

Trên dòng đời đầy ngổn ngang, dấu một thời hoa rơi tê tái đầy lá vàng, lất phất trong không gian, những chiếc lá rơi tựa bức màn không.

Bất chợt, một ánh nhìn xa xăm, một nụ cười thánh thiện, một bờ vai vương màu rêu đá núi thiên dạ lạc phi miên.

"Xa lạ, bỗng thân quen".

Trong lòng ta dậy lên niềm cảm xúc tuyệt vời.

Ta -anh- chúng ta, chẳng ai có đủ mạnh mẽ, kiên cường, trước trêu đùa của thượng đế.

"Anh bảo chẳng thể thay đổi định mệnh,
Nếu yêu thương là số phận thì sao phải kiếm tìm ".

Trải qua từng hơi thở cuộc đời, lửa mặt trời thở dài nỗi niềm miên viễn. ru vào cõi trần ai mộng mị, âm ỉ câu hát du dương, bản tình ca bất tận.

Ta-anh- chúng ta, có thể gồng mình tỏ ra mạnh mẽ, tỏ ra yêu đời, nhưng cái xót xa tiếc nuối tận cùng sâu thẳm, hình bóng vấn vương, khiến con tim xé toang cái khoảng thinh không ảo diệu, càng tỏ ra mình ổn thì bản thân càng gào thét, càng mạnh mẽ thì càng yếu đuối, càng cười nhiều thì càng thấy trống trải, càng vô tư lại càng lắm ưu phiền.

"Làm sao, ta có thể ngăn nắp tâm hồn lành lặn đây".

Anh bảo rằng ta hay tận hưởng niềm vui hiện tại, những cảm xúc tuyệt vời như một người tình, nguyện bước bên nhau.

Cảm xúc của ta và anh là một thứ gì đó nhỏ bé có phải không anh?

chỉ xuất hiện trong từng khoảnh khắc nhỏ, nó "giam mình". bởi những nguyên tắc của bản thân mỗi người.

"Mà có nguyên tắc nào không thể bị phá vỡ phải không anh?".

Thời gian, những sắc màu ấm nóng, vô thanh, mong manh mơ màng hư ảo, sẽ nuốt chửng ta từng phút giây.

Nhớ người
Người có biết chăng
Màu áo xưa
Đã phai dần chỉ thêu
Nhưng sao chẳng phai tiếng yêu!
Người đã xa nắng đã tiều tụy mây

Soi mình ngắm. giọt - say- cay
Đêm từng đêm

Bóng ai cài phất phơ

Trăm lần thức. Níu trăm mơ

Trăm lần thao thiết ngu ngơ
Tìm. về
Khoảng trời riêng
Giăng giăng mê
Sương khuya chiều đặc
Phía xa xăm tình
Người đi để lại chút tin
Để ta ôm lấy lòng mình. thiền mơ

Rồi ta hiểu rằng, không có một điều gì có thể dễ dàng có được như mình mong muốn, dẫu rằng sẽ có những rào cản, thử thách, muốn đạt được những điều mong muốn phải cố gắng rất nhiều, tình yêu không là một món quà tặng, mà cần lắm sự cố gắng hết mình để nhận lấy.

Đã bao lần, ta rằng như chết đuối ngập ngua, ta gồng mình tự ta chiếc phao cứu lấy ta.

Tuổi xuân lặng lẽ đã qua đi không bao giờ trở lại, ta ngắm nhìn lạc phi hoa nằm trơ mong manh. nở rồi lại rụng bốn mùa, Xuân- Hạ -Thu -Đông.

Nhưng con tim có những lý lẽ riêng, ta vẫn ngây ngốc âm thầm đợi chờ một kỳ tích.

Ta sợ những giọt nắng chiều buông, là thấy lòng ngây ngây buồn, giọt nắng chiều hình như đang khẽ nói, nắng đang yếu dần, rồi sẽ tắt.

Ta vẫn cố bình thản ôm lấy lòng mình, vẫn bình thản nói:

"không sao, ta vẫn ổn"...

Yêu chưa trọn nên lòng còn tiếc nuối, những sắc màu xanh tươi tắn ra sao, rồi cũng đến ngày sẫm màu, vuốt ve khoảng thời gian dài như vô tận, đến tận cùng đời…

Ta ngày ngày ngóng đợi một sự tồn tại vắng bóng bên đời, như một cánh thiên đi đã từng phục nghinh trên ngọn cỏ biếc.

Ôi! Bóng hình ai đã phảng phất ngang qua rồi phất dạng, dạ tiếu vấn giữa cõi trần gian này.

Rồi nắng tan đêm đến, anh rời đi, cõi nhân sinh này chỉ còn lại mình ta.

Ta thét gào tự hỏi, rốt cuộc mình đã làm sai điều gì, mà chẳng thể giữ lại nổi một con người?

"Một cánh hồng đào nhỏ
Mang mang vạn trầm luân".

San Phi

Govap November 12, 2023

---

2. Giải nhì : Tác giả Nguyễn Thanh Châu

CA NGUYỆN - GỞI CÂY XƯƠNG RỒNG TRONG GIÓ

đêm. đêm tĩnh lặng
tôi cất lời ca nguyện
như gió. lang thang qua những hàng saguaro
trần trụi. với cánh tay bị đóng đinh trong gió
vẫn cháy bỏng. bởi mùa hè sa mạc
chỉ nơi đây. da diết. chỉ mùa hè
trắng rộ. những nụ hoa bất tận
mười năm. tôi đốt lửa lòng tôi
bập bùng những mảnh vụn ký ức
một thời oan khốc

này em. có nghe những hồi chuông thánh
đêm phục sinh những đời hôn ám

từ bao giờ. cho đến bao giờ
đêm. đêm nguyệt tận
tôi săm soi chiếc bóng
cô đơn. như con người đầu tiên
trò chuyện với bóng mình
đã đến đây. ở đây. và ra đi
còn lại chăng những giấc mộng. những ảo hình. lung linh
trên cát
như ta. những đứa con sinh ra từ cát
rồi trở về cát
đêm. sa mạc. nhớ mênh mang
em khỏa thân xanh. trờ cố xứ
tôi ngầy ngật. thở. những ngày mưa
và mưa. mưa như lời chúc phúc
cho tình yêu. cho mãi mãi đời nhau
đêm. đêm tĩnh lặng
tôi cất lời ca nguyện
theo gió. cuộc viễn du không đích cuối cùng
này. em có biết mê lộ nào lẫn khuất
những ốc đảo hồi sinh
hồn cựu kinh rập rờn cánh hạc
về đi thôi. nhưng về đâu kiếp hư
trời xa. thổi tàn rụng
đêm. giọt máu khô tượng hình
những đồi trọc. xương rồng. xay xát gió
dầu dãi thiên thu
xế đời. như xóa cơn hôn thụy
nhã nhạc còn nghe. lòng thuở nào…
I I I.

Giải Triển Vọng 1: Hà Huy Hoàng

EM NGỒI CHẢI TÓC

(Yêu thương tặng bé Ba)

Em ngồi chải tóc ngoài hiên
Là anh thấy mọi ưu phiền chợt tan
Lơ thơ từng giọt nắng vàng
Đậu trên đôi má, ướt làn mi cong

Xoay người em chải em hong
Mùi hương bồ kết lượn vòng quanh anh
Ôi, mùi hương quá ngọt lành
Hình như có chút hương chanh nữa kìa
Em yêu anh đến nhường kia
Sao tim anh cứ xẻ chia mấy phần?
Mà anh tơ tưởng, phân thân
Tháng năm đuổi bắt hương gần hương xa
Em ngồi chải tóc hiên nhà
Tóc thơm quấn quýt lượn, sà chung quanh
Sợi nào sớm bạc tại anh
Sợi nào buồn tủi, chòng chành vì con?
Lược gương năm tháng cũ mòn
Tóc xưa giờ dẫu không còn như xưa

Em ngồi chải tóc hương đưa
Một thời thiếu nữ như vừa ghé sang...

Giải Triển Vọng 2: Hồ Xoa
KHÚC CHO LÁ
Khúc cho lá

Ngày lạc lỏng anh về trên bến lạ
Thương đời mình hay thương dòng sông
Lá vẫn hát trong chiều lá rụng
Trôi về cuối trời còn mùa thu nào không!

Anh như lá vẫy gọi hoài trong gió
Còn được bao chiều ngồi nhớ bến sông
Trên lối ấy bụi hồng phai nắng nhạt

Mùa thu thơm mùi tóc em... mênh mông
Tình đã cạn trên lời ru của mẹ
Anh như xác con đò phơi dưới chiều phai
Rồi thuốc lá cũng hát lời mây trắng
Ta đốt đời ta, em đốt đời ai...!
Và như lá nhuộm vàng trên sách cũ
Còn ai chờ rơi rụng xuống đời nhau...

Giải Triển Vọng 3: Hứa Hiếu

BAO NG ÀY VỀ THĂM S

Thơ xuống đường rất sớm
rít hơi thuốc rất dỏm
hớp ngụm cà phê ngon
chát ngầm mật ký ức
Thứ bảy ở Kỳ Đồng
quỷ sứ ngồi ngó mông
ở khúc trần gian ấy
phố phường đầy hư không
Phố phường lắm bất trắc
giữa thiên đàng địa ngục
quỷ sứ ngồi thở dài
ôi, thứ ba Bình Triệu

Ở chỗ không ai ngồi
quỷ sứ lầm lì nguyện
cô đơn trên thập giá
Chúa thở dài lắng nghe
Hỏi thăm địa chỉ thơ
hắn chỉ chiếc xe ôm
cô ấy chỉ tôi quán cà phê sách
quyển sách gầy sát nách
Bao lâu nữa Saigon
nheo con mắt tấm lòng
nhìn nhúm chữ rách rưới

ôm bờ kè, rồi khóc ngất nhảy sông
Gốc quê, ngọn nhà quê
đi đâu cũng nhớ quê
phố thị hồn lưu lạc
đi lắm, cũng phải về
Thứ sáu Phạm Thế Hiển
bánh ướt cái tẩy đen
Khánh Hội khều lũ chó
sủa mặt trời dậy men
Chủ nhật ở quán nhậu
hẹn em khúc Saigon
nhìn thấy lắm thành ngữ khắc nghiệt
lầm lì trôi ngang sông
Ừ đời: cụm rác mệt
bèo giạt tận trong hồn
ừ, câu thơ chết khát
bởi điều vừa nhoẻn môi
Buồn chôn trong rượu chát
một nỗi quen thất lạc
nụ cười của câu thơ

vừa hẹn hò mai, mốt
Đường ngoằn ngoèo hạnh ngộ
đèn xanh, đỏ phân vân
ngả nào cũng giông tố
thơ chết chỗ ngồi gần

Bấy nhiêu nữa mới đủ
biết bao nhiêu cho vừa
bước du thủ du thực
lắm lêu lổng cuối mùa
Đi, về đều lưu lạc
tạm biệt thiên đường, thơ
quỷ sứ về địa ngục
bầu bạn cùng cần sa
Thôi, tạm biệt Việt Nam.

Toàn BBT và quý cộng tác viên tạp chí VĂN HỌC MỚI :

Vô cùng tiếc thương: Nhà Văn VIÊN LUÔNG

(Đỗ Viết Lưu)

Đã yên nghỉ trong Nước Chúa lúc 8: 19 sáng ngày 1 tháng 6 năm 2024 tại Garden Grove, California

Hưởng thọ 86 tuổi

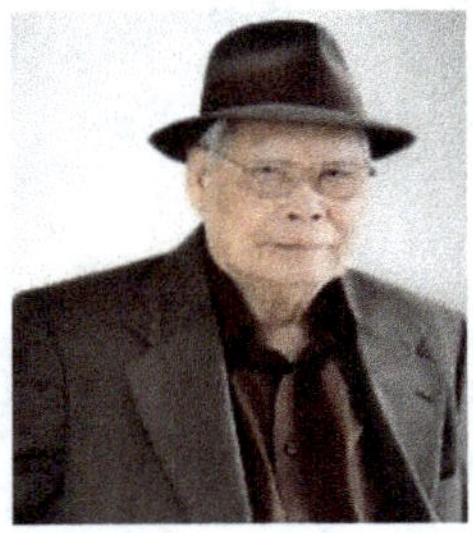

BBT Tạp chí Văn Học Mới & quý cộng tác viên thành kính chia buồn cùng gia đình, tang quyến. Cầu hương linh người Nhà văn yên nghỉ an lạc trong Nước Chúa.!!

Hoàng Ân, Nguyễn Lương Ba, Nguyễn Thị Thanh Bình, Phạm Quốc Bảo, Nguyễn An Bình, Hoàng Chính, Lâm Chương, Khaly Chàm, Ngọc Chuyển, Quyên Di, Đông Duy, Phan Hạ Du, Viên Dung, Triều Hoa Đại, Phạm Xuân Đài, Đào Trung Đạo, Nguyễn Tiến Đức, Trần Duy Đức, Trần Vạn Giã, Vũ Uyên Giang, Truong Vu Giang, Hạ Quốc Huy, Thái Tú Hạp, Ngã Phương Huyền, Nguyễn Trung Hối (Phương D Faria),Mộng Yên Hà, Phan Tấn Hải, Trần Việt Hải, Nguyễn Thị Hồng Hải, Lê Hữu, Trần Yên Hòa, Kimchi Hoàng, Lê Văn Hiếu, Lê Minh Hiền, Nguyên Hà, Khế Iêm, Đỗ Kh, Nguyễn Vy Khanh, Doãn Khánh, Sa Chi Lệ, Mã Lam, Khánh Lan, Nguyễn Thị Ngọc Lan, Nguyễn Đình Từ Lam, Ca sĩ Thanh Lan , Nguyên Lê, Nguyễn Vĩnh Long, Trần Dạ Lữ, Trang Luân, Lê Tuyết Lan, Vạn Lộc, Miêng, Phan Thành Minh, Chu Vương Miện, Tràm Cà Mau, Nguyên Minh, Phan Thành Minh, Ngô Nguyên Nghiễm, Chu Thụy Nguyên, Cổ Ngư, Mai Ninh, Nguyễn Thị Ngọc Nhung, Huỳnh Liễu Ngạn, Minh Nguyễn, Quang Nguyễn, Quỳnh Nga, Trần Thoại Nguyên, Nguyễn Quang Nhạc, (Trần Văn Nam - Thu Nguyen), Nhật Nguyễn, Nguyễn Minh Nữu, Cao Mặc Niệm, Lê Khánh Nhâm, Phan Tưởng Niệm, Đức Phổ, NP Phan, Nguyễn Nguyên Phượng, Mai Văn Phấn, Tiểu Lục Thần Phong, Hoài Phong, Chu Giang Phong, Tùy Phong, Từ Công Phụng, Hạ Đỏ Bích Phượng, San Phi, Bạch Xuân Phẻ, Lâm Bằng Phương, Đỗ Quyên, Phan Công Quan, Lữ Quỳnh, Nguyễn Văn Sâm, Hoàng Xuân Sơn, Tần Sinh, Hoàng Ngọc-Tuấn, Nguyễn Minh Triết, Phan Ni Tấn, Trần Văn Tích, Đinh Phụng Tiến, Nguyễn Đức Tùng, Khánh Trường, Ngự Thuyết, Thành Tôn, Thu Thuyền, Phan Thị Trọng Tuyến, Quỳnh Thi,, Lê Hưng Tiến, Lê Hữu Minh Toán, Xuân Thủy, Bích Thủy, Nguyễn Trí, Nguyễn Kiến Thiết, Huỳnh Viết Tư, Phạm Hồng Thái, Nguyễn Thanh Tuấn, Tuệ Tâm, Tuệ Trung, Trần Quý Trung, Trần Danh Thùy, Vọng Thanh, Nguyễn Đình Phượng Uyển, Trần Hoàng Vy, Trần Hạ Vi, Lưu Diệu Vân, Nguyễn Khôi Việt, Hoài Vũ, Ngô Tinh Yên, Đặng Xuân Xuyến, Hồ Xoa....

Toàn BBT và quý cộng tác viên tạp chí VĂN HỌC MỚI :

Vô cùng tiếc thương: HỌA SĨ

LƯƠNG TRƯỜNG THỌ

Đã ra đi lúc 7:30 sáng ngày 11 tháng 6 năm 2024, tại Little Sài Gòn, Nam California - USA

Hưởng thọ 78 tuổi

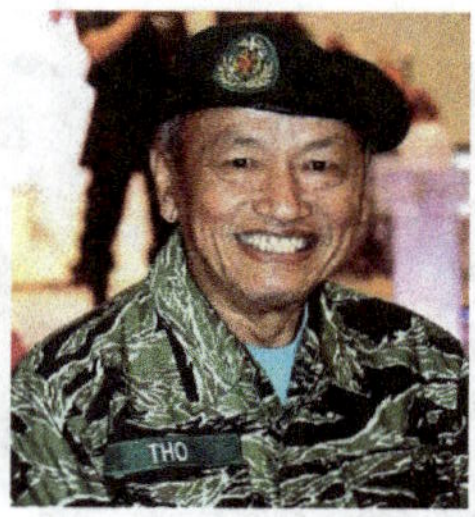

BBT Tạp chí Văn Học Mới & quý cộng tác viên thành kính chia buồn cùng gia đình, tang quyến. Cầu hương linh người Họa sĩ tài ba sớm siêu thoát an lạc cõi vĩnh hằng.!!

Hoàng Ân, Nguyễn Lương Ba, Nguyễn Thị Thanh Bình, Phạm Quốc Bảo, Nguyễn An Bình, Hoàng Chính, Lâm Chương, Khaly Chàm, Ngọc Chuyển, Quyên Di, Đông Duy, Phan Hạ Du, Viên Dung, Triều Hoa Đại, Phạm Xuân Đài, Đào Trung Đạo, Nguyễn Tiến Đức, Trần Duy Đức, Trần Vạn Giã, Vũ Uyên Giang, Truong Vu Giang, Hạ Quốc Huy, Thái Tú Hạp, Ngã Phương Huyền, Nguyễn Trung Hối (Phương D Faria),Mộng Yên Hà, Phan Tấn Hải, Trần Việt Hải, Nguyễn Thị Hồng Hải, Lê Hữu, Trần Yên Hòa, Kimchi Hoàng, Lê Văn Hiếu, Lê Minh Hiền, Nguyên Hà, Khế Iêm, Đỗ Kh, Nguyễn Vy Khanh, Doãn Khánh, Sa Chi Lệ, Mã Lam, Khánh Lan, Nguyễn Thị Ngọc Lan, Nguyễn Đình Từ Lam, Ca sĩ Thanh Lan , Nguyên Lê, Nguyễn Vĩnh Long, Trần Dạ Lữ, Trang Luân, Lê Tuyết Lan, Vạn Lộc, Miêng, Phan Thành Minh, Chu Vương Miện, Tràm Cà Mau, Nguyên Minh, Phan Thành Minh, Ngô Nguyên Nghiễm, Chu Thụy Nguyên, Cổ Ngư, Mai Ninh, Nguyễn Thị Ngọc Nhung, Huỳnh Liễu Ngạn, Minh Nguyễn, Quang Nguyễn, Quỳnh Nga, Trần Thoại Nguyên, Nguyễn Quang Nhạc, (Trần Văn Nam - Thu Nguyen), Nhật Nguyễn, Nguyễn Minh Nữu, Cao Mặc Niệm, Lê Khánh Nhâm, Phan Tưởng Niệm, Đức Phổ, NP Phan, Nguyễn Nguyên Phượng, Mai Văn Phấn, Tiểu Lục Thần Phong, Hoài Phong, Chu Giang Phong, Tùy Phong, Từ Công Phụng, Hạ Đỏ Bích Phượng, San Phi, Bạch Xuân Phẻ, Lâm Bằng Phương, Đỗ Quyên, Phan Công Quan, Lữ Quỳnh, Nguyễn Văn Sâm, Hoàng Xuân Sơn, Tân Sinh, Hoàng Ngọc-Tuấn, Nguyễn Minh Triết, Phan Ni Tấn, Trần Văn Tích, Đinh Phụng Tiến, Nguyễn Đức Tùng, Khánh Trường, Ngự Thuyết, Thành Tôn, Thu Thuyển, Phan Thị Trọng Tuyến, Quỳnh Thi,, Lê Hưng Tiến, Lê Hữu Minh Toán, Xuân Thủy, Bích Thủy, Nguyễn Trí, Nguyễn Kiến Thiết, Huỳnh Viết Tư, Phạm Hồng Thái, Nguyễn Thanh Tuấn, Tuệ Tâm, Tuệ Trung, Trần Quý Trung, Trần Danh Thùy, Vọng Thanh, Nguyễn Đình Phượng Uyển, Trần Hoàng Vy, Trần Hạ Vi, Lưu Diệu Vân, Nguyễn Khôi Việt, Hoài Vũ, Ngô Tinh Yên, Đặng Xuân Xuyến, Hồ Xoa....

Toàn BBT và quý cộng tác viên tạp chí VĂN HỌC MỚI :

Vô cùng tiếc thương: NHẠC SĨ

CAO MẶC NIỆM

(Lê Văn Đức - Sinh 1947 - 2024)

Đã ra đi lúc 6:50 chiều ngày 18 tháng 6 năm 2024, tại T/p Anaheim Hạt Orange Couty , Nam California - USA

Hưởng thọ 78 tuổi

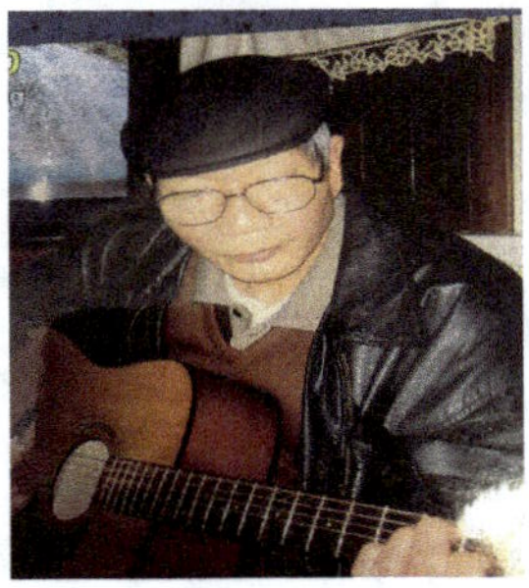

BBT Tạp chí Văn Học Mới & quý cộng tác viên, cùng quý Nhạc sĩ - Thành kính chia buồn với gia đình các con cháu và tang quyến. Cùng với bổn Đạo Cao Đài... Cầu hương linh người Nhạc sĩ quá thân thương - Sớm siêu thoát an lạc cõi vĩnh hằng.!!

Hoàng Ân, Nguyễn Lương Ba, Nguyễn Thị Thanh Bình, Phạm Quốc Bảo, Nguyễn An Bình, Hoàng Chính, Lâm Chương, Khaly Chàm, Ngọc Chuyển, Quyên Di, Đông Duy, Phan Hạ Du, Viên Dung, Triều Hoa Đại, Phạm Xuân Đài, Đào Trung Đạo, Nguyễn Tiến Đức, Trần Duy Đức, Trần Vạn Giã, Vũ Uyên Giang, Truong Vu Giang, Hạ Quốc Huy, Thái Tú Hạp, Ngã Phương Huyền, Nguyễn Trung Hối (Phương D Faria),Mộng Yên Hà, Phan Tấn Hải, Trần Việt Hải, Nguyễn Thị Hồng Hải, Lê Hữu, Trần Yên Hòa, Kimchi Hoàng, Lê Văn Hiếu, Lê Minh Hiền, Nguyên Hà, Khế Iêm, Đỗ Kh, Nguyễn Vy Khanh, Doãn Khánh, Sa Chi Lệ, Mã Lam, Khánh Lan, Nguyễn Thị Ngọc Lan, Nguyễn Đình Từ Lam, Ca sĩ Thanh Lan , Nguyên Lê, Nguyễn Vĩnh Long, Trần Dạ Lữ, Trang Luân, Lê Tuyết Lan, Vạn Lộc, Miêng, Phan Thành Minh, Chu Vương Miện, Tràm Cà Mau, Nguyên Minh, Phan Thành Minh, Ngô Nguyên Nghiễm, Chu Thụy Nguyên, Cổ Ngư, Mai Ninh, Nguyễn Thị Ngọc Nhung, Huỳnh Liễu Ngạn, Minh Nguyễn, Quang Nguyễn, Quỳnh Nga, Trần Thoại Nguyên, Nguyễn Quang Nhạc, (Trần Văn Nam - Thu Nguyen), Nhật Nguyễn, Nguyễn Minh Nữu, Cao Mặc Niệm, Lê Khánh Nhâm, Phan Tưởng Niệm, Đức Phổ, NP Phan, Nguyễn Nguyên Phượng, Mai Văn Phấn, Tiểu Lục Thần Phong, Hoài Phong, Chu Giang Phong, Tùy Phong, Từ Công Phụng, Hạ Đỏ Bích Phượng, San Phi, Bạch Xuân Phẻ, Lâm Bằng Phương, Đỗ Quyên, Phan Công Quan, Lữ Quỳnh, Nguyễn Văn Sâm, Hoàng Xuân Sơn, Tân Sinh, Hoàng Ngọc-Tuấn, Nguyễn Minh Triết, Phan Ni Tấn, Trần Văn Tích, Đinh Phụng Tiến, Nguyễn Đức Tùng, Khánh Trường, Ngự Thuyết, Thành Tôn, Thu Thuyền, Phan Thị Trọng Tuyến, Quỳnh Thi,, Lê Hưng Tiến, Lê Hữu Minh Toán, Xuân Thủy, Bích Thủy, Nguyễn Trí, Nguyễn Kiến Thiết, Huỳnh Viết Tư, Phạm Hồng Thái, Nguyễn Thanh Tuấn, Tuệ Tâm, Tuệ Trung, Trần Quý Trung, Trần Danh Thùy, Vọng Thanh, Nguyễn Đình Phượng Uyển, Trần Hoàng Vy, Trần Hạ Vi, Lưu Diệu Vân, Nguyễn Khôi Việt, Hoài Vũ, Ngô Tinh Yên, Đặng Xuân Xuyến, Hồ Xoa....

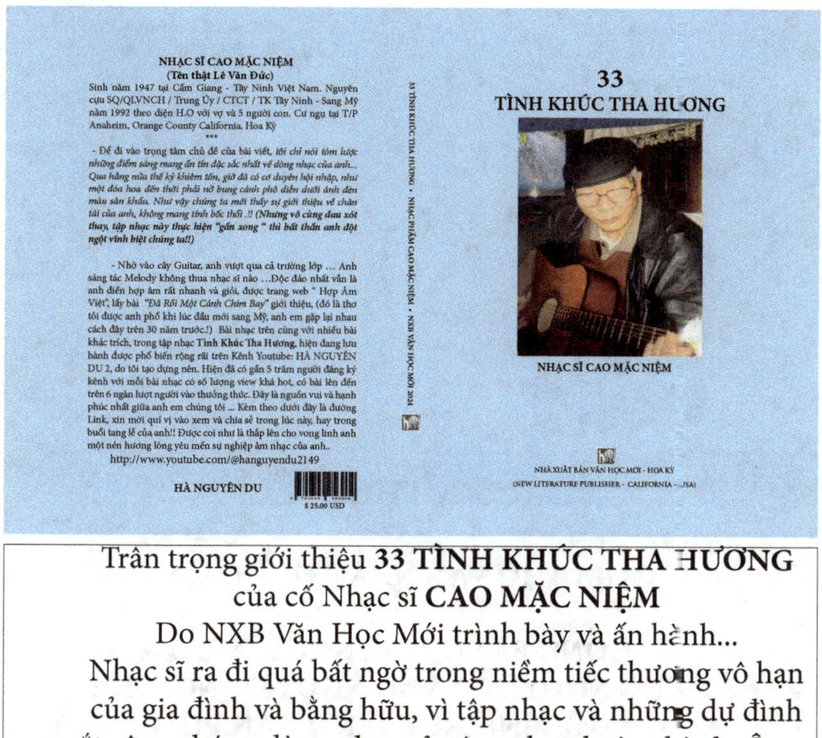

Trân trọng giới thiệu **33 TÌNH KHÚC THA HƯƠNG**
của cố Nhạc sĩ **CAO MẶC NIỆM**
Do NXB Văn Học Mới trình bày và ấn hành...

Nhạc sĩ ra đi quá bất ngờ trong niềm tiếc thương vô hạn của gia đình và bằng hữu, vì tập nhạc và những dự định ra mắt công chúng dòng nhạc của ông chưa hoàn thành. Ông nằm xuống, bằng hữu cố gắng chỉ trong 4 ngày sau là tập nhạc hoàn thành. Nhưng chương trình dự kiến ra mắt chưa thực hiện thì ông đột ngột bỏ lại tất cả để xuôi tay mà về an nghỉ nơi cõi khác.!!

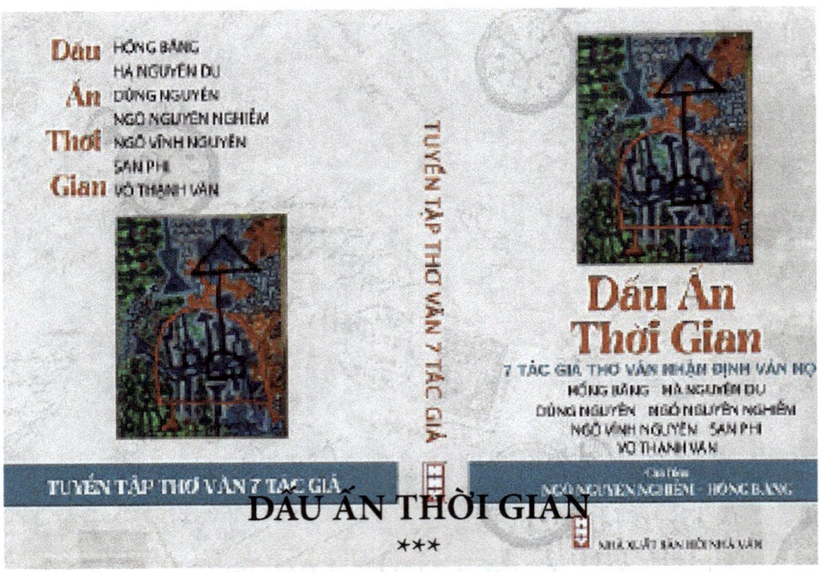

DẤU ẤN THỜI GIAN

***

7 TÁC GIẢ THƠ VĂN NHẬN ĐỊNH VĂN HỌC

HỒNG BĂNG * HÀ NGUYÊN DU
DŨNG NGUYÊN * NGÔ NGUYÊN NGHIỄM
NGÔ VĨNH NGUYÊN * SAN PHI
VÕ THẠNH VĂN

*

CHỦ BIÊN
NGÔ NGUYÊN NGHIỄM * HỒNG BĂNG

*

NXB HỘI NHÀ VĂN

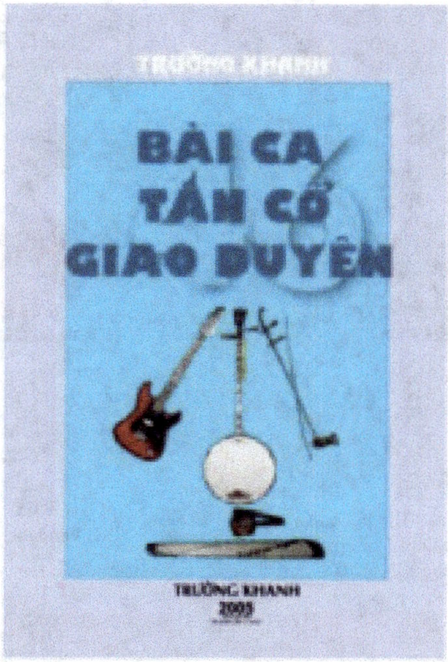

TRÂN TRỌNG GIỚI THIỆU
46 BÀI CA TÂN CỔ GIAO DUYÊN
SOẠN GIẢ
TRƯƠNG KHANH (HND)
NXB VĂN HỌC MỚI TÁI BẢN LẦN THỨ 2
TỪ CUỐN 45 BCTCGD ẤN HÀNH NĂM 2005

Qui vị muốn có sách xin liên lạc với NXB/VHM
Qua: hanguyendu@gmail.com
vanhocmoi68@gmail.com
Hoặc mua thẳng từ mạng toàn cầu Amazon

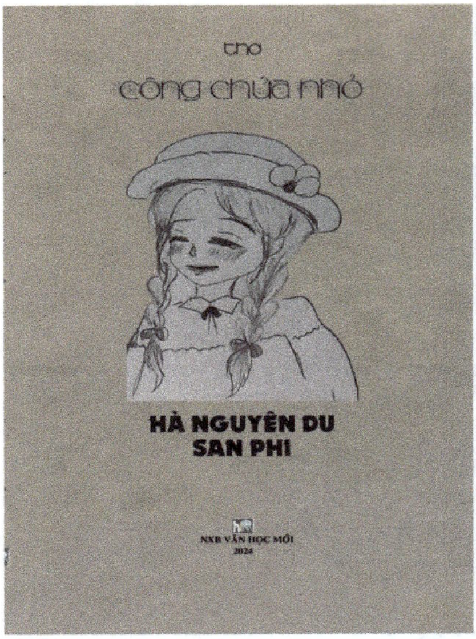

Công Chúa Nhỏ - Thơ in chung
Hà Nguyên Du - San Phi
NXB Văn Học Mới - 2024

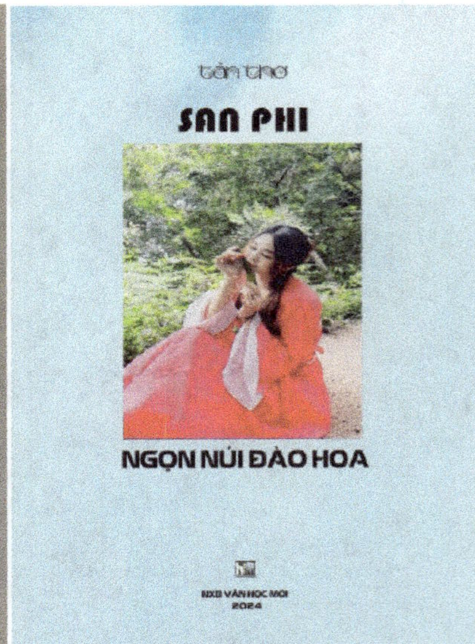

Ngọn Núi Đào Hoa - Tản Thơ San Phi
NXB Văn Học Mới - 2024

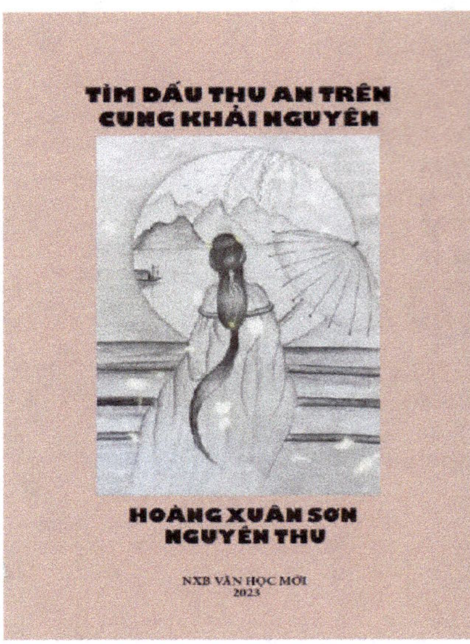

Tìm Dấu Thu An Trên Cung Khải Nguyên -
Thơ in chung
Hoàng Xuân Sơn - Nguyên Thu
NXB Văn Học Mới - 2023

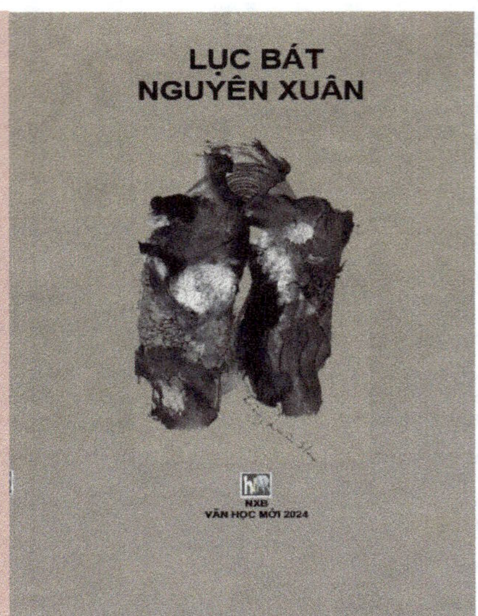

Lục Bát Nguyên Xuân - Thơ in chung
Hoàng Xuân Sơn - San Phi
NXB Văn Học Mới - 2024

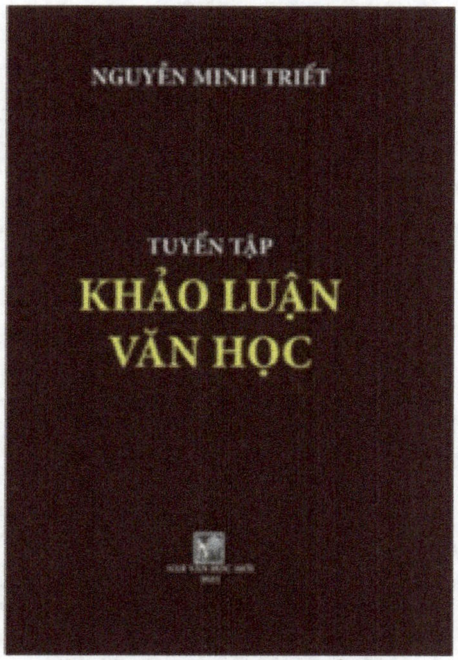

TRÂN TRỌNG GIỚI THIỆU TUYỂN TẬP
KHẢO LUẬN VĂN HỌC
của Nhà văn /Nhà biên Khảo
NGUYỄN MINH TRIẾT

VĂN HỌC MỚI
XUẤT BẢN TẠI HOA KỲ 2022

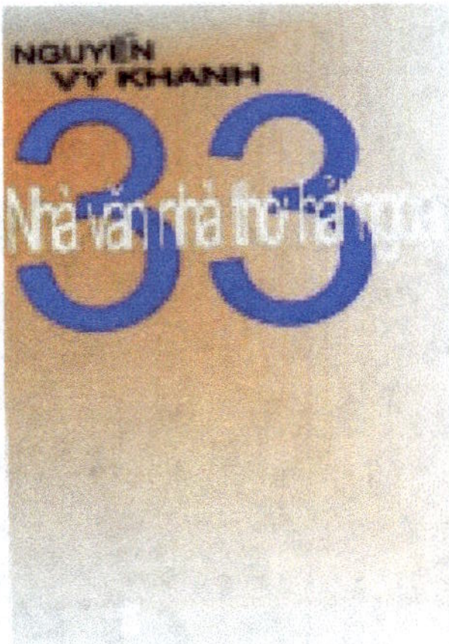

33 Nhà văn Nhà thơ Hải Ngoại
MỘT TUYỂN TẬP NHẬN ĐỊNH VĂN HỌC
Một quyển sách thật giá trị về mặt Văn Học
Được biên soạn rất công phu và tâm đắc, nằm trong gia tài
đồ sộ hay trên kệ sách của Nhà Biên Khảo, Phê Bình, Nhận Định Văn Học
có nhiều văn bằng chuyên môn: NGUYỄN VY KHANH ..
Người yêu văn học nên đọc, để biết thêm về những
sinh hoạt như thế nào với những cây bút sáng tác thơ, văn Hải Ngoại
Sách có bán trên mạng toàn cầu Amazon:
HOẶC LIÊN LẠC MUA SÁCH:
Nguyễn Vy Khanh & Nguyễn Publishings
qua Email: nguyenvykhanh@yahoo.com

19 Nhà văn và 14 Nhà Thơ sau đây:

1. Hoàng Chính	1. Cao Đông Khánh
2. Hoàng Khởi Phong	2. Du Tử Lê
3. Hồ Minh Dũng	3. Hà Nguyên Du
4. Lâm Chương	4. Hoàng Lộc
5. Mai Thảo	5. Hoàng Xuân Sơn
6. Nguyễn Mộng Giác	6. Luân Hoán
7. Nguyễn Trung Hối	7. Nguyễn Nhi
8. Nguyễn Văn Sâm	8. Nguyên Sa
9. Nhật Tiến	9. Nguyễn Nam An
10. Phùng Nguyễn	10. Quan Dương
11. Song Thao	11.Sương Mai
12. Thảo Trường	12.Thái Tú Hạp
13. Trần Hoài Thư	13. Tô Thùy Yên
14. Võ Kỳ Điền	14. Trần Trung Đạo

15. Xuân Vũ, Hồ Trường An, Kiệt Tấn,
Nguyễn Tấn Hưng, Phùng Nhân: Nỗi nhớ qua năm tác giả

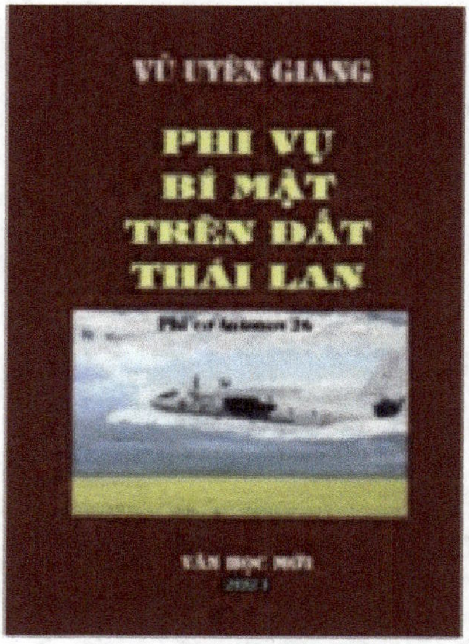

TRÂN TRỌNG GIỚI THIỆU
QUYỂN SÁCH ĐANG ĐƯỢC NHIỀU
NGƯỜI TÌM ĐỌC NHẤT HIỆN NAY CỦA

NHÀ THƠ NHÀ VĂN
VŨ UYÊN GIANG:

PHI VỤ BÍ MẬT TRÊN ĐẤT THÁI LAN
DO NXB VĂN HỌC MỚI

ẤN HÀNH MAY 5, 2021
CẦN CÓ SÁCH XIN L/L:
Vinh Nguyen
vuuyengiang1@yahoo.com
Hay vào mạng toàn cầu Amazon bấm 3 chữ
Văn Học Mới và > đánh tên quyển sách

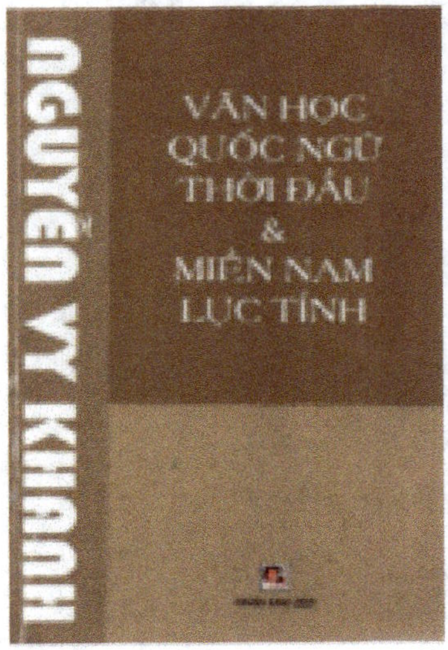

Sách gồm 20 tiểu luận và biên khảo mới hoặc đã được cập nhật:
Văn-Học chữ quốc-ngữ thời đầu
Miền Nam khai phóng
Miền Nam đạo lý
Văn-học yêu nước
Tiếng Việt qua một số tác-phẩm chữ quốc-ngữ thời đầu
Báo-chí từ thời hình thành văn-học chữ quốc-ngữ đến hiệp định 1954
Về Nguyễn Đình Chiểu và lý-luận văn-học
Trương Vĩnh Ký và các tác-phẩm văn xuôi tiền-phong
Huỳnh Tịnh Paulus Của
Trương Minh Ký
Nguyễn Trọng Quản, Hồ Biểu-Chánh và Ảnh hưởng Âu-Tây trong thể-loại tiểu-thuyết thời đầu
Thể-loại Tự truyện với Chơn Cảo Tự Sự
Lê Hoằng Mưu, nhà tiểu-thuyết tiền phong
Nhìn lại sự-nghiệp hiện-đại hóa của Nguyễn Văn Vĩnh
Nỗ lực hiện đại hóa tiểu-thuyết của Hồ Biểu-Chánh
Ngôn-ngữ của tiểu-thuyết Hồ Biểu Chánh
Nguyễn Thị Manh-Manh
Hồ Văn Hảo và Thơ Mới hiện-thực
Thi ca yêu nước của Vũ Anh Khanh
Đôi nét về Văn-học Công Giáo Việt Nam
⁂
Mua sách:
Liên lạc NXB Nhân Ảnh:
Ông Lê Hân
han.le3359@gmail.com - (408) 722-5626
Mua online qua amazon:
Bìa mềm $48: https://www.amazon.com/dp/1665788106/
Bìa cứng $45: https://www.amazon.com/dp/1483499448/

Nguyễn Vy Khanh

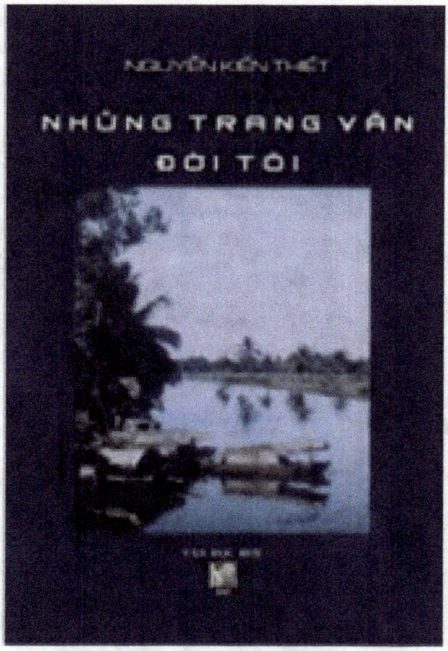

TRÂN TRỌNG GIỚI THIỆU

NHỮNG TRANG VĂN ĐỜI TÔI

@

TẢN MẠN VỀ NHỮNG HỒI ỨC CỦA NGUYỄN KIẾN THIẾT

VĂN HỌC MỚI XUẤT BẢN TẠI HOA KỲ
THÁNG 11/ 2021

Ảnh bìa: Sông nước Hậu Giang
Nhiếp Ảnh Gia Lê Quang Xuân
@
Trình bày bìa & nội dung: Hà Nguyên Du
Sửa bản in: Nguyễn Kiến Thiết
Quyển sách rất giá trị về Văn Học
của một tác giả có bằng Cao Học về Văn chương
Qui vị muốn có sách xin liên lạc:
Nguyễn Kiến Thiết
(514) 331 - 0398
Email: nguyenkienthiet@hotmail.com

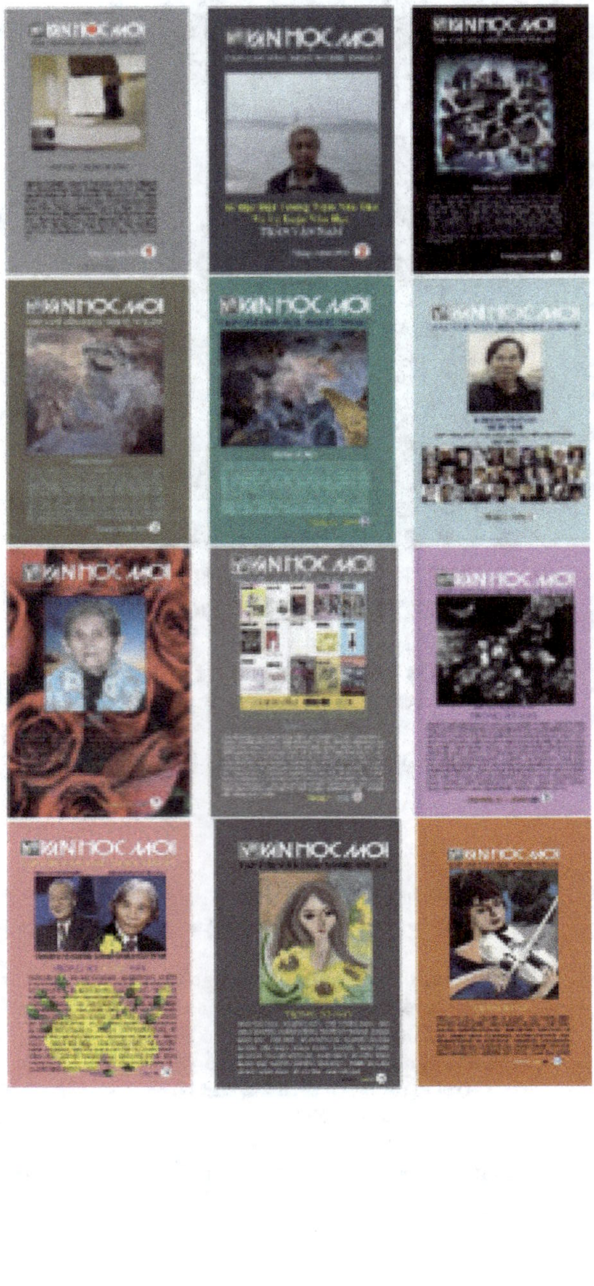

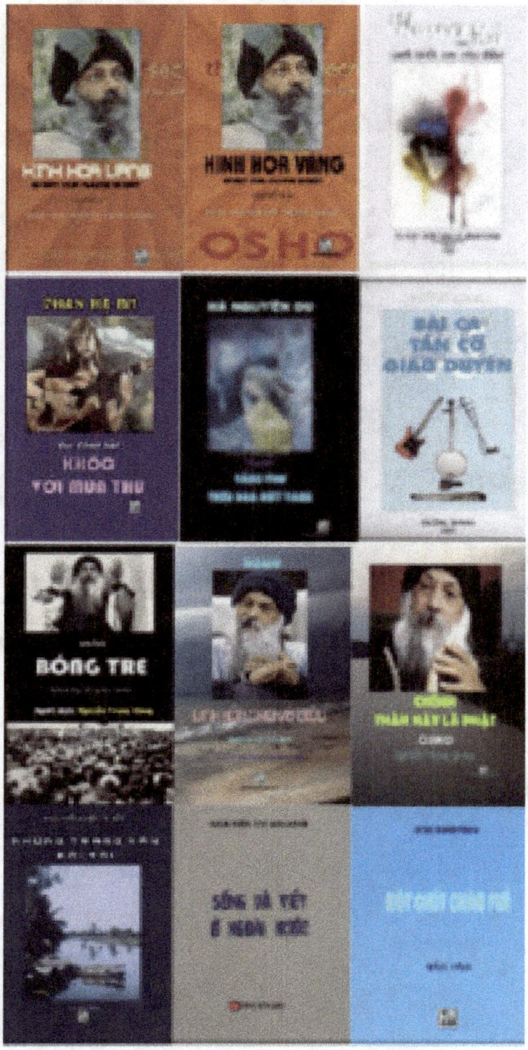
OSHO
BÓNG TRE

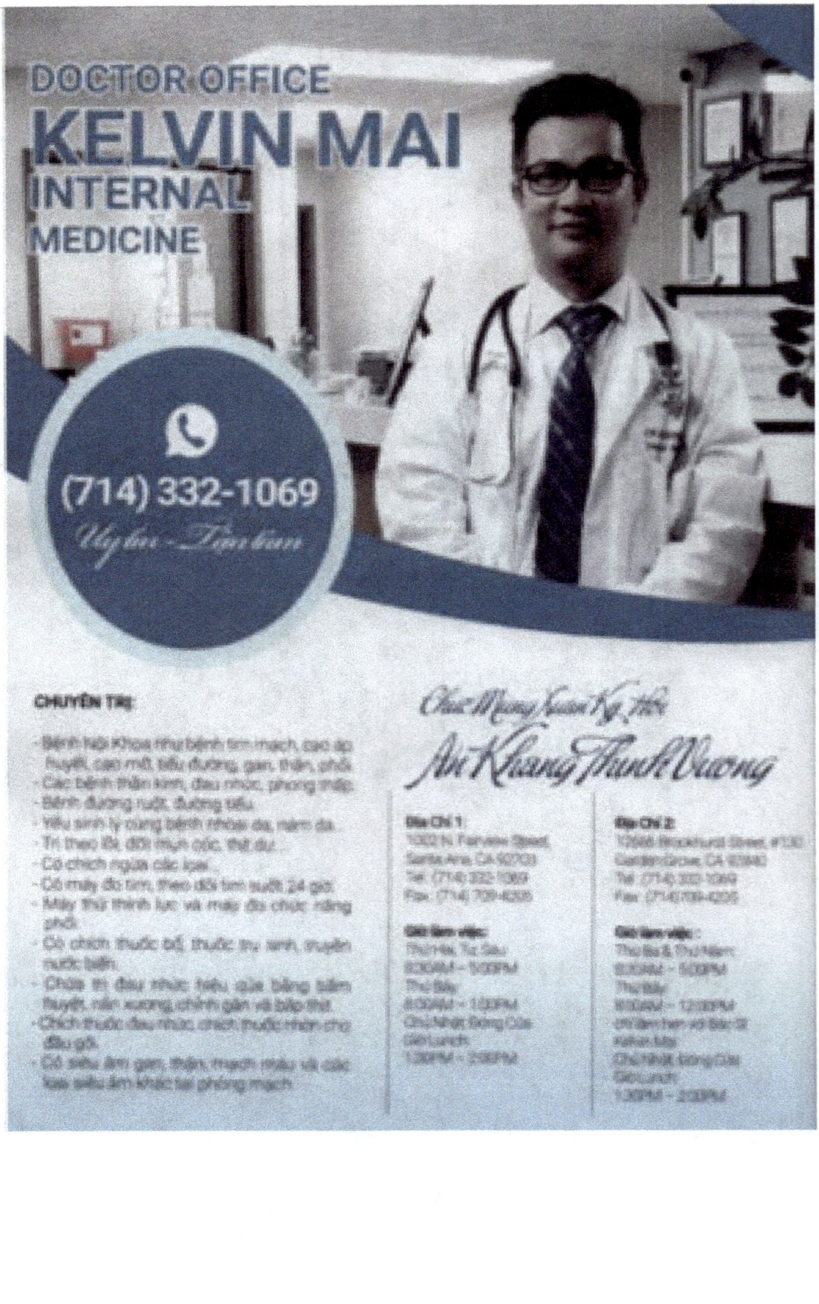
DOCTOR OFFICE
KELVIN MAI
INTERNAL
MEDICINE
(714) 332-1069
CHUYÊN TRỊ:
An Khang Thịnh Vượng

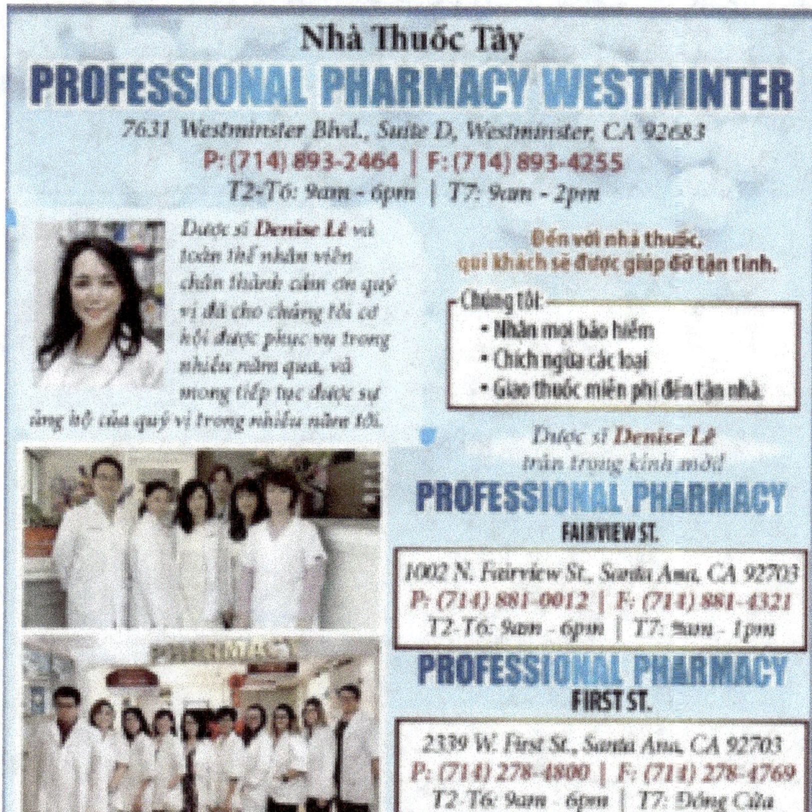
Nhà Thuốc Tây
PROFESSIONAL PHARMACY WESTMINTER
7631 Westminster Blvd., Suite D, Westminster, CA 92683
P: (714) 893-2464 | F: (714) 893-4255
T2-T6: 9am - 6pm | T7: 9am - 2pm
Dược sĩ Denise Lê và toàn thể nhân viên chân thành cảm ơn quý vị đã cho chúng tôi cơ hội được phục vụ trong nhiều năm qua, và mong tiếp tục được sự ủng hộ của quý vị trong nhiều năm tới.
Đến với nhà thuốc, qui khách sẽ được giúp đỡ tận tình.
Chúng tôi:
• Nhận mọi bảo hiểm
• Chích ngừa các loại
• Giao thuốc miễn phí đến tận nhà.
Dược sĩ Denise Lê trân trọng kính mời
PROFESSIONAL PHARMACY
FAIRVIEW ST.
1002 N. Fairview St., Santa Ana, CA 92703
P: (714) 881-0012 | F: (714) 881-4321
T2-T6: 9am - 6pm | T7: 9am - 1pm
PROFESSIONAL PHARMACY
FIRST ST.
2339 W. First St., Santa Ana, CA 92703
P: (714) 278-4800 | F: (714) 278-4769
T2-T6: 9am - 6pm | T7: Đóng Cửa

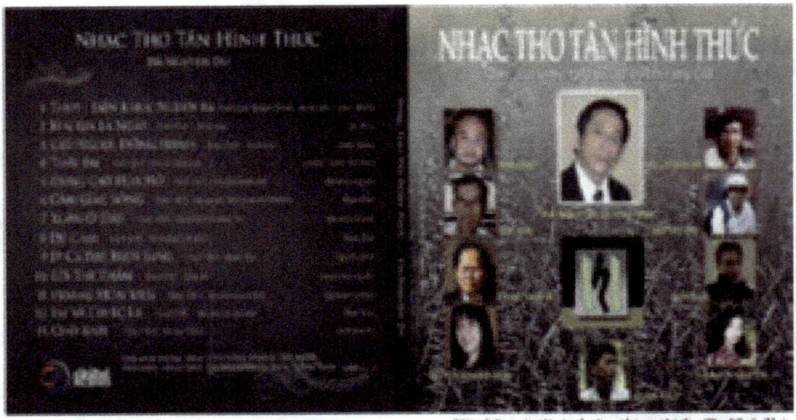

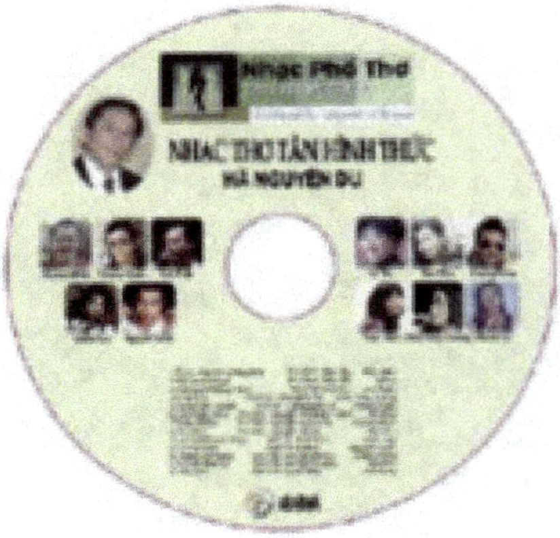

Với những người ưa chuộng thi ca, thì thơ Tân Hình Thức, hầu như ai cũng biết, cũng nghe qua, đọc qua. Nhưng "nhạc Tân Hình Thức" thì đây là lần đầu tiên tôi mới được Nhà thơ Hà Nguyên Du cho nghe.

Hà Nguyên Du là một trong những người tham gia sớm và cùng đẩy mạnh phong trào thơ Tân Hình Thức, sau khi Nhà thơ Khế Iêm là người khởi xướng. Nhưng phổ nhạc từ thể thơ này thì được biết, hẳn anh là người tiên phong. Thơ Tân Hình Thức vốn không dễ làm, nên nhạc Tân Hình Thức cũng không dễ phổ thành ca khúc.

Vì thơ Tân Hình Thức như là một loại văn xuôi được cấu trúc dưới hình thức vắt dòng, phá cách, không vần điệu, theo ngữ ngôn, thời ngôn hay lục bát... mà thành. Cho nên khởi xướng thành nhạc từ thể loại này rất dễ bị ảnh hưởng vào cung cách của văn xuôi.

Tuy nhiên, thơ Tân Hình Thức cũng có nhạc tính nên khi phổ nhạc Hà Nguyên Du đã cố gắng thoát ra khuôn sáo trường quy mà tạo được một hình thức tương đối mới lạ trong âm nhạc và lời ca. Đặc biệt, khi phổ nhạc, Hà Nguyên Du chấp nhận để ý nguyên gốc, dù không sửa đổi hay thêm thắt chữ nào, ý nào từ bài thơ của các nhà thơ Tân Hình Thức.

Âm nhạc khởi lên từ thơ hình thức, ngôn ngữ và hình ảnh nghe như của văn xuôi, nên lời ca được Hà Nguyên Du khéo léo thấp thoáng lên, bay bổng bằng nhạc thuật, đủ giản dị nhưng đi thẳng vào tâm tưởng người nghe... **Nhạc sĩ Phan Ni Tấn**

Hà Nguyên Du là một trong những người làm thơ nổi tiếng ngay từ trước 1975 và khi ra hải ngoại, với nhiều thi tập đã được xuất bản và được giới yêu thơ dành cho nhiều cảm tình đặc biệt...

Thi sĩ còn đi trong cương vị của một người làm thơ Tân Hình Thức, với cung cách tích cực đẩy mạnh phong trào, ngay từ khởi đầu tham gia.

Thơ THT vốn là một thể loại thơ mới lạ, khó đọc, khó làm và phá khổ phá luật, vì thế không phải ai cũng có thể sáng tạo được một bài thơ – giống như một ma thuật huyền hoặc những hình ảnh trong ngôn ngữ – nếu người làm thơ không phải là người có kỹ năng sáng tạo cao độ cả về thi ngôn lẫn bề dày kinh nghiệm sống sâu sắc trong cuộc đời.

Hà Nguyên Du, gần như là người viết nhạc duy nhất đã thổi hồn nhạc thêu dệt nên những bài thơ nhạc qua thể loại Tân Hình Thức, mà không cần sửa chữa hay thêm bớt một chữ. Đó là biệt tài ngoại hạng mà không phải ai cũng có thể làm tốt được.

Để chứng minh điều nói này, tôi nghĩ, những người yêu thơ, nhất là đối với thể loại thơ Tân Hình Thức do Hà Nguyên Du phổ nhạc, rất nên tìm nghe CD Nhạc Thơ Tân Hình Thức do ông mới thực hiện suốt hơn 3 năm qua với nhiều thử thách cả về vật chất, kỹ thuật lẫn tinh thần.

Nguyễn Hà- Nhạc sĩ / Ký giả /TB Sóng & Saigon Nhỏ Magazine.

Viết về CD "Nhạc Thơ Tân Hình Thức" của **Hà Nguyên Du**

Như mới đây tôi đã viết như sau về tập thơ anh sắp xuất bản. Xin trích:

Và cứ như thế, tôi lại kinh ngạc, khi khám phá ra thêm một phương diện nào khác về Hà Nguyên Du. Thú đa, khi biết rằng anh sáng tác nhạc, và các ca khúc lại rất mực xuất sắc... Và, xin trích:

Có một điều tôi biết chắc rằng, đối với Hà Nguyên Du, thơ là cơm hàng ngày để ăn, là nước hàng buổi để uống, và là khí trời trong từng khoảng khắc anh hít thở.

Thì nay, việc sáng tác nhạc của anh hòa nhập vào đời thơ làm thăng hoa cuộc sống khôn khéo. Đây cũng là "khí trời trong từng khoảng khắc anh hít thở".

Tôi chỉ là người nghe nhạc lâu năm, nên thẩm âm trở thành thói quen... Vì thế tôi dễ nhận ra hay dở của một ca khúc...

Về thơ Tân Hình Thức là loại thơ không vần điệu, với ngôn ngữ đời thường. Dù chỉ để đọc, nhưng Hà Nguyên Du khám phá ra tính nhạc của nó không kém, so với thơ truyền thống. Từ đó, cách đây 3 năm cho tới nay, anh vẫn là người đầu tiên phóng mình với nốt nhạc để hoàn thành sứ mệnh "phổ nhạc thơ Tân Hình Thức". Với tâm niệm: bản khó đã được sự ủng hộ nhiệt liệt chân tình, của quí anh em là những Nhà thơ trẻ ở hải ngoại cũng như trong nước...

Thử đo khó khăn nào, anh cũng đi đến hoàn thành tốt đẹp, như hôm nay tôi có trong tay và đã nghe đi nghe lại nhiều lần. Tôi không ngại để nói lời khen như trích dẫn ở trên là "các ca khúc rất mực xuất sắc". Tôi nghĩ, khi quí vị nghe thì sẽ có đồng nhận định như tôi.

Bởi, thơ THT là loại thơ khó làm khó hay, mà phổ nhạc lại càng khó hơn gấp bội.

Tuy nhiên, Hà Nguyên Du vẫn không ngại, mà vẫn nỗ lực như ngay từ đầu cùng mục đích với người khởi xướng phong trào là Nhà thơ Khế Iêm. Quyết cùng nhau đẩy mạnh cuộc cách mạng lịch sử, thật mới mẻ, chưa từng có của thơ Việt là thơ Tân Hình Thức.

Và kỳ diệu thay, anh đã thành công, mà hơn nhất là anh "không sửa một chữ nào". Anh vẫn giữ nguyên bản gốc của các Nhà thơ, mà nhạc anh phổ, khi nghe qua vẫn hay như những ca khúc hiện hành... **Nguyễn Giác Phan Tấn Hải**

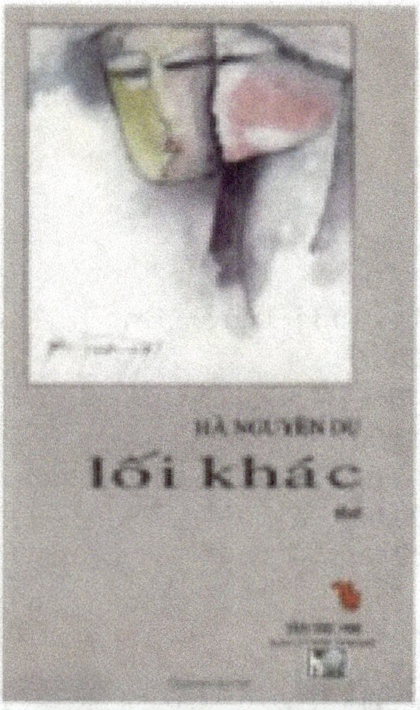
HÀ NGUYÊN DU
lối khác

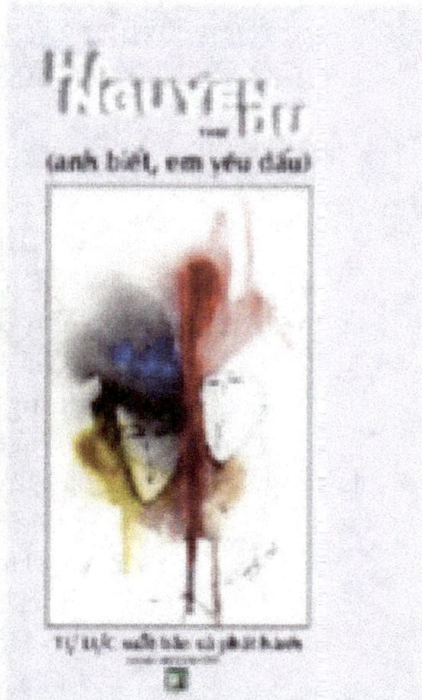
HÀ NGUYÊN DU
(anh biết, em yêu dấu)

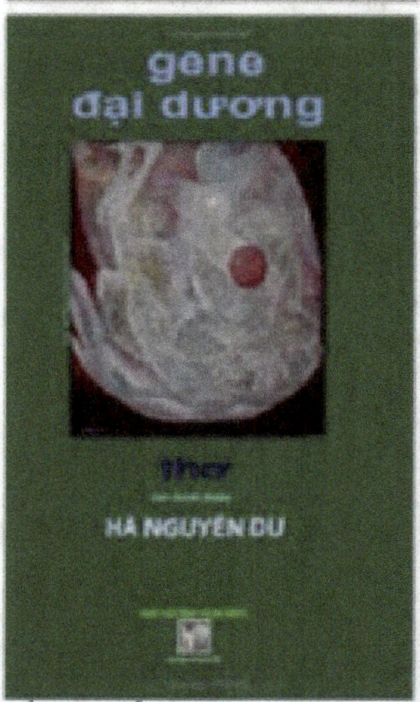
gene
đại dương
thơ
HÀ NGUYÊN DU

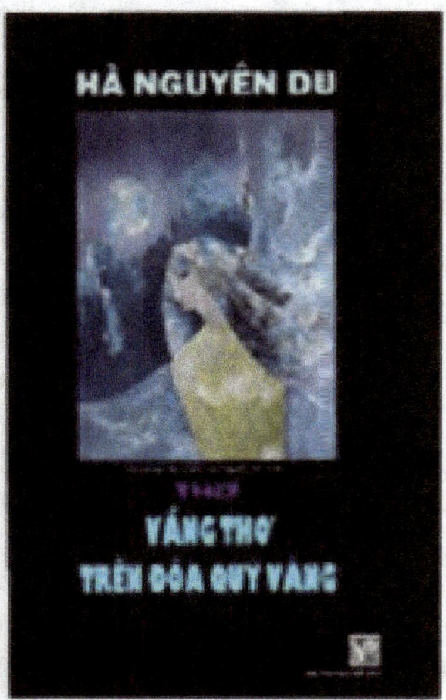
HÀ NGUYÊN DU
THƠ
VẦNG THƠ
TRÊN ĐÓA QUỲ VÀNG

NXB VĂN HỌC MỚI
TRÂN TRỌNG
GIỚI THIỆU SÁCH ĐÃ ẤN HÀNH VÀ
GIÁ SÁCH BÁN TRÊN CỬA HÀNG AMAZON

oOo

1. Lối Khác - Thơ Hà Nguyên Du
Giá $ 18.00
2. Anh Biết Em Yêu Dấu - Thơ Hà guyên Du
Giá $ 20.00
3. Gene Đại Dương - Thơ Hà Nguyên Du
Giá $12.00
4. Vầng Thơ Trên Đóa Quỳ Vàng - Thơ Hà Nguyên Du
Giá $20.00
5.,Văn Học Mới số 1
Giá $ 15.00
6. Văn Học Mới số 2
Giá $ 18.00
7. Văn Học Mới số 3
Bìa mềm giá $ 18.00 - Bìa cứng giá $ 35.00
8. Văn Học Mới số 4
Giá $ 18.00
9. Văn Học Mới số
Giá $ 20.00
10. Văn Học Mới số 6
Giá $ 20.00
11. Văn Học Mới số 7
Giá $ 20.00
12. Văn Học Mới số 8
Giá $ 20.00
13. Truyện thơ Thạch Sanh Lý Thông
- Nguyễn Văn Sâm
Giá $ 15.00
14. Thơ Quỳnh- Hoàng Xuân Sơn
Giá $ 18.00
15. Văn Chương Nobel - Scott Nguyen
Giá $ 18.00

16. Con Đường Tâm Linh - Tập 1
Dịch giả Nguyễn Trung Giang
Giá $ 23.00
17. Con Đường Tâm Linh - Tập 2
Dịch giả Nguyễn Trung Giang
Giá $ 23.00
18. Bóng Tre
Dịch giả Nguyễn Trung Giang
Giá $ 23.00
19. Chính Thân Này Là Phật
Dịch giả Nguyễn Trung Giang
Giá $ 17.00
20. Linh Hồn Cho Vũ Điệu
Dịch giả Nguyễn Trung Giang
Giá $ 28.00
21. Nhịp Đập Trong Nhau -Thơ Phan Hạ Du
Bìa mềm giá $ 12.00_Bìa cứng $20. 32
22. Thổn Thức Nhau Từ Ấy -Thơ Phan Hạ Du
Bìa mềm giá $ 12.00_Bìa cứng $22.00
23. Thương Nhớ Người Dưng-Thơ Phan Hạ Du
Giá $ 12.00
24. Dấu Mốc - Nguyễn Lương Ba
Bìa mềm giá $ 12. 00- Bìa cứng $ 25.00

25. Có Một Thời Ở Quê Hương Tôi - Phan Ni Tấn
Giá $ 18.00
26. Ngòi Viết Lang Thang- Phan Ni Tấn
Giá $ 30.00
27. Người Tôi Yêu- Phan Ni Tấn
Giá $ 20.00
28. Tuyển Tập Thơ Đức Phổ
Bìa mềm giá $ 20.00 - bìa cứng $ 40.00

29 . CD Nhạc Thơ Tân Hình Thức Giá $10.00
30. KInh Hoa Vàng tập 2 - bìa mềm - giá $ 23.00
31. Khóc Với Mùa Thu - thơ toàn tập - bìa mềm giá $25.00
32. Thơ Toàn Tập 1 Hà Nguyên Du - bìa mềm $ 40.00 - cứng $65.00

TRẢ LỜI THƯ TÍN

1/ Tòa soạn Văn Học Mới, xin chân thành cảm ơn quí thân hữu là Nhà thơ, Nhà văn, Nhà Phê Bình, Biên khảo đã hết lòng ủng hộ..

Rất cảm ơn quí vị đã vì yêu mến VHNT nên không chút lo ngại khi nhiệt tình mua báo dài hạn.

Một niềm hạnh phúc nồng nàn đầy chất khích lệ là gia hạn sự ủng hộ cũng như tiếp tục đóng góp bài vở thường xuyên ... của quí tác giả, quí mạnh thường quân...

Tòa soạn VHM cũng không quên cảm ơn quí vị mua tạp chí của chúng tôi trên Amazon, kể cả mua trong những nhà sách ...

1/Con đường "Lập Đức" của tạp chí VHM vẫn luôn là việc ưu tiên hàng đầu. Vì thế "tiếng thơm đồn xa". Vẫn có lai rai thành viên mới cộng tác, cũng do từ anh em thành viên cũ có quá trình "làm ăn khấm khá với VHM nên giới thiệu cho bạn bè của họ!! Từ đó trong VHM số 20 kỳ này nhận được hai tác giả mới ... Ở Mỹ thì có nhà thơ / nhà văn Tuệ Trung Lê Trọng Dũng. Ở Việt Nam thí có nhà thơ Nguyễn Nguyên Phượng (trước đây cũng có cộng tác).

2/ VHM một mực thể hiện tình yêu thương quí trọng đến những tác giả đã một đời sống chết với Văn Học Việt Nam, đã để lại nhiều tác phẩm đóng góp.!! (Không phải riêng vì đã cộng tác với VHM mà chúng tôi mới làm số đặc biệt tưởng niệm ...) Mà là thể hiện sống theo đạo lý của dân tộc Việt mình là "Ăn trái nhớ kẻ trồng cây hay uống nước nhớ nguồn..

Có thể kể từ khi VHM ra đời, đã làm số đặc biệt tưởng niếm đến: (Số 2) tưởng niệm nhà thơ/ nhà biên khảo văn học Trần văn Nam. (Số 6) tri ân nhà thơ/nhà văn/nhạc sĩ Nguyễn Đình Toàn. (Số 8) là số đặcbiệt coi như vinh danh Giai Phẩm Chủ Đề do nhà văn Nguyễn Trung Hối điều hành. (Số 10) tưởng niệm hai nhạc sĩ Nguyễn Hiền và Trầm Tử Thiêng. (Số 13) tưởng niệm Thi sĩ Giáo sư Trần Hồng Châu.

Số 16) tưởng niệm nhà thơ Kim Tuấn... Và đến số 20, tưởng niệm nhà thơ/nhà văn Hoài Ziang Duy, một tác giả cộng tác đắc lực với tạp chí Văn Học Mới...Đến số 21 là số không chủ đề gì ...

3/ Trong trang Trả Lời Thư Tín kỳ này, bổn báo xin giữ nguyền 2 phần trả lời 1& 2. Mục đích để có sự liên tục khi nói đến gồm có bao nhiêu số mà VHM đặc biệt tưởng niệm đến những VNS mà chúng tôi đã làm trong mấy năm qua. Chúng tôi sẽ thông báo trước ít nhất 2,3 số. Về dự trù cho những số tiếp theo sẽ là số tưởng niệm và bài viết chuyên đề về Ký giả / Nhà văn /Thi sĩ Hoài Trinh (trong thời kháng chiến chống Pháp, có in trong cuốn "Thi Nhân Việt Nam Hiện Đại Quyển 1 - Do Phạm Thanh biên soạn - NXB Sống Mới 1959). *Nhưng sau khi thảo luận với các nhà biên khảo thì bị trở ngại, bởi 1 lý do thiết yếu và duy nhất là Thi sĩ Hoài Trinh, dù nổi tiếng trong những thập niên trước của thời ông sinh hoạt, nhưng chí có nhiều bản thảo về truyền và thơ mà chưa bung ra đời bằng sách xuất bản.* Từ đó kêu gọi người viết thì thiếu hẳn tài liệu. Chính vì thế chúng tôi sẽ tiếp tục tưởng niệm hay vinh danh những tên tuổi dưới đây:

Số 28 Vinh danh Nhà Văn Nguyễn Văn Sâm
Số 31 Tưởng niệm Nhà văn Nguyễn Xuân Hoàng
Số 32 Tưởng niệm Nhạc sĩ Đỗ Lễ
Số 33 Vinh Danh Nhà Thơ Hoàng Xuân Sơn

4/ VHM số 24 tưởng niệm Nhà văn Nguyễn Trung Hối xong

5/ Trong 2 tháng vừa qua, VHM làm hai số dồn một, tức là số "22 &23" thuộc số tháng 2 năm 2023 Xuân Quí Mão. Chính bổn báo cũng không ngờ rằng với chỉ mục đích là "Kỷ Niệm 5 Năm Phát Hành Văn Học Mới" thôi!! (Theo dự trù là nhắm giới thiệu sự nghiệp sáng tác của mỗi tác giả) nên dành nhiều trang để họ có dịp tỏ bày... Ngờ đâu rằng "phóng lao thì phóng theo lao" ... Số trang tăng vọt lên chưa từng có trong lịch sử của mọi thời, mọi tờ báo Văn Học. (tăng gần 8 trăm trang). Khiên tờ báo nặng ký như cuốn tự điển.... Phát hành xong, mỗi tác giả đều có trong tay, hẳn nhiên sự trố mắt nhìn và tóm tắt khen ngợi không tiếc lời!!

6/ Trong Văn Học Mối số 22 & 23 Xuân Quí Mão vừa qua, có số lượng tác giả gia hạn mua báo dài hạn cũng tăng đều đặn.... Bổn báo chân thành cảm ơn quí tác giả tích cực cộng tác với VHM và nhiệt tình ủng hộ báo dài hạn. Một hành động nhân quả tốt đẹp là một niềm khích lệ vô cùng lớn lao cho tờ báo thêm mạnh bước chân cứng đá mềm!!

7/ VHM số 27 & 28 đã công bố trước ngày bắt đầu của "Giải Thơ Văn Học Mới 2024" . Thật sự ngày tháng bắt đâu nhận bài là giữa tháng hai và kết thúc đến giữa tháng 5 > Tháng 6 mới công bố kết quả giải, nhưng từ khi bắt đầu công bố sớm trên VHM số 27, đã có hàng loạt người ở khắp nơi đã gửi bài dự thi trước rồi, Đó là một biểu hiện tích cực đầy lạc quan cho *Giải Thơ mang tính đột phá và thăng hoa cho "dòng chảy VHNT" ở Hải Ngoại của chúng ta.... Mãi cho đến VHM số 29 Xuân Giáp Thìn cận kề đến, số lượng người tham dự càng tiếp tục gia tăng hơn. Chúng tôi đang chuẩn bị đánh "số mật mã cho mỗi tác giả" để giữ công bằng và gửi đến mỗi giám khảo trong hội đồng chấm giải...*

8/ Thông báo về Giải Thơ Văn Học Mới ...Sự thành công tương đối tốt đẹp qua BGK thuộc hàng ngũ trí thức văn nghệ chân chính, giữ được đạo công bằng Nhưng không tránh khỏi một vài cơn sóng nhỏ tà đạo đánh lăn tăn, gây nhiễu và muốn tạo thành cơn sóng lớn. Hẳn nhiên không sao làm chao đảo con tàu chính nghĩa luôn vững tay lái. Con tàu của đạo làm người, gắn được gắn máy "Nhân bản" **vượt sóng và đến với bến bờ nhân ái**

Thể lệ gởi bài vở

Gởi sáng tác, xin kèm theo địa chỉ, tên thật (có thể), số phone và email. Gởi đến Văn Học Mới, xin vui lòng đừng gởi báo khác. Nếu tác phẩm đã từng đăng hay phổ biến dưới dạng thức nào, quí vị nên cho bổn báo hay biết. Nhất là **không nhận đăng bài đã đăng trên Facebook hay bất cứ đâu và không nhận bài vở viết tay...**

Xin lưu ý: Tạp chí Văn Học Mới : "không có qui định trả tiền nhuận bút cho bất cứ tác giả nào cộng tác", vì không phải là báo kinh doanh. Vì vậy, những tác giả trong nước khi gởi bài cho VHM, xin nhớ để "không cần nhuận bút ...

Bài vở, đánh máy một mặt giấy. Xin dùng Microsoft Word với công cụ Uni Code hay Unikey là tốt nhất. Cần theo font chữ Arial hay Time New Roman. Bài không đăng không trả lại. Thời gian không đăng khoảng 2 số liên tiếp, quí vị có quyền gởi báo khác..

TẠP CHÍ VĂN HỌC MỚI:

PHÁT HÀNH 6 SỐ / NĂM

(Tức 2 tháng ra 1 số)

Chấm dứt không nhận bài vào ngày 30 của tháng thứ nhất

Gởi bài vở cho Văn Học Mới, theo 2 Email :

1/ hanguyendu@gmail.com
2/ vanhocmoi68@gmail.com

Ngân phiếu / chi phiếu xin để:

HA NGUYEN
10291 Arundel Ave

Westminster, CA 92683 - 5821- USA

GIÁ BIỂU BÁO DÀI HẠN 6 SỐ / NĂM

HOA KỲ / MỘT NĂM / $ 120.00 . HAI NĂM $ 220.00

MUA______/ NĂM

CANADA / AUSTRALIA / PHÁP / ĐỨC
MỘT NĂM $ 140.00 . HAI NĂM / $260.00

MUA______/ NĂM

GIÁ BÁN TẠI CÁC NHÀ SÁCH US $20.00

GIÁ BIỂU BÁO DÀI HẠN 6 SỐ / NĂM

HOA KỲ / MỘT NĂM / $ 120.00 . HAI NĂM $ 220.00

MUA______/ NĂM

CANADA / AUSTRALIA / PHÁP / ĐỨC
MỘT NĂM $ 140.00 . HAI NĂM / $260.00

MUA______/ NĂM

GIÁ BÁN TẠI CÁC NHÀ SÁCH US $20.00

GIÁ BIỂU BÁO DÀI HẠN 6 SỐ / NĂM

HOA KỲ / MỘT NĂM / $ 120.00 . HAI NĂM $ 220.00

MUA______/ NĂM

CANADA / AUSTRALIA / PHÁP / ĐỨC
MỘT NĂM $ 140.00 . HAI NĂM / $260.00

MUA______/ NĂM

GIÁ BÁN TẠI CÁC NHÀ SÁCH US $20.00

GIÁ BIỂU BÁO DÀI HẠN 6 SỐ / NĂM

HOA KỲ / MỘT NĂM / $ 120.00 . HAI NĂM $ 220.00

MUA______/ NĂM

CANADA / AUSTRALIA / PHÁP / ĐỨC
MỘT NĂM $ 140.00 . HAI NĂM / $260.00

MUA______/ NĂM

GIÁ BÁN TẠI CÁC NHÀ SÁCH US $20.00

Chúng tôi NHẬN in ấn tác phẩm thuộc VHNT

NHÀ XUẤT BẢN VĂN HỌC MỚI

Phát hành toàn cầu qua hệ thống Amazon.
Sẽ giao đến tận nhà quí vị. Trên
tinh thần ủng hộ quí Văn Nghệ Sĩ
và thân hữu trong giới sáng tác
Liên lạc Hà Nguyên Du

vanhocmoi68@gmail.com
hanguyendu@gmail.com

2 Ảnh bìa: Nhạc sĩ Đỗ Lễ
Trình bày Bìa và Nội dung: HÀ NGUYÊN DU

*

www.ingramcontent.com/pod-product-compliance
Lightning Source LLC
LaVergne TN
LVHW052245200926
848481LV00002B/274
* 9 7 9 8 3 3 0 2 8 3 8 3 5 *

How to Try a Jury Case

NITA Editorial Board

How to Try a Jury Case

TRIAL TACTICS

John F. Kimberling

NITA

National Institute for Trial Advocacy

Reprint Permission
National Institute for Trial Advocacy
361 Centennial Parkway, Suite 220
Louisville, CO 80027
Phone: (877) 648-2632
Fax: (720) 890-7069

Library of Congress Cataloging-in-Publication Data

Kimberling, John F. (John Farrell)
How to try a jury case : trial tactics / John F. Kimberling.
p. cm.
ISBN-13: 978-1-60156-019-3 (pbk. : alk. paper)
1. Trial practice—United States. I. Title.
KF8915.K56 2007
347.73'75—dc22

2007018063

ISBN: 978-1-60156-019-3
FBA: 1019

Printed in the United States of America

Contents

this book will help you hold your own against older and more experienced trial lawyers and perform better in the courtroom. If you are an "old hand" and already know your way around a courtroom, you may not agree with all my ideas. If that is the case, feel free to e-mail me with your comments. I am not sure I will pay any attention to them, but it will make you feel better if you get them off your chest.

Introduction

Some trial lawyers believe it is not possible to *teach* a lawyer to become a good trial lawyer or how to try a case before a jury. They argue that trial skills in the courtroom are something learned only through experience. Some feel artful and effective advocacy is an innate or a God-given skill that a lawyer is born either with or without. I strenuously disagree with that view and believe it *is* possible to teach a person to become a competent or adequate lawyer in the courtroom and possibly a good one. Lawyers can learn how to try a jury case. For many years the National Institute for Trial Advocacy has proven this with its very effective, intensive training methods designed to bring competency to the courtroom.

This book attempts to set forth some guidelines, suggestions, and rules concerning what to do and what not to do when trying a case to a jury. It is not a primer on evidence. There will be general references from time to time to the rules of evidence, but basically this is a "how-to" book about trial tactics and techniques.

This book is designed for the beginner or inexperienced lawyer who is facing his first jury case. It may also be helpful to the lawyer who has tried some cases and wants to improve his ability as a trial lawyer. It may not make the reader an outstandingly skilled trial lawyer, but it can certainly help a lawyer avoid common mistakes in court. I have tried to set forth in this book ideas and suggestions that are the result of what I learned in the courtroom by trying jury cases. My thoughts apply to civil trials, where my expertise lies. Many of the ideas expressed here may apply to criminal trials as well, but there are significant differences, and I make no claim to their relevance.

Many of these ideas will seem obvious and elementary to experienced trial lawyers, and they are rules that have worked for me. There will be times when they should be deviated from and ignored, but the beginner in the courtroom will find he can hold his own against experienced opposing counsel if he follows the precepts in this book.

When we do a new or unknown thing or go to a strange place or environment, it is natural to feel apprehensive, if not downright frightened. My first stint as a jury trial lawyer was a memorable one. The years cannot erase my awareness of how pitiful and pathetic was my first effort in the courtroom. It was a totally inept performance simply because I did not know what I was doing. Although I had read many biographies of famous trial lawyers and watched movies portraying dramatic courtroom scenes, I was unprepared. I hope this book will prevent that kind of painful experience for new trial lawyers.

Before you venture into court as counsel of record, go into a courtroom when you have some time to spare. Sit through a jury trial from beginning to end. Court clerks can tell you which trials are not expected to be overly long and which ones may be of some interest. This will give you some familiarity with the courtroom and the proceedings. For example, you will note that lawyers stand when addressing the court and you will learn about other events that occur during a trial. A trial will no longer be totally strange to you.

If you want to be a trial lawyer, volunteer for some pro bono work. You can practice your skills on clients who are without the means or ability to hire competent, experienced counsel. You can practice on their cases, and they probably will be grateful for whatever you can do for them.

Before getting into the nuts and bolts of the trial and its conduct, a few general observations are in order.

Ethics

First, there is the matter of ethics. The lack of ethics in the legal profession has made teaching ethics a necessity. While there are numerous and perhaps complicated rules pertaining to the handling of ethical questions, there is one simple preliminary test you can apply—the "smell test." Does it "smell" bad? I have found that whenever I had a question in my mind as to the propriety of doing or not doing something, it usually meant there was an ethical question involved. If it is questionable in your mind, do not do it!

There are real and pragmatic reasons for practicing at the highest ethical level at all times. It should be enough to be able to look at yourself in a mirror and have a good feeling about your reputation and honor as a human being and a lawyer. If that is not enough, look at it from a practical standpoint. You will be trusted by the courts, by clients, and by opposing counsel. This trust will work to your benefit in ways you cannot imagine. If you want to succeed, you will have a better chance of doing so if you have a reputation for honesty and ethical conduct.

Civility

A second point that should be made is the necessity for civility in litigation—both in and out of the courtroom. There is today a great amount of discourtesy and sharp practice among lawyers. Some incivility may be attributed to the basic nature of a particular counsel, or it may be a tactic designed to make a lawyer feel macho and aggressive as a litigator. However, it makes it much less pleasant all around if there is widespread discourtesy and lack of civility among trial lawyers. Little is ever accomplished by being intentionally rude or abusive to others.

There is great pressure today to win. There is great pressure to prevail in expensive and important litigation that is meaningful to the client. The line between civility and discourtesy and between ethical behavior and dishonesty can be a fine one. Do not cross that line. The price you pay may be too heavy to bear. Of course, a trial is a battle between adversaries, and you have to be strong and aggressive to win that war. You must be competitive. However, you can be tough, effective, and victorious without crossing the line and becoming rude, discourteous, and offensive. Judges and juries both dislike the "Rambo" approach.

There is also the tendency at times to play minor tricks on opposing counsel, but these devices have a way of backfiring. In one trial early in my career, I elicited on cross-examination an answer from an adverse witness that was quite favorable to my side. The witness made the admission in a low voice and with obvious reluctance. To make certain the jury got the point, I said, "Mr. Jones, I am slightly hard of hearing. Would you mind repeating that answer?"

The witness did so, and I felt I had scored a minor coup. I was now certain the jury had heard the testimony and had got the point.

Later, in the same trial, opposing counsel got an answer from a witness that was harmful to my client. Opposing counsel then told the witness, "Would you mind repeating that, sir, in a louder voice for the benefit of Mr. Kimberling, who is hard of hearing?"

The Keys to Success

This is the appropriate time to spell out the secret of winning a jury case! It is an unquestioned, essential element of success in a courtroom, that is—*preparation.* There is no substitute for preparing your case before stepping into the courtroom. There have been many stories of famous, successful trial lawyers in the past who were notorious alcoholics and seemed unprepared and hung over when they walked into the courtroom. However, while natural brilliance and occasional good luck may help, there is no substitute for adequate preparation for trial; it is really essential to winning your case.

With modern rules of discovery there is no reason to be surprised by anything opposing counsel presents or does in the courtroom. You should know all his secrets by the time of the trial. You should know his theories, witnesses, and evidence.

However, not everything can always be anticipated. Someone once said, "You don't know what you need, so you need to know everything." Nothing could be truer. The successful trial lawyer often will walk out of the courtroom after the jury has brought in its verdict and look at all the paperwork, witness statements, proposed cross-examination of witnesses and other material he has so meticulously prepared but never had the occasion to use. This is because he was prepared. He was prepared for any and all eventualities, and there were no ugly surprises.

Therefore, the first chapter of this book is on preparation. In it I cover the initial handling of the case from the moment the client walks into the office. I discuss the necessary discovery and pre-trial preparations so you will be ready before trial begins.

The guidelines set forth in this book are not intended to be gospel. They are merely ideas and rules that have worked for me in the courtroom. I hope they will work for you.

CHAPTER ONE

Preparation

Do You Take the Case?

The client walks into your office. It may be a prospective plaintiff who recites a grievance that has caused him financial harm, or it may be an angry defendant who hands you a summons or complaint that has just been served to him.

However pleased and grateful you may be to have a client, it is necessary first to consider whether it is a matter you wish to handle.

Does there appear at first glance to be any merit to the client's position? Are there any moral or ethical reasons why you do not want to handle the case? Are there financial considerations? Is there enough money involved to make it worthwhile to the client to litigate the matter and enough money to warrant your charging a reasonable fee for your services? Is there some conflict of interest, either specific or general? Is there a conflict of parties because you have previously represented the opposing party? Is there a general conflict of interest in that to handle the matter might result in establishing a principle or rule of law that would harm other clients of yours? For example, if you practice in a relatively small community and your new client wants to sue the bank, you may not want to undertake the case if you have been trying to get legal work from the bank.

All these ethical and pragmatic reasons have to be taken into consideration before you agree to act for the client.

If you undertake the prosecution or defense of the case, the terms of your representation should be made clear in a written agreement with the client. There should be no confusion from the very beginning as to the basis for your charges, when they will be submitted, and when you expect payment. An early understanding here will avoid unhappiness down the line.

Investigation

The first step is to make an investigation into the merits of the case. This starts with an investigation into your client's side of the matter. You not only want his detailed version of what happened, but you also want to review all documents pertaining to the matter. All persons working for or connected to the client and this specific matter should be interviewed carefully. This raises the question whether you should simply prepare an attorney's summary of the witnesses' recollections or whether those recollections should be reduced to written statements. A written statement has an advantage in that later it can be used to refresh the witness's recollection or to remind him that he earlier made certain statements. It probably is unwise to reduce to writing information developed from witnesses which can be harmful to your client's position. Written statements are in all probability discoverable, and there is no point in advising opposing counsel of harmful testimony that he might not otherwise come across.

If you choose not to reduce the witness's recollection to a written statement but simply prepare an attorney's summary, be certain to include attorney comments on that statement, your evaluation of the legal consequences of it, and other items that make it plainly a work product of attorney and not a discoverable witness statement.

In initially talking with your client, he should be urged to tell the truth, the whole truth, and nothing but the truth to you, no matter how uncomfortable or unpleasant it is. He should be reminded that all communications between the two of you are confidential and can never be disclosed. You should tell him you can handle unfavorable matters if you know about them, but if you are surprised in the courtroom, there may be no way to deal with them at that late date and great damage can be done. While simple to say, this can be a very difficult thing to accomplish. There is a natural inclination on the part of all of us to avoid admitting unpleasant facts or stupid things we have done. Many clients feel you may never learn of their unwise behavior or that it will never come out that certain events transpired, so it would be safe not to disclose them to you.

You must persuade your client that almost *everything* is usually discovered sooner or later in one way or another. If you ever hope to overcome bad information or harmful facts, it is imperative that you as the lawyer know about them early in the proceedings. In spite of the sternest admonition by you, be prepared for the reality that your client has not been wholly truthful with you and has suppressed some unfavorable information. You should look with healthy skepticism on everything your client and others tell you. There are always independent ways to corroborate important information.

You should gather all available, relevant documents relating to the case. Documents that may be privileged and that you do not want to produce to opposing counsel should be separated physically from other documents. They should be placed in different colored file folders and even kept in different file cabinets. This is to avoid mistakes made by some lawyers when they inadvertently produce privileged documents in response to a request to produce. This happens more often than you would think.

It is necessary to obtain all facts relating to your client's claim for liability or defense against liability. If you represent the plaintiff, you must develop all information relating to his damages and the injury that has been suffered. In a personal injury case the plaintiff may have incurred medical expenses and loss of income. Information must be developed to show damages from future loss of income. In a business case, facts must be obtained relating to the value of property, loss of profits, or other items of compensatory damages. You want to know any involvement of your client or the opposing party in previous litigation.

Next comes investigation into the opposing party's case. It may be difficult to interview witnesses friendly to the opposing side, and it might be improper to interview current or former employees of the opposing party when you know of pending litigation and possible representation of the opposing party by counsel. You need to obtain by various discovery procedures those facts relating to plaintiffs' alleged damages or data in the hands of a defendant relating to damages.

Theme of the Case

At some early stage in the case, you should develop the "theme" of the case. Every lawsuit has a "theme." It is a simple summary of the position of your client in twenty-five words or less. The simple "theme" should have appeal to the jury, and it should be the focus of all your efforts in the case to present your client's story.

The theme of your case is a very short summary of the case that explains and argues why you should prevail in the lawsuit. All evidence that you eventually present in court should have as its purpose the support of this theme. Anything beyond that is extraneous and is irrelevant to your case. One of the purposes of this theme is to keep you, as counsel, focused on what you are trying to tell the jury. Of course, your theme of the case must be one that entitles you to recover, or defend, under applicable law. Early legal research and examination of jury instructions that might be given in the case can help here.

Several illustrations may explain better what this "theme" is. The theme of a plaintiff's personal injury automobile case may be "Defendant was drunk and carelessly struck plaintiff, inflicting serious physical injury." The theme of plaintiff in a contract case might be "Defendant executed and then breached its contract to provide goods by failing to deliver the goods promised."

Your job is to persuade the jury to support your theme by offering an appealing scenario. The trial lawyer is like the producer of a play or show. Careful preparation includes presenting the show (the case) in a way that will entertain or please the audience (the jury). You do this with your actors (witnesses) and props and scenery (exhibits), telling a story that entertains them (makes them want to bring in a verdict for your client). Careful preparation will accomplish this goal.

Counsel must keep the theme of the case in mind at all times in preparing and presenting the case, and remember the old admonition: "Keep it simple, stupid!"

Settlement Evaluation and Discussions

After you are comfortable with the facts of the case and you are in a position to make an evaluation, it is important to sit down with the client and be frank. You must make a prompt preliminary appraisal of liability and the damages involved in the case. You should have some tentative opinion as to the minimum and maximum possible recovery by the plaintiff and exposure of the defendant. If your client's position has little merit and little chance of success in the courtroom, you should tell him as promptly as possible. There is no point in undertaking litigation, getting the client's hopes up, and incurring a substantial legal bill when eventually you are going to tell the client to settle the case. You will earn the confidence of the client by telling him in the early stages of the proceedings he has a losing case and that he should settle on the best terms possible.

After initial evaluation, you should consider the possibility of settlement. If your client has an excellent and strong case, you should approach opposing counsel and make an aggressive settlement proposal. Who knows? It may be accepted. You may have won your case without ever having entered the courtroom! If you feel you have a "loser," it is all the more important to subtly and carefully commence settlement discussions with opposing counsel. This should be done in a manner indicating neither weakness nor fear of your case. You can explain to opposing counsel it only makes sense to explore the possibility of a peaceful settlement before both sides incur substantial legal expense.

Many lawyers operating on a per diem or hourly fee basis undertake prosecution or defense of a case for years, urging the client to battle, only to buckle on the courthouse steps and tell the client it is a case that should be settled. This is not good client relations and will not endear you to the client.

The prospect of success at trial and dollars to be won or lost are not the sole matters to be taken into account. The cost of litigation is always a factor in any consideration of settlement. There may be business considerations important to your client that would alter the fact of settlement or its terms. In business cases, there may be a possible non-monetary settlement that involves negotiated business transactions satisfactory to both parties.

I was fortunate enough to have an enviable win-loss record in the courtroom. While I would like to think these victories were a result of my brilliance before juries, the fact is that I always made every effort to settle the "losers." There seemed to be no point in going to trial with a case I was bound to lose. I never started a trial unless I felt there was a reasonable prospect of a victory for my client. Of course, there are some cases where settlements are not possible, and you have to proceed to court and either win or take your beating with a loss.

There is one situation in which early settlement discussions with opposing counsel may not be wise, and that is when you need to get the jump on opposing counsel by filing first. Suppose your client allegedly owes large sums of money to a creditor. Rather than waiting to be sued, it may be tactically wise to present the case as a plaintiff to obtain the normal advantages of a plaintiff by presenting your case first, appearing as the aggressor. In such a case you might want to file an action for declaratory relief.

Some courts can become very heavy-handed in their efforts to settle cases and clear the court calendar. This is another reason to explore settlement possibilities early. If you do not, most courts have procedures for compelling parties to meet and explore the feasibility of settlement.

If you become convinced at any time during settlement discussions that they are not going to result in the disposition of the case, do not convey that thought to opposing counsel. If you become persuaded the case will go to trial, why let opposing counsel know that? Let counsel think there is still a possibility of settlement until the last minute. He may not prepare as carefully or as well for trial as he would have if you had told him earlier that he better be ready for battle because you are going to try the case.

Pre-Trial Motions

Court rules generally provide for demurrers or other objections to complaints and answers because they do not contain facts sufficient to state a cause of action or defense. This may require plaintiff or defendant to "clean up" his complaint or answer. You should make sure you are not educating opposing counsel to state his case more carefully.

At some stage in the proceedings a Motion for Summary Judgment may be appropriate. If there is no dispute in the facts, this may be a good way to obtain an early ruling in your client's favor. However, if the court can view the facts in a manner most favorable to the opposing party, your chance of prevailing is probably slim. Even if you feel you cannot win a Motion for Summary Judgment, it is a great discovery tool and can force your opponent to disclose his theory of the case and his evidence.

Discovery

If the case has not been settled or otherwise disposed of, it is important to initiate appropriate discovery proceedings. These consist primarily of taking depositions of possible witnesses, and preparing and serving written interrogatories, requests to produce documents, and requests for admissions.

Depositions

There are several reasons for taking pre-trial depositions of witnesses: (1) discovery of facts and information, (2) getting a commitment to facts, and (3) perpetuating testimony.

Discovery of facts. Initially it is wise to take the deposition testimony of the opposing party, or if a corporation, the testimony of a principal officer most knowledgeable of the subject matter. You want to ask about every allegation in the complaint (or answer). Before doing this, however, sufficient investigation should be made so that you know most of the points about which you want to question the witness. For example, if you are not too familiar with the opposing party's case, it may be wiser to first submit written interrogatories to the opposing party to determine the existence and identity of witnesses and documents relevant to the case. The proper time to take this important initial deposition is when you know enough about the case to question the witness about meetings, conversations, events, and documents that are relevant to the case and about which the witness has personal knowledge.

If you represent the plaintiff, you need to know what facts and contentions the defendant will make in connection with both liability and damages. Counsel for the defendant needs to develop the facts pertaining both to the plaintiffs' claim of liability and data pertaining to his alleged damages.

You need to learn the facts of the case including unfavorable facts. You cannot avoid unpleasant information, as it will come out sooner or later. You need to know it early enough to deal with it effectively.

Another advantage of deposition testimony is that counsel can explore substantive matters in detail that you might be reluctant to explore in front of the jury. An example of this might be questions about a claim of loss of consortium or other delicate matters.

You can ask dangerous questions. Perhaps the oldest rule of examination of witnesses is "Do not ask a question to which you do not know the answer." In a deposition you can ask these dangerous questions when you do not know the answer. You can learn the answer. If it is helpful, you have uncovered valuable testimony. If not, you have time to devise ways to deal with it.

Some attorneys feel it is unwise to go into these dangerous areas because of the risk of perpetuating unfavorable testimony. I disagree with this view. It is much better to know the bad side of your case as early as possible so you can formulate some way to offset it. If it is favorable to the other side, it is likely that opposing counsel will bring it out sooner or later anyway. Of course, if it is unlikely that a witness will be available at trial, you should think carefully about perpetuating or preserving unfavorable testimony. Also be careful not to open up a new area potentially harmful to your client that is not in the case up to that point.

Getting commitment to the facts. This is the advantage of taking a principal's deposition at an early stage of the proceeding. As opposing counsel learns more about his case, his theory may change. He will abandon theories or causes of action that he finds cannot be supported. A lawyer with any imagination at all will then devise a new and different theory. For this reason it is important to get a commitment about the basic facts as claimed by the opposing party as early as possible.

To get a commitment and prevent a later shifting of theory and facts, it is important to exhaust every subject at the deposition. This is the reason for the "closer question." For example, after inquiring about a meeting and what was said and done, a general question should be asked: "Was anything else said or done by any party at the meeting . . . ?"

After questions about various documents, it should be asked: "Are there any other documents relating to . . . ?"

In a personal injury case, as counsel for the defendant, you want to ask the plaintiff about all possible acts of claimed negligence of your client. After covering the field, a general question should be asked along the lines of: "Do you know of any other act or conduct of the defendant that had any connection or relation to your accident?"

Counsel should think of every general "closer" question he can ask: "Are there any other acts of the defendant (or plaintiff) of which you are aware that have any connection to or relation to . . . ?"

When you are in trial and the witness brings out a new conversation or the existence of new documents, you can direct him back to his deposition and impeach his testimony and cast doubt on his credibility.

Perpetuation of testimony. It is important to take the deposition of your own witness if he is sick, moving out of the jurisdiction, or is someone you feel would not do well in the courtroom. Before taking the deposition of your own witness, you should get a written statement from him committing him to the information you wish to develop. Witnesses can forget or change their story, but when confronted with a prior written statement, they usually will testify to the substance of that statement. In the case of opposing witnesses, a written statement or deposition is helpful because if they testify inconsistently at trial, they can be confronted with the prior inconsistent statement. Most witnesses will admit that their memory was better at the time they gave their written statement than it is several years later in the courtroom.

Of course, by taking the deposition of a witness, you may be perpetuating and making available for trial unfavorable testimony. As discussed earlier, a lawyer needs to know what harmful testimony is out there. He needs to know what he must combat and answer at trial. Therefore, in my opinion it is preferable to depose a witness you think will give harmful testimony so that you know the details of that testimony and can committ the witness to that version of his story.

A problem can arise when an opposing witness testifies to a matter on which you can impeach him. It is probably preferable to save that impeachment for trial if you are certain the witness has to be called by opposing counsel. If you impeach the witness's testimony at the deposition, he may be able to correct the testimony at trial. If it is your witness being deposed, you may want to object to the questioning to give him a clue as to what he might be saying incorrectly or doing wrong. You may tell him to listen to the question before answering. You may object to the question because it misstated the previous testimony of the witness. You may object because it calls for speculation. These types of interjections will tell the alert witness that you are trying to keep him out of trouble.

Some jurisdictions do not allow objections to questions at depositions. Check your local rules.

Another advantage of taking deposition testimony is that it gives you a chance to evaluate the demeanor and manner of presentation of oral testimony by witnesses. If your witness appears shifty and is unable to look anyone in the eye while testifying, the written record of his deposition will probably be more helpful to you than his appearance in court. If you are lucky, he will disappear before trial, and you can use his deposition testimony.

Most depositions are transcriptions of testimony, but a deposition can also be videotaped. If there is a witness you believe will not be available for trial and is a particularly presentable person who you believe would make a good impression on the witness stand, consider videotaping his deposition. That will give the jury the opportunity of observing his demeanor and the manner in which he testifies.

Do not let opposing counsel interrupt while you are taking a witness's deposition. You may be making points and getting near pay dirt and counsel wants to deflect your attention. When you are taking a deposition, be sure to stipulate that all objections are reserved except as to the form of the question and the responsiveness of the answer. This minimizes the need for opposing counsel to interrupt your questioning.

If opposing counsel is taking the deposition of your witness and the witness makes an error, you should correct the mistake as promptly as possible. Otherwise, you should not cross-examine your own witness. Remember, however, if a witness is not available at the trial, you may want to use that deposition testimony. Be sure it is taken properly in accordance with applicable rules. Be certain also that you have obtained all the testimony from that witness you need at trial.

Before permitting your own witness to be deposed you should prepare him carefully about how he should testify. This does not mean coaching him about the substance of what his testimony should be. It means he should be educated properly about the manner in which to answer questions and how to avoid traps. A good and ethical lawyer will not tell a witness *what* to say, but he should educate the witness as to *how* to give his truthful testimony.

Appendix A is a suggested outline of how to "woodshed," that is, educate and prepare your witness before opposing counsel examines him. In addition to orally reviewing these points with him, Appendix A can be given to him.

Written Interrogatories

The purpose of written interrogatories is to ascertain the identity of witnesses with information pertaining to opposing parties' claims or their defenses to your claims. It is also to identify documents, meetings, and communications that are material to the case.

The form of written interrogatories will vary from jurisdiction to jurisdiction. However, whenever possible the interrogatories should ask for the identity of witnesses having important knowledge or information pertaining to all claims and factual statements made by the opposing party. They should ask for identification of documents that refer to, relate to, or have any connection to the matters in the case. Interrogatories should ask for identification of all communications, written or oral, referring or relating to both issues of liability and damages in the case. When allowed under local rules, interrogatories also should inquire into the opposing party's contentions.

Some jurisdictions permit interrogatories that simply ask the opposing party to "State the factual basis of your allegations in Paragraph 1 that. . . ."

After an initial set of interrogatories, at a later stage prior to trial, supplemental interrogatories may be required to update information. Generally there is no obligation to update discovery responses to include information acquired by opposing counsel after the deposition was taken or interrogatories were answered. This is true also in federal court except that Rule 26(e) of the Federal Rules of Civil Procedure imposes a duty on counsel to update responses in certain situations.

If opposing counsel serves interrogatories on you that are overly broad or improper, do not hesitate to file formal objections whenever possible. This will prevent him from obtaining more information than he is entitled to and will also give you some insight as to his theory of the case.

Requests to Produce Documents

Requests to produce documents are essential in most cases. In your requests to produce, be careful to define documents carefully. They should include tapes, non-identical copies, electronically stored data, and other forms of written or tangible information.

You should ask opposing counsel to identify any documents for which a privilege is claimed.

You should analyze carefully all documents produced by opposing counsel in response to a Request to Produce. It will tell you much about his theory of the case.

Important documents can be obtained not just from opposing counsel but from other parties, as well as government agencies. Many regulatory agencies require filing of documents that can be important to your case. Most of these can be obtained under the Freedom of Information Act.

Be careful at all times not to waive any claim of privilege to any documents you produce. However, there may be instances where you may want to waive a privilege at trial. You cannot wait until trial to do so. If you choose to use this evidence, opposing counsel must be given adequate notice.

Requests for Admissions

Most jurisdictions provide for the service of requests for admissions of the genuineness of documents. You can ask opposing counsel to admit the genuineness of documents that you want to use at trial. If he does so, this eliminates the necessity of presenting a foundation for the introduction of the documents.

Also, some jurisdictions provide for requests for admission of facts. You can ask opposing counsel to admit a certain fact. If he does so, you eliminate the necessity of producing evidence of that fact. Sometimes court rules will permit you to obtain recovery of costs in proving that fact if you prevail in the litigation.

If opposing counsel denies any facts, you should follow up with interrogatories to ascertain the basis for that denial.

Expert Witness

Most cases require the use of an expert witness. If there are technical matters involved at all, an expert qualified under the appropriate jurisdictional rules can be employed to great advantage.

Ordinarily you can look to your client for assistance in obtaining an expert witness. He will be familiar with those who are qualified in the area of expertise in the matter at issue in the trial. Many universities have services available with professors in various academic areas who form a group to provide such services. You may wish to employ a consultant to advise you who is someone you do not intend to call at trial as an expert witness.

The development and use of expert testimony in support of your case as well as handling testimony of expert witnesses for the opposing party is discussed in detail in the chapter on the expert witness.

Preparation As the Trial Date Approaches

When the possibility of settlement appears slim, you have completed discovery, and the trial date is approaching, there is still much to do to prepare for trial.

Some court rules, particularly federal rules, require the preparation and submission of pre-trial memoranda, contentions of fact and law, and proposed pre-trial orders. These are handled in a pre-trial conference with the court. Even in the absence of such requirements, it may be desirable to prepare and present to the court pre-trial memoranda setting forth Points of Authority on legal matters you expect to come up in trial and arguments to the court on some legal issues you expect may arise.

Make sure that during the time scheduled for trial, and a reasonable period before, you have no conflicts. In other words, clear your calendar.

Make sure you have completed discovery. If your jurisdiction does not require the parties to update discovery, do last-minute supplementary discovery.

Prepare a chronology of the case. This is simply a chronological listing of all events, discussions, letters, and documents relating to the case. It will help you understand the case and get a good perspective on it for your presentation.

Some jurisdictions contain a provision for Offers of Judgment. This is a procedure in which you file with the court an offer to settle the case on certain terms, that is, to pay or to accept a certain sum in payment.

If the offer is not accepted by the opposing party, and you prevail on terms equal to or better than that offered, there are provisions for recovery of costs in proving your case.

All necessary notices should be prepared, served, and filed. Notice of Trial is sometimes required. Ordinarily there must be a written notice of demand for jury, although in federal court and elsewhere this should have been filed shortly after the commencement of the case. You may wish to serve notice on opposing counsel to produce witnesses or documents at the trial.

I find it helpful to prepare a list or schedule of things that I have to do and a timetable for completing them before the trial.

Preparation varies from case to case. However, I find it helpful to begin by preparing a document I call "Points to Prove." I set forth on the left side of a sheet of paper the points necessary to prove my client's case. On the right side of this paper I list the witnesses whose testimony is needed and the documents needed to prove each point.

Check the availability of witnesses you expect to call. They should be interviewed once again and prepared to testify at trial. This means they should be briefed as to what to expect at trial and how to conduct themselves on the witness stand. Many attorneys prepare written instructions for the witness to take home and study before taking the stand. An example of such instructions appears at the end of this book as Appendix B. Remember, however, all your conversations with witnesses who are not your client may be discoverable. This includes Appendix B itself.

You probably will want to talk briefly with each of your witnesses the evening before they are scheduled to take the stand. During the trial itself you are likely to be busy and are not going to have time for a thorough review of the witness's testimony. This should be done before the trial commences.

Witnesses should be subpoenaed to appear at trial. Friendly witnesses should be asked for agreement they will appear when they are notified, so they need not be on standby during the trial before being called to testify.

If your case involves a substantial sum of money, it may warrant employing a jury consultant. These businesses have sprung up in most urban areas. Jury consultants are psychologists and sociologists who assist the lawyer in selecting a jury and deciding how to present the case. The most expensive consultants will actually employ people who resemble a cross-section of your jury pool. You present your case to them for their reaction and review carefully their reactions to your presentation. This is quite expensive, and only the largest cases justify it.

A more limited use of the jury consultant is to review your case and then give advice on what kind of jurors you want and do not want. They will also help you shape your theme of the case, determine how to present your evidence, and what form your presentation should take to persuade the jurors.

You should prepare any illustrative exhibits you intend to use with the jury. You should consult with your expert witness, who undoubtedly will require some form of demonstrative evidence. It is not enough to present your case with the oral testimony of witnesses and the introduction into evidence of relevant documents. Psychologists have told us we believe and comprehend things we see more than we do for what we hear. Remember also that today's jurors have watched many crime and courtroom dramas on television and at the movies. Many have developed a faith and belief in technical and scientific evidence.

Therefore, it is tremendously persuasive to present testimony with demonstrative evidence—charts, diagrams, and other visual presentations. You can use overhead projections, PowerPoint displays, and other devices that will illustrate the points you are trying to make in a graphic manner. You can store documents on a computer or laser disc player and use a bar code scanning device to manage and quickly retrieve any document you want during the trial.

Video presentations, models, and computer animations are particularly valuable demonstrative tools. Many lawyers have professional filmmakers produce videos or films that make points much more graphically than if a lawyer simply talks about them or a witness verbally testifies on the stand. Different jurisdictions have different rules concerning demonstrative evidence, so you must be familiar with these rules. Be careful not to overdo the use of demonstrative ev[illegible] you do, it loses its effectiveness. Employ it to illustrate only you[illegible] important points.

Here are several examples that have been used effectively in the courtroom:

Suppose the plaintiff's counsel in a serious personal injury case needs to persuade the jury his client's injuries are excruciating and disable him from leading anything near a normal life. A common device is to prepare and play for the jury a film entitled "A Day in the Life of ______." It shows much of one day from morning to night in his life. This dramatically shows the jury that the pain and crippling effects of the injury are always present, and the plaintiff does not have a single good moment in his entire day.

Counsel for defendant in a personal injury case sometimes discovers the plaintiff is malingering badly in spite of limping into the courtroom in front of the jury and slowly and painfully easing himself into a chair. I once had a case in which such a plaintiff claimed he could hardly move. I was suspicious and hired an investigator. He was fortunate enough to actually film the plaintiff one day shortly before the trial in his backyard changing a tire on his automobile and then practicing his golf swing for about ten minutes. He had no visible difficulty performing these acts.

At the trial, I got the plaintiff committed on cross-examination that his condition was always present and that there had not been a day since his injury when he had any relief at all. We then played the movie for the jury. There was a verdict in defendant's favor. The jurors did not believe the plaintiff's testimony on the damages issue, and his lack of credibility carried over to his liability claim.

However, this kind of a video presentation should never be used unless it completely destroys the plaintiff's credibility. If it is questionable or borderline, the jurors may resent the secret intrusion into the plaintiff's life as unfair and underhanded.

You should have a final meeting with your expert witness, if you have employed one. If opposing counsel has employed an expert wit-

ınge for your expert to sit through the opposing trial to assist you in your cross-examination of s.

ıare a trial notebook, which is essentially a loose- ɔutlines witness examination, cross-examination, each page. I personally find it more helpful to use the file folder system. I prepare a manila folder for each witness I intend to call or whom I will be cross-examining. I prepare an outline of the examination of each witness, covering the points to prove. Other folders contain notes from my *voir dire* examination of the jury panel, an outline of my opening statement, and other materials.

This is the time to keep in mind the theme of the case and the "Points to Prove," which you prepared earlier. Examination of witnesses should be short, concise, and cover only necessary points. Disaster always lurks around the corner when you are conducting extraneous examination beyond what is absolutely necessary to make your point.

In each witness folder place a copy of the documents that will be needed during the course of examination of that witness. You should then sort out all the documents you are going to use at the trial so they are available roughly in the order in which you expect to use them. This will eliminate a lot of embarrassing fumbling through files and folders during the examination of witnesses.

At this point counsel should sit back and imagine himself as opposing counsel. You should think about the case you would present if you were opposing counsel, and also what witnesses and exhibits you would present. This enables you to plan your attack on the opposing party's case. You should also think of the weaknesses of your case. They certainly will be exploited by opposing counsel, and you need the perspective to determine ways to bolster your case and defend against those attacks.

You must prepare any motions you wish to present to the court at the commencement of the trial. For example, rather than object in front of the jury to certain testimony offered by opposing counsel, you should prepare a motion in limine to exclude or suppress any prejudicial evidence, testimony, or documents. This avoids objecting in court and appearing to the jury to be trying to keep something from them.

You should prepare your *voir dire* outline. The tendency today is for most courts to conduct examinations of prospective jurors and severely limit counsel's questioning. However, submission to the court by counsel of written questions to be asked to the panel is common, particularly in complex litigation.

You should do legal research on questions that will arise at trial. Anticipate evidentiary questions.

There are different rules in different jurisdictions for exchange of witness lists and lists of documents to be introduced at the trial. You should prepare your list for opposing counsel and examine his list very carefully. It will give you an idea of his theory and expected presentation in the courtroom.

You should prepare the proposed jury instructions you wish submitted to the jury. The tendency of many lawyers is to prepare extensive and numerous proposed instructions with the hope that the more you submit, the more the court will use in instructing the jury at the conclusion of the case. In my opinion this is rarely productive. You are much better advised to have a limited number of instructions that are important to your case. There are usually a small number that you are going to hammer home to the jury in your closing argument. Be prepared to support these instructions with adequate legal authority.

Counsel should prepare an outline of his expected closing argument. Yes, the trial has not even started, and you are preparing your closing argument! This is to keep you focused on what you really need to present during the trial and to avoid unnecessarily cluttering the record and boring and possibly confusing the jury. Preparing this outline at this early stage will help keep you focused on the points you should be making on direct and cross-examinations during the trial. If you have prepared your case carefully, properly, and thoroughly, you will find when it comes time to deliver that closing argument, you have prepared it accurately before the trial even commenced.

Finally, you should prepare your opening statement.

Now, your preparation is complete and you are ready for trial.

CHAPTER TWO

Commencement of the Trial

Trial day has arrived. You report to the designated courtroom.

At the commencement of trial, it is normal for counsel to confer with the court in chambers before the jury is called. There are a number of things you or the court should consider bringing up at that time:

- Inquire of the court how it will handle jury selection, challenges, and the number of alternate jurors to be seated.
- Your and opposing counsel's estimate of the number of days needed for the trial.
- Inquire of the court whether counsel may discuss the issues of the case, as well as the evidence to be presented, in opening statements. Indicate your willingness to do so. Can you use charts, models, or other demonstrative evidence in your opening statement?
- When should counsel advise opposing counsel and the court of the names of witnesses to be called? This is important because you want to know beforehand which witnesses opposing counsel will call the following day so you will be prepared to cross-examine them. It is helpful to have the names of the opposing witnesses at the beginning of the court session the day before opposing counsel will put them on the stand.

- Are all documents expected to be introduced as evidence marked for the court and the clerk (except for impeaching documents, which of course you should withhold)?
- When does the court wish proposed jury instructions to be submitted?
- When will the court instruct the jury? Before or after closing arguments? The normal procedure is to instruct the jury after all counsel have made their closing arguments. When talking about the law applicable to the case in your closing argument, it is necessary to say, "It is our opinion the law is . . ." or "I believe the court will instruct you the law is. . . ." Some courts deviate from this practice by instructing *before* arguments. I think this is the better procedure. It makes it easier to talk about the law in your closing argument.
- Should witnesses be excluded from the courtroom except when testifying?
- Submit a trial brief to the court if you have prepared one.
- Get the court's ruling on motions in limine and any other pre-trial motions.
- Should the jurors be permitted to take notes and ultimately to take exhibits that have been introduced into evidence into the jury room during deliberations?

General Conduct during Trial

Before the trial commences, introduce yourself to the court clerk, bailiff, and the court reporter. Write their names at the beginning of your trial notes so you do not forget their names. Get to know them and be friendly with them. They are probably nice people and can help you in many ways during the course of the trial.

Whenever the judge enters the courtroom, stand up. Stand also whenever the jury enters the courtroom and takes their seats in the jury box.

Stand at all times when addressing the court.

Stand at all times when questioning witnesses.

Most judges today require counsel to speak from the le remain there. Too many lawyers wander around in the well of the and it is distracting. However, if your judge does not keep you at lectern when questioning a witness, you can alert the jury to important testimony by some subtle, undramatic movements. For example, you can stand at the end of the jury box questioning the witness, which will force the witness to look at the jury. If you are about to bring up a very important point, you can create a dramatic pause to get the attention of the jury (or wake several of them up) by going to the counsel table and shuffling through a stack of papers to find the document you want. This tells the jury you are looking for something important and they should pay attention because something important is coming.

If you have a witness on the stand when the court declares a recess, make sure that witness is seated back in the witness box before the judge returns to the courtroom.

After you have completed the presentation of your case, tell the court "Plaintiff (or Defendant) rests."

During the trial you should keep careful notes of important testimony of the witnesses. I think it is helpful to keep these notes in two-thirds of the right side of each page of your yellow tablet. This leaves a wide margin on the left for you to make notes to yourself about how or what you wish to do about that testimony when cross-examining that witness later in the proceedings. Be sure to underline that which is important so that it will stand out for you later.

Remember you are not the court reporter. If you have questions later about exactly what was said by a witness, you can ask the court reporter to find that testimony for you. You do not want to spend so much of your time scribbling notes that you are not aware of what is happening in the courtroom. You should pay attention to the jurors' reaction to the testimony and be aware of other things that are going on around you.

I find it helpful to keep the last page or sheet of paper in the yellow tablet for a list of exhibits. I make two columns in the left margin. The first one is labeled "I.D.," meaning these documents have been marked

ıt the number assigned to these documents in that column I label "EVID" for evidence, meaning that ment number in this column, it has been offered *idence* by the court. This is a handy review at a ents that have been marked and entered into evi- your case, you should review this list for any documents that have been marked but not yet admitted into evidence that you want admitted.

On the next to the last sheet of paper at the end of my yellow tablet, I keep a list labeled "Closing Arguments." On this page I jot down notes during the trial of those points I wish to make during my closing argument.

You should at all times present a relaxed and confident attitude in the courtroom and in the halls where you might be seen by a juror. No matter how catastrophic a blow is delivered to your case, you should appear confident and relaxed. Do not appear worried, even though disaster may have struck. No matter how careful and thorough your preparation, surprises occur during a trial. You need to be flexible and able to adapt quickly to new events. Issues change. Witnesses fail to appear. All sorts of things can change the best laid plans. This is one of the exciting aspects of trial work!

Avoid talking about your case with your client or others in the halls, elevators, restrooms, or anywhere else near the courthouse . You never know when a juror may overhear your discussion. Warn your client, associates, and witnesses not to talk with the jurors.

Now, your case is prepared for trial. You have resolved matters with the judge. You know how to conduct yourself in the courtroom. You are ready to pick a jury and begin the trial.

CHAPTER THREE

Voir Dire

Voir dire is a French phrase meaning to "speak the truth." It is the name of the procedure in American courts for examination of prospective jurors to ascertain bias, prejudice, or an inability to fairly judge the case. In early days, only male property owners were permitted to serve as jurors; but after much litigation, most jurisdictions have decided the best way to provide a litigant with a jury of his peers is to take names from the voter registration list or those with motor vehicle drivers licenses. This provides a jury panel that better represents the community in general, although it may not really mirror it. In any event, the goal is to select impartial, unbiased, open-minded men and women to hear the case. That is a difficult task because most of us are biased and prejudiced in some ways about some things in life because of our personal experiences.

One of your goals in the *voir dire* procedure is to select jurors who will give your client a fair hearing. There are other purposes. One is to educate the jury panel about your case. It is an opportunity to tell them something about it and create a preliminary mindset favorable to your client. Another purpose is to establish a rapport between you and your client on one hand and the jury on the other. It is an opportunity to ingratiate yourself and your client with prospective jurors. To do this, you must be warm, friendly, and down-to-earth in your questioning of the members of the panel.

While much of our judicial system is inherited from our English forbears, jury selection is quite different in England. There is no right to a jury in a civil case there; and in criminal cases the first twelve jurors impaneled are asked: "Can you give a fair hearing to both the Crown and the defense?" If the answer to that question is "Yes," that is the end of the *voir dire* examination.

In this country it was originally the lawyers who questioned prospective jurors. Some courts came to believe lawyers were wasting time and delaying the judicial process with unnecessary questioning of jurors. It was felt many lawyers were just trying to indoctrinate the prospective members of the panel with their theories of the case. Therefore, the courts began to limit the lawyer's right to question the panel, particularly in federal courts.

The modern tendency for many courts to deny lawyers the right to conduct the examination of prospective jurors is an unfortunate one in my opinion. The excuse for the court taking over this job is that too much time was being wasted by prolonged examinations by lawyers, and the court could do it effectively and in much less time. There may have been abuses, but it is unfortunate that as the lawyer for your client, you do not always have an opportunity to explore prospective jurors' attitudes by questioning them yourself at reasonable length.

The following discussion obviously will be most helpful in jurisdictions where courts still permit lawyers to do all or a substantial part of the *voir dire* examination. If you are trying your case in a court where the court normally does all or most of the questioning, it may exercise some latitude in permitting counsel to ask questions of prospective jurors. If the court says it will do the *voir dire* examination itself, ask for permission to do limited questioning after the court has finished. Tell the court your case is different from the ordinary run-of-the-mill case, and you would appreciate some latitude. Tell the court you and opposing counsel will ask relevant questions and *not* engage in endless chatter with the jurors in an effort to get them to prejudge the case. Promise to limit your examination to a certain amount of time.

The Procedure

Jury trial practices and procedures in federal and state courts around the country are quite similar except for the examination of prospective jurors. The *voir dire* practices in federal and state courts vary substantially and from state to state. In about one-fourth of all federal courts today, only the judge questions prospective jurors. In about one-half of the remaining federal courts, the judge does the questioning with some attorney participation. In state courts just the opposite is true. In over half of state courts the lawyer questions the panel with limited participation by the court. The court's questioning often takes the form of preliminary general questions about residence, occupation, previous jury experience, and familiarity with the case, parties, and lawyers. The practice in state courts varies individually from state to state and within each state.

In about one-third of both federal and state courts a written questionnaire is submitted to prospective jurors. This is done in a majority of those courts prior to the jurors reporting for duty. These written questionnaires are related specifically to the case in only a very small percentage of cases.

After the twelve (or six in most federal courts) are tentatively seated, almost all courts generally pose questions to the panel. After that, questions are posed to individuals in the jury box who responded to those general questions. In nearly one-third of all federal and state courts individual jurors are questioned privately, either at sidebar or in some way out of the presence of other members of the panel.

Courts in which the judge does the questioning often permit the submission of questions by lawyers that they want asked of the jury panel. Sometimes local rules provide boilerplate questions to be asked in simple lawsuits.

After this questioning, the procedure usually is for the plaintiff to question each of the men and women tentatively impaneled and then for the defendant to question them. The plaintiff then can exercise challenges "for cause." This can be because a juror is biased, prejudiced, incompetent, or for other reasons. There are many specific statutory grounds in various jurisdictions for challenges for cause.

The defendant can then challenge for cause. After that, the plaintiff can exercise peremptory challenges, that is, a juror can be excused without giving any reason. The defendant then can exercise peremptory challenges. There are limits to the right to exercise peremptory challenges. The courts have held you cannot excuse jurors in a criminal case *solely* because they are members of an identifiable group distinguished on racial, religious, ethnic, or similar grounds.

The procedure for selection and the order of exercise of challenges will vary from court to court. It is necessary to meet with the court before jury selection begins and find out the rules:

- Can challenges for cause be made at sidebar, rather than from the counsel's table where the jury can hear them?
- Are challenges for cause to be made alternately by counsel? Peremptory challenges?
- If one juror is passed for cause, can you later challenge him or must he be challenged immediately after you question him?
- If one juror is passed for peremptory, can he later be challenged?
- Make sure you know the number of peremptory challenges you have. If there are multiple parties on your side of the case, ask the court for additional peremptory challenges for each party.

These procedures differ from one court to the next, and you must know them before you begin selecting your jury.

It is helpful if you can exercise an attempt to challenge for cause at a sidebar out of the hearing of the jury. It is not helpful to challenge a juror for cause and have the court deny that challenge. If the juror hears that, he is probably not going to be friendly toward you (unless he wanted to be excused from jury duty anyway!). It is probably wise in that situation to use one of your peremptory challenges to remove that juror.

When you excuse a juror with a challenge, you should say: "The defendant will ask the court to excuse Mr. X. Thank you very much, Mr. X, for coming here today. We appreciate your willingness to serve."

While ordinarily an attorney has an unlimited number of challenges for cause, all jurisdictions limit the number of peremptory challenges, and they are few. In federal court, you are permitted three peremptory challenges in a civil case.

This procedure continues until the jury of twelve (or six in most federal courts) has been seated. The court then will select several alternate jurors, who will sit throughout the trial and hear the entire case as the jurors on the panel do, but they will participate only if one of the impaneled jurors becomes ill or is excused for some reason during the course of the trial. Many lawyers relax after the jury is impaneled and pay less attention to the selection of alternates. This is a mistake, because one or more of the alternates may well end up deliberating in the case.

Some challenges for cause are statutory in federal court. For example, U.S. law provides in 18 USCA 1865 a person is disqualified to serve as a juror for a number of reasons including if he is not a U.S. citizen over eighteen years of age who has lived for one year in the district; cannot read, write, speak, and understand English; or has been convicted of a crime and his civil rights not restored.

The allowance of a challenge for cause to a specific juror is totally discretionary with the court. Most judges are leery of permitting too many challenges for cause and generally require a fairly convincing showing of bias or prejudice. For this reason, if you are forced by the court to announce a challenge for cause in the presence of the jury, be very careful before attempting to exercise such a challenge.

Before the clerk spins the wheel or shakes the box and pulls out the name of the first prospective juror, draw twelve boxes for the names of the jurors. Turn your yellow pad sideways and draw a horizontal line across the middle and five vertical lines so that you have twelve boxes for jurors. Determine from the bailiff before the court session begins how he will place the jurors in the box, that is, will number one juror be in the left in the front row and number six the juror to the farthest left in the back row? Then, number your boxes in that order.

As each juror's name is called, write that name at the top of the box. As that juror is later questioned, make notes about him in that box. As the questioning of jurors proceeds, make a note in the boxes of your preliminary or tentative decisions as to which jurors you may wish to challenge. If a juror is replaced, use a Post-it note to cover that box and use it for the replacement juror.

Make a note when one is excused for cause or with a peremptory challenge. It is *vital* you make a large "P" (for peremptory) with a red pen in that box if *you* exercise a peremptory challenge for that juror. You must keep track of how many peremptory challenges you have exercised and how many you have left. There are few things more embarrassing than to stand up and exercise a peremptory challenge to a juror and to learn you have none left. You have not made a friend of that juror.

The modern *voir dire* practice of limited examination of the panel has minimal usefulness because successful questioning of jurors is more than simply asking them "What is your name?" and "Where are you employed?" and questions that require only a "Yes" or "No" answer. The successful and informative examination of a juror comes only when you can ask open-ended questions that reveal his attitudes, opinions, and something of himself as a person. You need to get the juror talking about himself and his experiences.

This process is often referred to as "jury selection." In my opinion, however, it is not a matter of *selecting* the jurors you want to hear your case. It is more the *elimination* of undesirable jurors. You do not want a juror who is biased in favor of the opposing party or prejudiced against your client. You do not want a juror whose attitudes will cause him to prejudge the case against your client.

Conducting the *Voir Dire* Examination

The questioning of jurors to ascertain possible bias or prejudice is difficult. Many experienced lawyers have lectured and written about how to do it, expounding many theories and ideas about the kind of jury you want for any particular case. Is there some specific way to select jurors who will view your case favorably or not be prejudiced against you? After trying jury cases for forty years, I am not really certain I know the answer to this question. I do not claim any innate ability or facility to plumb the minds of prospective jurors to choose those who will be inclined to vote in my client's favor. I do think there are some guidelines and ideas that are helpful in selecting jurors and are just plain common sense. I will try to set forth some of those here.

Of course, there is no point in commencing the search for favorable jurors until you know what kind or type of juror you want. You must analyze your case and determine who will have the most rapport with your client. You must try to ascertain who will be more likely *not* to prejudge the case against your client and give you a fair hearing. Think in terms of who you do *not* want as a juror. This is a process of elimination as much as it is one of selection.

What kind of juror do you want? There are many generalizations that are widely believed. For example, many lawyers think the plaintiff in a personal injury case wants a softhearted liberal juror. A stereotypical juror would be an older, happy Jewish social worker. The conventional wisdom is that the defendant in a personal injury case wants an unhappy, WASP-ish, cold-hearted banker or a doctor or nurse. Many think the plaintiff does not want wealthy men on the jury because they do not like to take money away from defendants. Some think the plaintiff's best juror is an upwardly mobile middle-class person who will not be shocked by the request for a large sum of money.

I have considerable doubts about these kinds of generalizations. The social worker may feel great empathy for the downtrodden and the injured, but if the plaintiff appears insincere or grasping, such a juror knows he sees people everyday who are in worse straits and who are more deserving of a large sum of money than the plaintiff. The cold-hearted banker may view the plaintiff's case with suspicion, but if he is convinced there is liability, he understands figures and money enough to be unafraid to calculate and award a substantial sum of money in damages.

Generalizations are difficult. How about a day laborer with a very limited income? Is he a good plaintiffs' juror in a personal injury case because he may have a reckless abandon with other peoples' money and award a large sum in damages? Or, is he a good defendant's juror because he simply cannot think in terms of large sums?

To determine whom you want—or do *not* want—on the jury, it is helpful to have as much background information as possible about the jurors.

As discussed briefly in Chapter One, it is fashionable today to employ jury consultants if your case involves enough money to warrant the expenditure of the considerable sums they charge. These social scientists are basically sociologists and psychologists who will examine the nature of your case and advise you what kind of juror is desired. They can investigate the background of the panel members. They often make specific recommendations as to demographic background, education, kind of employment, residential area, and other characteristics of the ideal juror for you.

They can also help fashion the presentation of your case. A sensible person should never reject expert assistance. No lawyer can be an expert in all areas of human activity or professional life. However, while this kind of expert assistance can be valuable, do not fret if your case does not warrant that cost. You may be just as well off relying on your instincts and hunches, especially if you have a good understanding of human nature and your fellow humans. Of course, you need to know the background of the prospective juror and his life experiences and attitudes.

If you do not employ a jury consulting firm, do what investigation you can into the records of those names on the jury panel list, if you have time and the resources. Check their voting records in previous jury service. Ask the court clerk and bailiff if they know anything about the panel members. Some jurors may have served on a previous case in that court.

Juror selection is much easier in a small town. If you practice in that kind of community, you probably will know personally many of the jurors and their backgrounds. This is not true in a large city. You probably will have no personal acquaintance or knowledge of any member of the panel.

You cannot begin questioning jurors without knowing the goal you have in mind. Aimless questioning is almost pointless. If your goal is to ascertain whether there might be bias or prejudice against your client, you cannot simply ask a prospective juror whether he is biased or prejudiced. None of us will admit openly to that. Therefore, you must call it "sympathy" or "feelings." You can tell the juror it is normal to feel sympathy, but that you want to know if he can put those feelings aside and decide the case on the basis of the facts. You are trying to find out the attitude of a juror. You are trying to determine whether his strong feelings will manifest themselves in his decision-making process as a juror. Bias, prejudice, and sympathy come from a person's background, social status, education, job, level of employment activity, and his past experiences. It is these areas you want to explore.

The object of your questioning is to ascertain the background, history, attitudes, and experiences of the juror so you can have some idea of how he might approach this case and your client's situation. In my opinion it is wise to avoid a juror who is in the same business as your client. In a personal injury action, avoid the juror who knows the accident location. This kind of a juror has almost too much experience or too much knowledge. Other jurors tend to listen to him because he seems to be a fount of information. He will have considerable influence in the jury room. This is wonderful if that juror is in your camp. However, it can be a serious handicap for you if he is going to become an advocate for the other side.

It is wise to avoid the dominant and controlling personality. This is a person who will become a leader in the jury room. He may sway the jury and have great influence in the deliberations. This is fine if that dominant personality is on your side. However, you do not know that he will be. The dominant juror is easy to identify. He is usually chairman of his company, head of a department at work, or a leader in community and charitable organizations.

It is also wise to avoid the juror who appears to be obstinate, bullheaded, and opinionated. This is fine if he is on your side, but not if he is going to fight for your opponent in deliberations.

A good juror is probably one who can identify with your client. He may be of similar age, have a similar education, similar interests, or be of a similar social status. If a prospective juror has an ethnic or racial identity similar to the opposing party, you should consider challenging him. Of course, a conscientious person may lean to the other side just to prove his basic fairness.

You must make a decision as to whether you want an emotional juror. Would you rather have a cold, reasoning, and logical juror?

It is important to consult with your client during the jury selection process. If your client is a lawyer in the legal department of the company you are representing, it is particularly important. I *always* ask my client for his impressions and opinions during jury selection. I ask whether he would challenge any particular juror. It is important from a standpoint of client relations to listen to your client's views here. If you ignore his suggestions, and if the verdict is against you, you may be blamed for the loss because of your poor jury selection.

When the first twelve (or six) jurors are called and placed in the box, make an effort to memorize quickly their names and occupations. You should know the questions you are going to first ask each juror. It is helpful in my opinion to be able to leave counsel table and stand at the lectern (or near the jury box if it is permitted) and commence your questions of juror number one by saying:

> Q: Good afternoon, Miss Jones, how are you today?
>
> Q: You are a supervisor at . . . ?
>
> Q: Miss Jones, have you ever . . . ?

Showing you know the names of each of the jurors makes a good initial impression. It shows you care about each juror as an individual. Of course, if you represent the defendant, it is a little easier to do this memory exercise because you have more time to do so. Counsel for the plaintiff may have to start his questioning very quickly, so it is more difficult.

Remember to personalize your client; it is "John," not "Mr. Smith" or "the plaintiff." Be natural. Do not be aggressive or argumentative with the juror. If you have a strong personality, this is a good place to tone it down. Try to be mild, friendly, and somewhat folksy in your discussion. This process is just a discussion with a friend. It is not a brutal and searing interrogation.

Tell the jury why you are asking questions and why you are prying into their personal lives. The topics or areas you can cover about the trial will depend on the lenience of the court. Some courts will not permit questioning the jurors how they feel about the burden of proof and matters of that sort. The court will tell them what the law is and tell them they must follow it.

Be careful not to embarrass or ridicule a member of the panel. Do not ask questions a juror could not be expected to answer because of limited education or life experiences.

How do you discover what you need to know about the jurors? What questions do you ask? Some areas that should be covered are obvious. You should ask questions like these if the court does not:

- Has any juror had any experience similar to that which is the basis of this case? How about a family member or friend? Has he ever filed a lawsuit or been sued? Has he ever been a juror? What kind of case was it? What was the ruling in that case? How does he feel about the verdict in that case?
- Length of the trial. Is it an inconvenience or difficult for you to serve? If the juror says it will be an inconvenience, you can exercise a challenge for cause. The court may not grant it, but the juror will be grateful to you for trying.
- Do you know the parties?
- Do you know any of the attorneys?
- Do you know any of the witnesses who will be called? Ordinarily I name them all. However, give some consideration to this. If you ask your opponent beforehand to declare all his witnesses for this purpose, you will have to name yours. If you have a situation where you have a surprise witness, you may not want this item included in questions to the jury.
- Residence. Lived there a long time? Know a lot of people in the area? This will tell you something of the juror's social and financial status.

- Background, work, education, job responsibilities, duties, *former* jobs.
- Do you know about this case? Have you heard anything about it?
- Prior jury experience.
- Prior experience as a litigant or claimant. What was that about? Was there any settlement of your claim outside the trial? Was your claim resolved to your satisfaction? If the prospective juror was a litigant himself, he probably will favor that side in the current lawsuit. Of course, if he is extremely conscientious, he may bend over backward and favor the other side. If he got nothing from his lawsuit, he may feel he had a better claim than the plaintiff and the plaintiff in the courtroom today deserves nothing.
- Been involved or had any connection to any matters *similar* in any way to this case? Your friends?
- If it is a personal injury case, ask about medical training or medical beliefs. You usually cannot ask a juror about his religious beliefs, but you can ask about his belief about medical treatment.
- Pain and suffering. Is there such a thing? How do you feel about that?
- Do you know anything or have you heard anything about jury awards in recent cases? How do you feel about them?
- To what clubs and organizations do you belong?
- What are your hobbies?
- Volunteer activities?
- What magazines, newspapers, and books do you read?

Ask open-ended questions about the juror's attitudes. If the court does not halt this area of questioning, probe their attitudes about facts of the case. This is an opportunity to start educating the jury about the factual strong points of your case and the worst aspects of your opponent's:

Q: How do you feel about . . . ?

Q: What do you think about . . . ?

Q: What does . . . mean to you?

Q: In what way do you . . . ?

You want the juror to open up and talk. You do not simply want him to respond to your questions with a one-word answer. If you want the juror to continue or expand on his answer, remain silent after he completes his preliminary response. Silence often makes a person feel he has not fully answered the question and should volunteer more information.

If you question a juror in some detail about possible grounds for bias or prejudice, it may be apparent to that juror and others what you are doing. You may alienate him to the extent that, although you cannot establish grounds for challenge for cause, you will be forced to use one of your peremptory challenges to get that juror off the panel.

If permitted by the court, ask questions about the law in the case. Sometimes the court will permit you to ask questions like:

Q: Are you in sympathy with a rule of law that says . . . ?

Q: What does "burden of proof" mean to you?

Q: How do you feel about awarding damages for something like pain and suffering?

You can do some preliminary education of the juror about the law by asking:

Q: If the court instructs you in the law . . . , can you follow those instructions and bring in a verdict in accordance with that law?

Q: Are you in sympathy with a rule of law that says . . . ?

Some courts will permit you to ask questions about matters that will arise, such as:

Q: Would you give the same credence in your mind to deposition testimony that you would to a live witness on the stand?

> Q: If there is expert testimony on a point and it conflicts with your own opinion or belief, would you pay attention to that expert testimony?

If you have a significant weakness in your case, it is wise to disclose that in your *voir dire* examination. Ask the panel member how he feels about that point. Ask him about the general area of the weakness. Try to find out if he will hold it against you because of that problem in your case.

Some lawyers will ask a question to a number of jurors and then with the balance of the panel, simply say:

> Q: You have heard my questions of the other jurors. Would your answers be the same?

In my opinion this is a poor practice and very ineffective. You need to talk with each individual juror. You need to elicit from each prospective juror his attitudes and beliefs. Also, you run the risk of ignoring a juror and having him feel slighted. Vary the questions so you do not bore the jury with repetition.

There are a few lawyers who make a practice of not questioning the jurors at all. When it is their turn to question, they simply say:

> "The (Plaintiff) (Defendant) will take the twelve jurors in the box. These ladies and gentlemen are just fine with us. We are satisfied to have our case heard by them."

This is a daring and risky gamble in my opinion. A few questions might disclose a bias or prejudice that could be very harmful to your client. On the other hand, the lawyers who sometimes do this say it is very difficult to really determine any jury attitudes beyond those that are disclosed by knowing the juror's name, residence, occupation, and other basic facts. If that is the case, they reason, why not just take the first twelve and gain some points with the jury by showing your confidence in your case?

If opposing counsel does this to you, you are in a difficult position. If you start to question the jurors, you appear (unlike your opponent) to have some doubts about them and their fairness and impartiality. Confronted with this situation, you can either go along with opposing counsel and accept the panel without any questioning or you can lay the groundwork for some examination of them by saying:

> "I am not as fortunate as my opponent Mr. X here, who appears to be acquainted with all you ladies and gentlemen. If you do not mind, I would like to ask a few questions to get to know you."

At some point in questioning the panel, you should explain why counsel might make objections to questions during the trial. The lawyers are not trying to keep things from them or hide matters from them. There are rules about what evidence can be introduced and those rules must be followed. Explain also that you may exercise a challenge to members of the panel, but it is not because of any personal dislike or feeling about that person. There is nothing personal about it.

Many times you will be faced with a situation in which there is not enough showing of bias or any disqualification for you to excuse all the jurors of whom you are leery. In most jurisdictions you will not have enough peremptory challenges to get rid of *all* those about whom you have some question. However, I believe a firm rule that should never be broken is: "Never use your last, final peremptory challenge."

No matter how bad you think a juror is, the one called to replace him may well turn out to be *even worse.* Before exercising your last peremptory challenge, look to the back of the courtroom and see what the rest of the panel looks like. They may look worse than the juror in the box you have questions about. If you want a young jury, the rest of the panel may be quite old. If you want a jury of affluent people, the remaining panel members may appear shabby. Of course, like all rules, a situation may occur in which you have to violate the rule, but I used my final peremptory challenge in only a very small number of cases.

Try not to exercise a peremptory challenge to a member of the panel immediately after questioning him. Examine a few other prospective jurors and then challenge that person. The other members of the panel may have forgotten the specific questions you were asking that made you decide to excuse that juror. It is better if they do not know what you were concerned about.

Watch carefully as each juror walks from the back of the courtroom to take his seat in the jury box. Watch his demeanor. Observe his attire and general appearance. Notice whether he walks with a limp or exhibits any disability. Watch the jurors during their examination by the court. Observe their body language and their nonverbal communication.

As you question each juror, observe carefully his reaction to your question. Does he give a quick, easy answer or is he hesitant, reluctant, or somewhat evasive? His nonverbal attitude in response to your question is almost as important as the words he uses to answer your questions.

It is always helpful to observe the behavior of jurors. You may note that two jurors seem to have become friends and leave together or chat during recess. If you excuse one, it may be necessary to excuse the other.

The judgment you exercise in selecting the jury will result in better decisions if you have enough information about the jury panel to form some opinions. Basically, however, it is to a great extent a matter of instinct. You get "vibrations" about a juror. You have "hunches." You must play those hunches because they are more than just a guess. They probably are a subconscious evaluation of the data obtained from questioning the jurors. Discussions with jurors after the trial can help you evaluate the wisdom of your gut feelings during *voir dire* examination.

It is helpful to explain to the jury that the lawyers and witnesses are not permitted to talk with the jury after they take their seats in the box. They cannot talk to them about the case or any other subject. This will prevent a juror from making any improper contact with a witness or lawyer and prevent him from thinking you are snubbing him if he attempts to strike up a conversation.

Of course, you should make a point whenever you see a juror outside the courtroom of smiling and greeting him: "Good morning, Mr. Green." This contact is permissible and advisable.

During the questioning, be thoughtful and considerate of the jurors. If you see one juror fanning himself vigorously with a newspaper or fan, ask the court if it will instruct the bailiff to see if the air or heating system can be adjusted. "Ms. Jones and all of us are suffering some discomfort."

If a juror is coughing hard and repeatedly, ask the court if it will ask the bailiff if he has any cough syrup or cough drops for Mr. Johnson.

A lawyer in my firm was trying a case when one of the jurors keeled over in her seat. She appeared to have fainted, and this young lawyer was alert enough to actually jump into the jury box, cradle her in his arms, and ask for a glass of water and for a doctor to make sure Ms. Smith was all right. Other parties in the courtroom were still sitting transfixed in their chairs. There is no doubt this created an extremely good impression of this helpful lawyer. Unfortunately, it had no practical effect because the court felt the jury was so prejudiced in his favor that it could not render a fair verdict and declared a mistrial!

Most people will not admit to bias or prejudice, but sometimes questions can be put to them in such a way that they may disqualify themselves:

> Q: I have the impression, Mr. Smith, in talking with you here today, that you are the kind of man who would tell us if you found it difficult to award a large sum of money if the facts and the law indicated. I think you would say so right now if you could not do it, so you would not be unfair to anybody. Am I correct in this?

The plaintiff should begin to lay the foundation for its case and educating the jury by asking questions such as:

> Q: Do you understand that this is the plaintiff's only chance to recover damages for his injury?
>
> Q: If the facts and the law indicate it is appropriate, and the plaintiff is entitled to a substantial verdict, can you award a large sum of money?
>
> Q: Do you think there is anything wrong with an injured person coming to court and trying to recover damages from someone who has caused that injury?

The defendant wants to make sure of several things:

> Q: You understand that anyone can file a suit?
>
> Q: You understand the fact the plaintiff has filed a lawsuit does not mean there is any merit to it or that he should recover something just because the lawsuit has been filed?
>
> Q: We expect you to feel the same sympathy for the plaintiff and his problems that we all do. That is normal. Can you put that sympathy aside and bring in a verdict here based on the evidence you hear and the law as the court instructs you in the law?
>
> Q: If the facts and the law indicate that the defendant is entitled to a verdict, can you put aside that natural and understandable sympathy for the plaintiff and bring in a verdict for the defendant, giving the plaintiff nothing?

After examination of each juror, some general questions should be asked:

> Q: How do you feel about sitting on this jury? About hearing this case?
>
> Q: I have asked you questions about a number of matters. Do you know of any reason why you cannot serve as an impartial and fair juror and hear my client's case?

Concluding the Examination

My final question to each juror was:

> Q: If you were the (Plaintiff) (Defendant) like my client here, would you be satisfied to have your case decided by twelve jurors who have the same feelings, attitudes, and beliefs you have right now?

If you follow all the above suggestions and guidelines, hopefully you will have a decent jury. However, never become overly confident of your ability to ascertain the feelings of those you have left in the jury box.

I had one jury on which there was a very attractive young lady who held a rather responsible position with a local bank. I felt she would be extremely favorable to my defendant's case and hoped she was strong enough that she would be the leader in the jury room. Throughout the trial I noticed she was always looking at me and smiling. She seemed so friendly and so taken with me that I thought about asking her out for a cocktail after the trial was over!

The case went well from my standpoint, and I was hopeful of a favorable verdict. The jury deliberated for over two days, which I thought was an unusually long period of time. Finally they brought in a nine-to-three verdict in my client's favor. (It was in a California state court which requires only a majority of nine jurors to agree on the verdict in a civil case.) As usual, I talked to as many of the jurors as possible in the hallway outside the courtroom after the verdict. The juror I thought would be my champion refused to talk to me and left the group. The remaining jurors told me she had been adamantly opposed to my client from the beginning of the discussions and was the leader arguing against my client. She was the reason for the prolonged deliberations.

In another case, I represented the defendant in a personal injury case brought by a plaintiff who claimed a serious back injury. I was not paying attention when one panel member was called to the jury box and did not observe him until he was seated. *Voir dire* examination did not indicate to me any reason to excuse him, and he remained on the jury. Later during the trial I noticed he was limping badly and stretching in his seat in the jury box. I worried throughout the trial that I had left on the jury a man with a bad back who would identify with the plaintiff. In talking with him after the trial, I learned he had been injured on the job and that his back still hurt years after that accident. By all the rules of the game, he should have been a great advocate for the plaintiff. However, he felt the plaintiff's injuries were not as bad as his and that the liability was questionable. He resented the fact that the plaintiff was trying to recover damages for his injuries.

The lesson I learned from these personal experiences and others was that a trial lawyer must try to know as much as possible about the background, experiences, and attitudes of prospective jurors. Only then can he exercise challenges to that jury panel with any hope of success. However, you can only learn so much, and there are always surprises.

At the conclusion of the *voir dire* examination of jurors, you will be fortunate if you have a jury that is basically sympathetic to your client and who will view your case favorably and sympathetically. At least, you can hope you have a fair and impartial group. You will be lucky if you do not have a juror who at that point already is absolutely and firmly opposed to your client's case and will be hostile to you as a lawyer and your client.

Expect some surprises along the way.

Good luck!

CHAPTER FOUR

The Opening Statement

The judge and jury are in place. The court may make a few preliminary statements about the case. It is time for opening statements by counsel.

If the court has not identified all the parties and counsel, you should do so at the beginning of your opening statement. The jury is curious about the identity of all the people who are sitting at the table at the front of the courtroom and what role they will play in the trial. Even if the court has introduced you and your client, it is preferable for you to do so once again. This reminds the jury who you are and is the beginning of your attempt to personalize your client and yourself and to help the jury get to know your client.

Opening statements begin with counsel for the plaintiff making his opening statement, followed by the counsel for the defendant. This is the time at which the lawyers set forth for the jury the evidence they expect to present in support of their case.

The jury has been put in the box and has sworn to do its duty and perhaps told briefly by the judge what the case is about. They are now eager to hear about the case. It is your job as counsel to introduce them to the case from the standpoint of your client and to do so in an interesting and persuasive manner. It is inevitable that this "first impression" in the mind of the jurors will have a great effect on their understanding of the case as it unfolds and their expectations of what they are going to hear in the course of the trial.

You and your client have chosen to take the case to trial rather than settle it or otherwise dispose of it. Now is the time to let the jury know why you think you are entitled to its verdict. You must set forth what you intend to prove and what you believe the evidence will show. You must communicate to the jury what you feel is important about the case and why you were persuaded to try the case.

Some experienced trial lawyers feel that 80 percent of jury cases are decided immediately after the opening statements. They feel that jurors rely on first impressions, which admittedly are important, and the jurors come to tentative conclusions that are seldom changed later. This may be an overstatement of the importance of the opening statement, but there is no question it is critically important. This is why, in my opinion, the defendant in a civil case should never reserve his opening statement until the conclusion of the plaintiff's case. If you, as defendant, are uncertain as to exactly what your case will be until you hear the plaintiff's case, it may be necessary to defer your opening statement if it is permitted under local rules. However, because of the importance of this first impression on the jury, I believe the defendant should never defer his opening statement but should make it immediately following plaintiff's.

Of course, the plaintiff may not have done the proper discovery, and you may have a stunning surprise in store that you do not wish to broadcast in advance of the plaintiff's presentation of his evidence. This might justify deferring making the opening statement. However, this will rarely happen if opposing counsel is competent and has taken advantage of modern discovery rules. On the other hand, if you think you should defer making your opening statement as defendant because you are not certain exactly what your case will be and you want to hear the plaintiff's side, you should have settled your case before starting trial. You are not prepared to go to trial!

Purpose of the Opening Statement

The purpose of the opening statement is not to argue the case, but to outline the evidence you expect to set forth during the course of the trial. In some courts, the judge will not permit you to discuss the issues to be decided. In others, you can. As we discussed in the chapter on preparation, it is important to have a conference in chambers with the court before commencing your opening statement. One issue to be reviewed with the court is whether it will explain the basic nature of the case and tell the jury about the order of proof and issues involved or whether you, as counsel, may do so. It helps the jury understand the evidence that is coming and its relation to the issues.

An alert opposing counsel will probably object if you try to argue the case rather than simply outline the evidence you expect to introduce. Most courts will interrupt you if you attempt argument.

However, it may be possible to discuss the evidence you will present in such a way that it comes perilously close to argument. You may want to attempt statements such as: "The evidence will show that witness Jones's testimony is not believable . . . ," or "You will see from the evidence presented that witness Smith's testimony about the conversations on April 10 is not accurate or complete."

You also should have asked the court whether it is permissible for you to refer in the opening statement to the pleadings in the case and to refer to, and use, charts, documents, or diagrams in presenting your opening statement. This will help the jury and get their attention.

In your opening statement you must be persuasive. You must convince each juror your client is morally right and has justice on his side. Each juror should believe after your opening statement that your client is *entitled* to its verdict. The jurors must *want* to decide the case in your favor. Very few jurors are going to rule in your favor simply because you admonish them to follow the law. Jurors usually try to follow the law as it is explained to them by the court at the conclusion of the case, but they are going to rule for you only if they think it is the right thing and the *fair* thing to do. I firmly believe that almost all jurors make a sincere and honest effort to be just and fair and do the right thing.

First impressions are obviously important. This is why it is hard to overstate the importance of the opening statement as a critical part of your presentation to the jury. If your case is a complex one with many factual issues, witnesses, and documents, your job is to simplify the complex and make it simple. There is no case so complicated or complex that it cannot be reduced to its basic elements.

Preparing the Statement

Great care should be paid to the preparation of your opening statement. The plaintiff's opening statement can be prepared well ahead of the commencement of the trial since you know exactly what it is going to be. The defendant's opening statement will have to be modified slightly from a planned presentation to adjust to what was said by plaintiff's lawyer. However, there is no excuse in the world for plaintiff's counsel to read his opening statement. Nothing can detract more from its effectiveness. If counsel is uncomfortable and fears he will forget and leave out important matters, he could memorize the entire opening statement. In that situation, it is important to take the trouble to work on proper delivery to avoid the jury catching onto the fact it is totally memorized. Only an exceptional public speaker can make a memorized speech appear extemporaneous. It tends to be monotonous and puts the listeners quickly to sleep.

If the opening statement is reviewed over and over prior to its delivery in the courtroom, you will find you have memorized most of it and it will be firmly in your mind. Keep a simple, short list of major points or categories to be covered so that nothing important is omitted.

Your opening statement should be practiced or rehearsed in front of a friendly but tough audience. This may be your spouse or a good friend, but do *not* try it out on another lawyer. You are not interested in what a lawyer thinks of your opening statement. You want to know the reaction of people like those who will be on your jury.

The Theme of Your Case

Early in your opening statement you must set forth the theme of your case. We discussed the theme of your case earlier. The opening statement is the time to present the fundamentals of the evidence supporting that theme. The jury should not begin to hear evidence without knowing what the case is about and why your evidence supports that theme. Your opening statement should make jurors familiar with the case. We earlier compared a trial to a play or show. Your opening statement is the first act. The curtain has gone up, the lights are dimmed, and you are on stage!

Some Rules and Guidelines

Are there things a lawyer should or should not do in the opening statement? Of course. As with most rules, it may be wise or necessary to deviate from them at times. The alert and sensitive lawyer will appreciate that time if it comes. However, the following guidelines have proved time and again to be helpful.

How to organize the statement. An initial question for a lawyer preparing an opening statement is how to organize it. The evidence comes into trial in a disjointed fashion. One witness will testify to some facts at one point of time in the history of the case and then talk about other matters. The next witness may talk about something totally unrelated. It is essential that your opening statement explain the facts of the case in a coherent and persuasive fashion. Some lawyers organize complex fact situations by subject matter. However, it is usually better to tell your story in a chronological manner. Ordinarily this will make more sense to the jury, who then find it easier to fit the testimony of various witnesses and documentary evidence into an overall view of the case.

Your opening statement should identify the important witnesses the jury will hear. You should tell the jury who they are, why they are important to the case, what roles they play in what happened, and what their testimony will be. You should explain why expert testimony is helpful and identify your experts and tell the jury about the experts' opinions. You must identify the documents you believe will be admitted into evidence and set forth the facts they will reveal. However, you should avoid being too explicit about which witness will testify to what facts. Witnesses can surprise you by not being available at the time of the trial or by changing their testimony on the witness stand. This is why it is preferable to simply state basic evidence you believe will be proved without going into excessive detail.

Simplify the case. Your case may be incredibly complicated, but you must simplify it for the jury. There may be dozens of witnesses and thousands of documents. I have never seen a case in which dozens of issues and thousands of documents cannot be simplified so the jury can understand them. It is your job as an effective trial lawyer to make complicated and complex matters simple. When you have a case so complex that you have devoted pages and pages of outlines to its issues and facts, you must realize the jury has to understand all of this. In almost every case there are only a limited number of really important points. The determination or outcome of the case usually will be decided by resolution in the jury's mind of a relatively small number of really significant issues and facts.

In some courtrooms, judges do not permit jurors to keep notebooks and take notes. This means you really *must* keep it simple. Also, a jury easily and quickly becomes bored and distracted. You must keep their attention. The best way to do this is by presenting a simple, short, clear, and concise case in which the issues are reduced to as few as possible, and only major, important evidence is introduced in the trial. You do not have to call every witness you have interviewed or deposed; nor do you have to offer into evidence every document that has come your way. *Use only that which is important.* Following this practice should make your opening statement clear and cohesive. Often an extended period of pre-trial discovery has resulted in your accumulation of many pieces of evidence about myriad issues. Some lawyers cannot resist thinking that because they went to the trouble of accumulating all that data, it has to be used and introduced into evidence at the trial. Nothing could be further from the truth.

Your pre-trial discovery should enable you to understand the small number of really important issues and relevant evidence that go to the heart of the case and will be determinative of the jury's verdict. You must simplify the case so the jury can handle it.

Simplify does not mean talking down to the jury. Many lawyers underestimate the intelligence of the average juror and his desire to do the right thing. Lawyers who belittle the intelligence of jurors drawn from the jury pool of the general population are not very successful in the courtroom. If complicated technical matters are involved, it can be helpful to use charts or models. Some lawyers like to write technical terms on a board and also the names of witnesses to be called.

Be precise with the facts. You should be precise with facts and figures to demonstrate to the jury your mastery of the case and your accuracy in making statements. You do not say the plaintiff's medical expenses were "about $10,000." They were "$9,549." You do not say, "the accident was on April 1." The accident happened on "April 1 at 1 P.M."

State a prima facie case. Your opening statement must include all the elements of a prima facie case. If not, opposing counsel may make a motion for either a directed verdict or motion for a non-suit, depending on the procedural rules in your jurisdiction. In my opinion, the fear of a motion for non-suit or directed verdict is not a serious problem. I personally have never seen a directed verdict at the end of the plaintiff's opening statement that terminated the case.

Use plain language. One fault of many lawyers is to use elaborate and sophisticated language. This should be avoided in the opening statement as well as at all times during the trial. If the trial involves technical or scientific matters, they must be explained at the onset of the case in the opening statement. For example, if the trial involves the issuance of letters of credit by a bank, you are going to be talking about something beyond the personal knowledge of many jurors. In your opening statement you must explain what a letter of credit is in plain everyday terms so that when it is first referred to in the case, the jury will know what you are talking about.

Throughout the trial you must use everyday language. If your jury consists of twelve English professors, it is perfectly permissible to say, "It was he who operated the vehicle." If, as is more likely, your jurors are ordinary folk, it would be preferable to say, "He drove the car." Unless you can communicate effectively with the jury in the opening statement and throughout the trial, you will not make your point because everything you say will fly right over the heads of many jurors. The use of simple language is not equivalent to talking down to people. The courtroom is no place to show off your extensive vocabulary and command of grammar.

Of course, this does not mean you should use bland and boring language. The plaintiff in a personal injury accident should do more than say, "The plaintiff was injured in this accident when the intoxicated defendant struck his car." It is much more effective to say "The drunken defendant ran the red light and slammed into my client Mrs. Jones's car." Plaintiff's counsel, in a personal injury case, should strike the word "accident" from his vocabulary. Nothing is an accident. It was all caused by the defendant's negligence.

Alerting the jury. It is important in the opening statement to alert the jury to important evidence you do not want them to overlook. You can be direct and tell the jury to watch for the testimony of a certain witness who will testify to a certain fact. However, some able lawyers believe it is wise to leave something for the jury to figure out for themselves. It is true we are most influenced and impressed by what we discover by ourselves and have come to believe. Of course, it can be dangerous not to make any reference at all to important evidence or explain it in opening statements because the jury may never get the point, and you may never get the benefit of that very important evidence

There is an easy way to do this. Suppose you have a document that impeaches the testimony of one of your opponent's witnesses. You can refer to it without identifying it by saying something to the effect: "Watch for evidence that witness Jones is not telling the truth." This will alert the jury to a problem with certain testimony and make them aware it is significant and that they should be on the lookout for it.

Bring out the weaknesses in your case. Almost all experienced trial lawyers agree it is wise to disclose and explain any major weakness in your case directly, before opposing counsel has a chance leap on it. You should do this in your opening statement. For example, you may have a missing witness who is no longer available or a treating doctor who refuses to testify because he is too busy. Bring this out in your opening statement as soon as possible, as well as later in the trial.

On the other hand, you should not be too defensive and certainly not point out every defense to your arguments. An overly defensive presentation sounds weak.

Be careful of an unfriendly witness. Do not subpoena a reluctant witness unless his testimony is absolutely essential to your case and you cannot make your case without that testimony. An unfriendly and unhappy witness is always an unexploded bomb waiting for detonation. Do not refer in your opening statement to *any* expected testimony unless you are sure it will be there for you later in the trial.

Manner of delivery. How do you speak? It is important to be yourself and to be sincere. Nothing stands out more like a sore thumb than insincerity. You should speak in a manner consistent with your basic personality. You should speak with your ordinary, natural, and usual demeanor. If you are an outgoing, dynamic, gregarious, and bombastic person, you probably are better off softening that approach a bit and adapting that personality to the confines of the courtroom. If, on the other hand, you are naturally a quiet, folksy, soft-spoken, humble person, be that way with the jury.

Generally a low-key manner of speech is preferable in an opening statement. You want to speak slowly and deliberately—no one can understand an auctioneer clearly. You do not want to sound agitated or excited. After all, things are going well for you so far in the trial. There is no need to become restless and agitated. If you are a gifted orator, perhaps some flowery speech is indicated, but today's juries are sophisticated and sometimes wary of the overly eloquent lawyer. It is more important to bring out basic facts in an understated manner that demonstrates your client is entitled to the jury's verdict because fairness and justice are on his side.

You must establish some rapport or connection with the jury in your opening statement. This is best accomplished by being conversational and friendly. You do not want to scare the jury with your intensity. You are their friend, not an aggressive door-to-door salesman trying to sell them a set of encyclopedias. Establish eye contact with the jury. Look each juror in the eye at least *once* during your opening statement.

It is critical in the opening statement and at all times during the trial that the jury feel you, as counsel for your client, are sincere, honest, and believable.

Personalize your client. The opening statement is the place to create an atmosphere in which the jury will want to bring in a verdict in favor of your client. You must do whatever you can to make your client and his cause sympathetic. You want jurors, while deliberating in the jury room at the conclusion of the case, to look for ways—consciously and subconsciously—to justify their voting in your favor. You must humanize and personalize your client so he is liked by the jury.

If your client is an individual, refer to him in your opening statement as "Mr. Jones," not "plaintiff" or "defendant." At some time early in the trial, perhaps in the opening statement, it should become "Bill." The opposing party should be the impersonal "plaintiff" or "defendant," not Mr. Green or Ms. Smith. Descriptive additions to your client's name are helpful. If your client is a man who is suing for damages for the wrongful death of his wife, he is "the widower Jones."

If your client is an individual, he should sit at counsel table throughout the entire trial to show his interest in the subject matter and its importance to him. If, on the other hand, your client is a large corporation, you must have in the court some corporate officer who was involved in the matter at some level. It might be a lower-level employee whose acts are the subject of the claims in the case. It will make sense for him to be there. He probably will be a witness. He also should remain at the table throughout the trial to indicate involvement and interest.

If your client is a huge corporate defendant such as the Bank of America, it should be "the Bank." When referring to events that occurred there, do not place a meeting in "the Bank's office"; it should be referred to as being held in Mr. Jones's office. Counsel must at least attempt to make a corporate party a human and likable entity.

If you are fortunate enough to have a large and rich client such as

ExxonMobil, it is difficult to know what to do. "The oil company" probably is not calculated to create a great deal of sympathy or fondness by the jury. The best thing to do here is simply to call any huge corporate entity "the company." However, you want to have the jury feel you are representing or defending a small unit of the big corporation. It may be the graveyard shift or the loan officer of the branch who is involved and whom you represent. You are *his* lawyer here.

Do not exaggerate. The overenthusiastic advocate may be tempted during the opening statement to overstate or exaggerate the evidence in an effort to influence the jury at an early stage in the proceedings. This is a dangerous mistake, because at the end of the trial in the jury room, one of the jurors is sure to point out that you said you were going to prove such and such a point and did not do so. It would be a pretty inadequate opposing counsel who would not have pointed this out repeatedly in his closing argument. If the jury feels you did not prove one point, it is easy to jump to the conclusion you did not prove your entire case.

It is always important not to overstate matters. Avoid extremes and absolutes. You should never say, "there is no evidence" or "the evidence is unrefuted." As soon as you do this, someone will present *some* evidence, and your point will be contested.

Avoid the words "never" and "always." The minute you use one of these words, inevitably some evidence will come out to prove that, in fact, sometimes things *did* happen when you said they "never" did. Some evidence may come out to show something did not happen after you told the jury it "always" occurred.

Do not refer to doubtful evidence. It is important to avoid references to testimony of which the admissibility is doubtful. You do not want to refer in your opening statement to evidence you will present, only to find later that the judge has denied its admission. Before the trial commences, you should know if there is a question about the admissibility of certain evidence. The safest way of dealing with this problem is to resolve its admissibility, in chambers during your housekeeping session, by a pre-trial motion in limine. Otherwise, do not refer to it in your opening statement.

You also should avoid referring to testimony you believe you will present but may not be able to do so. Beware, for example, of problems with an elderly witness in poor health who may die before you can call him to the witness stand. Of course, deposing this witness before trial is probably wise. A common problem in personal injury matters is the busy doctor who simply does not show up because he has important business of his own to attend to on the very day you need him in the courtroom.

Holding back. Some lawyers feel it is important to hold back evidence of some important fact that did not come out in pre-trial discovery on the theory you want to surprise counsel and the jury with a real "zinger" later in the trial. With thorough discovery by all parties, this situation probably will not arise. In any event, it is unwise to hold back. The trial is here. The time has come. There is no harm done by opposing counsel hearing your strong evidence. If it is something you have held back for fear opposing counsel could rebut it if they knew it, it is probably not worth much anyway. Get it out in your opening statement.

Admissions. Be careful about admissions during opening statements and later during the trial. Statements of counsel in open court are admissions against his client. If opposing counsel makes this mistake, have the court reporter write up any damaging statements he makes and refer to it later in closing arguments. Listen very carefully to opposing counsel's opening statement and make careful notes. If counsel says something particularly egregious, have the court reporter write it up so you can use it later.

You can have the reporter write up any remarks of counsel by indicating so to the reporter in the first recess after the testimony occurs. A sophisticated court reporter may be aware something was said in which you have a great interest and may look to you. If so, arrange beforehand for a signal for the court reporter to make a note at that time. Remember, most courts require that when a lawyer asks for the court reporter to write up certain testimony, a copy must be made available to opposing counsel and the court.

Some lawyers, out of an excess of caution, will admonish the jury in their opening statements that what they say is not evidence. This is not necessary. The judge probably already has indicated so. Why weaken your presentation saying, by implication, it is not worthy of consideration?

Of course if plaintiff's counsel has made a particularly effective and powerful opening statement, defendant's counsel should remind the jury that what the lawyers say is not evidence. It is only what the lawyers expect the evidence will be, and statements of counsel should not be taken as proving anything.

Many lawyers commence their recitation of evidence by saying, "We hope to prove . . ." or "I hope you will be persuaded. . . ." While this might be said once initially, it should not be repeated throughout the opening statement during the recitation of the facts you expect to prove. It weakens considerably the impact of your statement of the facts. It is better to say, "We will show that . . ." or "The evidence will be. . . ."

Damages. If you are the plaintiff, many lawyers feel you should not engage in a detailed discussion of damages, but save the details for later. The jury should simply be warned and put on notice that the damages are substantial and that you later will be presenting evidence of significant monetary damage. Counsel for the defendant may feel it wise to briefly refer to the fact that plaintiff's damages are nonexistent or minimal.

Keeping an open mind. If you are the defendant, you must remind the jury that they should keep an open mind during the trial. The plaintiff will go first and present his evidence, and they will be hearing only one side of the case. They should not decide it until they hear *all* the evidence on both sides of the question. You can point out that if the facts were as certain and one-sided as the plaintiff's counsel has so eloquently indicated in his opening statement, you would all not be in the courtroom today, and there would be no dispute and no lawsuit. You want them to keep an open mind until they hear *your* side of the case.

No jokes. Avoid jokes and humor. The lawsuit is probably a very serious matter for both parties. No matter how witty and humorous you naturally may be, it is quite difficult to successfully pull off a planned joke in the courtroom. When it falls flat, you will look ridiculous.

Where to stand. Most courts require that you remain at the lectern. Even if it is permitted, you should avoid invading the jurors' space by hanging on the jury rail or by walking up and down close to them, especially early in the trial when they do not know you.

Keep it short. Be brief. It is not necessary to talk at great length just because you have the floor. You will quickly bore and anger the jury if you are unnecessarily windy and loquacious. However, some repetition of your major points is necessary. Repetition reinforces an idea or point.

Objections to Opponent's Opening Statement

Should you object to improper remarks of opposing counsel's opening statement? Some lawyers feel you should to let the jury know the remarks were improper and should not be considered. My personal feeling is it is wiser not to do so when counsel is referring to inadmissible evidence. You can later prevent that evidence from coming in. Then, in your closing argument, you can point out forcefully to the jury that counsel did not prove that point. Did opposing counsel overstate the evidence in his opening statement? If so, it is probably much more effective to point that out later in your closing argument.

If opposing counsel makes statements that are plainly improper and are prejudicial to your case, make an objection promptly. Of course, you also should not let counsel argue the case to the jury. It is plainly improper in the opening statement. However, the same rule applies to your making objections to an opening statement as it does to witness testimony later in the trial. You should not object simply because there may be legal grounds to do so. You should object only when opposing counsel is saying something that really hurts or harms you. You do not want to give the impression to the jurors you are trying to keep anything from them.

If counsel inaccurately states the issues or the law, it is wise to object at that time so the jury does not begin the case with an inaccurate perception of what the trial is all about.

Concluding the Opening Statement

While your opening statement should not be memorized, the closing portion of it should be. Prepare ahead of time and deliver exactly the words with which you want to close.

Your opening statement should conclude with your statement that you will, at the conclusion of the trial, request the jury to render its verdict in your client's favor.

If your opening statement has been well prepared and presented, you should be able to sit down at the counsel table with the feeling that if the jury were to vote at that moment, they would bring in a verdict for your client!

CHAPTER FIVE

Direct Examination of Witnesses

It would seem from watching motion pictures and television that many cases in the courtroom are won by clever and devastating cross-examination of the opponent's witnesses. There is no question it can be helpful to damage or even destroy your opponent's case in this way, but the fact is you usually only will get the jury's verdict by an effective and persuasive presentation of your case in chief. This is done by direct examination by you of your witnesses and the introduction into evidence of important documents.

We talked earlier of the similarity of the jury trial to a play or show. You, as the trial lawyer, are the producer of that entertainment. You must tell your story in a persuasive manner for the jury. How do you do this? How do you organize the presentation of your case?

The basic principle to keep in mind is the admonition: "Keep it simple!" This also means keep it *short!*

You have probably told the jury your case is a simple one. Do not prove yourself a liar. You must, in fact, simplify your case and present only that evidence which is necessary to (1) establish the legal elements of your case and (2) persuade the jury to return a verdict in your client's favor. You must not bore them or tire them, and it may even be necessary to entertain them to a certain extent. In preparing for trial you created your "Points to Prove" document. These are the essential points you need to make to the jury to establish your right to prevail and to persuade them to bring in a verdict in your client's favor. Every witness you put on the stand and every document you offer into evidence should be directed to that end. Everything else is superfluous, unnecessary, and possibly harmful.

Avoid cumulative evidence. If you keep presenting evidence on the same point, the jury will think you feel you have not proved your point.

Methods of Proof

There are many ways to prove points. Some may be so recognizable in general they are subject to *judicial notice.* This means counsel can ask the court to take judicial notice of facts so commonly known to be true as not to be subject to dispute.

Other facts may not be contested by your opponent. It may be possible to obtain prior to trial a stipulation of counsel to various material facts. This will save the court and jury's time and eliminate the necessity of your establishing those facts by the introduction of evidence. Of course, there will be times in a case where you do not wish to stipulate to facts because you want to present evidence to the jury to persuade or influence them. For example, suppose in a personal injury case where you represent the plaintiff, you want to prove defendant was intoxicated. A simple stipulation of fact by both counsel and read to the jury that the "defendant was intoxicated" is not enough. If you are the plaintiff's counsel, you want to introduce evidence by witnesses who saw the defendant stumble, heard him slur his speech, and observed him weave as he got into his car and started to drive it before striking the plaintiff.

The defendant's counsel in such a case may be willing to stipulate that the plaintiff suffered a broken right arm and leg and was forced to walk with crutches for several weeks. If you represent the plaintiff, you want more than the bare reading of such a statement of fact. You want to have the plaintiff himself testify at considerable length about the use of crutches, the troubles and difficulties he has endured, and his excruciating pain and suffering.

You should give consideration to when any stipulation of facts should be read into evidence. Usually it would be at the beginning of your case.

Most of your case will be proved by the testimony of witnesses you call and by documentary evidence.

Determining Whom to Call

You must determine which witnesses are necessary and what exhibits you must introduce. You need to decide the order in which to call your witnesses. A good admonition here is the old adage, "Start strong and finish strong." This means the first witness you call should be a good witness who will testify unequivocally to some important aspect of the case. It should be a witness who can help outline and sketch out for the jury some of the overall aspects of the case to paint a general picture of what is involved. The final witness you call should be one of your best, a witness who will make a dramatic and compelling appearance. It should be a strong witness, not one about whom you have doubts as to his ability to appear truthful and persuasive and to handle cross-examination.

If you have a witness who is fairly weak, be sure to follow him promptly with a strong witness.

Remember, you do not want to bore the jury. You want to keep the case as simple as you promised it would be. This makes it important *not* to call unnecessary witnesses. If the point has been made and the necessary testimony and documents are in evidence, STOP. There is always the danger a witness will be forgetful. He may change his testimony. He may open the door to areas that you want to avoid. He may make a bad impression on the jury by the manner in which he gives his testimony. Every witness you put on the stand poses a potential hazard, so you should minimize the risk.

You must evaluate your witnesses beforehand. If the witness tends to exaggerate, tries too hard to help, or is obviously biased and partisan, that witness will not make a good impression on the jury. If in your interviews and contacts with the witness before the trial, you find you personally do not like the witness, the jury probably will feel the same way.

You must analyze each witness and consider the following:

- Why am I calling him?
- Where does this witness fit into my theme of the case and the points I must prove?
- What should I establish by my questions of this witness?
- What is important, vital evidence and what is background material that is already known or can be best shown by other witnesses?
- Is this witness particularly vulnerable to cross-examination?
- Is there another witness who would serve the same purpose as this one and be more persuasive?

Preparing Your Witness to Testify

You already will have prepared your witnesses to testify as discussed in the chapter on preparation. Each witness should be well prepared and familiar with what is expected of him. However, he must sound and look natural, not rehearsed, when he takes the stand. He should be reminded that he should never exaggerate or overstate his testimony. If your witness is a stranger to the courtroom and seems nervous about the prospect of testifying, have him visit another courtroom to see what goes on so he will be more comfortable.

After preparation, you must make sure your witnesses are available and know when they are expected to be called to testify. It is important always to have witnesses available in case the trial proceeds more rapidly than planned. You do not want to run out of evidence to present in the middle of the day and face the wrath of the court.

Although you have prepared your witnesses to testify prior to the commencement of the trial, you should talk to each witness again immediately before he testifies, bringing him up to date on developments in the trial and any other matters you want to discuss. Remember, witnesses may be asked on cross-examination about any conversations with you.

If you have a number of witnesses, the question may arise as to whether they are prepared individually or with other witnesses. The danger of reviewing the matter with a number of witnesses together is they may all tend to sound alike and tell exactly the same story, which does not sound natural to the jury. However, if one of your witnesses has a difficult time remembering, it may be helpful for him to review the matter in the presence of some others who can refresh his recollection or explain aspects of the events he did not understand.

Remember, unless you are talking with your client, there is no attorney-client privilege attached to conversations you have with witnesses. They may be asked in court on cross-examination exactly what you said to them. Perhaps you did not want one of your witnesses to talk to opposing counsel's investigator who tried to interview him prior to trial. Remind your witness you did *not* tell him to refuse to talk to opposing counsel; you just advised him that if he wished, he could simply tell the interviewer he preferred to wait and tell his story in court.

Your witness should never take the stand without having had time to review his deposition testimony if he gave one, or his written statement if he made one. He should know your theory of the case and what evidence, generally, you have. He should know generally what to expect in court so he may be more comfortable. As a witness in your case, he may be excluded by the court from sitting in the courtroom during the testimony of others. You also want to give consideration to excluding all witnesses from the courtroom during testimony.

Your witness should know what cross-examination he can expect from opposing counsel. Of course, you should have prepared your witness for cross-examination by anticipating the points opposing counsel will attempt to make. You should have preparatory sessions with the witness in which you play the role of cross-examiner and go after your witness as strongly as possible to prepare him for what he can expect in court.

Your witness should be reminded again not to become angry or argue with opposing counsel. He should not be an advocate. He should be reminded not to exaggerate and be comfortable in saying, "I don't know" if he does not, in fact, know. He should be reminded to remain in eye contact with the jury from time to time on important points.

Some special aspects of preparing your expert witness will be covered in a later chapter discussing the expert witness.

Presenting the Testimony

Although there may be a number of issues in your case involving different subjects over a period of time, it is probably best to tell your story in a chronological order. Claims of liability should be set forth first by the plaintiff before the demonstration of damages. Evidence of damages makes more sense after the right to them is shown.

There is an old instruction given to journalism students that a newspaper article must tell readers five basic things as quickly, clearly and concisely as possible: "Who? What? Where? When? Why?" This is what your witness must tell the jurors in his own words, and you as the examiner must elicit those facts in an interesting and persuasive manner.

It is not you as counsel who should provide testimony, as the jury knows you are partisan and biased in favor of your client. You want the story to come from the mouths of your witnesses. You want the witnesses to do the testifying, not you.

When you first place your witness on the stand, he should be asked a number of introductory questions about his background that identify him to the jury. This serves a dual purpose. It tells the jury who the witness is and something about his personal history. Hopefully they will come to the conclusion he is a truthful, unbiased, and believable witness. It also relaxes your witness and puts him at ease.

How do your witnesses tell their stories on the witness stand? It is your job as counsel to elicit from them the testimony you want. You have prepared a list of the points you wish to establish with each witness and the documents, if any, each must identify to lay a foundation for admission into evidence. You should have an outline of the questions you intend to ask, but it is damaging and unhelpful to try to script each answer you want the witness to give. That kind of testimony comes off as contrived and probably untrue. Testimony should appear honest and unrehearsed. It may be possible for you to prepare a list of every question you want to ask that witness, but you must be prepared to deviate when the witness fails to complete his testimony on a point or is forgetful or objections by opposing counsel interrupt your line of questioning. You must be flexible. You and the witness should not operate from a script where every word and every answer is prepared beforehand.

You cannot simply ask the question: "What happened that day?" Opposing counsel may object to such a question as calling for a narrative answer. You are not permitted on direct examination to ask leading questions of your own witness, that is, you cannot ask a question that itself suggests the answer.

After directing the witness to the time or event in question, then have him tell his story with prompting and questions from you. "What did you see next?" "What did you do next?" "What happened then?" If you have a credible and likable witness, you can use more open-ended questions that will let the witness establish a connection or bond with the jury. He will hopefully seem natural, unforced, and unrehearsed.

If the witness forgets, you must prompt him:

> Q: Do you remember . . . ?
>
> Q: Did he say anything about . . . ?

You can also refresh his recollection by reference to a document:

> Q: Did you prepare a memorandum or notes concerning this matter shortly after it occurred?
>
> Q: Would it refresh your recollection if you read that memorandum again?

Hopefully the witness will say "Yes" to the last question, and you can give him the memorandum. If he reads it and says it does not refresh his recollection, you may be reduced to attempting to offer the document itself into evidence as "past recollection recorded." Hopefully your witness will do a better job and it will not come to this!

If your witness is not responsive to your questions or begins to ramble, you are going to have to haul him up short:

> Q: I'm going to ask you several questions I'm sure you can answer with a brief reply. If you do not understand my question, please ask me and I will rephrase it.

Many witnesses are intimidated on the witness stand and speak softly, and it is difficult to hear them. If this occurs, you should not hesitate to tell the witness his testimony is quite important and both the judge and the jury want to hear it, so would he please speak up as clearly and loudly as possible.

If the witness makes a mistake or omits some point you wish to make, you can correct him if it is crucial. If it is minor, let it go, as you can cast doubt on his total recollection by correcting him unnecessarily. In some ways, it can help the witness to appear unrehearsed and perhaps more credible. If the witness is confused or makes a mistake on an important point, you can ask a question to clarify his answer. For example, if the witness has testified the car was moving west when it was actually heading east, you are going to have to ask the question "Was the car moving east or west?" This is not a leading question as it does not suggest the answer.

If the witness is testifying about some complicated or dull technical matter at some length, you should interrupt him with questions to cut short the testimony if it is unnecessary. Interruptions with questions also will help break the spell of boredom, which can be deadly for you.

When your witness is identifying, and you are offering into evidence a written exhibit, ask the court to admit it into evidence. Remember, the court clerk may have marked it "for identification," and you may have asked the court to admit it; but it is not in evidence until the court utters the magic words "admitted." You should then pass it to the jury while the testimony of the witness is fresh in their minds. Also, the delay caused by passing an exhibit among jurors can help emphasize the point you are making.

A witness's verbal testimony is much more effective when it is accompanied by demonstrative evidence. Charts, diagrams, and photographs should be used when appropriate. Do not have the witness use chalk on a blackboard. That can be easily erased during a recess. Put it on paper and mark it as an exhibit. When referring to a chart or diagram be sure to indicate with words to what part of any chart or diagram you are referring. You must say: "I invite your attention to the lower right corner of the chart where I have placed an X. . . ." Many lawyers make the mistake of pointing to the chart and saying, "Was it here where you were standing?" This makes sense at the time to witnesses and the jury who can see where you are pointing, but it would be meaningless on appeal when the court must rely on the written record.

If the amount of money involved in your case warrants it, computer graphics, a PowerPoint presentation, and other visual demonstrations are very persuasive because many of us recall what we see better than what we hear. We are sometimes more persuaded by physical evidence than by what we hear from the mouth of a witness. This visual evidence is a critical part of your entire presentation. However, it can be overdone. Too much of it will dilute the value and divert attention from the main points you wish to demonstrate.

Courtroom demonstrations with models are very effective, but a demonstration in court should never be attempted unless it has been practiced a number of times before the trial and you are absolutely, 100 percent certain it will work. There is nothing potentially more fatal to your case than a demonstration that backfires and fails in front of the jury.

A recent classic example of such a disaster occurred in the O. J. Simpson criminal trial. The prosecution claimed a glove found near the crime scene belonged to the defendant Simpson. Simpson was asked to try it on.

Either the leather glove had shrunk or hardened, since it was found quite some time before the trial; or Simpson (an actor as well as football player) had great and obvious difficulty trying to pull it on over his latex glove. It was hard to believe it was Simpson's glove.

In closing arguments, Simpson's lawyer told the jury: "If the glove does not fit, you must acquit."

Some testimony is more important than other testimony. If the witness is about to testify on an important point, you need to direct the jury's attention to that. This can be done by moving, if the court permits movement of counsel from the lectern. If it does, you can go near the jury box and speak to the witness and phrase your question, "Please tell the jury. . . ." If the court permits counsel to move from the lectern, a good place to stand is at the end of the jury box farthest from the witness. This forces the witness to keep his voice loud enough to be heard by the jury and to look at the jury.

If you are not permitted to move about the well of the courtroom, before you ask your witness a particularly important question, pause and go to counsel table from the lectern. Make a brief search for a paper from the table, look at it briefly and return to the lectern. This will signal to the jury that something is coming up that is new and possibly important and they should listen carefully.

It is important to listen to your witness's answers and make notes on your outline of important testimony. You may not recall later the exact words used by the witness, or you may need to follow up a point in order to amplify it. Also, you expect a witness to say certain things, but he may say something different. Unless you listen carefully, you may hear what you expect to hear, not what is actually said and what the jury hears. This can be quite important later.

There may be something harmful or weak in your witness's testimony that will come out later. If so, you should disclose that point in direct examination rather than let opposing counsel later hammer at it on cross-examination. You should do so in a light and offhand manner and bury it in the middle of the witness's testimony. Do not let opposing counsel try to portray you as "hiding something" from the jury. If you, or your client, are making any payment of a fee to represent loss of income or reimbursement of expenses to the witness, disclose this fact in your direct examination. Do not let the cross-examiner bring it out as if it is something you wanted to hide. It is also wise to bring out on direct examination any other basis or reason for bias or prejudice of your witness.

Some lawyers believe it is effective to hold back a particularly strong or devastating point your witness could make in his direct testimony and let opposing counsel bring it out in his cross-examination. These lawyers feel it is particularly damaging to your opponent when it comes out in his cross-examination. This may be true, but in my opinion it is a dangerous tactic. Opposing counsel may never discuss that subject in cross-examination. You are then barred from bringing it out on re-direct because you can only cover those matters developed on cross-examination. This means that "zinger" you were counting on is now lost.

The only situation in which it would be safe to hold back in this manner is if you know with absolute certainty that opposing counsel is going to produce a witness who will lie and can be contradicted with the testimony you are holding back. If you *know* opposing counsel has to bring out the testimony containing the lie that you can refute, you can use your "zinger" in a very devastating cross-examination of his witness. However, if your evidence is really important, it seems foolhardy to risk not being able to bring it out later. Make the point when you can with your witness on direct examination.

It is important to time the presentation of your case. If the day is about over or it is the middle of Friday afternoon, make sure you close that day with one of your better witnesses who makes an important point. You want the jurors to leave with a good impression of your case in their minds. Try to avoid putting in important testimony at a time when you think the jury's attention is not at their best.

Is it proper to ask a question if the answer is of doubtful admissibility? If you know with absolute certainty that the question is improper and would elicit inadmissible evidence, you should not ask it. However, if there is any question at all about its admissibility and you need the testimony, ask the question and be prepared with legal points and authorities to answer opposing counsel's objection.

It is important to use "gradualism" in eliciting testimony from your witness. Suppose you are representing the plaintiff and your contention is that the defendant was intoxicated at the time of the accident. You do not simply ask the witness "Was the defendant drunk?" or "What was the plaintiff's condition?" He might simply answer "intoxicated," and that is the end of it. You want to focus attention on your point and build up some drama.

It is much better to bring out the point gradually for the purpose of emphasizing it. You can elicit a number of answers that would make your point more tellingly.

> Q: Did you see the defendant just before he got into the car?
> A: Yes.
>
> Q. How was he walking?
> A: He was stumbling and staggering.
>
> Q: Did you hear him talk to X as he got into the car?
> A: Yes.
>
> Q: Describe his speech.
> A: It was slurred, and he garbled his words.
>
> Q: Did you notice his appearance?
> A: Yes.
>
> Q: What was his appearance as you observed it?
> A: His hands shook and his eyes were bloodshot.
>
> Q: Did you reach a conclusion as to his condition?
> A: Yes, he was drunk as a skunk.

Suppose the issue is whether the defendant ever gave notice to the plaintiff that he intended to abandon the premises. The simple question "Did defendant ever give you notice he intended to abandon the premises?" does not really make the point forcefully. A series of questions would be much better:

> Q: Did the defendant ever deliver to you written notice he intended to abandon the premises?
> A: No.
>
> Q: Did he mail to you in the U.S. mail or by FedEx or by another delivery system any notice that he intended to abandon the premises?
>
> A: No, he did not.

Q: Did he ever telephone you to advise you he intended to abandon the premises?
A: No.

Q: Did he ever stop by your home or place of business to personally tell you he intended to abandon the premises?
A: No, never.

Q: Did the defendant at *any* time or in *any* way or manner whatsoever give you *any* notice he intended to abandon the premises?
A: No, he did not.

Remember the "Points to Prove" you prepared for the trial? Make sure before each witness leaves the stand that you have developed the points you need to make with that witness's testimony and that he has identified and laid the foundation for introducing into evidence the exhibits you need. Offer these exhibits into evidence before he leaves the stand. You may need to ask more questions to establish the foundation for their admission into evidence.

However, when you have elicited the testimony you want from a witness, STOP!

Consideration also must be given to the use of deposition testimony you may need. This is testimony obtained from a witness who is no longer available and whose evidence, under local court rules, can be used in lieu of his appearance in court. You should consult with opposing counsel prior to the commencement of the trial to obtain an agreement on which portions of the deposition can be used. There probably are many parts of it that bear no relevance to the point you are proving and need not be read. The ordinary procedure for introduction of deposition testimony is that the transcript is read verbatim into the court record. You read questions that you propounded to the witness in the deposition. The answers are read by someone you select, who sits in the witness chair as if that reader were the witness himself. You should not have the deposition answers read by a lawyer or anyone associated with you in the courtroom. It should be someone the jury does not know to be a part of your team. So, when that person reads the testimony, it will come across as the testimony of an independent witness, not a lawyer or advocate.

You and the person who will read the testimony should rehearse the reading of the deposition prior to the trial. That reader should be, in effect, a fairly skilled actor who can speak quietly and rather quickly in reading portions of the testimony that are not so helpful to you. He should be able to read in a loud, clear voice that testimony you want emphasized while looking directly at the jury.

Videotaped depositions can be much more effective than transcribed ones. Check local rules to determine whether you must show the video to opposing counsel and get court approval before it is used.

If your witness is one who does not make a good impression, tends to avoid looking you straight in the eye, and appears somewhat evasive and shifty, the best alternative for you is to take a transcribed—not videotaped—deposition and hope he will not be available for trial so you can have your "actor" assistant read his testimony in a persuasive manner.

Proof of Damages

When you represent the plaintiff, it is important first to present evidence to establish liability—your client's entitlement to damages. The jury may not pay attention to you or understand why you are asking for money before you have demonstrated the right to it.

In a personal injury case you must show evidence of the injured plaintiff's medical expenses, out of pocket expenses, the days of lost work, and medical evidence of future impaired ability to work, as well as the cost of future medical care. In a breach of contract case the plaintiff must put on evidence of value or profits before the breach, profits after the breach, and expenses incurred due to the defendant's conduct.

In most cases, after putting on evidence showing the elements of lost income or profits, it is helpful to have expert testimony establishing those damages. In a personal injury case it might be a doctor or economist to testify that the plaintiff in fact has suffered the injuries and explain their future effects in monetary terms. The treating doctor or expert testimony by a doctor and an economist or actuary showing future damages will be needed. In a business case, the plaintiff may need an expert in the area of business involved as well as an economist or actuary to project damages. An expert is needed to prove the present value of future loss of earnings or profits. Expert testimony is needed to prove market value of property. The use of experts is discussed in a later chapter.

If plaintiff is claiming punitive damages, there must be evidence demonstrating that defendant's conduct was sufficient to meet the standard for the right to recover exemplary damages.

Counsel for the defendant in all cases must present facts to refute plaintiffs' evidence of damages. It may be expert medical testimony in a personal injury case, or it may be evidence that counters the fact or extent of injuries. The defendant will need expert testimony to answer expected expert testimony from plaintiff.

Calling Your Opponent As an Adverse Witness

It is permissible to call as your witness the opposing party or a witness identified with the adverse party. Most jurisdictions allow such a witness to be examined with leading questions. This means you can question him without giving that witness the opportunity to elaborate or argue. Your questions should be phrased so they will require only "Yes" or "No" answers. This type of questioning can be very effective if you use it to elicit testimony helpful to you and harmful to the opposing party, which he must admit on the witness stand. Of course, the points you are making must be uncontestable, and you must be able to make the witness answer your questions without equivocation. There must be no question or doubt. The psychological effect is to show the jury that the opposing side admits your case or admits that your client is right.

You must limit your questions only to those points you can make with your opponent. Remember, opposing counsel will have the right to "cross-examine" his own witness and may try to present his testimony at this point. You want to be able to object to such questions as going beyond the scope of direct examination.

It can be particularly beneficial if the plaintiff calls the defendant as its first witness. Such a tactic probably will have a great element of surprise to both the opposing party and opposing counsel and may throw them somewhat off balance. However, calling the adverse party as your witness can be damaging to you if that witness can dispute the facts you are trying to bring out. Do not call the adverse party as your first witness if it is someone who is charming and persuasive. It is better if that adverse party has a personality that will make a bad impression on the jury.

If opposing counsel has called your client as an adverse witness, the court must be asked to rule that you can call your witness later in your own case.

Objections to Questions on Direct Examination

Be prepared for objections from opposing counsel from time to time. You should have available legal points and authorities to buttress the admissibility of important testimony or evidence you are attempting to elicit from witnesses.

Opposing counsel may object to your questions as leading and subjective. There are certain instances where leading questions are permitted. In federal court, the Federal Rules of Evidence provide in Rule 611(c) that leading questions can be used when "necessary to develop the witness' testimony." You also can ask leading questions of a hostile witness or an adverse party.

A common objection is that the question calls for hearsay testimony. Hearsay basically is a statement made out of court (or nonverbal conduct) that is offered in evidence to prove the truth of the matter asserted. If an objection on the grounds of hearsay is made to a question you are asking your witness, there are a number of exceptions to the hearsay rule on which you can rely. For example, there is a very useful general exception in the federal rules set forth in Rule 807 of the Federal Rules of Evidence. The statement can be admitted as an exception to the hearsay rule if it has equivalent guarantees of trustworthiness, is more probative than other evidence, and the interests of justice will be served. The federal rule requires that opposing counsel be advised sufficiently in advance of the trial so he has a fair opportunity to prepare to meet it.

Remember that there are many instances when you are not offering the out-of-court statement to prove the truth of the matter asserted therein, but to prove something else. For example, maybe you are offering it to prove only that the statement was made, not that it proves anything asserted therein.

There are many exceptions to the rule excluding hearsay testimony. You must be familiar with them.

What about opposing counsel's presentation of witness testimony by direct examination? Should you object if there is a legal basis for objection?

In my opinion you should never permit opposing counsel to ask leading questions of his witness on direct examination. It makes it too easy for him to put words in the mouths of his witnesses. He may be doing this because he has a witness who has a difficult time giving his evidence. You do not want to help him.

However, it is unwise to object every time you think of legal grounds for objection to a question. You will appear to the jury to be an obstructionist and attempting to prevent them from hearing evidence. A good rule is: "Do not object to a question unless you know you will be harmed by the answer." If you object, you must be certain you have good solid grounds for the objection, and state those grounds.

If you want to object and the witness has answered the question before you can make your objection, move to strike the answer for the purpose of objecting to the question.

Use of an Interpreter

If your witness does not have an acceptable and adequate knowledge of the English language and you fear he will not understand questions put to him, it is wise to consider the use of an interpreter. However, the use of an interpreter can be misunderstood if the jury feels he really has an adequate understanding of English. It may come to the conclusion you are attempting to hide something or shield the witness or present his testimony in a misleading fashion.

If you use an interpreter, he must be qualified as such. Be sure the interpreter repeats the witness's answers word for word. A good interpreter will not say: "He says that. . . ." Also, if your opponent uses an interpreter at any time, be sure to have your own interpreter present to verify the accuracy of what the witness is being quoted as saying.

Re-Direct Examination

In the usual and ordinary course of examination of witnesses, in my opinion you should not conduct any re-direct exanimation after cross-examination by opposing counsel.

The very fact you are conducting re-direct examination of your witness can lead the jury to infer or believe that the cross-examiner did some damage to your case and impaired the effectiveness of your witness's direct examination. Ordinarily if you have chosen your witnesses carefully and prepared them adequately, they will not be hurt seriously by cross-examination. Attempts to cross-examine them may well strengthen and reinforce their testimony.

Recalling your witness after you have had an opportunity to talk with him can create an impression in jurors' minds that you have coached him, and he may no longer be believable. Of course, you may have to conduct re-direct examination if serious damage has been done to your case and the credibility or effectiveness of your witness's testimony was badly damaged. You may have to ask questions to rehabilitate him if his testimony has been *seriously* weakened or destroyed by impeachment.

In the next chapter I discuss various means and methods of cross-examination of witnesses. If opposing counsel employs one of these or other methods and impeaches your witness's testimony, you may wish to recall him for re-direct examination to rehabilitate him and his testimony. I will discuss rehabilitation of a witness in a later chapter after I have reviewed the various techniques of cross-examination.

Remember: you told the jury this was a simple case. You must keep it simple. If you did a thorough investigation into the facts of the case and interviewed a number of witnesses and looked at numerous documents, you have a large file in your office. You do not need to use every bit of it at the trial. Just because you have evidence does not mean it is necessary to obtain a favorable verdict. You do not want to bore the jury, and you do not want to lose their attention. You must keep it simple by presenting only evidence that is essential to proving your case, and persuading the jury your client is entitled to its verdict.

If you do this, you will have made your case!

CHAPTER SIX

Cross-Examination of Witnesses

In the previous chapter on direct examination I talked about the fact that to prevail in a lawsuit, you must present a persuasive case-in-chief and the reasons you want and are entitled to a jury verdict. After presenting your case, however, there is an opportunity to (1) buttress or reinforce your evidence and (2) to overcome or lessen the impact of the opposing party's case. This is done by cross-examination of your opponent's witnesses.

Cross-examination can be interesting, exciting, and just plain fun. Effective cross-examination can destroy or seriously damage your opponent's case if it is done properly. Unfortunately, many lawyers do not do it properly. Many engage in aimless and wandering cross-examination. There should not be a single question asked by you in cross-examination of an opposing witness unless it has a purpose. There should be a reason for *every* question asked by you. There should not be any fumbling around at this point. Ineffective cross-examination will simply reinforce the testimony of witnesses against you.

Ordinarily, you can cross-examine a witness produced by opposing counsel only on matters related to or contained in his direct testimony. Your cross-examination should be prepared in advance of the witness taking the stand. You should know exactly what points you are going to cover with that witness. You should plan the sequence in which you will examine on each point. Obviously, your exact question may be altered by the witness's testimony, which may differ from what you expect it to be. Earlier, I suggested you keep careful notes in your yellow tablet of significant witness testimony in the approximate two-thirds right side of the page, leaving a wide margin on the left for notes to make during the testimony. These notes may set forth the witness's exact words. They may be notes to yourself about how to cross-examine on this point.

There are two basic categories of cross-examination. One is constructive or positive cross-examination, and the other is destructive or negative cross-examination. You can cross-examine a witness if he can confirm or establish a point you wish to prove (constructive or positive cross-examination). The second kind of cross-examination is when the witness has hurt you in some way and you have the ability to attack his testimony (destructive or negative cross-examination). This is called impeachment.

Constructive Cross-Examination

Constructive or positive cross-examination is that which reinforces or corroborates testimony favorable to your case. Many opposing witnesses will have knowledge of such information or facts to which they can testify. They were called by your opponent for other reasons, but they will have information favorable to you. They sometimes can corroborate the testimony of your witnesses. It is very helpful to bring out these matters in questioning a witness your opponent has called, because it subconsciously indicates to the jury that even the opposing witnesses *admit* what you are trying to prove.

Suppose the opposing witness has given testimony you are unable to contradict or impeach in any way. Rather than forfeiting your right to cross-examine, you should try to find ways to use constructive or positive cross-examination. This is preferable to just sitting at counsel table and letting harmful testimony go uncontested. Determine if there are any uncontested facts or points you wish to prove with which this witness cannot disagree. If so, ask him questions where he will have to admit these points. It will at least show the jury this witness, while giving some harmful testimony, really agrees with much of your case.

Constructive cross-examination should be limited only to points with which the witness *cannot* disagree. You do not want to get into an argument with the witness.

If you have some constructive cross-examination but also intend to impeach the witness on some points, try to develop facts favorable to your case before you attempt to impeach the witness. He will be friendlier at that point.

Impeachment

The second category of cross-examination is destructive or negative cross-examination. Most of your cross-examination probably will be of the destructive or negative kind. This is impeachment.

There are a number of ways to impeach a witness or damage his credibility and soften the impact of any harmful testimony against you. One way is to question his competence or ability to testify. You cast doubt on his perception in matters about which he testified or his ability to recall the events accurately. Another way in which the witness can be impeached is to attack him on matters not directly related to his testimony, that is, the witness is biased in favor of the opposing party or he is prejudiced against your client. He may have a personal interest in the outcome of the litigation and have reason to shade or alter his testimony. The witness also can be impeached by casting doubt on his testimony on the stand by showing he has made statements prior to testifying that are inconsistent with the substance of his testimony on the witness stand.

Preparation, critical throughout the trial, is particularly important in cross-examination of witnesses. You must know the background and history of the witness. You must be familiar with the witness's involvement in all aspects of the matter; for example, what conversations he had with various persons, or what documents he may have seen or originated. You cannot cross-examine a witness without ammunition.

Competence of the Witness

Many jurisdictions set out the grounds for impeachment of a witness. One general basis for impeachment is competence of the witness or his ability to recall events accurately. This can take several forms.

The witness may lack the capacity to take the oath because he is a child or lacks mental capacity.

The witness may lack the perception to testify. For example, in a murder case in Denver some years ago, a bank employee identified the defendant as the disguised robber and killer of a bank guard. He said the defendant had a mustache and was wearing dark glasses and a hat. Defense counsel showed the witness a photograph of a man wearing a hat and dark glasses, and the witness was asked if he recognized the man in the photo. The witness said "No," and counsel lifted a layer of plastic with the hat, glasses and mustache on it, revealing actor Harrison Ford. Counsel, of course, later argued that if the witness could not identify a famous actor with that same disguise, he could not have recognized the defendant.

Try to observe the witness before he takes the stand. If you see him wearing glasses in the hall or before he takes the stand, it may be he did not have them when he supposedly observed the facts about which he is testifying. He may not be credible because he was intoxicated or under the influence of drugs at the time.

One famous story involving questioning the perception of a witness may be apocryphal and cannot be substantiated. It supposedly involves Abraham Lincoln, when he was a trial lawyer prior to his election to the presidency. If true, it would seem that Lincoln was not as great a trial lawyer as he was a president. It was a murder trial, and Lincoln was defending the man involved in the fatal assault. The witness testified he saw the defendant make the vicious attack on the plaintiff. Lincoln asked the witness a number of questions on cross-examination:

Q: You saw the assault?
A: Yes.

Q: Although you were 150 feet away?
A: Yes.

Q: It was across an open field that had timber on it, was it not?
A: Yes.

Q: What kind of timber?
A: Birch.

Q: This was in August and the leaves were pretty thick, were they not?
A: Yes.

Q: The alleged assault was at 11 P.M. at night, was it not?
A: Yes.

Q: You did not have with you a candle or a torch of any kind, did you?
A: No.

At this point a competent cross-examiner would have stopped. Lincoln had established that the witness was 150 feet away in a field of trees with thick leaves and it was 11 o'clock at night. How in the world could he have seen the assault?

According to the story, Lincoln put his foot into it by asking the extra, unnecessary question:

Q: How in the world could you see the assault?
A: It was a full moon, and it was bright as day.

Those who would defend Lincoln's reputation as a trial lawyer embellish this story by saying Lincoln then produced a Farmers Almanac for that night which showed that it was in fact not a full moon, but the dark of the moon, and the weather was very bad.

Another method of attacking the competence of the witness is to question his ability to recall. A trial may involve events that occurred many years ago, and it may be patently ridiculous for the witness to have testified to matters he recalled in great detail.

Suppose you are defending a man accused of shooting the victim. The prosecution has put on the stand a salesman from a gun shop who has identified your client as the one to whom he sold the gun used in the crime. You might cross-examine the witness as follows:

> Q: You have been selling guns in that store for many years, have you not?
> A: Yes.
>
> Q: You started working there about ten years before you supposedly sold this gun to my client?
> A: Yes.
>
> Q: It has been six years since that event?
> A: Yes.
>
> Q: How many hours a day did you work on average?
> A: About eight hours.
>
> Q: How many guns did you sell a day, on average?
> A: Oh, if we were busy, maybe eight or ten.
>
> Q: So you sold at least eight guns a day?
> A: Yes.
>
> Q: How many days a week did you work on average?
> A: About five days a week.
>
> Q: Were most of those sales to different people?
> A: Yes.
>
> Q: So you sold eight guns a day, five days a week, for about fifty weeks a year for sixteen years?
> A: Yes.

The witness has admitted how many guns he sold to different people over a long period of time. How can he possibly remember selling one gun to the defendant six years ago? You can argue later to the jury in your closing argument it is ridiculous to think he could recall this one sale. However, perhaps you are the adventurous kind of examiner and want to ask a question like the following:

> Q: This means you have sold 32,000 guns to different people over the past sixteen years?

A: Yes.

Q: How in the world can you expect the jury to believe you can remember the one occasion when you sold this gun to the defendant over there?

If you are foolish enough to ask that question, you might get the following answer:

A: Because of all of the people to whom I sold guns over the years, that guy was the only one who came into the shop with a gun himself. He aimed it at me and told me that if I did not sell him a gun, he would blow me to pieces.

The ability to perceive or recall are usually fertile areas for cross-examination. Many witnesses can be attacked on the basis they did not have the ability to see or observe or have knowledge of the matters about which they are to testify. You may be able to demonstrate that their recollection is colored by subsequent conversations. Many witnesses who have been involved in the case from the beginning have been interviewed by an investigator and talked to opposing counsel many times. They will have developed a somewhat hardened version of what they recall, and it may be possible to use their natural inclination to exaggerate to cross-examine them effectively.

The recollection of a witness over time can be influenced by his conversations with the parties to the suit, investigators, attorneys, or other witnesses. You can cross-examine such a witness by developing these conversations and discussions to later argue that his testimony had to have been influenced by all these discussions. This tactic is also helpful when a witness has testified in much greater detail than you would ordinarily expect from human recollection.

Another device is *reductio ad absurdum* or reduction to the absurd. This is helpful if the witness has exaggerated and cannot possibly mean what he is saying. This device was used by Clarence Darrow in questioning William Jennings Bryan in the famous Scopes trial many years ago. Bryan testified the Bible was literally true and that the Lord had created the world in seven days. Darrow questioned him about what the Lord did on the third day. He asked him if he had rested or taken breaks during his work. He asked him if he felt the Lord was tired after seven days of labor. He reduced the testimony of Bryan to an absurdity.

Bias, Prejudice, or Interest

In addition to questioning the competence of the witness, a second area of cross-examination relates to matters that may or may not be directly connected to his testimony.

These grounds for impeachment are bias, prejudice, or interest. You may be able to bring out bias of the witness in favor of the opposing party. You may be able to bring out testimony that he harbors ill feelings or prejudice against your client. He may be impeached on grounds of interest because he has an interest in the outcome of the case, either personal or general.

The witness may be biased in favor of the opposing party because of personal acquaintance or friendship or some other relationship, current or in the past. He may be biased in favor of the opposing party because of his area of work or his activities. Interest of the witness means simply that he would profit in some way from the outcome of the litigation. An obvious example of interest is the expert witness who is being paid to testify on behalf of the opposing party.

When you know the witness has a background suggesting bias, the questions could be something like this:

> Q: You are a close personal friend of the plaintiff (or defendant), are you not?
> A: Well, I wouldn't say close friends.
>
> Q: You have been a guest at his home, have you not?
> A: Yes.
>
> Q: On more than one occasion?
> A: Yes.
>
> Q: And he has been a guest in your home, has he not?

A: Yes.

Q: On a number of occasions, is that not true?

A: Yes.

Q: You know, of course, your testimony here is very helpful to your good friend's case, don't you?

You should know whether opposing witnesses have been subpoenaed or are appearing voluntarily. If you wish to show bias, the following questions are appropriate:

Q: You were not subpoenaed or ordered by the court to appear, were you?

Q: You appeared here today voluntarily to testify for (opposing party), haven't you?

Your client can be a great help here. He probably is familiar with many of the witnesses who will appear for the opposing party and knows their backgrounds and of their possible bias, prejudice, or interest.

Prior Conviction of a Crime

Another ground for impeachment is that of prior conviction of a crime, which can be brought out in most jurisdictions and in federal court under the Federal Rules of Evidence. In some jurisdictions a witness can be impeached because of prior bad acts or conduct.

Prior Inconsistent Statement

A common opportunity for cross-examination is the use of a prior inconsistent statement by the witness. If you have a prior inconsistent statement, given either orally or in writing, you can bring it out to show that the witness on a prior occasion has made a statement inconsistent with his testimony on the stand. Jurisdictional rules will vary whether a written statement need be shown to the witness before he is asked about it. However, you must always lay a foundation by bringing the witness's attention to the time, date, place, and the circumstances under which the original statement was made.

First, you draw the witness's attention to his testimony on the stand. You then direct his attention to the prior inconsistent statement and the circumstances in which it was made; for example, was the statement made under oath or to a police officer or in other circumstances that support its truthfulness? You then ask the witness whether or not at that time or place he did not in fact make that statement.

You should not let the witness explain his inconsistency. The damage is done to his credibility when you show he has made that inconsistent statement. You can argue later that it was made under circumstances that were much more conducive to truthfulness than his later recollection on the witness stand.

You will have to consider the rules of your jurisdiction in deciding whether to admit into evidence a written prior inconsistent statement, or simply to question the witness by reading into the record the portion that is inconsistent with his testimony on the stand.

Frequently, the prior inconsistent statement will be in deposition testimony given by the witness. If you intend to rely on deposition testimony, you must be certain that the transcript was read and signed by the witness. Frequently a deposition is taken by lawyers and never presented to the witness for signature. If that is the case, you must obtain from opposing counsel before trial a stipulation that the deposition transcript may be used as if it had been read and signed by the witness.

To confront the witness with this prior inconsistent statement in his deposition, you need to lay a foundation:

> Q: Your deposition was taken in this case on May ___, was it not?
>
> Q: You recall giving your deposition at that time, do you not?
>
> Q: You were under oath, were you not?
>
> Q: You recall my asking you questions about the events we have been talking about here in the courtroom?

> Q: You gave honest and truthful answers to my questions to the best of your ability, did you not?
>
> Q: Is it not true that at the time of giving that deposition, the following questions were put to you and you gave the following answers?

You then read those deposition questions and the witness's answers. Once he says "Yes" or "No," you are finished. Go on promptly to another point. Do not give the witness the opportunity to quibble or wiggle.

If you have the witness committed in the deposition that you took, you can make a frontal attack. Suppose you represent the defendant, and the plaintiff claims he was injured due to poor lighting at the scene of the accident. You have his deposition testimony that he conducted a safety inspection and logged it just before the accident, he did not request more lighting, the lighting was sufficient to read the newspaper, and forty men worked in the area for seven hours without complaining. He himself described the lighting as "like Dodger Stadium."

In this situation you attack the witness directly on cross-examination by asking:

> Q: Isn't it a fact the lighting was like Dodger Stadium?

You are almost inviting him to deny it. If he does, the questions are easy. You confront him with his deposition testimony.

In asking the impeaching questions of the witness on the stand, it is always important to use the exact language of the prior inconsistent statement.

You may want to ask the witness if his memory was fresher and clearer when he gave the prior inconsistent statement. Very few witnesses will claim their memory is improving as time goes on. If a witness denies making the prior inconsistent statement, it will be necessary to use testimony of another witness or the written statement itself.

One approach after you have identified the prior inconsistent statement is to ask the witness:

> Q: Does that prior statement refresh your recollection as to what happened?
>
> Q: Do you wish to now change your testimony here today to be correct?

You can precede these questions with a statement to the witness:

> "We all forget things now and then, so we will not think less of you here today if you want to correct the recollection you have given here."

If the witness persists in maintaining his testimony on the stand is the truth and his prior inconsistent statement is wrong, it might be wise to ask some follow-up questions:

> Q: This written statement was signed by you after you read it, was it not?
>
> Q: You did not intentionally mean to make a false and untrue statement at that time, did you?
>
> Q: Since making this earlier statement you have had an opportunity to talk to (opposing counsel) (or others), have you not?
>
> Q: And you have learned from them your prior statement is very helpful to my client, have you not?
>
> Q: Your memory today is not better or any clearer than it was ___ years ago, is it?
>
> Q: Your recollection of that matter is not improving with the passage of time, is it?
>
> Q: You know now that the testimony you have given here helps (opposing party), but that your prior statement harms him, do you not?

If you have any basis to question the witness's bias in favor of the opposing party or prejudice against your client, it might be wise to repeat that line of questioning now.

There may be a situation where you do not have a prior inconsistent statement of the witness but you can attack his credibility with prior inconsistent *conduct* by him that is inconsistent with his testimony on the stand. For example, you may be able to cast doubt on the witness's claim on the witness stand that he was working with inadequate lighting:

Q: When you work, you try to do so in a safe manner, do you not?

Q: You do what is necessary when you are working for your own safety, do you not?

Q: You take any necessary steps you have to for your safety, do you not?

Q: You do not intentionally place yourself in a dangerous situation or work in dangerous conditions, do you?

Q: On the night in question you personally looked about the area before you commenced work to make sure it was safe, did you not?

Q: You would not work if the lighting was inadequate, would you?

Q: You would not take the risk of working in the dark, would you?

Q: Did you log any safety violations that night?

Q: Did you report any inadequate light to your supervisor?

To impeach the witness, you must of course have the necessary ammunition. In the above example you must know that he made no reports. You must know that there were no log entries. You tread in dangerous territory when you ask questions when you do not know the answers. Preparation, once again, is the key to success.

Reputation for Truthfulness

In some jurisdictions a witness's credibility may be attacked by presenting (from a source other than the witness himself) evidence of the witness' reputation for untruthfulness. If that is done, evidence then can be presented by the opposing party of his reputation for truthfulness. In my opinion, this method of attacking credibility has very little impact on the jury and usually is not worth doing.

If a witness testifies that the reputation for truthfulness of one of your witnesses is bad, he should be questioned about the source of knowledge of the reputation. Where was such a discussion? What brought the subject up? Who was present? What is your relationship with the witness?

If there is rebuttal testimony that the reputation of the witness for truthfulness is *good* and you want to question that testimony, there are a number of areas you can explore. The obvious one is to bring out the circumstances in which the communications were heard. Why did the subject come up? Why was there talk about his reputation for truthfulness? Had someone questioned it or said it was bad?

Usually there will be some comment about the bad reputation that preceded the remarks. You can ask if the witness heard at that time something bad about the witness's reputation for truthfulness.

Once again, in my opinion, this method of attacking credibility is usually not very productive.

Some Rules and Guidelines

Those are the principal grounds for impeachment of a witness, but *how* do you do it? What is the method of questioning the witness you have under cross-examination? What should you do or not do? There are a number of general rules and guidelines that, in my opinion, ordinarily should be followed.

Keep it short. The first rule is to avoid unnecessary and aimless cross-examination. It is not necessary that you cross-examine every witness just to hear the beauty of your voice in the courtroom. If the witness has not hurt you or harmed you, ask no questions at all. Do not cross-examine such a witness unless you wish to do constructive cross-examination to buttress points in your case. Do not attack the witness's testimony unless he has hurt you.

The next rule is to make your cross-examination as short and succinct as possible. You do not want to bore the jury with wandering and unnecessary questions. Make your point and stop. Do not give the witness an opportunity to repeat his testimony. Do not open the door for the witness to volunteer additional information that may be harmful to you.

Start and finish strong. If you have several areas where you think your cross-examination will be effective, you should start with a good point at the beginning. It is good to start off strong, and you also want to finish strong.

Use leading questions. You should use leading questions in cross-examining a witness. I talked in our discussion of direct examination about the fact that the story comes from the witness, not the lawyer. Here it is the opposite. In effect, it is you testifying now by getting admissions from this witness who testified for the opposing party. The ideal answer to every cross-examination question should be "Yes" or "No"—nothing more:

> Q: Isn't it true you . . . ?
>
> Q: You read the contract before you signed it, did you not?

This makes it appear both directly and subconsciously in the jury's mind that everything you are saying in your questioning is true. Everything you are telling the jury is true. The witness is admitting everything you are asking him. The witness is admitting the facts of your case.

It may be more effective in some situations to get a "No" answer to every question:

> Q: You never saw the contract, did you?
>
> Q: You never asked anyone about . . . , did you?
>
> Q: You were not present at the meeting, were you?

Do not let the witness explain the "Yes" or "No" answer you have obtained from him. Never ask "Why?" Never ask "How?" This is quite similar to the rule about stopping when you have made your point and not asking the extra, unnecessary question.

Control the witness. You must keep control of the witness by asking leading questions and never permitting him to try to modify, vary, or explain his answer or testimony. To do this you must move quickly and confidently from one question to the next. You must use short, clear questions that are not subject to objection by opposing counsel. If you need to refer to your notes continually or think at some length before you ask the next question, you are giving the witness an opportunity to modify what he has just said and lessen the impact of the admission you obtained from him.

Do not let the witness simply repeat his testimony on direct, thereby doing you more harm and emphasizing the opponent's case. You should not repeat his testimony by restating it as a preliminary to your question to the witness. There are always exceptions to this rule. The most famous exception was in the Triangle Shirtwaist case many years ago. A very destructive fire allegedly was caused by the defendant's negligence. A witness testified against famous defense counsel Max Steuer's client. Steuer was such a genius in the courtroom that apparently he could sense when a witness was lying. Therefore, when it came time for cross-examination of that particular witness, Steuer asked her to repeat her testimony. She did so, and when she finished, he asked her to repeat it again. It was apparent then by comparing her testimony on direct and cross-examination that she had totally memorized every word spoken. Her credibility was destroyed.

Be low-key and natural. You should select the demeanor or speaking manner that is natural to you. Generally a soft, low-key manner of asking your questions is much more effective than a blistering, "go after the witness with hammer and tongs" approach. You must remember that the natural sympathy of the jury is with the witness you are cross-examining. It is not with you, the lawyer. If you attack a witness who appears to be trying to do his best to tell his story in a truthful manner, you will not have the jury on your side. A blistering attack on any witness is rarely effective because the jury will sympathize with the witness. It is only when you have caught an unsympathetic witness in a direct, bald-faced lie that you should raise your voice or show outrage toward the witness on the stand.

I once cross-examined the plaintiff in a wrongful termination of employment case in which I represented the employer defendant. The plaintiff was a big, tough, and aggressive man who had used his position as CEO of the company to engage in very profitable, private business transactions on the side. The evidence was pretty clear, and I wished to point out on cross-examination that his conduct was the actual cause of his termination. I had been involved in the case for several years and had come to know the plaintiff. Both my client and I had developed a healthy dislike for him and the ways in which he had deceived and defrauded his employer. Before I began my cross-examination, my angry client told me to "tear him to pieces." Wanting to please my client, I ignored the rules about a low-key approach and started hammering him as hard as I could with evidence of all his lies and deceit. To my utter amazement this tough, burly man broke down on the stand and cried! To this day I do not know if he was a masterful actor who brought out the tears on demand or whether my hard-hitting attack caused him to lose his composure. In any event, it did not sit well with the jury. I think my attack on him and his reduction to tears created such sympathy for him that it was a major factor in the jury verdict in his favor. Fortunately, the court later overturned the verdict.

The case I mentioned demonstrates why it is important for you to follow the rules at all times. It is important not to let your client dictate your trial tactics. Your client is emotionally involved with the case. In the example, I shared my client's distaste for the plaintiff and let my own emotions and feelings override my better judgment.

Of course, at times a little histrionics are called for. Occasionally, you will want to show by the tone of your voice disbelief, disgust, surprise, anger, satisfaction, or any of a number of emotions. However, these should be under control at all times. All demonstrations of your feelings in the courtroom should be planned and intentional. Remember, this is a performance, and you are an actor.

What do you do if a witness breaks down in tears as you are questioning him? It is wise to ask the witness if he wishes a recess to compose himself if tears are continuing to flow.

Use simple language. I talked about this before, but do not ask the witness, "Isn't it true that subsequent to receiving the letter you communicated with the defendant?" The question should be simply, "After you got the letter, you talked to the defendant, didn't you?" You are not in the courtroom to demonstrate your grasp of grammar and vocabulary. You are trying to communicate with the jurors.

Women and children. Do not cross-examine children or women who appear to be elderly or somewhat helpless. Do not cross-examine wives or daughters of the opposing party. I know of no instance in which a slashing and vicious cross-examination of a helpless lady benefited the examiner who was conducting that kind of cross-examination. In general you should be courteous and polite in your demeanor in cross-examining every witness. The jury sympathizes with a witness whom it perceives is under an unfair attack by a lawyer.

The truthful witness. Give careful thought before you attempt to cross-examine a witness you believe to be basically truthful and who has tried to the best of his ability to tell the truth on the stand. Also, give careful thought before attempting to cross-examine a witness who is very familiar with the subject matter at hand and who knows what he is talking about.

Do not be unfair to the witness. Be courteous to him at all times. Do not interrupt his answer if he tries to make an explanation. Do not cut him off. The jury will resent this. Do not attack a timid witness who appears to be truthful and is just trying to do his best. Do not cross-examine a witness who is being truthful and makes an honest mistake. The jury will see that honest mistake for what it is and will resent your attempt to take advantage of the fact.

Referring to a document. If the witness starts to look at a document while he is under cross-examination by you, demand to see the document before he reads it or continues his answer to your question.

The court cross-examines. If the judge interrupts your questioning and starts to cross-examine the witness, do not object or try to stop the court. There is nothing you can do here except cross your fingers and hope the judge is eliciting testimony helpful to you.

Interruptions. If you are making headway in your cross-examination and opposing counsel frequently keeps interrupting the witness to help him or straighten him out, you must put a stop to that. It is particularly effective, in my opinion, to turn to opposing counsel and say something to the effect: "Is there any other help you want to give the witness before I go on with my questioning?" You might also try, "Do you want to take the oath here, counsel, and take the witness stand to testify?" Ordinarily counsel should address all remarks to the court rather than opposing counsel. However, I think you can be forgiven if you try to halt improper coaching by castigating opposing counsel in this fashion.

Trick questions. I talked earlier about the limited usefulness and inadvisability of "trick questions." However, if you have a hunch about a witness, you might try something like the following often-told story. This was a personal injury case where the plaintiff claimed that because of the accident, he could no longer raise his arm above his shoulder. The lucky cross-examiner asked:

> Q: You testified you cannot raise your right arm above your shoulder. Show us how high you can raise it. (Note that this is not ordinarily a good question because it is letting the witness repeat his testimony.)

The witness demonstrated by raising his right arm to about shoulder height.

> Q: How high could you raise it before the accident?

The obliging plaintiff immediately shot his arm high in the air directly above his head.

This is a good story, but do not count on it being of any real help to you in your cross-examination of witnesses.

Exaggeration and excessive detail. If you have a witness who exaggerates, cross-examine him by drawing him out further and further with questions until what he is saying is obviously ridiculous.

You may be cross-examining a witness who remembers exact words and details of an event or conversation that occurred some time ago, and it is obvious to you he is fabricating details. Ask him more and more details of that conversation or event until it is apparent that no one could remember that much detail after the period of time that has passed. Ask him then about other events on the day before or the day after and the details of those conversations and events. Quiz him about those details until it is obvious he does not have the incredible memory he displayed when he remembered all the details about which he testified originally.

When a witness recalls too much detail, it should be pointed out how long ago the event or conversation occurred. He should be asked about his interest or lack of any particular interest in it at that time. If he had an interest in the event or matter at the time, you may be able to impeach him on the basis of bias. If he had no particular interest in the matter, there ordinarily is no reason why he should remember in great detail that about which he testified. If you know there is no such memorandum, he should be asked whether he prepared a memorandum at the time to commit the details to memory. If not, how can he remember so well?

The opinionated witness. If you have a witness who is extremely opinionated and has testified with great certainty in matters harmful to your client, you do not need ammunition to refute his testimony in *every* respect or attack his credibility on everything about which he testified. You have great ammunition if you can prove he was wrong on just one point. For example, suppose he testified that four people were present at a certain meeting—Jones, Brown, Green, and White. However, you can prove that White was not present. Your questioning would go something like this:

> Q: You testified to a number of matters here today but you are not absolutely sure about *everything* you testified about, are you?
>
> Q: You are not correct in everything you testified to here under oath, are you?
>
> Q: You do not recall *all* the matters clearly?

> Q: You have no uncertainty or doubt in your mind about any of these matters?
>
> Q: For instance, you testified that at the meeting of April 24, Jones, Brown, Green, and White were present. That was your testimony, was it not?
>
> Q: In fact, White was not present was he?
>
> Q: Do you wish to change that testimony now, after reflecting on it?

If the witness insists on saying White was present:

> Q: You are as sure of that as you are of everything else about which you have testified?

Thereafter, you put on your evidence that, in fact, White was not present. You argue to the jury later that nothing that witness said can be believed. The jury will agree with you.

The dishonest witness. If the witness is dishonest and a liar, you must have the ammunition to confront him. You need a prior inconsistent statement or reason why he is lying. If you simply attack him, you will be met with a firm denial and you have gained nothing. If possible, question him about his bias or prejudice. If you have evidence to rebut his testimony, present it later. If you have absolutely no material with which to cross-examine such a witness, do not attempt any cross-examination. When it is your turn to question the witness, simply rise and say something to the effect, "I have nothing for this witness" in a tone of voice that implies you have nothing but contempt for the liar.

In general, you should adopt the attitude that a witness is mistaken rather than having deliberately lied.

If you think the witness you are cross-examining is lying, shading the truth, or reluctant to admit anything helpful to you, you might ask the old question, "Have you talked to anyone about this case?" If he denies discussing this with anyone, you have a great opportunity.

Q: You talked to the plaintiff, did you not?
A: No.

Q: You talked to the plaintiff's lawyer, did you not?
A: No.

Q: You talked to someone before you got on the stand about what you knew or didn't know, didn't you?
A: No.

Q: So the plaintiff's lawyer has called you as a witness without ever having talked to you or knowing what you are going to say?

It is probably wise to move on and not even wait for an answer to this question.

If you have made points in your cross-examination and the witness appears in a very poor light, you might try a little variation in your indication to the court that your cross-examination is concluded. Instead of simply saying, "No more questions," you might try saying in the appropriate tone of voice, "I have no further use for this witness, Your Honor." The tone of your voice should indicate disdain for the witness and his credibility.

If you cannot think of some constructive cross-examination to do, you might try to look unconcerned and say in a casual tone of voice: "No questions." The tone of your voice hopefully will suggest the witness generally was rather unimportant.

Pinning down the witness. You must pin down or box in the witness you are cross-examining. Suppose you want to demonstrate by cross-examination that the witness was supposed to inspect, maintain, and repair a certain piece of machinery and failed to do so. Assume there is a log or record kept of his activities. You do not simply ask the witness:

Q: "Isn't it a fact that during that period of time you never inspected, did any maintenance, or repaired the piece of machinery?"

The witness may simply tell you that he does not make a note in the record if there is no problem or defect. He insists the machinery was in good working order and condition.

You must pin down the witness to avoid that kind of evasion.

> Q: You keep a record of your work on that machinery, do you not?
>
> Q: It is your practice to write down what you did, is it not?
>
> Q: You keep this record accurately, do you not?
>
> Q: It is complete, is it not?
>
> Q: I hand the record to you and ask you to point to where it indicates that you ever inspected, maintained, or repaired this piece of machinery during the period of time we are talking about.

The lost document. If the opposing party has failed to produce a document you believe will be helpful to you, claiming it was lost or cannot be found, do not despair. This often can be better than if you actually had this helpful document. When you have an opportunity to cross-examine a witness who ordinarily would have custody of that document, you have a wonderful opportunity to ask a line of questions similar to the following:

> Q: You are the person who ordinarily has possession or custody of (document "A"), are you not?
>
> Q: You have been asked to produce and have produced a number of other documents and records in this case, have you not?
>
> Q: You produced all those documents, have you not?
>
> Q: You know those documents you found and produced for us here are helpful to your (employer) (partner) in this case, do you not?
>
> Q: You know that (missing document "A") is important to this case, do you not?

> Q: You know also that document "A" would show . . . and be very helpful to my client in this case, do you not?
>
> Q: So, you have produced the documents that are helpful to your (employer) (partner), but you just happened to lose this important document that would be helpful to my client. Is that what you are telling the ladies and gentlemen of the jury?

Watch the clock. Timing is important. If you have some great material for cross-examination, do what you can to arrange the day's testimony so you make that very effective cross-examination late in the afternoon. You also should plan the timing of your cross-examination so that the witness does not get off the hook when the court calls its morning or afternoon recess and the witness has a chance to regroup or talk to opposing counsel and get help.

Minor matters. Do not use every weapon you have to impeach a witness who has not hurt your case. Do not nitpick. Ignore trifling or minor inconsistencies in the witness's direct testimony. You will appear to be straining to make your points if you dwell on minor, unimportant testimony. It may well be that some of the jurors will pick up on those small matters and think they are important. If so, they themselves will discredit the testimony.

Bias. Do not hesitate to cross-examine a witness if you can do so on grounds of bias or interest. Some questions are obvious:

> Q: Some time ago I attempted to discuss the case with you, and you refused to talk to me, did you not?
>
> Q: You are not exactly an impartial or unbiased witness, are you?
>
> Q: You would like to see the plaintiff (or defendant) win this case and get a verdict against my client, would you not?

Humor. Use humor only if it will help you against a witness who is hurting you. If you are fortunate enough to have a witness who says, "I am trying to tell the truth here," you certainly should respond by saying,

"Well, would you try just a little harder?" Ordinarily, humor is difficult to use in the courtroom. If an obnoxious "wise guy" witness has testified against your client and is making jokes, you can say, "You may think this is very funny, Mr. ________, but both my client and (opposing party) take it very seriously. It is a very important matter to all of us."

Listen to the answers. Listen carefully to the witness and to the answers. You may expect a certain answer, but he may testify differently. The witness may add something to his answer that may open another avenue of examination for you.

The evasive witness. If the witness says: "I don't remember" and repeats that on another question, you should ask as many additional questions as possible bearing on that point, trying to get him to say over and over, "I don't remember."

It may be appropriate at some point to ask this somewhat rhetorical question:

> Q: You don't seem to be able to remember anything when I am asking the questions, but you have no trouble remembering everything in great detail when opposing counsel is questioning you. Isn't that true?

Insist on an answer from the witness. If he evades your question and does not answer it, move to strike the answer as unresponsive and insist on an answer. One approach is to ask the witness:

> Q: You heard the question, did you not?
>
> Q: You understand the question, do you not?
>
> Q: Would you prefer not to answer it?

If the witness says "Yes," you could then end the examination, or you might add:

> Q: If you are not going to answer my questions, I might as well excuse you as a witness.

If you need the witness's answer to that question, and you know it will be helpful to you, you should pursue it by asking the court to instruct the reporter to read the question to the witness. You then can proceed:

> Q: You have now heard the question twice, have you not?
>
> Q: You understand the question, do you not?
>
> Q: What is your answer?

If the witness still does not answer the question, you can ask the court to instruct the witness to answer the question.

The horns of a dilemma. Watch for situations where you have the witness on the horns of a dilemma and you can force from him an answer beneficial to you. A common situation where this occurs is in a personal injury case. The plaintiff has testified he was struck by an automobile driven by your client, the defendant. You want to show contributory negligence on the plaintiff's part when he stepped off the curb before he was struck.

> Q: Did you look to the left?
>
> Q: Did you look to the right?
>
> Q: How long and careful a look did you take?

The witness faces a dilemma. If he took a good and careful look, he was negligent to step off the curb into the path of the oncoming car that hit him. If he did not take a good and careful look, he was guilty of negligence for failing to look.

The plaintiff may claim he was injured when he slipped in a foreign substance. You represent the defendant and ask him if he looked where he was walking. If he did, he saw the foreign substance and was negligent to step in it. If he did not see it, he was negligent in not looking where he was walking.

You represent the plaintiff. Perhaps the defendant testifies he saw your client as she stepped off the curb and maintains she did not look around at all. This provides great material for cross-examination.

> Q: So you saw my client Susan, before she stepped off the curb?
>
> A: Yes.

> Q: And you saw that she was not looking or paying attention as she stepped off the curb?
>
> A: Yes.
>
> Q: You say you were only going 20 miles per hour?
>
> A: Yes.
>
> Q: So though you were going slowly and you saw her before she stepped off the curb, you just kept driving your car and ran over poor little Susan in the crosswalk?

When you are questioned. What do you do if the witness asks *you* a question? He might say something like, "I stepped on the brake as quickly as I could. Wouldn't you have done the same thing?"

You can make a simple statement that you are the one asking the questions and it is the witness who is under oath. It also offers the opportunity to elaborate a bit by saying something to the effect:

> "I am the attorney for X here, I cannot testify and give my opinion as to what you should have done; but if opposing counsel has no objection, I will do so."

Of course, if the witness wants clarification of your question, you should rephrase it.

When the testimony hurts you. If a witness responds with a devastating answer that hurts, do not look wounded. Just calmly proceed with your next question. You should *always* look confident and pleased with the course of events in the courtroom. Always be calm and *never* look disappointed.

As I have mentioned before, there is a well known rule that you should not ask any question to which you do not know the answer. This is a wise rule and can help you avoid a lot of trouble. The exception, of course, is when you are in a desperate situation. If you are confident you have a lost cause, there may be nothing to lose by some probing and otherwise dangerous questions. However, if you ask this kind of question, you should either be prepared to be hurt or simply not care what happens.

Suppose, at some point in the trial, you realize you have a hopeless case and cannot possibly win. Of course, that is the time to approach opposing counsel and try to settle the matter. But what do you do about cross-examining opposing witnesses when you have no ammunition at all to refute what they are saying? If you cannot settle the case, you should examine every possibility of bias or prejudice of each witness. Ask questions about with whom they have discussed the case. If you attempted to interview them and they would not talk to you, bring this out. If you feel there is more to the matter than the witness has testified to, you may have to embark on a fishing expedition and explore the whole area, hoping to bring out something helpful. Obviously this should be done only if your case is truly not winnable and all is lost.

Do not argue with the witness. You should not quarrel or argue with the witness. This makes it appear he has damaged you. If his testimony and answers are patently false, crazy, or irrational, let it go at that. The jury will evaluate such testimony itself.

Stop when you are ahead. Save the ultimate point for your argument. Do not try to extract it from the witness. When you have made your point, do not ask the extra, unnecessary, and potentially harmful question. STOP.

A classic example of the extra, deadly question supposedly involves a case where the defendant allegedly bit off the plaintiff's ear in a fight. A witness testified he was present near the site of the fight and that the defendant indeed bit off the plaintiff's ear. The examiner is trying to prove the witness is lying.

> Q: You were present in the area of the fight, were you not?
> A: Yes.
>
> Q: It was very noisy?
> A: Yes.
>
> Q: In fact, it was so noisy you did not hear the fight at all, did you?
> A: No.
>
> Q: In fact, during the fight, you were talking to another person, were you not?

A: Yes.

Q: You were not watching the fight itself?

A: No.

Q: In fact, you were looking toward the person to whom you were speaking?

A: Yes.

Q: And you were facing him with your back to the two fighters, were you not?

A: Yes.

Q: And that was true during the entire fight?

A: Yes.

Q: You only turned and looked toward the two fighters after the fight had ended?

A: Yes.

Counsel should have stopped! He had made his point.

Instead, the examiner decided to ask one final question just to nail the point down and leave no doubt.

Q: If you couldn't hear the fight and didn't see the fight, then how in the world can you possibly testify under oath here that the defendant bit off the plaintiff's ear?

A: I saw him spit it out.

That extra, unnecessary question may kill you! Do *not* try to gild the lily.

If you score a big hit with the witness, STOP. If you have impeached the witness on an important point in a conclusive manner, end your cross-examination right there. You want this kind of climax at the end of your cross-examination. Do not go on to points of less importance which might be inconclusive. This diminishes greatly the major point you just made. You should abandon other points on which you intended to cross-examine.

STOP at a successful and dramatic point in your cross-examination of *any* witness.

Remember: keep it short and simple!

The cross-examination of expert witnesses involves some additional and different issues, problems, and opportunities. That subject will be discussed in a later chapter.

CHAPTER SEVEN

Rehabilitation of Your Witnesses

This chapter on rehabilitation is one of the shortest in the book. This is because you should be spending less time rehabilitating your witnesses and their testimony than anything else you do during the trial. You should have selected and prepared your witnesses carefully and conducted a good direct examination of each one. If you have done this, opposing counsel's cross-examination of your witnesses will not have hurt their testimony or your case. It will not be necessary to rehabilitate them with any re-direct examination.

If it is necessary to spend a great deal of time rehabilitating your witnesses on re-direct examination, you are in trouble.

I pointed out in the chapter on direct examination that ordinarily it is not wise to conduct *any* re-direct examination of your witness after he has been cross-examined. When you conduct re-direct examination, the very fact you are doing so tells the jury that opposing counsel has hurt your witness or shaken his testimony. It tells the jury damage has been done to your case and you have to examine the witness again to try to repair that damage.

Before making a decision to conduct any re-direct examination, you must ask yourself whether it is really necessary to rehabilitate the witness. Was *serious* damage done? Did the cross-examination *significantly* harm your case? If not, remain in your seat. Simply announce in a confident manner: "I have no questions."

There may be a situation where the cross-examiner has impeached your witness in one or more ways not really critical to your case. Then, at the end of the cross-examination, perhaps your witness made a very good impression on the jury. In such a case, it is usually wise to forget the minor damage and leave things alone. The jury will remember the good impression at the end of the cross-examination.

Of course, there are circumstances in which it is wise or necessary to rehabilitate your witness and his testimony. They are few, and when it is necessary to do so, your examination should be short and sweet. It should not be prolonged, and you certainly should exercise care not to go beyond the simple point you are making. You do not want to open the door to further examination by opposing counsel into areas to which you would rather not go.

The important thing here is to make a quick analysis or examination at the conclusion of cross-examination of your witness as to whether the examiner did any substantial harm to your case. Remember, of course, that if harm has been done, you must have ammunition to repair the damage. Also, before you attempt rehabilitation of your witness, you must be confident he is prepared and able to respond properly.

There are a number of areas where it may be necessary and is possible to do effective rehabilitation of your witness.

Explaining an Answer

It may be necessary to explain an answer the cross-examiner elicited from your witness. If it created an erroneous impression, and there is an explanation your witness can give, put the appropriate questions to him.

It may be an answer that simply needs to be put into context with other matters to be accurately understood.

A classic example of putting matters in context with a re-direct examination supposedly occurred in a trial in Chicago many years ago. A doctor testified who was a well known and a highly regarded physician in Chicago with many famous patients. The cross-examiner wanted to cast doubt on the doctor's competence. The exchange with the witness went something like this:

Q: Doctor, you were the personal physician for Colonel McCormick, the owner of the *Chicago Tribune*, for many years, were you not?
A: Yes.

Q: Is he still under your care?
A: No.

Q: Why not?
A: He is dead.

Q: Doctor, you were the personal doctor for Marshall Field, the famous retailer, were you not?
A: Yes.

Q: Is he still under your care?
A: No.

Q: Why not?
A: He died.

Q: You were the doctor for George Halas, owner of the Chicago Bears, were you not?
A: Yes.

Q: Is he still under your care?
A: No.

Q: Why not?
A: He is dead.

Q: I have no more questions.

When the cross-examiner sat down, counsel who had called the doctor looked at the jury and realized they probably thought all the doctor's patients died under his incompetent care. He feared they would disregard his testimony on direct. So, counsel rose to conduct re-direct examination and asked the following questions:

Q: You were the personal physician for George Halas?
A: Yes.

Q: Was George Halas a young man when he died?
A: No. He was eighty-eight years old.

Q: What was the cause of his death?
A: He died of natural causes.

Q: Was he in good health under your care up until he died?
A: Yes, he was healthy as a horse all of his life and enjoyed great health under my care.

He proceeded to ask similar questions about Colonel McCormick and Marshall Field. The doctor's reputation was saved! It now was apparent that prominent people looked to him for their care and enjoyed good health under his medical ministrations. The lawyer who cross-examined the doctor appeared to have been trying to be misleading and paint an erroneous picture.

Sometimes a cross-examiner can elicit what appears to be a damaging admission from your witness. It may be necessary for you to conduct re-direct simply to explain that answer. An example of this is the old story that may be apocryphal but is frequently told by trial lawyers:

The plaintiff claimed serious injuries as a result of an accident when the defendant drove his automobile too fast around a corner and hit the plaintiff, who was riding in his horse and buggy. On cross-examination the defendant's lawyer asked:

Q: Right after the accident, the defendant came over to you and asked if you were all right, didn't he?
A: Yes.

Q: You told him then that you were not hurt, isn't that true?
A: Yes, I said that.

Unless explained, this admission by the plaintiff pretty much demolished his claim for damages for serious injuries. However, his alert lawyer conducted the following re-direct examination to rehabilitate him:

> Q: Why in the world did you tell the defendant you were not hurt?
>
> A: Well, the accident knocked my buggy and my horse into the ditch. My horse was lying there on his back with a broken leg. The defendant got out of his car, looked at the horse, and then walked back to his car. He returned with a gun and went over to my horse, put it to his head, and shot him. He then walked over to me and asked if I was hurt. I said, "No, I was not hurt."

It was necessary for the lawyer to put the answers of the witness under cross-examination into context. You cannot let the cross-examiner create a false impression by his questions of your witness. When this happens, it is wise to straighten the matter out with a few questions.

Sometimes a cross-examiner will ask only enough questions of your witness to bring out the unfavorable aspects of your witness's conduct or behavior. Taken alone, it may sound bad to the jury.

For example, suppose the cross-examiner made your witness sound as if he were the aggressor in a fight:

> Q: You were having an argument with my client, Bob, were you not?
>
> A: Yes.
>
> Q: You picked up this big baseball bat lying nearby and hit him over the head as hard as you could, did you not?
>
> A: Yes, I did.

The cross-examiner then moved on to another point without letting your witness explain. You need to bring out the surrounding, mitigating factors to explain your witness's behavior and make him look like the good guy:

> Q: This argument was started by Bob, not you, was it not?
>
> A: Yes, he started it.
>
> Q: Is Bob a big man?

A: Yes, he is 6 1/2 feet tall and must weigh over 250 pounds.

Q: What is your size?
A: I am 5 feet 4 and weigh 120 pounds and am pretty badly crippled as a result of having polio when I was a little boy.

Q: What did Bob say right before you picked up the baseball bat?
A: Well, Bob said he was going to pick me up by my scrawny little neck and bash my head on the cement floor.

Q: What did you do then?
A: I was scared for my life, so I picked up the bat to defend myself.

I discussed how to deal with the forgetful witness in the chapter on direct examination. Your witness may be shaken by cross-examination to the point that he forgets or cannot recall matters you are certain he knows. If it is important, this may require some prompting on your part in re-direct with: "Do you remember . . ." questions or "Was anything done about correcting the. . . ?"

In this situation you can refresh his recollection with questions designed to do so. It may even be necessary to slip in a few leading questions. Also, there may be a document that may refresh the witness's recollection, and you can refer him to it. The witness then can testify that after having reviewed that memorandum it brought back the memory.

Sometimes the cross-examiner may effectively shake your witness's credibility by questioning his ability to remember so many details of an event that occurred some time ago, or his insistence that a certain event occurred on a certain day. If you think a serious doubt has been raised and you can counter that cross-examination, you should do so.

If your witness testified that something occurred on one certain day long ago, you can question him on re-direct examination about his recollection by asking how he can remember it so well. Perhaps he can then say he recalled it because it was so unusual and happened the same day President Kennedy was shot or the day his mother-in-law finally moved out.

If the cross-examiner raised doubts about the many details your witness recalled, perhaps the witness prepared a memorandum at or near the time of the event in question. He can then say he refreshed his memory by reviewing that memorandum before testifying, and it brought back all the details.

Very effective re-direct examination can be conducted when the cross-examiner has interrupted your witness's answer or did not permit the witness to explain his answer when he tried to do so. You should have interceded during cross-examination to permit your witness to answer the question. However, if this was not done, you can ask your witness on re-direct:

> Q: Opposing counsel asked you the following question ". . ." He interrupted you and did not permit you to complete your answer. Please complete that answer now.

This accomplishes the dual purpose of letting your witness explain or complete his answer. It also makes opposing counsel look bad because he tried to prevent the witness from giving his testimony in full.

Reputation for Truthfulness

If your witness's reputation for truthfulness has been questioned by testimony produced by opposing counsel, you can, in most jurisdictions, introduce evidence of his reputation for truthfulness to rehabilitate him. This, of course, will come from other witnesses, not from any re-direct examination.

Suppose, however, it is you who impeached the testimony of your opposing party's witness by introducing evidence of his bad reputation for truthfulness. Opposing counsel's cross-examination of your witness has shaken his testimony somewhat. In this situation you might conduct a brief re-direct examination:

> Q: You testified about a number of conversations you heard

involving a number of people, which form the basis for your opinion that the (witness) has a bad reputation for truthfulness. Is that correct?
A: Yes.

Q: In all those conversations, did you *ever* hear anything *good* about the witness's reputation for truthfulness?
A: No, not a word.

Of course, here, as in most situations, it would be wise to know beforehand what the answer to your question will be.

Conviction of a Crime

If your witness has been impeached by the admission of a crime, you can rehabilitate him by asking a number of questions:

Q: You served your time (or paid your fine) for that crime, did you not?
A: Yes, I did. I believe I paid my debt to society.

Q: What have you been doing since then?
A: I'm married and have three wonderful children, I work hard at my job, and I do volunteer work at the hospital. I also help weekends at the stroke center to help rehabilitate patients, and I serve on the board of directors of the local Red Cross, the Chamber of Commerce, and several charitable organizations.

Bias, Prejudice, or Interest

If opposing counsel attempted to show bias or prejudice on the part of your witness, you can ask a few simple questions to help him:

Q: Opposing counsel asked you if you were (a member of opposing party's church), and you said you are. You would not let that fact affect your testimony here under oath, would you?
A: No, I would not.

Q: You would not lie under oath here just because ______, would you?

A: Certainly not. I take my oath to God seriously.

Prior Inconsistent Statement

Be careful when your witness is being cross-examined about a prior inconsistent statement. You must protect him as much as possible. Do not let the examiner include false assumptions in a question he asks. Do not let him misstate the circumstances in which the prior statement was made. Do not let him harass the witness or repeat his questions. Do not let him insist on a "Yes" or "No" answer if the witness wants to explain. You must protect your witness during this kind of cross-examination.

If your witness has been impeached with a prior inconsistent statement, you should have learned about that statement beforehand from your witness. If it is an oral statement, on re-direct examination you may be able to elicit testimony about the circumstances under which it was made. Your witness may be able to contradict the oral statement as it was given by the cross-examiner to explain apparent inconsistencies.

If the prior inconsistent statement is written, you should explore on re-direct examination the circumstances in which that statement was made. It may have been given in hurried circumstances. It may have been prepared by someone other than the witness who, although he signed it, did not read it before he signed it. Perhaps he can testify that he would not have signed it if he had read it.

If your witness has been impeached with a prior inconsistent statement, it is generally permissible to rehabilitate him by introducing evidence of a prior *consistent* statement, that is, one that is consistent with testimony given on the witness stand. These statements generally are not considered hearsay, see Rule 801(d)(1) of the Federal Rules of Evidence.

If you rely on a prior consistent statement, you should bring out from the witness the circumstances surrounding that consistent statement. You want to show it is the prior *consistent* statement that is the truth and the better recollection. It hopefully was made at or near the time of the incident in question when the witness's memory was much better than when he later gave the inconsistent statement.

When There Is Nothing That Helps

If your witness has been seriously damaged by cross-examination on some point that you cannot explain away or mitigate, leave it alone. Do not try a half-hearted or ineffective rehabilitation. *Leave it alone.* You will bring further attention to the matter by talking about it again. Simply dismiss the witness saying, "No questions, Your Honor." You might even put on a small smile, the one that says, "Well, overall, that came out pretty well." Some confused juror may think your witness escaped unscathed!

In general, you should be absolutely certain your witness has been impeached or damaged by cross-examination. Be certain that you have been *significantly* harmed by cross-examination. It is usually best to ignore minor points opposing counsel scored in his cross-examination. If it is not really important, you will only make matters worse by asking more questions. Unless your witness has been totally destroyed, it may appear to the jury the cross-examiner's efforts were ineffective and that he was unable to shake the testimony given by your witness.

If you have been forced to conduct re-direct examination for any of the above reasons and have done your best to rehabilitate your witness, it is sometimes wise to close with the following general, comprehensive, all-encompassing question. Also, sometimes, you may not be able to think of anything else to do to repair damage. This general question is one you may want to ask in those circumstances:

> Q: Now, remember you are under oath to tell the whole truth and nothing but the truth. Please tell the ladies and gentlemen of the jury: Did you or did you not shoot the victim on April 12, 1942?

The general rules about rehabilitation of your witness by re-direct examination are simple. (1) Do not conduct any re-direct examination unless you are absolutely certain serious damage has been done. Then, be sure you have the ammunition and ability to rehabilitate, and (2) keep it short and sweet. It should not be one second longer than absolutely necessary.

CHAPTER EIGHT

The Expert Witness

In trying most cases you will need an expert witness. Witnesses ordinarily are permitted to testify only to facts within their own personal knowledge. The expert witness is not so limited. He can express an opinion if he is qualified as an expert in a specific area because of his education, knowledge, training, or experience. That opinion must be based on a reliable foundation and be relevant to the case. The expert can express an opinion in an area beyond the common knowledge and experience of the jurors if it would help them in their consideration of the case.

Lay witnesses can sometimes express an opinion if it is based on their own perceptions. For example, they have been permitted to express opinions that a person they observed was drunk, ill, or quite old.

An expert witness can be helpful in many cases. He can be a fact witness. An example would be a treating doctor in a personal injury case. He can testify about what he did in treating the plaintiff and express an opinion concerning the plaintiff's physical condition and its cause and effect. An expert can testify about standards of care in the medical community.

An expert may testify as to facts gleaned from tests that were conducted. He can express an opinion based on inferences that can be drawn from data. The witness can be asked a hypothetical question when he has no personal knowledge of the facts or data in the case. The examiner asks the witness to assume certain facts, to make certain assumptions, and then express an expert opinion.

Ordinarily, expert witnesses will express an opinion in reliance on certain facts that have been established by evidence in the case. However, in many jurisdictions today, an expert may base an opinion upon data if it is of a type reasonably relied upon by experts in that field even though those facts or data need not be admissible as evidence. See Rule 703 of the Federal Rules of Evidence.

How do you determine if you need an expert? Your case may involve complex technical issues, and the expert witness can explain them to the jury. Of course, an expert is not only helpful as a witness to testify on behalf of your client. He can also be helpful in educating *you* as counsel. If there are technical issues involved, you must acquire a certain level of knowledge about those issues to present your case effectively. Your expert can act as a consultant and advisor to help you develop issues in the case. You must be able to present persuasive direct testimony when you are presenting your case, and you must be able to effectively cross-examine the opposing party's expert witness.

You may need an expert witness to tie in cause and effect. In a personal injury case your expert medical witness can testify that the accident was the cause of the injuries to the plaintiff. In a business case the expert witness can testify that the conduct of the defendant did or did not cause the damages suffered by the plaintiff.

Your expert can be of assistance in helping you establish both liability and damages. He cannot express an opinion as to the ultimate issue; for example, he cannot testify that the defendant was negligent or that the defendant is liable. However, in most jurisdictions, the expert can express an opinion even though it embraces the ultimate issue in the case (see Rule 704(a) of the Federal Rules of Evidence). For example, he can express an opinion as to the cause of the plaintiff's business failure. He can express an opinion that the defendant was intoxicated at the time of the accident.

Expert witness testimony can be helpful and even essential in proving or disproving damages. The expert witness can express an opinion as to the lasting effect of the plaintiff's injuries or losses resulting from the defendant's conduct. In many cases the only way to demonstrate the plaintiff's future loss of earnings or profits is with an expert opinion.

In many cases the only evidence available as to the future economic impact on a plaintiff because of a defendant's conduct is expert opinion. It can be the actuary or economist who projects the plaintiff's future loss of earnings in a personal injury case. In a business case it can be the expert who predicts the loss of value or profits.

The expert's opinion ordinarily must be held with a reasonable degree of certainty. In many jurisdictions an opinion can be expressed if held with a reasonable degree of probability.

Selecting an Expert

There are a number of points to keep in mind in employing your expert, particularly in a business case. First, talk with your client. Your client knows the industry and can be helpful in identifying the source of an expert to be employed. It also is helpful to get your client's approval of any specific expert you employ. He must feel confident about the qualifications and expertise of your expert.

Check your prospective expert's résumé. Some are guilty of exaggerating their background and experiences. This can be harmful when they come under cross-examination. Talk with other attorneys who have used your prospective expert and get their comments about their experiences with him. Get the details of the times he has testified in court. You may have to make a decision between an academic expert and one who is an expert by virtue of his practical experience. Sometimes one of your client's competitors can make a good expert witness. To find an expert you can also look to government agencies, to services that some universities provide in supplying expert witnesses, and trade journals.

All other things being equal, a local expert is better than one from out of town. The latter should be nationally recognized in his field or he may be found less credible than a good local expert.

Experts can be extremely costly, particularly in business cases. They can run into hundreds of thousands of dollars. Therefore, it is important to establish a budget with your expert. Obviously, you need your client's agreement here.

More than one expert may be needed in a given case. However, quality is more important than quantity. Do not go overboard in deciding how many expert witnesses you may need. If you have more than one expert, they should all know the facts relied upon by the others and their opinions. You do not want one of your experts stepping on the toes of another. This can happen if you have two experts in the same or related fields. Ordinarily, you would not have two experts expressing an opinion in the same exact area. If there are multiple experts, each should know where his expertise and opinion ends and the others' begin.

It is important not to employ the "professional" witness who has appeared on the stand many, many times. The danger in using this kind of witness will be apparent when I discuss how to cross-examine this kind of expert later in the chapter.

If, in your initial meeting with your prospective expert, he appears arrogant and haughty (as many do), or you simply do not like him, do not hire that person. The jury is not going to like him either. Your expert witness must appeal to the jury and be able to establish a rapport with them. If they do not like him, they will not like his opinion.

If you are not satisfied after you hire your expert, fire him before opposing counsel has a chance to conduct discovery. For this reason, make sure your expert does not give you a written opinion too early in the case.

Careful consideration must be given to when to employ an expert. Generally, it is best to call upon your expert near the end of discovery and preparation so that he will have the benefit of relevant data and can pull the technical aspects of your case together in a coherent, focused manner.

Working with Your Expert

You should discuss your theory of your case with him. This should be done both *before* you hire him and again later before he gives you any preliminary opinion.

He must be given all the facts you have that are necessary to form his opinion. He should have access to your files, witness statements, depositions, and pleadings. You must be careful of material you provide your expert. Your conversations with him and anything you give to him are discoverable. He needs relevant evidence, but you do not want to open up your entire file to discovery by your opponent. The expert is your advisor or consultant. You need his opinion on your theme of the case. You need his opinion on your opponent's theory. He can advise you about gaps in your evidence. He can advise you about further discovery you need. He can help you prepare for taking the deposition of the opposing side's expert witness. He can, later at the trial, assist you in your cross-examination of the opposing expert.

Your expert should help you prepare exhibits you intend to use in the trial. He probably will use charts or diagrams to explain his testimony. Discuss with him the use of enlarged photographs, overhead projections, a PowerPoint presentation, or other means of translating his testimony into something visual the jury can see and understand. Sometimes if the chronology is complicated and important, a chart can display events in chronological order. Remember, almost all of us tend to assimilate and accept what we see more than what we hear. Demonstrative evidence is essential for your expert to make the clearest, most persuasive presentation. However, do not use too much demonstrative evidence or visual aids as this will dilute the effectiveness of a few effective ones.

It is wise to defer the preparation of these visual aids or demonstrative evidence as late as possible and, whenever possible, until after your expert's deposition has been taken. This will avoid giving opposing counsel the benefit of your expert's visual aids before the trial. However, any substantive work done after his deposition or new opinions will not be admissible at trial. You cannot "sandbag" opposing counsel.

The technical nature of the scientific material that is a subject of expert testimony can be extremely boring to the jury. Presentation of expert testimony is a part of the trial that requires not just interesting presentation but one that is fascinating and compelling to the jury. This is a point in the trial where it is easiest for jurors' eyes to glaze over and for them to nod off and take a short nap. You and your expert must work together to make sure his testimony is interesting as well as persuasive. He must use plain, simple language on the witness stand. If the jury cannot understand his testimony, it is useless.

While you do not want to bore the jury with long technical presentations, some repetition of your main point is probably necessary. Careful questioning of your witness under direct examination as to the basis or reasons for arriving at his opinion can help reiterate the point.

You employed your expert after satisfying yourself as to his ability and expertise. However, you must satisfy yourself there is support for his opinion. Make sure in your own mind it is supported by textbooks, treatises, and other expert opinions of which you are aware.

In working with your trial expert, it is important to keep in mind that your communications with him are discoverable. Certain writings and drafts of reports, your letters to the expert, and other documents may seem to you to be accorded some kind of work product privilege. In fact, documents of this sort are discoverable. Some lawyers have their client present at discussions with the expert to try to create an attorney-client privilege about discussions with the expert. This will not be successful.

Learning the Opposing Expert's Opinion

At some point after you know your opponent has employed an expert and discovery has been completed, you should take that expert's deposition. However, it is important not to do it before he has given opposing counsel a written opinion or even have reached a tentative opinion. You want to know what his opinion will be at trial.

Before the deposition, obtain from opposing counsel all data that has been reviewed by the expert. Review the opponent's answers to your interrogatories. Obtain the résumé of the expert, and obtain from opposing counsel all notes, reports, drafts of reports, and notes of oral conversations with the expert that are in his possession.

This expert should be asked at his deposition about his background and qualifications in great detail. He should be questioned about the terms of his employment by opposing counsel. Among the questions you want to put to him:

- When were you employed?
- What fees are you charging and what additional compensation are you to receive?
- What are the terms of your employment?
- What opinions were you employed to give?
- What facts or data have you reviewed?
- What correspondence have you had with opposing counsel?
- What telephone or other verbal conversations have you had with counsel or any other representatives of opposing party?
- Upon what facts have you relied in arriving at your opinion?
- What assumptions have you made in arriving at your opinion?
- What theories have you used in arriving at your opinion?
- Have any reports, other writings, or computer data been destroyed?
- Are these all of your notes and preliminary reports and drafts of reports?
- What preliminary opinions have you expressed orally or in writing?
- What conclusions and opinions have you arrived at? How?
- What is the basis of your opinion?
- Have you changed any of your opinions? Why?

Your expert may claim expertise in a particular area involved in the case, whether it is medicine, engineering, economics, or some other field. He should be asked when he last had a case in that particular field or if he has ever had such a case.

Ask him if he knows of your expert and get him to admit your expert is extremely well qualified and highly regarded in the field. If he admits this, you can build up your own expert by getting this admission from the opposing expert in cross-examination at trial.

There are several things you should *not* do in this deposition. You should not ask him about learned treatises or other expert opinions in the matter. He will then know you are going to use them in your cross-examination at trial.

You should not cross-examine the opposing expert when you take his deposition. You are not there to destroy his credibility or to impeach his testimony. The purpose of taking this deposition is to simply learn his opinion and to what conclusions he may testify at trial. You are *not* taking his deposition to prove that expert wrong. You are *not* taking his deposition to show where he made a mistake in his calculations or in his use of certain assumptions or theories. If you do so, you are simply educating him about his mistakes. He then can—and certainly will—correct them before he takes the stand.

This is a hard rule to follow if opposing counsel has been difficult to deal with and the opposing expert you are deposing is conceited and overbearing in his demeanor toward you.

You might make the mistake I once made. There were many errors in this particular expert's calculations and assumptions, and he based his opinion on questionable theories. Before the deposition commenced, I told a young man who was working in my office the rule against cross-examining and educating an opposing expert. He sat in on the deposition, and as it proceeded, I became more and more outraged at the sloppy work done by this arrogant "expert" and proceeded to demolish him with a devastating and penetrating cross-examination, pointing out the many ways in which he was totally wrong.

After the deposition, the young associate was mystified. It was obvious I had totally disregarded and broken my own rule. I had lost control. I got carried away. I had let my anger and disgust with this "man of science" get to me, and I made myself feel good by destroying him. However, it was a tactical mistake. Sure enough, when he took the stand at the trial, he had corrected most of his mistakes and now gave testimony that was more difficult to attack on cross-examination. If I had followed my own rule, I would have been able to devastate him on the witness stand—not in the lawyer's office when the deposition was taken. This is another example of why you must remain calm and objective at all times. Never get excited. Never get angry. You must remain calm and in control of your emotions at all times in handling a case.

Of course, there may be situations where you feel it is necessary to impeach the opposing expert at the deposition. If it is known he will not be available to testify at trial, you must impeach him at the deposition because you will not have the opportunity to do so in front of the jury. Also, if the witness is elderly and frail and appears in extremely poor health, it might be wise to impeach him at the deposition unless his opinion and testimony can be controverted later with other evidence.

Preparing Your Expert for His Deposition

The rules here are basically the same as for preparing other witnesses. You should submit him to a mock cross-examination along the lines that he might face when he is questioned. Urge him to review all data before answering any questions. He should not bring notes or drafts of reports with him.

If opposing counsel has courteously agreed to take the deposition in your expert's own office for his convenience, decline the offer. Do not have the deposition taken in your expert's office. It would be too easy for him to be asked questions requiring him to produce documents from his files kept there.

As with other witnesses, urge your witness never to take absolute positions. He should avoid the words "never" and "always."

He should decline to give any estimates and simply recite facts he knows.

If your expert makes a mistake or omits some important point in giving his deposition, you may want to clarify it by cross-examination of him at the deposition. The clarification may be less impressive if it appears the witness had time after the deposition and before trial to confer with you to correct his testimony. Also, something might happen to your witness; and if he is not available at trial, you want his accurate testimony available.

Putting Your Expert on the Stand

At what point in the trial should you call your expert? You want to start strong by calling your client or a principal witness to give testimony that will present an overall picture of your case. You want to finish strong also, so your expert witness can help here by being the final witness in your case-in-chief. If he is the presentable and persuasive witness you should have hired, he can finish the presentation of your case with an impressive performance.

The first thing you must do when he takes the stand is to qualify him as an expert. Do not accept a stipulation by opposing counsel that your witness is qualified and may testify as an expert. You want to emphasize and elaborate on his qualifications to the jury so they will respect and accept his testimony. Of course, if the opposing expert has impressive credentials, offer to stipulate that he may testify as an expert to prevent a long recitation of his virtues to the jury.

To qualify your expert, you should ask him about:

- His education
- Formal training
- On the job experience
- Continuing education
- Teaching experience
- Employment experience
- Experience with specific problems or issues involved in your case
- Professional licenses and certifications
- Professional awards
- Memberships in professional associations and offices held
- Articles and books written
- Speeches and lectures to distinguished groups
- And, perhaps, his experience as a witness in court cases. This is a double-edged sword. If this experience is very extensive, it may show he is knowledgeable and is relied on in litigation

matters. However, it also can portray him as a "professional" witness and no more than a hired gun or "prostitute."

If your expert has been given some particularly impressive awards, or has particular distinctions, at one point in your questioning of his qualifications, you should urge the witness, "Please do not be modest. Tell us frankly about your awards and distinctions. . . ."

If your expert is one who is qualified not so much by his education or academic qualifications but is a "working expert," that is, the one who actually made the product in question or has worked with it on innumerable occasions, this should be emphasized to show that he is a "hands-on expert" who knows what he is talking about from a practical standpoint.

After eliciting qualifications from your expert, it is helpful to introduce a copy of his written résumé into evidence.

In some courts it is necessary to move the witness's qualifications as an expert and tender him as such. This point should be covered before trial in chambers with the judge.

Some lawyers ask for the right to *voir dire*, or to examine your expert on his qualifications before he testifies. I have seen very few cases where I thought this was helpful. It simply puts the lawyer in the position of apparently trying to discount the abilities of the expert, and it is usually not successful.

In some courts it has become the practice to encourage counsel to present the direct testimony of an expert by introducing into evidence his written report and then permitting cross-examination by opposing counsel. If your expert does not make a good impression on the stand, and you hired him because of his knowledge, you may wish to present his testimony in this manner. If you think your opposing expert is going to be really impressive on the stand, suggest to the court it will simplify matters if his direct testimony is offered by submitting into evidence his written report in lieu of his direct testimony.

After qualifying your expert, you should address the following points:

- What he was asked to do.
- The basis for his compensation.

- On what was he asked to express his opinion?
- What data he was given.
- What assumptions he relied on.
- What facts he relied on.
- What theories he adopted.
- What tests or calculations he may have made.
- Whether he reached any conclusions or opinions with reasonable certainty.
- What are those opinions?
- How did he arrive at those opinions? It is important for your expert to expand on his opinions here. He can reiterate and emphasize them by discussing in detail the basis and reasons for arriving at those opinions.

The expert opinion is essential in many cases. For example, if you represent the plaintiff in a personal injury accident and are claiming damages, you need the medical expert who can express an opinion about the plaintiff's future of pain and suffering, future disability, future medical treatment required, the expense thereof, and possible reduction of his life expectancy. In business cases involving loss of, or damage to, property, an expert opinion may be necessary. An actuary or economist can testify as to value or future loss of profits.

In many cases it may be difficult, if not impossible, to prove the relationship of acts complained of to damages or injuries to your client without expert testimony.

Remind your expert he must not talk down to the jury, but should use plain everyday language and not rely on technical terms to make himself sound knowledgeable. Witnesses with technical or scientific knowledge have an almost uncontrollable urge to use words and phrases that to them are meaningful, but mysterious to a jury of average intelligence and education. You will have to be firm about this with your expert before he takes the stand to make sure he uses common words and language.

If your expert witness is a treating doctor in a personal injury case or the person who designed or manufactured or maintained some equipment, his testimony basically is about actual facts and data that are within his personal knowledge. However, sometimes your expert witness will have nothing to do with the facts of your case and is expressing an opinion based on facts he has learned without any personal knowledge or involvement. In this situation, the witness may be asked a hypothetical question. The hypothetical question includes all facts and data that have been established and on which your expert will rely in reaching his opinion. He will make certain assumptions or follow certain theories and, based on his education, training, or experience, express his opinion.

A hypothetical question must include all facts and assumptions essential to arrive at an opinion. Testimony concerning those facts must have been introduced and admitted earlier in the case. You must be certain it is in the record and either undisputed or supported by overwhelming evidence. Almost every hypothetical question should be written out beforehand to ensure it includes everything necessary. Basically, you are asking the witness:

> Q: I ask you to assume the following facts . . .
>
> Q: Make the following assumption . . .
>
> Q: Assuming those facts and assumptions, can you form or arrive at an opinion with reasonable certainty as to . . . ?
>
> Q: What is that opinion?
>
> Q: How did you arrive at that opinion?

If the hypothetical question omits any facts essential to the opinion, the question is objectionable.

I discussed earlier the presentation of demonstrative evidence—charts, diagrams, photographs, PowerPoint presentations, etc. Use whatever visual aids will help explain his testimony to the jury and make it more persuasive.

Explain to your expert that when he is cross-examined, he will have an opportunity to explain and repeat his testimony. If he is told by opposing counsel to answer "Yes" or "No" to questions, he can ask the judge for an opportunity to explain his answer. Also, he should remember he may have relied upon hearsay or data of a type reasonably relied upon by experts in that field, which is not admissible in and of itself. However, he can mention it and his source for it if challenged on cross-examination. It is then out there as a fact unless your opponent asks for a limiting instruction, which will simply result in it being repeated to the jury again.

Sometimes lawyers will not bring out on direct examination how much they are paying their expert witness. There is often a feeling that the compensation will seem high and shock or annoy the jurors and diminish the effectiveness of the expert witness testimony. If you do not bring the subject out on direct examination, your expert may be asked on cross-examination: "How much you are being paid to testify?" He should be prepared with the proper answer. He is not being paid to testify. He is being reimbursed for lost compensation he would have earned if he remained in his office to examine patients, prepare technical reports, or whatever else he may do to earn a living.

Cross-Examination of Opposing Expert

The general rules of cross-examination of witnesses discussed in an earlier chapter are applicable here. It is particularly important with the opposing expert witness to control him and prevent his volunteering additional information beyond his answer. He will want to use the opportunity to elaborate on his opinion. He should be controlled with the use of leading questions that limit him generally to a "Yes" or "No" answer.

Remember that your expert should assist you in preparing for this cross-examination. He should review the opposing expert's reports and provide comments on all aspects of that report and give you suggestions of how to attack the opposing expert's opinion.

In my opinion it is not wise to have your expert sitting at the counsel table with you during cross-examination of the opposing expert. It may be helpful—or even necessary—at some point to get some advice from him, but in my opinion it makes your expert appear too partisan. He is sitting at the counsel table with you and your client as if a party to the lawsuit. If you want him in the courtroom, he can sit in the back of the courtroom. You can confer at recesses or he can get notes to you.

Before cross-examination you should have:

- The opposing expert's résumé so that you can question his qualifications
- Transcripts of his testimony in other cases, if they are available
- Information from other attorneys about the witness and testimony given in other cases, if available
- Learned treatises on points you wish to cross-examine
- Articles and books the witness has written so you can search for inconsistencies with his testimony in your case

The following areas can be probed on cross-examination of his qualifications. Of course, you must have the necessary information about his background:

- Deficiencies in education
- Lack of training or experience in the specific areas involved in the lawsuit
- Writings or articles for which he has been editor or coauthor to show inconsistencies between his testimony here and the contents of these publications
- The fact he may not currently be working in the area involved in the lawsuit and perhaps has never done so
- When he has left various positions, probe the cause of his leaving. If you have a good faith basis for doing so, ask him: "Were you fired from that position and forced to leave involuntarily?" He may deny this with an indignant "No," but the jury will get the point

- Organizations to which he belongs. Was he elected to membership or was he admitted merely by paying dues?
- Lack of recognition of his discipline in the field
- Has he given an opinion beyond his area of expertise? For example, he may hold an engineering degree, but perhaps it was in mechanical engineering and the problem in your case is in the electrical engineering field
- His lack of experience in the special field involved in the case (if you developed this information when you took his deposition)
- Inconsistent opinion he gave in other litigation

Methods of Impeaching and Attacking His Opinion

The following are methods by which you can cross-examine the opposing expert to discredit his testimony. It is important not to go beyond these approaches or argue with the witness about the accuracy of his opinion. You must remember you are in his field of expertise now. He may be a geological engineer; you are not. You are a lawyer. He may be a neurosurgeon; you are not. You are a lawyer. The conceit of many trial lawyers is such that they feel they can do a little reading and become an instant expert capable of wrestling with the opposing expert in his field of expertise on cross-examination. This is invariably a mistake. If your opposing expert is qualified at all, he knows much more about the subject than you do. This does not mean you should not have done some homework on the subject. You should know enough about the area to detect obvious weaknesses or errors in his testimony. You should know enough about the subject to be able to understand what your expert is telling you and what the opposing expert told you when you took his deposition before the trial.

The senior partner in my firm once handled a case involving a massive earth landslide, and I—an inexperienced young associate at the time—assisted him. We represented the owners of gas and water lines and hundreds of homes destroyed in a massive landslide. The issue involved the geology of the earth and acts of the defendant in building roads and moving earth, which allegedly triggered the landslide.

I took an extension course in geology at a local university and read extensively on the subject. I then believed myself to be an "expert" in geology. I was eager to cross-examine the opposing experts at the trial to argue geological points with them. While my knowledge of the subject may have been helpful in various ways in the case, the senior partner would not permit me to cross-examine them in that way, even though I begged to do so. He wisely kept me from making a fool of myself and possibly doing great damage to our case. I might have been a lawyer who had learned a lot about geology in a short period of time, but I would be no match in the courtroom with engineers and geologists who had spent years studying the subject and working in the area.

However, there are ways in which you can attack the opposing expert's opinion:

1. Use of the wrong data
2. Reliance on the wrong theory or wrong assumptions
3. An opinion inconsistent with learned treatises on the subject
4. An interest in the outcome of the litigation
5. Bias

Let us review each of these areas of attack.

(1) Wrong data

All opinions are based on facts. If some of the facts are wrong, it must follow that the opinion is wrong. If the facts are different from those relied on by the expert, his opinion must be different. Most experts will agree that if you change the facts, the opinion has to be changed.

> Q: If the facts are different from those you relied on, your opinion would be different, would it not?

If he will not agree:

> Q: Are you telling the jury that no matter what the facts, your opinion is always going to be the same?

If the witness was asked a hypothetical question on direct examination, listen carefully to determine if the question omits any facts essential to the opinion. If so, it is objectionable.

If you have introduced evidence to contradict one or more of the facts on which the expert relied in arriving at his opinion, you should hammer that point home. He should be forced to admit that if that fact is not as he assumed, but as the evidence you presented, then his opinion is wrong or would be different.

Suppose the opposing expert has testified about a long-term loss of earnings or wages. He usually has to assume a certain interest rate. If that rate were different from that which he relied on, his figure would be wrong. It is often helpful to point out that projecting the long-term actual rate of inflation or interest rate is very difficult. Few economists have been successful in the past in making specific and accurate projections. Can the witness point to any past writing of his predicting rates that has subsequently proven accurate?

(2) Wrong theory or assumptions

Perhaps your expert testified that a car will travel a certain number of feet in a certain number of seconds, and that assumption is wrong. If so, his opinion is wrong.

Perhaps the expert testified about lost future profits of a business. If he has testified that there will be a steady rate of growth or does not take into account the possibility of a recession, his opinion is wrong. Most will agree there will be periods of recession and of prosperity, and it is difficult if not impossible for economists to predict that future.

Perhaps he has testified about future loss of profits from the sale of a certain product. He probably assumed that product would be marketable for the entire period of time in the future. He might be wrong. For example, if he has testified about the loss of profits from the sale of videocassettes, his opinion is wrong because DVDs came along and made VCR tapes virtually obsolete.

Opinions about loss of future wages in personal injury cases can usually be attacked because they assume economic conditions will remain the same, and they never do. The doctor may assume the plaintiff will never recover or be able to work again, but patients often do.

(3) Opinion inconsistent with learned treatises

If the witness has relied on learned treatises—articles, books, periodicals, or pamphlets—he can be cross-examined about inconsistencies between his opinion and the treatises. Portions of such learned treatises are not excluded from evidence by the hearsay rule. There is a specific exception to the hearsay rule in the Federal Rules of Evidence, Rule 803(18).

Perhaps your witness has not relied on any learned treatises. You can still cross-examine him:

> Q: You are familiar with *Gray's Anatomy*, are you not?
>
> Q: It is one of the leading treatises on anatomy, is it not?
>
> Q: It is a recognized and authoritative work on the subject, is it not?
>
> Q: It is accepted by experts as a standard reference, is it not?
>
> Q: You accept it, do you not?
>
> Q: Are you aware that on page__ it says . . . ?

If the witness denies that the treatise is the authoritative work in the area or that he has ever heard of it, you can ask him if it is not a fact that it is in most libraries. It might even be in his personal library. If you ask about other treatises and he continues to deny they are authoritative or that he knows of them or refers to them, it will create the impression with the jury that the expert is not very knowledgeable in his field and is unaware of standard reference books and recognized authorities.

If the witness was asked a hypothetical question, review carefully the assumptions and theories he employed. If you have learned treatises or authoritative works that dispute those theories or assumptions, you should cross-examine the expert in that manner. If he used or relied on false assumptions, his opinion will be wrong.

If the witness insists his opinion is correct and the treatises are all wrong, the line of questioning is obvious:

> Q: So you disagree with every recognized expert in the field?
>
> Q: Everyone is wrong but you; is that what you are telling the jury?

(4) Interest

The expert can be asked a number of questions to show he has an interest in this kind of litigation and this case. He can be asked whether or not he is being paid. He should be asked how much he has been paid to date. He should be asked how much he is getting paid per day in court. (It will be substantially more than the standard juror's fee each of the jurors receives.) He should be asked how much more he is expecting to receive. He should be asked whether the amount of his fee depends in any way on the outcome of the case.

If he appears frequently in court, he should be asked what his income was last year from testifying in court. He should be asked what his income was from giving opinions to lawyers in cases that never went to trial.

You should have ascertained before the cross-examination whether the opposing expert is connected with any university, foundation, or other organization which receives grants or other financial aid from interests opposed to your client. This obviously could influence the attitude of the expert.

(5) Bias

This is slightly different from impeaching the testimony of the witness by showing interest. Some witnesses testify so frequently on the same side of the field, for either the plaintiff or the defendant exclusively, that they are known to always arrive at the same opinion. They are biased. In the personal injury field many of these doctors have boilerplate responses in their computers that they use to write their reports. It will not vary one word from one patient or case to the next. The reports are identical. The formats are the same, and the conclusions are the same. This witness is often subject to easy cross-examination and often makes serious mistakes in his examination of the patient.

I know of one case in which a neurologist who often testified for defendants in personal injury cases submitted his usual and identical report. He came to his usual conclusion that the plaintiff was not injured at all and showed no aftereffects of his injury. One of the stock items in the report was the notation that shoulder motion was normal and examination of the arm muscle showed no atrophy.

This defendant neurologist had examined the plaintiff shortly before trial. The doctor testified on direct examination about his recent examination of the patient and the fact he supposedly had measured and examined the arm and found no atrophy of the muscles. The plaintiff's counsel put his client back on the stand and asked him to remove his shirt. He did so and displayed—for the jury to see—a badly withered, shrunken arm.

This is the danger in using the professional witness or "prostitute" who will testify for one side and always arrive at the same conclusion. This bias can be seen often in personal injury litigation, where lawyers have a tendency to employ the same medical expert over and over because they know what the doctor is going to testify to in court, and he makes a good impression on the stand.

In many areas of the country there are jury services that track the record of jurors and how they vote on cases in which they sit. In Los Angeles, one jury service kept a record of the names of doctors who testified. One particular neurosurgeon testified frequently for plaintiffs, and I faced him often in court. He was a brilliant man and a formidable witness. As is the case with many doctors, you are foolish to argue medical matters because they know more than you do about medicine.

Whenever this doctor was to appear for plaintiff in a case in which I represented defendant, I obtained an up-to-date record of his appearances in court. I always began my questioning of him like this:

> Q: Good afternoon, Doctor _______. We meet again here in a courtroom.
>
> A: Yes, and it is a pleasure to see you again, Mr. Kimberling.

> Q: Isn't it a fact, Doctor ________, that in the past four years you have appeared as an expert witness in personal injury cases in Los Angeles County a total of thirty-two times?
> A: I do not know the number, Counsel, but I am flattered that many lawyers see fit to call on me for medical advice.
>
> Q: In each one of these cases, you always appeared for the plaintiff, never the defendant. Isn't that true, Doctor?
> A: If you say so, Counsel. I really cannot recall.
>
> Q: And in each one of those cases you testified in every instance that the plaintiff was seriously damaged by the actions of the defendant and could never work again, isn't that true?
> A: I do not recall each instance, sir.

Sometimes when I felt particularly adventurous, I would ask the following question:

> Q: And isn't it a fact, Doctor, that although you testified in those thirty-two cases in the last several years that injured plaintiffs would never work again, they *did* in fact sometimes return to work shortly after the trial. Isn't that true?
> A: I really have not checked into the matter, Counsel.

This doctor was one of the most effective witnesses I have ever seen. He appeared to have come right out of a Hollywood casting office in response to a request for an experienced, honest, forthright, fatherly, knowledgeable physician who was also a wonderful human being! He was a wily and cagey witness as well as a bright man, and I was not about to argue points of neurology with him. Note the doctor never made any really damaging admissions about his bias. However, I know from talking to jurors after the cases that the mere asking of these questions about his frequent appearances in court got the point across to the jury.

Some General Thoughts on Cross-Examination of Expert Witnesses

Most of the rules and guidelines for cross-examination of witnesses apply to cross-examination of experts also. For example, you may have a number of areas where you think you can attack the opposing expert's testimony. However, if you score a major victory, STOP. Forget the other points you were going to make. Juries are generally leery of accepting the testimony of experts anyway. They regard them as "hired guns," and they are! Therefore, if you score an important point in one area of cross-examination, STOP. It will damage, in the jury's mind, *all* the testimony of the expert.

It is important in cross-examining an opposing expert to bring out the fact that what he has told the jury is an opinion. It is not an absolute fact.

> Q: You are not representing to the jury that your opinion is an absolute *fact* that no one can dispute, are you?
>
> Q: Your opinion is just that—your opinion—and not an absolute fact, isn't it?

A number of questions can shake the absolute nature of his opinion:

> Q: Is it your experience that (what you said in your opinion) is always, invariably, and without exception true?

Most experts will be sensible enough to admit that this is not so.

> Q: So there have been cases where . . . ?
>
> Q: It is entirely possible, based on your knowledge and experience, that . . . ?

Most experts will have to say, "Yes, it is possible." If they deny it is possible, then you need to ask questions to draw their answers out to the point where the witness appears extreme and on the brink of being absurd when he says it is "never, ever possible."

Most experts will admit on the stand under cross-examination there are other *possible* causes of damages suffered by the plaintiff. If the plaintiff claims he lost his business because the defendant bank withdrew his credit line, your expert may testify that the true cause of plaintiff's damages are his own poor skills as a businessman and errors in business judgment on his part. Plaintiff's expert may deny this, but he will seem unreasonable to the jury if he insists that it is not even *possible* there could be any cause of damages other than those to which he has testified. Extreme obstinacy on the part of an expert witness can make him appear unreasonable and cast serious doubt on his credibility.

In the area of personal injury litigation, the plaintiff's medical expert may say he has serious injuries and will never work again. You can point out:

> Q: Your opinion is based to a great extent on the subjective complaints of the plaintiff, is it not?
>
> Q: In other words, the plaintiff tells you his back hurts in such and such a place?
>
> Q: If he exaggerates or is not telling you the truth, your opinion is based on the wrong facts and is wrong, is it not?

Doctors testifying that plaintiffs are permanently injured should be asked:

> Q: You have had patients whom you have treated in the past, who you thought would never get better, have you not?
>
> Q: And you were wrong, were you not?
>
> Q: Some of them did in fact get better?

If none of the patients he treated ever improved, he will not seem a very competent physician.

If the plaintiff's expert witness is the treating doctor, you should review carefully all medical records pertaining to that treatment. Sometimes the last doctor's note indicates he told the patient that if he was not better in several weeks, he should see the doctor again. If there is no record plaintiff ever went back for further treatment, the inference is that he recovered. Cross-examination of the doctor is obvious.

Another approach is to ask an expert the question:

> Q: You have expressed an opinion with reasonable certainty before and learned later you had been wrong, have you not?

A witness who says he has never been wrong will lack credibility. If he admits to having been wrong before, you ask him:

> Q: It is then possible you are wrong here also, is it not?

Of course, the concluding questions in your cross-examination of any expert can be simple ones:

> Q: What you have expressed here today is merely your opinion. It is not a fact, is it?
>
> Q: It is just *your* opinion, and other qualified experts in the field can have a different opinion, can they not?

Expert witnesses can provide essential help in most cases. Your careful selection of the right expert, persuasive presentation of his testimony, and effective cross-examination of an opposing expert can help you prove or defend against a case on both liability and damages issues.

CHAPTER NINE

Closing Argument

The closing argument is just what the name implies. It is the close or end of the case, and it is the opportunity for you to argue your case to the jury. It is the time to tell the jurors why they should bring in a verdict for your client.

The evidentiary phase of the trial is over. You and opposing counsel have made your opening statements to the jury telling them what evidence to expect. The plaintiff has put on his case with witnesses, documents, and other evidence to prove why the defendant is liable and why the plaintiff is entitled to relief. The defendant has presented his case in opposition. Now is the time for you to *explain* your case and persuade the jury to rule in your favor.

Some lawyers believe closing arguments are not really crucial or vital. They feel the jury formed a preliminary opinion after hearing the opening statements and that view probably did not change after the evidence was presented. I do not agree. In my conversations with many jurors at the conclusion of cases, it was apparent to me that arguments of counsel often played a significant role in their decision-making process. The closing arguments helped the jurors to sort out the evidence and tie it all together.

You may have presented a compelling case, and the jury may well be prepared to retire to the jury room, deliberate briefly, and bring in a verdict in your favor. However, why take a chance? You can make certain of a favorable verdict in the best of cases with an effective closing argument. I believe a persuasive closing argument can also reverse a preliminary or tentative conclusion in some jurors' minds against you.

Most jurors have more intelligence than some lawyers credit them with. Jurors usually make a sincere and honest effort to do the right thing. However, they are in an unfamiliar setting. The evidence may seem more conflicting and confusing than the lawyers believe. Remember, evidence ordinarily does not come in a chronological order or even logically according to the issues. The lawyers are very familiar with the facts and understand them. However, the jury has heard the facts presented in less than a coherent or understandable manner. The rules of law propounded by the judge in his jury instructions are confusing. It is up to counsel in closing arguments to make everything clear.

The closing argument is sometimes called the "summation." However, the closing argument is much more than that. It is not just a summarizing of the evidence and stating the applicable rules of law. That would not help the jury and probably would bore them. In British courts the judge summarizes the evidence at the conclusion of the case, but that is not the practice in this country. Most courts permit jurors to take notes during the trial, and many do. Jurors probably remember the most significant testimony and documents in evidence and do not need to be reminded. However, they may not understand the significance of that evidence, and it is here the closing argument helps the jury understand the case.

Counsel for both sides may have presented their cases well with witnesses and exhibits. Some of the jurors may have formed a preliminary opinion, and the evidence may have been fairly convincing for one side or the other. However, in my opinion, in most cases there is often considerable doubt in jurors' minds after the final witness has testified. After all, if the case were really so one-sided as to leave no doubt, intelligent counsel on the losing side should have made some effort to settle the case before or during the trial. In many cases the outcome of the case is undecided when counsel begin their closing arguments. If some jurors have arrived at a tentative conclusion, it can be changed and jurors' minds swayed by a good closing argument. Effective and persuasive closing arguments will help you win the case.

The Procedure

The procedure is simple. In most jurisdictions plaintiff, who has the burden of proof on most issues, makes the first closing argument, and defendant follows. The plaintiff then has an opportunity for rebuttal in which to respond to matters raised in defendant's closing argument.

It was the practice for many years in most courts to instruct the jury on the law after closing arguments by counsel. Many courts now read the jury instructions *prior* to closing arguments. This is a more sensible arrangement since lawyers then do not have to tell the jury during their closing arguments that: "It is our contention the law is . . ." or "We believe the court will instruct you the law is. . . ."

If you must argue before the court instructs the jury, be absolutely certain you know which instructions it is going to give and which it has refused. You do not want to tell the jury that the court will instruct on a certain point and then have the court fail to do that.

How long should your closing argument be? It should be no longer than absolutely necessary. In most cases the court will have allocated a certain amount of time for each party, and it is important to adhere to that limit. If there are multiple parties on either side, the court will have allocated certain amounts of time to each counsel. Of course, the plaintiff must reserve adequate time from his initial argument to respond with a rebuttal. Once again, you do not want to bore the jury. It is not helpful to belabor evidence that is obvious and needs no explanation. However, some repetition of your main argument is important during the closing argument.

Should you ever waive your right to make a closing argument? I can think of only one instance in which this might be appropriate. That is the situation called "dropping the pigeon." The plaintiff, knowing he is going to have the last word in his rebuttal, makes only a "bare bones" closing argument. He refers briefly to undisputed evidence and makes a general claim for damages. He is saving all the "good stuff" for his rebuttal. He intends to deliver persuasive and powerful rhetoric that the defendant will have no opportunity to rebut. If this happens, counsel for defendant stands after the plaintiff's argument and says: "The jury has heard the evidence, Your Honor. No reply is necessary to the plaintiff's argument. We can let the jury decide the matter now."

Counsel for the plaintiff has lost his chance to deliver his planned blockbuster conclusion.

Nature of the Closing Argument

Throughout the trial you have been seriously limited in what you can do. In your opening statement you were permitted only to outline the evidence you expected to present. Rules of court and the rules of evidence limited how much your witnesses could say on the witness stand. However, in closing arguments there are few limitations. The restraints have been lifted. You can go all out here in telling the jury why it should bring in a verdict for your client. Of course, you cannot misstate the evidence, and you cannot state facts that are not in evidence.

The closing argument is your opportunity to interpret, to explain, and to analyze that evidence. You discuss the law and the facts of the case from your standpoint. You "argue" the facts and the law. You must motivate the jurors and make them *want* to bring in a verdict for you and your client. This is the time to repeat your theme of the case and to show that the evidence in the case supports it.

You comment on the evidence and discuss its significance and the implications of it. You can go far beyond a discussion of the evidence itself and draw inferences or conclusions from that evidence. Discuss with the jury the meaning of the evidence and the *significance* of it from your standpoint. Comments on witnesses' credibility should include a frank discussion of their demeanor on the witness stand, their appearance, and their obvious bias or prejudice. Tell the jurors to draw on their common sense and their general knowledge to help them evaluate the witnesses and their testimony.

Testimony and evidence should be reviewed and analyzed from the point of logic and reason. Point out to the jury that there are glaring inconsistencies in the testimony of witnesses called by the opponent. Remind the jury of your devastating cross-examination of the opposing witness when you impeached his testimony and destroyed his credibility.

You review the testimony and evidence to point out how the bias or interest of certain opposing witnesses affected their testimony. If different witnesses have reported different recollections of some event, you need to point out that your witness had the greater *opportunity* to observe or had the greater *ability* to observe. Perhaps your witness is more educated or more experienced and better able to testify on a certain point. Closing argument is where you *comment* on the testimony and tell the jury why the testimony favoring your case is entitled to greater weight.

You argue about the credibility of some of the opposing witnesses and cast doubt on their testimony. Point out that the testimony of opposing witnesses is not believable for reasons you explain. Point out why some opposing testimony simply does not make sense, is not logical, and is not supported by other, independent evidence. Perhaps several opposing witnesses all testified in almost exactly the same manner. Point out to the jury that this is very suspicious.

The closing argument is not the place for a simple, routine recitation of the evidence. Nor is it the place for a dull repeating of the law, as the court will instruct the jury in that law. The closing argument is the place where you reiterate your theme of the case and explain your case to the jury in a persuasive and enthusiastic manner. You point out the significance of the testimony and what it means to your case. You argue that the opposing side's evidence did not support its claim. It is the time and the place to do just what the name "closing argument" says. You argue the case.

The perfect closing argument would be one in which you have explained to the jury why the testimony and evidence you presented is believable. You have explained the confusing and contradictory testimony. You have made everything clear, and you have tied it all together.

Discussion of the Law

In many cases both counsel submit numerous proposed jury instructions to the court to try to cover every conceivable area of the law that might be involved. The court will not give many of these instructions, and it is probable that only one or two of these jury instructions are really important or vital to your case. You should tell the jurors that, and you should read verbatim any single jury instruction that is crucial or determinative. It is helpful to enlarge a copy of that particular instruction and show it on an overhead projection. Urge the jury to remember that particular point of law as the court instructed them on it. It is the law they should apply to this case.

If the court's instructions include a reference to legal presumptions, these must be explained to the jury. Their relationship to the burden of proof should be discussed in full.

Many judges read the jury instructions in a fast, monotone voice that makes them incomprehensible to the average juror. Even if they are read slowly and carefully, they are confusing and hard to follow. It is up to counsel to make sure the jury understands the points of law that are important to his case when they retire to the jury room for their deliberations.

The jury instructions will set out the elements of plaintiff's cause of action, all of which he must prove. The defendant must argue that failure to prove even one of these elements results in a verdict for the defendant. Some lawyers use the "hurdle" approach. Each of the elements of the cause of action is a hurdle that must be successfully overcome by the plaintiff. If he misses or knocks down even one hurdle, the plaintiff's case fails.

To many jurors, the jury instructions seem almost as if the judge is speaking in a foreign language. He is using words and phrases totally unfamiliar to most laypeople. It is up to counsel to select those portions of the instructions important to his case, explain them in simple terms, and relate them to the evidence in the case.

You must help the jury apply the facts to the jury instructions. The jury usually can understand the facts of the case but has difficulty when it tries to determine how those facts fit into the jury instructions read by the judge. For example, what is "ordinary and reasonable care"? It is what an *ordinary* person would do, not the most careful or excessively prudent person. It is not conduct viewed with hindsight. Analogies can help explain this degree of care. Do ordinary people sometimes leave their empty trashcans on the street overnight after they are emptied? Of course they do. Do ordinary people sometimes become distracted for a moment while driving a motor vehicle? Of course we all do. Does a reasonably prudent person leave a crack in the sidewalk in front of the house in disrepair for months or even years? Of course he sometimes does.

Sometimes counsel will be in a position where the opposing party has the equity of the case on its side. The merits of the case and fairness would seem to call for a verdict against your client. However, perhaps the law is very strict, and to follow it exactly would mean a verdict in your client's favor. It is very difficult in such a situation for the jury to come down on the side of a harsh law. You have to tell the jury something like this:

> "Ladies and gentlemen, I know the facts of this case make it appear that. . . . However, remember the court has instructed you the law is. . . . When you were sworn as jurors here, you took a solemn oath to follow that law and to render a verdict in accordance with the law. Perhaps the law is not what you think it should be. Maybe it could be improved. Maybe it is not even fair when you apply it to the facts in this case. But, we have to have rules in our country. We have to follow this law. There would be chaos if we did not all have to follow rules and obey the law. It may seem harsh, but it is the law. You have all taken an oath to obey the law and follow the law. I call on you now to do just that."

Some Rules and Guidelines

It is difficult to say exactly what should be done and said in your closing argument. Obviously each case is different, and the arguments will be different. Here are some guidelines and rules that are helpful:

It can be very beneficial and instructional to read books that have been written about famous trials, biographies of famous trial lawyers, and books on trial tactics. Many of these include examples of effective closing arguments, and many set forth verbatim excerpts from closing arguments in old and often famous cases. Reading these may bring to mind ideas that will be helpful in your case.

When I discussed your preparation for trial, it was suggested you outline your closing argument before the trial. This was to help you focus on the essential elements of your case. Review this outline now and see how close it comes to what you now want to say in your closing argument. If you analyzed your case carefully and did a good job of preparation, the trial should have gone as planned. If so, that outline of your closing argument prepared before the trial began should closely resemble the closing argument you are now prepared to make. There will be little time to prepare for argument after the close of evidence, so this prior outline will be very helpful.

Earlier I talked about making notes on the left side of your yellow tablet as testimony was presented. I discussed making notes during trial on a sheet of your yellow pad of points to be covered later in closing argument. Review these notes and make sure these points are included in your argument.

How to begin. Begin your closing argument by thanking the jurors for their time and consideration of the case. Tell them you are aware they have given up their private lives for the length of the trial and that you and your client appreciate that. You must tell them you believe they should return a verdict in favor of your client; but, whatever their verdict, you and your client thank them for their time and careful consideration of your case.

Reiterate the theme of your case. Remember you told the jury it would be a simple trial, and you should have done your best to simplify the facts and the issues for the jury. Simplify the case now. In doing so, remember to use plain language and simple words that you have used throughout the trial.

Explain to the jury: "This is not a complicated case. It is simple. It all boils down to the simple proposition that. . . ." Of course, you do not refer to this specifically as the theme of your case. At some point, however, it is helpful to refer to your opponent's theory of the case, calling it by that name. The word *theory* sounds hypothetical and unreal.

Now is the time to hammer home your theme of the case. It is time to point out that justice and fairness call for a verdict in your client's favor. The evidence supports it, and the law demands it.

Explaining the issues. Unless the court has quite clearly laid out the issues immediately before closing arguments in its instructions in the law, and even sometimes when it has done so, you should go to blank paper on an easel in the courtroom and list the issues to be decided by the jury. It is important to simplify them. If there is one that is particularly important in your case, circle it or underline it. In most trials there will be only one or two really critical or significant issues. Isolate these and point this out to the jury so they do not get bogged down in peripheral matters.

Use of visual aids. It is preferable always to write on paper rather than use chalk on a blackboard, which can be erased easily. You are not limited here to simply using the charts or diagrams that are admitted into evidence. You can draw what you want to *explain* or summarize the evidence. If opposing counsel has drawn a chart or diagram on a sheet of paper or blackboard with chalk, it is helpful to use it to make your point by altering or modifying it or simply erasing or striking out portions of it.

Make effective use of key exhibits or charts or diagrams you draw as you make your argument. Remember, most of us tend to recall best and focus on what we can see rather than what we hear. However, do not use an excessive number of exhibits or props in your closing arguments, as too many will distract from the really important ones.

Burden of proof. Both parties must discuss the burden of proof. It is a concept juries have a hard time understanding. Plaintiff needs to point out that it has to prove its case only by a preponderance of the evidence and not beyond a reasonable doubt. Most jurors are familiar with criminal cases they watch on television and in motion pictures, where the prosecution must prove its case beyond a reasonable doubt. This is not true in a civil case. Plaintiff needs to persuade and prove its case only by a preponderance of the evidence. That means simply that the evidence favoring it must be greater in weight than the evidence opposing it.

Counsel for defendant must point out that plaintiff bears the burden of proof. If the matter is up in the air in the minds of the jurors and they feels the evidence is equal or balanced, their verdict should be for defendant because plaintiff will not have sustained its burden of proof.

Plaintiff's only chance. If you are the plaintiff, now is the time to point out that this is the only time and the only opportunity plaintiff will ever have to recover damages for the wrong that was inflicted on him. This is his one and only chance, and he must look to the jury to do it now.

Defendant must deal with sympathy factor. If you are counsel for the defendant, the jury must be asked to put aside any sympathy for the plaintiff. If it is a personal injury case, you can say everyone sympathizes with plaintiff, who has suffered injuries, and everyone is sad the "accident" occurred. However, justice requires the jurors to put aside their naturally sympathetic feelings and look at the facts and the law and do what is right. In many cases damages suffered by the plaintiff will be real and apparent to the jury. Counsel for the defendant should face this fact squarely and directly. Tell the jury it is perfectly understandable and normal for everyone in the courtroom to feel sympathy for plaintiff and for what has happened to him. However, the jurors have taken an oath to put aside their personal feelings of sympathy and to bring in a verdict based on the facts of the case and the law. It is permissible to feel sympathy for the plaintiff, but the jury must be fair to the defendant.

Inconsistent testimony. Perhaps several witnesses testified to totally inconsistent facts. One witness testified there was a meeting the day before the contract was signed, and another witness denied there was any discussion before the execution of the agreement. In this situation you review the background of the matter and point out to the jury that the testimony of A is more believable than that of B, because what B is saying does not make sense and is totally inconsistent with, and at variance with, plain old common sense as well as the facts in the case. You point out the motivation of a witness to say certain things and suggest why he would say that or why he would take certain actions or recall events in a certain way.

If you are fortunate, there will have been testimony in your favor on a disputed point by a witness who is impartial and disinterested in the outcome of the case. This, you must argue, is the most persuasive evidence of all. The witness who has "no axe to grind" and no interest in the outcome of the case is the one whose testimony can be believed and trusted:

> "Ladies and Gentlemen, I think the testimony of witness A is inherently more believable than witness B. I think B is mistaken and does not recall or remember accurately what happened here. But, we do not have to weigh the evidence of one against the other. Look at the testimony of C, who is impartial (or look at other evidence in the case). This impartial witness had no axe to grind here and nothing to gain and nothing to lose. He can be believed. A and B have something to gain here and may not recall everything accurately. C told the truth. It is clear what happened here."

In almost every trial, there will be contradictory and inconsistent testimony by witnesses. It is not enough for you to simply declare that the testimony of opposing witnesses is not true or not accurate or not believable. You must give the jury a *reason* why some testimony is believable and other testimony is not. You must give the jury a motive for witnesses to testify falsely or to recall poorly. You must give them an explanation or the meaning of the witnesses' actions and orders. In other words, you must explain the evidence in the case.

Suppose the defendant is trying to demonstrate contributory negligence on the part of plaintiff. You could say:

> "The plaintiff denies she dashed into the street without looking where she was going. But, Ladies and Gentlemen, let's apply a little common sense here. If plaintiff Mary

> Louise had really looked carefully up and down the street before she stepped off the curb, and was walking slowly in the crosswalk, how in the world did this accident ever happen? Wouldn't Mary Louise have seen the defendant? Why wouldn't the defendant, admittedly driving slowly, not have seen Mary Louise?"

Note the use of the word "dashed" in the example. The defendant should not characterize plaintiff's behavior by saying she "went into the street" or "proceeded into the street." She "dashed" into the street or she "ran" into the street. The use of provocative and strong words can create images in jurors' minds of unreasonable behavior.

Do not dictate to the jury. Avoid telling the jury there is only one possible verdict they can bring in. Do not tell them there is no question about the outcome of the case and that there is no conceivable way that they could arrive at a verdict for your opponent. Most cases have two sides. At least your opponent has *some* arguments in his favor. If you do not see any merit at all to the opposing case when there is some, the jury will conclude you are just dead wrong or insincere, and they may not pay much attention to what else you say.

Do not tell the jury they *have* to find in your client's favor. Most of us do not like to be told what we *have* to do. Remind the jury they took an oath to decide the case based on the facts and the law, and urge them to do so now.

Be honest. Be honest about the bad aspects of your case. You should not dwell on them, but you should be candid. If you do not express this honesty, it will make other aspects of your case look weak. Most juries are quick to seize on any dishonesty.

Personalizing your client. In your opening statement you personalized your client. Continue to do so in your argument. Your client is Mary Jones or Sam Smith, never the plaintiff or the defendant. On the other hand your opponent is "the plaintiff" or "the defendant." However, try to avoid attacking the opposing party personally. Always blame his lawyer:

Q: How can counsel expect you to believe . . . ?

Q: How can counsel ask you to award damages when . . . ?

It is admittedly hard to personalize a huge multinational corporation. If you represent such a defendant, try to cast the case as one of defense of the smallest unit possible in that huge corporation. It is the teller at the bank or the supervisor of the maintenance crew whose conduct you are defending. You do not want the jury to penalize the little workingman or woman. He did the best he could in difficult circumstances. Should he be penalized here? Should he be fired? He did nothing wrong. He needs his good name restored.

If the plaintiff is an individual or a small business or individual allied against a large defendant corporation, it is helpful for the defendant's lawyer to say in his closing argument, "I urge you to be fair to my client." Remind the jury they promised in response to questions on *voir dire* they would be able to put aside any natural sympathy and to decide the case on the facts and the law. Remind the jury that now is the time for them to abide by that solemn oath and to bring in a verdict based on the facts and the evidence, not on sympathy.

If plaintiff's counsel attacks the defendant as a "huge corporation" or in any way uses the word "corporation" in an uncomplimentary manner, he opens the door for defendant's counsel to say something to the effect:

> "Mr. X here attacks my client as a 'corporation' as if there is something bad about being a corporation. That is just not true or fair. Incorporating a company is a normal way of doing business in this country. The drugstore on the corner may be a corporation owned by the fellow behind the counter. Your doctor may be a corporation. It may be a corporation like my client in this case, which is owned by thousands of working men and women and retired people who rely on it as an investment for their hard-earned money. It may be a corporation like my client, which provides large numbers of people with jobs and an income and opportunity in life. There is nothing bad about being a corporation.

> It is a party entitled to your fair consideration, just as anyone else would be here in this court."

Using exact wording of testimony. If there was some particularly important testimony in the case, ask the court reporter to write it up so you can refer to it in your argument. Tell the jury there was some testimony in the case that was so important and significant that you have asked the court reporter to write up that testimony so you could have the exact words of the witness, not just your recollection of what was said. You should then walk to counsel table and produce a sheet of paper from your file. Read the exact words to the jury.

The exhibits. Some courts permit the jury to take the exhibits into the jury room during deliberations, but some do not. It is important to direct the jury's attention to those exhibits—hopefully a few—that are important to your case so they can focus on them once they retire to the jury room.

Pleadings in the case. If you are going to refer to your opponent's Answers to Written Interrogatories, remember you must have introduced them into evidence in the trial to refer to them in your closing argument.

Stirring up emotions. It is improper for counsel to blatantly inflame the passions of the jury. However, the jury should be reminded of any *facts* that might stir up their emotions. It is perfectly permissible to set forth *facts* that will give rise to sympathy for either party.

Opposing counsel's failure to prove a point. Perhaps opposing counsel in his opening statement said he would introduce certain evidence or prove certain points, and he did not do so during the trial. Once again, it is helpful to have the court reporter write up that portion of opposing counsel's opening statement and read it to the jury. You should hammer hard on the fact that counsel said he was going to prove something, and he did not. In other words, the opposing side did not prove its case. Perhaps opposing counsel did not make a clear-cut statement of the facts he would prove, but merely hinted or suggested at them. This should be attacked also:

> "My opponent hinted in his opening statement (or closing) several times that. . . . But, ladies and gentlemen, that is all he has done—*suggest* to you there was some evidence to that effect. The fact is, you will recall there was absolutely no evidence on that point that was introduced by anyone at anytime during this trial."

If the plaintiff does not mention or refer to evidence or an issue where he is weak, defendant should hit hard at this in his argument:

> "Counsel for the plaintiff did not even discuss with you one of the most important points in this case. . . . He did not even bring out or put on any evidence on one of the really crucial issues before us here. . . . That is because he could not say anything. There is no dispute that. . . ."

Of course, plaintiff in his rebuttal argument cannot make this kind of argument because he can only respond to things said by defendant's counsel. If you make this argument as the defendant, be sure you are correct. If not, plaintiff's lawyer will crucify you in his rebuttal.

Reminding the jury of certain testimony. You may believe you devastated a particular witness with a very effective cross-examination. It may well have made a great impression on the jury, but they should be reminded of this if it was on an important point:

> "Remember when I was cross-examining witness X? I asked her if. . . . She admitted. . . ."

Sometimes on cross-examination you may have a witness on the run when the court declares a recess. After the recess the witness recovers, and your cross-examination is not so effective. If this happens, you may want to tell the jury:

> "Remember when I was questioning witness Z and he was about to admit. . . . The court declared a recess and when the witness returned, he had a very facile and ready answer for me. Don't you think he may have talked with someone

> during that recess and have been coached a little bit? Perhaps (opposing counsel) talked to Z and straightened things out in his mind."

One question that is discussed often by trial lawyers is whether you should point out everything to the jury and thereby leave nothing for them to discover themselves. The argument for leaving something for the jury to determine themselves is that they hold beliefs more strongly if they have arrived at them independently. In my opinion it is dangerous not to cover everything that is important to your case. However, it is not necessary to talk about every single minor point and issue that has arisen. Let the jurors come to their own conclusions on some of those, but do not omit a discussion of matters that are really vital to you.

Generalizations. Most of us believe in many generalizations, and jurors are no different. If you can relate the merits of your case to a widely held and believed generalization, it is helpful. For example, most of us believe that everyone is entitled to be treated equally; that no one is perfect; that if someone owes a debt it should be paid; that if a man is wronged he is entitled to be compensated for that wrong.

Attack your opponent's weakest point or weakest argument. Ask the jury if counsel cannot be believed on this point, can he be believed in the rest of his case? If he did not prove this point, did he prove other parts of the case? If an opposing witness, or the party himself, exaggerated or distorted or even lied in one answer on the witness stand, why should the jury not suspect everything that was said?

Answering opposing counsel's questions. Some plaintiffs' lawyers make it a practice to ask questions of the defendant's counsel. "What about . . . ?" "Can opposing counsel explain to you . . . ?" If there are a substantial number of questions like these posed, it is a mistake for the defendant to change his planned presentation to spend much of it simply answering opposing counsel's questions one by one. Do not let opposing counsel dictate your closing argument or how you make it. You can respond to questions by answering them in your own way.

How defensive should you be? If you know certain arguments will be made by opposing counsel, you can answer them or counter them before they are made. However, be careful as too much of this can make you appear overly defensive and make your case seem weak and subject to attack.

It can be approached briefly by saying something to the effect:

> "My opponent may try to make you believe . . . , but that just cannot be true. Look at the evidence."

Chronology of events. It is important not to simply recite a chronological review of the case. However, if the case involves many events occurring over a long period of time, it may be necessary to prepare a chart or time line showing the chronology of important events.

Expert testimony. Counsel in closing argument must comment on expert testimony in the case. If the opposing party had expert testimony and you did not, you can talk at length about how easy it is for anyone to hire an expert to give any opinion you want. "Nowadays a lawyer can buy an expert just the way you can buy a new suit or a new car. Their opinions are for sale."

Of course, if it is your expert under discussion, you want to emphasize his education, his experience, his careful consideration of this case, and his fine reputation. He certainly would not want to endanger or risk that reputation by giving anything but an honest and carefully considered expert opinion.

Multiple defendants. In cases where there are multiple defendants, all defendants' counsel should have conferred long before the trial to discuss their defense and strategy. In almost every case where each defendant attempts to lay the blame for the plaintiff's injuries and damages onto other defendants, the result is a mud-slinging contest in which the only winner is the plaintiff. Plaintiff's counsel in that situation sits back and watches the defendants impose liability on each other and make his case for him.

In closing argument the temptation must be resisted to blame other defendants for the plaintiff's loss. It is important to resist plaintiff's claims of liability and not to help plaintiff by all defendants urging the others are at fault. The defendants should concentrate their fire against the plaintiff.

When you have no answer. If you have no good and effective answer to one of your opponent's arguments, remain silent on the point and say nothing. A weak reply is worse than no reply at all. In this situation it is helpful to say somewhere near the close of your argument:

> "I have not commented on all the testimony on this case and have not replied to all arguments or statements made by my opponent because of limitations on my time. The court has allotted us a certain amount of time to speak, and I cannot exceed that. You will have to answer those arguments for me."

The missing witness. If there was a witness who might have been expected to support the plaintiff's case, you should ask why opposing counsel did not produce that witness. Why did he not produce a document that was within his control? You should draw the inference that that testimony would have been harmful. You argue that the missing evidence would have helped your case. Of course, if you knew of that evidence before the trial, your opponent may argue that you had subpoena power if you thought the document or witness would help. You could have subpoenaed it!

The closing argument is the time for you to help the jury draw inferences and come to conclusions about certain evidence *or the lack of it.* If opposing counsel did not produce a witness who probably had relevant information, you can ask the jury:

> "Why didn't counsel produce his employee, Mr. X? He was at the center of the matter and obviously has important information about this case. Counsel could easily have produced Mr. X. He is under (opposing party's) control. Don't you think that testimony would have helped prove our case? That is why we did not see him here in court."

Special Verdict or Interrogatories. If the court has permitted submission to the jury of a Special Verdict or Interrogatories to the Jury, these should be discussed in some detail with the jury. Counsel should go over each of the items and indicate to the jury how the Interrogatories should be answered or which Special Verdicts should be filled out on the form. Leave no doubt or question in the jury's mind as to how those forms should be filled out if they find in favor of your client.

Abide by the time limits. Most judges will set times for argument by each counsel. Be careful to adhere to that time limit and leave time for your concluding remarks.

Be polite. Do not ridicule the opposing side or counsel. Do not use invective or abuse. If opposing witnesses were obvious liars, the jury hopefully will have recognized that by now. If the opposing claim or defense has little justification or support and has obviously fallen on its face, your opponent is "down and out." Don't kick him while he is down.

Unless it is a blatant case of lying, do not accuse witnesses of lying. It is more helpful to refer to them as mistaken or having a bad memory. The jury may appreciate your charitable outlook.

How to talk to the jury. Do not read your closing argument. Neither should you attempt to memorize your closing argument. Operate from an outline or notes if you are afraid you will omit an important point. However, you want to make a good impression with your first words and also persuasive and effective closing remarks, so these two short portions should be prepared and memorized and delivered exactly as you want to say them.

You should rehearse your closing argument. Do so before your spouse, significant other, or a layperson—not another lawyer. You will not have a jury composed of lawyers. You want the reactions of someone like your jurors.

Look at the jury. At some point during the closing argument you should look each and every juror in the eye for a few moments while making your point. If there is a point that will be understood and appreciated by a particular juror because of his background or education, look directly at that juror while making that point in your argument. He will know you are talking to him, and he may be helpful on that point in the deliberations in the jury room. You want to attempt to relate to the jurors and establish a rapport with each one. However, generally you should not stare for any length of time at any one juror. It will make him uncomfortable.

Where do you stand while delivering your closing argument? Some courts will permit you to move about the well of the courtroom. Others will require you to remain standing at the lectern. If you can move about, you should make your moves at points where you want to get the attention of the jury or to make them aware of an important point you are about to make. You should use great caution about standing too close to them and invading the jury's space. If there comes a moment of particular intimacy in the argument and you want to appear to be talking to them individually, stand near the rail of the jury box, but do not lean on it. You are infringing on their space.

The use of analogies or folksy stories can help the jury relate to the facts of your case. Some lawyers like to insert a reference to the Bible in their remarks. However, unless an analogy or appropriate story comes to mind easily, do not strain to think of one. It should not seem contrived or artificial.

In England, over 100 years ago, crowds flocked to hear Thomas Erskine make a closing argument to the jury. Many legal historians refer to him as the greatest advocate who ever practiced in a court of law. His eloquence was unbelievable. Crowds fought to get a seat in the courtroom, and his words were repeated long after each trial. Today that kind of oratory would amuse and alienate the average jury. What is impressive and persuasive to today's jury is sincerity and honesty and an obviously deeply felt belief in your client's cause.

Your delivery should be what comes naturally to you as a speaker. Excessive eloquence and full-blown oratory is out of place in today's courtroom. Generally a low-key approach or method of delivery is preferable. Do not make an all-out angry and vicious attack on the opposing side. It may be acceptable to appear angry if you or your client's motivations are attacked or your character denounced. Generally, however, you do not want to appear damaged or upset. It may suggest to the jury your case has been hurt or that your case is weak. Your argument should commence in a calm and measured manner. Save the emotion and feeling for later, near the close of your argument.

It is important to alter your delivery at times or introduce a change of pace to indicate to the jury the importance of a point. It is helpful also to indicate when you are moving from one area to another. "But that's enough of that. Now let's talk about. . . ."

Be fair and honest. It is important to be fair to your opponent during your closing argument. Do not try any cheap tricks. Sometimes counsel at this point in the case become overly enthusiastic and exaggerate or overstate or cross the boundary into unfair ground. At one trial of mine, the plaintiff's counsel in his concluding rebuttal argument (to which I had no opportunity to reply) made reference to several missing pages of a document from my client's file that was in evidence. He hinted strongly that my client or I must have destroyed those pages. In fact, that document of many pages had been in the courtroom for many days, and plaintiff's counsel had examined it after court one day with permission of the court. I rose to object when counsel made that outrageous statement, but before I could object or say anything, the court did my work for me.

The judge told the jury to ignore the plaintiff's remarks and denounced counsel, saying that counsel knew quite well he had already stipulated to the accuracy of the full document and it was plaintiff's counsel himself who had been left alone with it one day in court. The judge went on then to make a gratuitous comment about the fine reputation of my firm and me and told plaintiff's counsel not to make any such spurious remarks again. There is no question in my mind that this strong castigation by the court of plaintiff's inept effort to gain an unfair advantage had a great effect on the jury and was at least partly responsible for the subsequent verdict in favor of my client.

Prohibitions. There are a number of things counsel *cannot* do in closing argument. For example, you cannot vouch for your own witness's credibility; discuss the wealth of the defendant (unless it is an issue when punitive damages are claimed); discuss the effect of taxes on any award to the plaintiff; or insurance coverage of defendant.

Damages

Plaintiffs' counsel should argue strenuously this is his client's only opportunity to be reimbursed. He cannot come back to another court in future years to recover damages. This is his only opportunity, and it is up to these jurors to compensate him adequately for the harm he has suffered.

The perennial question for plaintiff's counsel is what dollar figure to request. If the damages are substantial and you want a significant award, it is necessary to give the jury some idea of what you are thinking. Unless you are specific, you may think you have argued in such a way the jury will return a verdict for one million dollars when the jury may think you only wanted $100,000. This is not a time to think small. You warned the jury in your opening statement the damages were significant in this case. You asked them in the *voir dire* examination if they would award a large sum for damages if the facts of the case and the law indicated. They said they would. Now is the time to make that substantial award.

In personal injury cases many lawyers believe it is unwise to try to put a dollar figure on pain and suffering and that it should be left to the jury to fix a dollar amount. In jurisdictions where the "per diem" argument is allowed, you can refer to the extreme degree of pain and suggest it is certainly at a *minimum* worth "x" dollars per hour or per day. If you then extrapolate this for the lifetime of the plaintiff, you have a substantial figure.

The jury should be reminded that disability and pain and suffering are not just the inability to work. It also means interference with family life and the general enjoyment of good health. It means not being able to play with your children, being unable to play tennis or golf, to hike in the mountains, or to enjoy normal family activities.

If it seems unwise to try to put a dollar figure on pain and suffering, tell the jury no amount of money can compensate adequately for the plaintiff's great pain and suffering. However, money can buy some relief from continuing pain. It can purchase pain medications to alleviate it, at least for a time. Most of us would not endure the plaintiff's kind of suffering for the rest of our lives for any amount of money. However, the jury has a duty to come up with a dollar figure as fair reimbursement for that pain. It is difficult for some jurors to be comfortable awarding a large sum of money. It can be helpful to refer them to their common knowledge of inflation and the past. Remind them of the rising cost of prescription drugs. A dollar today does not buy nearly what it did twenty years ago. How much will a dollar be worth in the future?

Some jurisdictions require the plaintiff's counsel to discuss pain and suffering only in his opening, not in the rebuttal.

Plaintiff must emphasize his expert's opinion testimony as to the damages suffered. However, in addition to discussing that expert's opinion, counsel must emphasize the elements of that damage and the evidence that was presented. In a personal injury case there was evidence of lost wages, medical expenses, and other items of damages. In a business case there probably was testimony of profits before a breach of contract and after the breach, as well as costs associated with the defendant's fault. All theses elements must be emphasized to buttress the sum being claimed and in support of your expert's opinion.

Plaintiff's counsel should be aware if his case has gone poorly or not as well as expected. If that is the case it is wise to scale down any demand for a huge verdict. To do otherwise will seem unreasonable or unfair to the jury.

Counsel for the defendant has an entirely different task on the issue of damages. If it is a personal injury case, a person may have suffered considerable pain and suffering. It is not wise to appear cold and unfeeling or try to minimize that fact. However, the jury can be urged to be fair to the defendant and, if it finds the defendant liable, to give only that sum which is fair and deserved. Remind the jury that during the *voir dire* examination they were asked if they could and would be fair. They were asked if they could put aside the natural feelings of sympathy that they would feel for the plaintiff and return a verdict based solely on the facts and the law. This is the time for them to do so.

The defendant must decide at what point in the argument to discuss plaintiff's claim for damages. Some lawyers dispose of it at the beginning before talking about liability. Their theory is that they dispose of it quickly, make it seem almost unimportant, and then move on to the important issue of liability. This might be wise if the plaintiff's claim for damages was grossly exaggerated. Defense counsel might point out the claim for damages is outrageous and then go on to dispose of the liability claim as equally distorted and unrealistic.

Some defense lawyers do not discuss plaintiff's damages at all if the case has gone particularly well from the defendant's standpoint. A partner of mine once felt he had a strong case and was confident the jury would return a verdict of no liability. He did not want to suggest he thought plaintiff was entitled to anything, so he did not say one word about damages in his closing argument. The jury brought in a verdict in favor of the plaintiff and awarded the exact sum for which plaintiff's counsel asked. When my partner asked the jury in discussions later why they brought in that figure without reducing it, as would have seemed reasonable, the jury told him that since he had said nothing to contradict counsel's figure, they assumed he was in agreement with it and that if they did bring in a verdict for plaintiff, the defendant thought that was a proper figure.

I think the best way for defendant's counsel to question damages is to talk about liability first and then simply say to the jury something like this:

> "I have discussed the issue of liability with you and told you why my client and I feel your verdict should be for the defendant and that the plaintiff should recover *nothing* in damages. However, this is my only opportunity to talk to you about the case.
>
> My duty as the lawyer for the defendant is to discuss *all* the issues of the case, so I have an obligation to discuss the issue of damages. I will do so briefly, but remember, I am talking about the issue of damages only because I have a legal obligation to so. I do not believe you should ever get to this issue of damages in your deliberations. I think after you review the

> liability issue, you will decide to return a verdict in favor of the defendant, and it will not be necessary to deliberate further. I think that is what you should do, and I hope that is what you will do. So, *do not misconstrue* my talking to you now about damages. It is my obligation to talk about all the issues, and that is the only reason I discuss this issue of damages. I do not think damages are relevant, and you should never get to that point in your deliberations."

If the plaintiff's injuries are obviously quite minor, defense counsel can point out to the jury that we all have suffered greater injury but just overcame it, bore the discomfort, and moved on. We did not go to court to try to sue somebody.

The defendant sometimes faces almost certain liability, but the claimant is asking for a preposterous sum of money. Unable to settle, the defendant has to defend the claim. The question arises whether defendant should admit liability and proceed to trial on the damages issue only. Putting on evidence of the defendant's conduct if it is rather bland, can help to hold down the award of damages. However, if defendant's conduct was truly heinous, admitting liability and proceeding to trial on the issue of damages prevents plaintiff from putting on harmful testimony that can only inflame the jury against the defendant. Another advantage of admitting liability is that the defendant is made to appear reasonable and fair.

Objecting to Your Opponent's Closing Argument

In most jurisdictions counsel must object to improper argument at the time or waive any right to rely on that error on appeal. However, in my opinion restraint must be used in making objections during opposing counsel's argument. The jury may resent what it feels are unnecessary interruptions and what it regards as an unfair attempt by you to interfere with opposing counsel's discussion of the case with them.

Of course, if opposing counsel misstates the evidence or refers to facts that are not admitted into evidence, you have several options. You can object. The court probably will sustain such an objection. You need to make this kind of objection not only to preserve rights on appeal, but also to prevent the jury from reaching a decision based on the wrong evidence. If you object and even though the court sustains your objection, you may still feel the damage has not been corrected. In that case, you can ask the court to reprimand opposing counsel and to instruct the jury to disregard his improper comments.

If you have the opportunity to speak after opposing counsel misstates the evidence, you can make a forceful denunciation of counsel's tactics. He has deliberately misstated the evidence. You can condemn his behavior and suggest he failed to present a good case and has been reduced to the level of misstating the evidence.

You may recall the famous O. J. Simpson criminal trial. His attorney objected repeatedly and almost continually during the prosecution's closing argument. For some reason the prosecution did not make any serious effort to prevent these interruptions, and the court did not intervene. It obviously disconcerted the prosecutor and prevented her from making an effective argument. There were other factors that probably preordained a verdict for the defendant Simpson, but it did not help the prosecution's case when it was forced by the defendant's many objections to make a closing argument that was disjointed and difficult to follow.

Plaintiff ordinarily has a right to make a rebuttal closing argument and have the last word. He is restricted to replying only to what the defense has said in its closing argument. He cannot bring up new issues. The defendant must listen carefully to the plaintiff's rebuttal for any such impropriety and object promptly. There may also be occasions when counsel does not actually misstate the evidence but draws an obviously improper conclusion from it. While perhaps technically not objectionable, it is wise to rise and make a "speaking" objection and make a short argument to the court so the jury will understand why you are objecting.

Concluding the Argument

Plaintiff's counsel should remind the jury he has sustained the burden of proof by a preponderance of the evidence. It need not have been proved beyond a reasonable doubt. He should once again remind the jury this is the plaintiff's only opportunity for justice. He cannot come back later and ask for greater damages. It is up to this jury at this time to compensate the plaintiff.

Defense counsel must make it clear to the jury that the plaintiff is going to have a chance to talk again after the defendant. He should say something to the effect:

> "I have tried to discuss with you some of the issues and evidence my client and I think are important in this case. However, this is my only opportunity and my last chance to talk with you. Plaintiff's lawyer will now have an opportunity to respond to what I have said. Under the rules of the court here, he cannot bring up *new* issues or *new* points out of fairness to me. The rules of the court here require that this is the last chance I have to talk to you. I am not allowed to respond. I may want very much to get up and talk to you again to answer points he has raised. However, the rules of court do not permit me to do so.
>
> Therefore, remember that although I may have an answer to something plaintiff's lawyer says to you and may want to say something, I cannot do so. I will have to rely on you, ladies and gentlemen, to recognize there is an answer to counsel and make it for me."

If it is possible to attach any social importance to your case, do so in your closing argument. Tell the jury that this case is about more than whether or not this particular plaintiff recovers damages. There are important issues involved. There are important principles involved. Their decision can have a widespread effect and determine other parties' rights in the future. It is important the jury rule in your favor for this reason.

In concluding your argument you should avoid the bad habit of many public speakers who continually say "in conclusion" or "and finally" and then blithely continue on for another ten or fifteen minutes, thereby disappointing their listeners who fervently hoped they were sincere when they said they were about to stop talking.

It is important in delivering your closing argument to be sincere and to be yourself. This should be your standard throughout the trial. In your closing argument you must convince the jury of your sincerity. You must make the jurors realize you sincerely and honestly believe in the justice of your client's case. You must persuade them that justice demands a verdict in your client's favor.

Sincerity and enthusiasm must be the keynotes of your closing argument. You should believe in your client and his cause, and it is imperative you communicate to the jury with emotion that enthusiasm and that belief in your client and his case.

Persuade the jury to feel as you do, and they will bring in a verdict in favor of your client!

CHAPTER TEN

Some Concluding Thoughts

After the jury has retired to deliberate, stay close to the courtroom in the event the jury has questions. You can return to your office and try to concentrate on other work if your office is close to the courthouse. However, it is important to be available to help formulate answers the court may give to jurors' inquiries. Some lawyers return to their offices to catch up on work. If you are like me, however, you can think of nothing but that jury and what it is doing in that room. The only thing I was ever able to do was to sit around the courtroom and try to read the latest newspaper or mystery novel. It was hard to concentrate on anything.

After the jury has retired to deliberate, congratulate opposing counsel on his presentation of his case. If your opposing party is an individual, shake his hand and wish him well in the future, regardless of the outcome of the case.

You should keep in mind the possibility of settlement throughout the trial and even after the jury retires to deliberate. If your case is going poorly, evaluate your chances of success with the jury and talk with your client about settlement. If your case has gone exceptionally well and opposing counsel has broached the subject of settlement, listen to him and give it careful consideration.

It is difficult for the charged-up trial lawyer to even consider settlement during the trial. You were confident or you would not have come this far. A lot of time and effort has been expended by you at great expense to your client. However, every seasoned trial lawyer knows that a jury's verdict is unpredictable. Anything can happen in that jury room, and many experienced trial lawyers have been stunned by a jury's verdict. Keep an open mind about settlement at all times.

After the jury returns with a verdict, if it is not in your favor, ask that the jurors be polled. This will not change anything, but it will give you the satisfaction of looking into their eyes as their names are called. Congratulate opposing counsel on a job well done.

After the jury is dismissed by the court, it is important to leave the courtroom quickly and attempt to talk to as many of the jurors as possible. You want to know why they voted as they did, what influenced them, what evidence was persuasive and what was not. Ask about their reaction to individual witnesses and their testimony. You also will learn how accurate you were in assessment of those jurors in the *voir dire* examination. You can learn much from these post-trial conversations with the jurors that will help you in the future. If you lost the case, you may be able to develop information about jury misconduct that might provide grounds for an appeal.

Some courts intentionally keep counsel in chambers for a while after dismissing the jury and instruct counsel not to contact the jurors. However, wherever possible, interrogate the jurors after the verdict. Be cordial and polite—whatever their verdict—and explain why you are asking about their deliberations. Thank them for their time and consideration of your client's case.

If you won the case, take your client, spouse, or others out for a celebratory dinner. Enjoy the moment! Win or lose, take a few days off to recharge your batteries. If you win frequently and continually, do not let it go to your head. Do not assume that it is your brilliance and tremendous skills that have brought you to this point. Realize that successful outcomes are the result of careful preparation, settling the "losers" before trial, and a good helping of plain old-fashioned luck.

If the verdict is not in your client's favor, try to forget about it and not let it unduly depress you. Of course, you will not be happy. A good competitor does not like to lose. You should examine the case and everything that happened for guidance in the future. It is important to know if you made mistakes so you can avoid repeating them.

It is important not to lose confidence in yourself if you lose a case. You have to keep everything in perspective. It is not the end of the world. I was fortunate enough over the years to obtain a great many favorable jury verdicts. However, I lost three cases. I cannot now remember the details of more than a handful of the cases I won. Of course, some were interesting, different, or significant for one reason or another, and I can recall them. However, generally I have a hard time remembering the victories. However, I can tell you everything about those three losses. I can tell you the court, opposing counsel's name, the demands and offers, some principal points of the case, and the results. Some of those three cases were over thirty years ago. I wish I could forget them and let them go, but I cannot. I am not certain what a psychiatrist would say about this, but my advice is to take losses in stride. Someone once said: "The only lawyer who has never lost a case is the lawyer who has never tried a case."

It is obvious the best way to improve your skills as a trial lawyer is to get experience in the courtroom trying cases. This is difficult in today's economy as there are great economic pressures on lawyers to be profitable at all times. It is more and more difficult to justify the expense of taking a case to trial. Modern mediation and arbitration procedures are appealing to the business world as a replacement for the jury trial as the means of resolution of disputes. However, in my opinion, those procedures are not always a speedy or less expensive alternative to the expense of a jury trial. Those clients who want to prevail or want justice are not necessarily pleased with the arbitrator's frequent "split the difference" approach. Also, the inability to appeal a bad or unacceptable decision is not a desirable feature of the arbitration process.

How then do you get that needed and valuable jury trial experience? If you are determined to become a trial lawyer and make that your specialty, there are career paths that will provide that experience. Consider working in the local district attorney's office or in the public defender's office. Those lawyers are in the courtroom frequently and get a great deal of trial experience. After a tour of duty there, you will be a valuable commodity to some law firm that wants to add an experienced trial lawyer to its staff.

If you want to remain in your present position, do pro bono work. Consider attending one of the seminars held frequently by the National Institute for Trial Advocacy (NITA). It has a very comprehensive two-week program each summer that will do great things for your trial skills and will teach you many practical lessons. It would be a good way to spend your next vacation. If you cannot devote two weeks to your education as a trial lawyer, consider one of NITA's shorter sessions held in locations around the country.

Learn about seminars and programs offered by the Practicing Law Institute, local bar associations, and others on trial practice and tactics. Many of these have distinguished and successful panelists and participants and are very worthwhile.

These continuing education programs can help keep you up-to-date and give you ideas about trial tactics and how to try a jury case. No matter how experienced and successful you may become as a trial lawyer, you can always learn more and improve your skills.

I also urge you to keep a record of your jury trials. An older associate in my firm maintained such a record on a yellow tablet kept in the bottom of his desk drawer. In it he noted for every jury case he tried: the name of the court, the parties, counsel, details of the demand and offer, particularly interesting testimony, and the result of the case. Following his example, I made a similar record on a yellow tablet kept in the bottom of my desk drawer. I kept that record until one day I counted the cases and realized I had notes of seventy-five jury cases I had tried. By then I had become a partner in my firm and, for some reason, I thought it no longer necessary to keep such a record. Perhaps I was keeping some kind of proof of my success in the courtroom if necessary to persuade the partners I should be elected to membership in the firm. In any event, for some reason I threw away that file. Maybe it seemed to me somewhat conceited or arrogant.

I wish I had continued to maintain that record of my trials and had it available today. It would not only serve as a basis for what might be an interesting book, but it would bring back to me in detail many more wonderful, exciting, and satisfying memories of my life in the courtroom.

APPENDIX A

Rules for Depositions

All witnesses, regardless of the importance of the role they feel they have in a lawsuit, must follow certain basic rules when giving deposition testimony. The following are the basic rules you must understand and believe in sufficiently to follow. Please review the rules prior to your deposition, and, in the event you have any questions about them, please discuss them with me.

Remember, the purpose of deposition testimony is not to prove our case. We will do that later. You are required to testify concerning your knowledge of information in the case, and you should answer the questions and not worry about proving our case.

A. Listening to the Question

1. Many lawyers try the trick question: "Have you talked to anyone about this case?" The question may sound accusatory to you, but there is nothing wrong about discussing the case with others. You certainly have discussed the case with me, your lawyer.
2. Think before you speak. Allow several seconds to elapse before you begin answering any question. This will allow me to formulate objections and will allow you to think about what your answer is going to be.
3. Pay particular attention to the introductory clauses preceding any

question. Leading questions are often proceeded by statements that are either half true or contain facts that you do not know to be true. Do not have the examiner put you in the position of adopting these half-truths or unknown facts, because he will often use them to ask further questions.

4. Do not let the examiner put words into your mouth. Do not accept his characterization of time, distances, personalities, events, and so on. Rephrase the question into a sentence of your own, using your own words.
5. Do not answer a compound question unless you are certain that you have all parts of it in your mind. If it is too complex to be held in your mind, it is too complex and ambiguous to answer, and you should ask the questioner to rephrase it.
6. Do not adopt the questioner's summary of your prior testimony.
7. Do not answer a question you do not understand. It is up to the questioner to ask intelligible questions. If he cannot do that, do not help him. Do not explain to the examiner that the question is incomprehensible because he has misunderstood words of art in your business or science. Do not help the questioner by saying, "Do you mean X?" or "Do you mean Y?" You will be asked both these questions. If the questioner is confused, do not educate him.
8. You only know what you have seen or heard. Questions are often phrased "Do you know?" A question in deposition may legitimately call for something you do not know, but it must be so phrased. There is a difference between a question that states "Do you know?" and a question that asks whether you have any information bearing on a particular subject.
9. Do not testify as to your state of mind unless you are specifically asked to do so. In other word, if the question is, "Did you read that document?" the answer is "Yes," not "Yes, and I believe every word of it."

B. Answering the Question

1. *Tell the truth.* This is more than a copybook maxim; it is a rule of self-preservation for you. Assume that the questioner is supporting himself on his professional ability. This includes the ability to make any witness who is playing fast and loose with the truth *very* uncomfortable.
2. Speak out clearly. Do not nod your head for a "Yes" or 'No" answer. The court reporter must be able to hear your answer.
3. Answer the question, but only the question. The questioner is entitled to receive an answer to the question that he has asked, but only to that question.
4. Talk in complete sentences. Unless it is a simple question, the question should not be answered "Yes" or "No." Beware of questions with double negatives in them.
5. Do not guess. If you do not know or cannot recall something, say so. This rule becomes more important and more difficult to follow when the questioner is scoring points or making it appear to you that only an idiot does not know the answer to the question. Do not guess.
6. Be as specific or as vague as your memory allows, but do not be put in a position contrary to your true recollection. If you are asked when something occurred and you remember that it occurred on January 15, state on January 15. On the other hand, if you cannot recall the exact date, state the approximate date.
7. In testifying about conversations, make it clear whether you are paraphrasing or quoting directly.
8. In answering questions calling for a complicated series of events or extensive conversations, summarize where possible. The questioner, if he is doing his job properly, will ask for all the details. It is always possible that the questioner will accept your summary, and this is so much the better.
9. If you are interrupted, let the questioner finish his interruption and then firmly but courteously state that you were interrupted and you had not finished your answer to the previous question. Then complete your answer to the previous question.

10. If you are finished with an answer, and the answer is complete and truthful, remain quiet and do not expand on it. Do not add to your answer just because the questioner looks at you expectantly. If the questioner asks you if that is all you can recall, say "Yes" if that is the case.

C. Using Documents

1. Numerous documents may be marked as exhibits at a deposition. If you are asked about an exhibit, read it before replying. Do not make any comments whatsoever about the exhibit except in answer to the question that has been asked.
2. If you are asked about information contained in a document previously marked as an exhibit, ask to see that exhibit unless you are very certain of your answer.
3. If you are asked a question about information contained in a document that is not an exhibit at the deposition, answer the question if you can recall the answer. Do not alert the questioner as to the existence of documents about which he may not be aware. If you cannot answer the question without looking at a document that is not marked as an exhibit, you may simply answer the question by stating that you do not recall. If you can answer, it should be done. After you state that you do not recall a fact, the questioner may ask you if there is a document that might refresh your recollection. If there is, you should state so.
4. Do not agree to supply any documents requested by the questioner. If reference is made to documents, the request should be made to your attorney. Your attorney will either answer the request or will take the request under advisement.

D. Avoiding Trouble Spots

1. Do not volunteer information. You are not there to educate the questioner.

2. Do not testify as to what other people may know unless you are specifically asked for such a statement.
3. Do not explain your thought process as to how you reached a particular answer. In answering a question in which your answer depends on your recollection of other facts not called for by the question, do not refer to these other facts in explaining how you can answer the question. In other words, if you are asked when a conversation with Jones occurred, and you recall that it had to be in December because you met Smith after Jones, and that was in January, do not explain this thought process to the questioner.
4. If you do not remember something, state so. You may then be shown a statement or document and asked if it refreshes your recollection. If it does, say so. If it does not, the answer remains that you do not remember. You may be asked whether there exists another document that may help refresh your recollection.
5. Do not say, "That's all I recall," or "That's all I remember happening." It may be that after more thought or another question, you will remember something important.
6. Do not exaggerate. Also, avoid all adjectives and superlatives. "I never" or "I always" have a way of coming back to haunt you.
7. Never characterize your own testimony. "In all candor," "honestly," and "I am doing the best that I can" should not be used.
8. Never express anger or argue with the questioner. If a deposition becomes unpleasant, that is what your attorney gets paid for.
9. Avoid any attempt of levity. You will be hauled over the coals for not taking your solemn oath seriously if you make jokes or wisecracks.
10. Avoid even the mildest obscenity and avoid absolutely any ethnic slurs or references that could be considered derogatory.

E. Miscellaneous Points to Remember

1. If I make an objection to a question, listen to my objection very carefully. You may learn something about the question and how it

should be handled from the objection. If I instruct you not to answer, do not do so.

2. There is no such thing as "off the record." If you have any conversation with anybody in the deposition room, be prepared for questions on that conversation.
3. Be polite always, even to the other attorney.
4. Use all recesses to follow me to a private place where we can confer. We can confer during the session if it is absolutely necessary. If you want to talk to me before answering a question, put a piece of paper in front of your face so opposing counsel cannot lip-read what you say. Speak to me in a whisper, but not a loud stage whisper. It is best if you talk after answering a question; otherwise it will appear I am coaching you for the proper answer.
5. If you are hit with a flash of insight or recollection while testifying and this has not previously been discussed with me, keep this to yourself, if possible, until you have had an opportunity to go over it with me.
6. Do not expect to testify without the other side scoring points. If the other side appears to you to be asking questions that call for answers that do not help your case, accept the fact that every lawsuit has two sides. Sit back and take your punishment. Avoid the temptation to guess, expand on your answer where the expansion is not called for, or, even worse, prevaricate.
7. If you are caught in an inconsistency, do not collapse. What will happen next will depend on the questions that are asked of you. State, if asked, your present recollection. State the reason for the inconsistency only if you are asked.
8. Every witness makes mistakes at a deposition. Do not become upset if you find that you have made one. If you realize that you have made a mistake during the deposition, the mistake should be corrected as soon as it is realized. However, mistakes may be corrected at the time you sign the transcript.
9. Get a good night's rest the night before the deposition.

APPENDIX B

Instructions for Witnesses at Trial

You, as a witness in a lawsuit, have a very important job to do, because in order for a jury to make a correct and wise decision, it must have all of the evidence put before it truthfully.

You already know that you take an oath in court to tell nothing but the truth. But there are two ways to tell the truth: one is in a halting, stumbling, hesitant manner, which makes the jury doubt that you are telling all of the facts in a truthful way. The other is to be confident and straightforward, which makes the jury have more faith in what you are saying. You help yourself, the party you are testifying for, the judge, and the jury by giving your testimony in this way.

To assist you, here is a list of time-proven hints and aids, which, if followed, will make your testimony much more effective.

Suggestions to a Witness

1. As a witness to an accident, try to visit the scene before the trial. Stand on all corners and become familiar with the place. Close your eyes and try to picture the scene, the objects there, and the distances.
2. Before you testify, visit a court and listen to witnesses in another

case. This will make you familiar with a courtroom and help you to understand what will happen when you give your testimony.

3. Wear clean clothes in court. Dress conservatively.
4. Do not chew gum while testifying or taking the oath.
5. Stand upright when taking the oath. Pay attention and say, "I do" clearly.
6. Do not memorize what you are going to say.
7. Be serious at all times. Avoid laughing and talking about the case in the halls, restrooms, or any place in the courthouse.
8. Talk to the members of the jury every so often when answering questions. Look at them some of the time when it seems appropriate, and speak to them frankly and openly as you would to any friend or neighbor. Do not cover your mouth with your hand. Speak clearly and loudly enough so that the farthest juror can hear you easily.
9. Listen carefully to the questions asked of you. No matter how nice the other attorney may seem on cross-examination, he is trying to hurt you as a witness. Understand the question. Have it repeated if necessary. Then, give a thoughtful, considered answer. Do not offer a snap answer without thinking. You cannot be rushed into answering, although, of course, it would look bad to take so much time on each question that the jury would think you were making up an answer.
10. Explain your answers if necessary. This is better than a simple "Yes" or "No." Give an answer in your own words. If a question cannot be truthfully answered with a "Yes" or "No," you have a right to explain the answer.
11. Answer directly and simply only the question asked, and then stop. Do not volunteer information not actually asked for.
12. If your answer was wrong, correct it immediately.
13. If your answer was not clear, clarify it immediately.
14. The court and jury only want facts; not hearsay, not your conclusions or opinions. You usually cannot testify about what someone else told you.
15. Do not say, "That's all of the conversation," or "Nothing else happened." If asked for more, say "That's all I recall," or "That's all I

remember happening." It may be that after more thought or another question you will remember something important.

16. Be polite always, even to the other attorney.
17. Do not be a smart aleck or a cocky witness! You will lose the respect of the judge and jury.
18. You are sworn to tell the truth. Tell it. Every material truth should be readily admitted, even if not to the advantage of the party for whom you testify. Do not stop to figure out whether your answer will help or hurt your side. Just answer the questions to the best of your memory.
19. Do not try to think back to what was said in a statement you made previously. When a question is asked, visualize what you actually saw and answer from that memory. The jury thinks a witness is lying if his story seems too "pat" or memorized, or if he answers several questions with the same exact words.
20. Do not exaggerate.
21. Stop instantly when the judge interrupts you, or when an attorney objects to what you say. Do not try to sneak your answer in.
22. Give positive, definite answers when at all possible. Avoid saying "I think," "I believe," "In my opinion." If you do not know, say so. Do not make up an answer. You can be positive about the important things that you naturally would remember. If asked about little details that a person naturally would not remember, it is best to just say that you do not remember. But do not let the cross-examiner get you in the trap of answering question after question with "I don't know."
23. Do not act nervous. Avoid mannerisms that will make the jury think you are scared or not telling the truth or all you know.
24. Above all—this is most important—do not lose your temper. Testifying for a length of time is tiring. It causes fatigue. You will recognize fatigue by certain symptoms: (a) tiredness, (b) crossness, (c) nervousness, (d) anger, (e) careless answers, and (f) the willingness to say anything or answer any questions in order to leave the witness stand. When you feel these symptoms, recognize them and

strive to overcome fatigue. Remember that some attorneys on cross-examination will try to wear you out until you lose your temper and say things that are incorrect or that hurt you or your testimony. Do not let this happen.

25. If you do not want to answer a question, do not ask the judge whether you must answer it. If it is an improper question, your attorney will take it up with the judge for you. Do not ask the judge for advice.
26. Do not look at your attorney or at the judge for help in answering a question. You are on your own. If the question is improper, your attorney will object. If the judge then says to answer it, do so.
27. Do not "hedge" or argue with the other attorney.
28. Do not nod your head for a "Yes" or "No" answer. Speak out clearly. The court reporter must hear.
29. If the question is about distances or time and your answer is only an estimate, be sure you say it is only an estimate. Be sure to think about speeds, distances, and intervals of time before testifying, and discuss the matter with your attorney so that your memory is reasonable.
30. When you leave the witness stand after testifying, wear a confident expression, not a downcast one.
31. There are several questions that are known as "trick questions." If you answer them the way the other attorney hopes you will, he can make your answer sound bad to the jury. Here are two of them:
    (a) "Have you talked to anybody about this case?" If you say "No," the jury knows that is not right because good lawyers always talk to a witness before they testify. If you say "Yes," the lawyer may try to infer that you were told what to say. The best thing to do is to say very frankly that you talked to whomever you have—lawyer, party to suit, police, and so on—and that you were just asked what the facts were.

    If you are asked whether you have talked to me, your truthful answer is, "Yes, and he told me to always tell the truth, even though you might try to trick me with your questions." That is my advice to you. Always tell the truth.

(b) "Are you getting paid to testify in this case?" The lawyer asking this hopes your answer will be "Yes," thereby inferring that you are being paid to say what I want you to say. Your answer should be something like: "No, I am just getting compensation for my time off from work, and the expenses (if any) it is costing me."

32. I hope these suggestions will not confuse you. I hope they will help. They are not meant to be memorized. Ask me about anything you do not understand. You will find there is really no reason why you should be nervous while testifying. If you relax and tell the truth at all times, you will have no problem and will be all right.

Index

References are to pages.